தமிழன் என்பவன் உலகளாவிய மனிதன்
பதின்மூன்று உரையாடல்கள்

யமுனா ராஜேந்திரன்

தமிழன் என்பவன் உலகளாவிய மனிதன்

பதின்மூன்று உரையாடல்கள்

தடாகம்

தடாகம்

தமிழன் என்பவன் உலகளாவிய மனிதன் : 13 உரையாடல்கள் ◆ நேர்காணல் : யமுனா ராஜேந்திரன் ◆ உரிமை : ஆசிரியருக்கு ◆ முதற்பதிப்பு : ஏப்ரல் 2016 ◆ வெளியீடு : தடாகம், 112, திருவள்ளுவர் சாலை, திருவான்மியூர், சென்னை-600041 ◆ பேசி : 044-43100442 ◆ 89399 67179 ◆ இணையதளம்:www.thadagam.com ◆ மின்னஞ்சல்:editor.thadagam@gmail.com ◆ அட்டை வடிவமைப்பு: ஓவியர் மணிவண்ணன் ◆ நூல் வடிவமைப்பு : மெய்யருள் ◆

விலை ரூ.240/-

'தமிழன் என்பவன் உலகளாவிய மனிதன்' எனது முப்பத்தி எட்டாவது நூல். ழான் பவுல் சார்த்தர் சொன்னதுபோல 'தன் காலத்தின் முழுமனிதன் 'சே குவேரா' என்பதனை நம்புபவன் நான். 'மார்க்சியமே மனித விடுதலையின் வற்றாத ஜீவ ஊற்று' என நான் நம்புவதால் கவிஞன், நாவலாசிரியன், கலைஞன், விமர்சகன், மொழிபெயர்ப்பாளன், செயற்பாட்டாளன் என்கிற அடையாளங்களெல்லாம் தற்காலிக மானவை, சமயங்களில் கூச்சத்திற்குரியவை என்றே நான் புரிந்திருக்கிறேன். அன்றாட வாழ்வு, இலக்கிய வாழ்வு, அரசியல் வாழ்வு என்பதற்கிடையில் என்னளவில் மலையளவு பிளவுகள் ஏதும் இல்லை. தற்போது இலண்டனுக்கு வெகு தொலைவிலுள்ள குறுநகரொன்றில் வசிக்கிறேன். 'எமது வாழ்வு இவ்வாறுதான் கொண்டு செல்லப்படவேண்டும் என நாம் திட்டமிட்டுச் செயலாற்றிக் கொண்டிருக்கும்போது, எமக்கு நேர்ந்து கொண்டிருப்பதுதான் வாழ்வு' எனும் பீட்டில்ஸ் பாடகன் ஜான் லென்னானது கூற்றை எனது தலையினுள் எங்கெங்கும் நான் கொண்டு திரிகிறேன்..

யமுனா ராஜேந்திரன்

உள்ளடக்கம்

முன்னுரை

உரையாடல்களின் வரலாறு

உரையாடல்கள்

1. நிகழ்வுகளில் உண்மையைத் தேடு
என்றார் மாவோ — அ.சிவானந்தன் — 21
2. புத்துயிர்ப்பு ஏற்பட வேண்டியது அவசியம் — கா.சிவத்தம்பி — 37
3. தமிழன் என்று சொல்லக்கூடியவன் உலகளாவிய மனிதன் — ஞானி — 59
4. குழந்தைகளை ஏதும் எழுதப்படாத வெற்றுப் பலகையாகப் பார்க்கிறார்கள் — ராம் மகாலிங்கம் — 88
5. சர்வதேசியம் என்பது தேசியத்தை ஒழிப்பதோ அல்லது தேசியத்தை மறந்து விடுவதோ அல்ல — தோழர் தியாகு — 105
6. நான் காவல்துறையில் இருக்கிறதென்பது தற்செயலான ஒரு விஷயம் — நாவலாசிரியை திலகவதி — 132
7. ஓவியத்தை வலிமைமிக்க ஆயுதமாகப் பயன்படுத்த முடியும் — ஓவியர் புகழேந்தி — 170
8. ஈழத்திலிருந்தது போன்ற துடிப்போ தீவிரமோ இருப்பதாகத் தெரியவில்லை — இ.பத்மநாப ஐயர் — 186
9. சினிமாவின் ஆதாரசுருதி காட்சி பிம்பம்தான் — தியடோர் பாஸ்கரன் — 199
10. யதார்த்த நாவலில் நீங்கள் வாழ்வின் உண்மையைத் தரிசிக்கலாம் — மு.புஷ்பராஜன் — 236
11. எதிர்காலம் மேம்படும் என்கிற நம்பிக்கைதான் முக்கியம் — ஜி.கஸ்தூரிசாமி — 265
12. போராட்ட இலக்கியம் என்பது புதிய அனுபவம் — கா.சிவத்தம்பி — 288
13. எங்கே போராட்டமோ அங்கே என் இதயம் — அ.சிவானந்தன் — 299

உரையாடல்களின் வரலாறு

எந்த ஓர் உரையாடலுக்கும் மூன்று நிபந்தனைகளை விதிக்கிறார் புத்தர். குறிப்பிட்ட உரையாடல் உண்மையானதா, தேவையானதா, கனிவானதா என்பதை நிர்ணயித்துக்கொண்டு பிறகு உரையாடுமாறு அறிவுறுத்துகிறார்.

நேர்காணல் என்பதற்கும் உரையாடல் என்பதற்கும் மிகப்பெரும் வித்தியாசம் உண்டு.

நேர்காணல் (Interview) என்பது ஒருவர் பிறிதொருவரை நேரில் சந்தித்து, சந்திப்பவரிடமிருந்து அவருக்குத் தெரிந்த விஷயங்கள் தொடர்பான அபிப்பிராயங்களை அல்லது அவரது மேலான ஆலோசனைகளைப் பெறுவது. இது ஒரு வகையிலான அதிகாரம் சார்ந்த, அபிப்பிராயம் கேட்கப்படுகிறவரின் சிந்தனையை மட்டுமே வெளிக்கொணர்வது என்பதாக அமைகிறது. இதில் நேர்காணல் செய்பவர் என்பவர் கருத்தளவிலான ஒரு இன்மை. நேர்காணல் செய்பவருக்கு எந்தவிதமான செயலூக்கமுள்ள உறவும் நேர்காணல் எனும் வடிவத்தில் இல்லை.

உரையாடல் (Dialogue) என்பது செயலூக்கமுள்ள கருத்து வெளிப்பாட்டு வடிவம். மார்க்சியர்களான பிரடெரிக் ஜேம்சன்—ஸ்டூவர்ட் ஹால் இடையிலான உரையாடலே இவ்வகையில் எனது ஆதர்ஷம். பிரச்சினை சார்ந்த உறவும் முரணும் கொண்டு உரையாடல் என்பது நிகழ்கிறது. உரையாடல் நிகழ்த்துபவரிடம் உரையாடல் நிகழ்த்தப் போகிறவர் சம்பந்தப்பட்டவரின் செயல்பாட்டையும், எதனைக் குறித்து உரையாடப் போகிறோமோ அது குறித்த அவரது நூல்களையும் ஆழ்ந்து கற்று, கருத்தளவில் அவருக்குச் சமதையாகத் தன்னை நிறுத்திக் கொண்டு அவரிடம் மேற்கொள்வது உரையாடல்.

உரையாடல் குறித்தான இந்தப் புரிதலில் இருந்து நான் நிகழ்த்தியவையே இந்தப் பதின்மூன்று உரையாடல்கள்.

உரையாடுவதென்பது எனக்கு எப்போதுமே சந்தோஷமான அனுபவமாக இருந்திருக்கிறது. உரையாடலில் உடனடியாக உண்மை வெளிப்படுவதுதான் அதற்கான அடிப்படைக் காரணமாக எனக்குத் தோன்றியிருக்கிறது. வெளிப்பாட்டுக்கும் இரகசியத்துக்குமான ஒப்பந்தம் என்பதொன்று எந்த உரையாடலிலும் இடம்பெறும் வாய்ப்பு உண்டு. இது உரையாடும் மனிதர்களுக்கிடையில் சுயதணிக்கையைக் கொண்டுவந்து விடுகிறது. அத்தகைய உரையாடல்களைத் தவிர்த்துக்கொள்ள வேண்டும் என்பதைக்

காலம் எனக்குக் கற்றுக் கொடுத்திருக்கிறது. தமது வாழ்வு, படைப்பு, கருத்துச் செயல்பாடு என அனைத்து அனுபவங்களிலும் தாம் கொள்ளும் உடன்பாடுகளையும் முரண்பாடுகளையும் நிகழ்காலத்துடனும் வரலாற்றுடனும் தயக்கமின்றி உரசிப் பார்க்கும் மனிதர்களுடன் மட்டுமே இப்போது உரையாட விரும்புகிறேன். அவ்வகையில் கடந்த காலத்தில் நான் மேற்கொண்ட பதின்மூன்று உரையாடல்களையே இங்கு தொகுத்திருக்கிறேன்.

இனமும் வர்க்கமும் (Race & Class) காலாண்டிதழ் கடந்த 50 ஆண்டுகளுக்கும் மேலாக ஆங்கிலத்தில் வெளியாகி வருகிறது. இலண்டனிலிருந்து வெளியாகும் இவ்விதழின் ஆசிரியர் அ. சிவானந்தன் ஈழத் தமிழர், யாழ்ப்பாணத்தைச் சேர்ந்தவர். 1958ல் இலங்கையில் நடைபெற்ற இனக் கலவரத்தைத் தொடர்ந்து இலண்டனுக்குக் குடிபெயர்ந்தவர். ஐரோப்பியமையச் சிந்தனைக் கெதிராக, மூன்றாம் உலகச் சிந்தனையின் மேதைமையையும், ஆன்மாவையும், போராட்ட உணர்வையும் நிலைநாட்டுவதற்காகத் தொடர்ந்து செயல்பட்டு வருபவர். ஐரோப்பிய நாடுகளில் வெள்ளை நிறவெறிக்கு எதிரான போராட்டத்தில் ஆசிய, ஆப்பிரிக்க. இலத்தீன் அமெரிக்க மக்கள் அமைப்புரீதியாகத் திரள வேண்டியதன் அவசியத்தை வலியுறுத்தி வருபவர். வர்க்கப் பிரச்சினையை நிறம் மற்றும் இன அணுகுமுறையின்படியே கையாள வேண்டும் எனத் தொடர்ந்து வலியுறுத்தி வருபவர்.

1994 ஆம் ஆண்டின் இறுதியில் பல்வேறு தொடர்ச்சியான உரையாடல்களுக்குப் பின், அவரது நேர்முகம் உறுதியானது. இலண்டன் கிங்ஸ் கிராஸில் இயங்கும் இன்ஸ்டிட்யூட் ஆப் ரேஸ் ரிலேசன்ஸ் (Institute of Race Relations) நிறுவனத்திற்கு நான் போன போது, அவர் ஒரு கூட்டத்தில் இருந்தார். 15 நிமிடங்களில் அதை முடித்துவிட்டு வந்தவர், மூன்று மணி நேரத்தை எனக்காக ஒதுக்கித் தந்தார். ‘வாங்க தம்பி, சுகமாக இருக்கிறீர்களா?’ என்பதுதான் அவர் என்னுடன் பேசிய தமிழ்ச் சொற்கள். சரளமாகத் தமிழில் உரையாட அவரால் இயலுவதில்லை. தமிழில் நாம் பேசுவதைப் புரிந்து கொள்கிறார். இவர் தன் அறிவார்ந்த கருத்தமைவுகளால் எட்வர்ட் ஸைத், சமீர் அமீன், இக்பால் மசூத் மற்றும் ஸ்டுவர்ட் ஹால் போன்ற மார்க்சிய அறிஞர்களோடு சேர்த்துச் சொல்லப்படுபவர்.

அ. சிவானந்தனின் இளமைக்காலம், கல்வி, இனமும் வர்க்கமும் பத்திரிக்கையின் தோற்றம் வளர்ச்சி போன்ற பகுதிகள் குவிண்டன் ஹோரே, மால்கம் இம்ரே ஆகியோருடனான இவரின் நேர்முகங் களிலிருந்து (Communities of Resistence / Vesrso Books/ 1990) மொழியாக்கம் பெறுகின்றன. பிரித்தானிய அரசியல், இனங்களுக் கிடையிலான உறவு, தொழிற்சங்கம், ஐரோப்பிய அரசியல் பற்றிய

அவரது கருத்துக்கள் 1992 ஆம் ஆண்டு தொழிற்கட்சி மாநாட்டுக் கருத்தரங்கிற்கு முன்னதாக பர்மிந்தர் கவுரால் எடுக்கப்பட்ட நேர்முகப் பிரசுரத்தினின்று மொழியாக்கம் பெறுகின்றன. ஏகாதிபத்தியம், இயந்திரமயமாதல்.

ஐரோப்பிய அறிவுஜீவிகள் பற்றிய அவரது கருத்துக்கள் மைக்கேல் ஸ்டாக் உடனான நேர்முகத்தினின்று மொழியாக்கம் பெறுகின்றன. பின் நவீனத்துவம், பின் அமைப்பியல், பின் நவீனத்துவ உலகில் நிறவாதம், ஸல்மன் ருஷ்டி பிரச்சினை, இந்திய சமூகத்தில் சாதிக்கும் நிறவெறிக்கும் உள்ள உறவு பற்றிய கேள்விகள், காலனிய அறிவுஜீவிகளின் விடுதலை போன்றன குறித்த கேள்விகள் என்னுடைய நேரடி நேர்முகத்தினின்று மொழியாக்கம் பெறுகின்றன. பின் நவீனத்துவம் மற்றும் கணிப்பொறியியல் காட்சிப்புலவெளி தொழில்நுட்பம் பற்றிய அவரது பதில்கள் அவரது நியூ ஸ்டேட்ஸ்மேன் (New Statesman—15, அக்டோபர் 1993 மற்றும் 14 ஜூலை 1995 இதழ்கள்), இன்ஸ்டிட்யூட் ஆப் கன்டம்பரரி ஆர்ட்ஸ் (Institute of Contemporary Arts) அரங்கச் சொற்பொழிவுகளில் இருந்து மொழியாக்கம் பெறுகின்றன. அ.சிவானந்தனின் நினைவு மரணிக்கும்போது (When Memory Dies) நாவல் வெளியானதையடுத்து நான் நிகழ்த்திய அவருடனான இரண்டாவது உரையாடலில், தேசியம், இலக்கியம், பின்சோவியத் மார்க்சியம், பின்நவீனத்துவம் போன்றவை குறித்த எனது கேள்விகள் இடம்பெறுகின்றன.

பல்வேறு அறிஞர்களுடனான அவரது நான்கு நேர்முகங்கள், இரண்டு சொற்பொழிவுகளைத் தொடர்ந்து, என்னுடனான உரையாடல்களையும் சேர்த்து, அவருடைய 50 ஆண்டு கால நிறவெறிப் போராட்ட அனுபவங்கள், கோட்பாட்டுப் பங்களிப்புகள் போன்றவற்றை ஒன்றிணைத்து ஒரே தொடர்ந்த உரையாடலாக இங்கு நான் மாற்றியிருக்கிறேன்.

பேராசிரியர் கா. சிவத்தம்பியை நான் இருமுறை இலண்டனில் சந்தித்திருக்கிறேன். அவரைச் சந்தித்த அளவிலும் அவரோடு உரையாடலில் ஈடுபட்ட அளவிலும் அவர் பற்றி நினைக்கும்போது எனக்கு உடனடியாக நினைவுக்கு வருவது அவரது பல்துறை சார்ந்த ஈடுபாடுதான். நெறிசார்ந்த கல்வியாளர் எனும் அளவில் நாடகமும் இலக்கியமும் பயின்ற அவர் அவற்றையே தனது பல்கலைக்கழக மாணவர்களுக்குக் கற்பித்த போதிலும், இயல்பில் அவர் ஈழ அரசியல் கலாச்சார வெளியில் ஒரு நடவடிக்கையாளராகவே இருந்திருக்கிறார்.

மார்க்சிய இலக்கிய விமர்சனத்தில் அவர் ஈடுபாடு காட்டியது போலவே கால மாற்றத்தில் தேசிய விடுதலை இலக்கிய விமர்

சனத்திலும் அவர் ஈடுபாடு காட்டினார். அவரளவில் தேசியத்துக்கும் மார்க்சியத்துக்கும் இடையில் இணக்கம் காண முடியும் என்று நினைத்தார். இலக்கியம், அரசியல் போன்றவற்றில் இருந்த அதே ஈடுபாடு, நிகழ்த்து கலையான நாடகத்தின் மீதும் காட்சிவடிவக் கலையான திரைப்படத்தின் மீதும் அவருக்கு இருந்திருக்கிறது. சினிமாவின் மாபெரும் ஆற்றல் பற்றி இடதுசாரிகள் அக்கறை காட்டாத ஒரு சூழலில், எம்.ஜி.ஆர். குறித்து அவர் எழுதிய குறுநூல் (தமிழ்ப் பண்பாட்டில் சினிமா : மக்கள் வெளியீடு : சென்னை—2004 : மறுபதிப்பு என்.சி.பி.ஹெச் : சென்னை — 2010) அந்த ஊடகத்தின் முக்கியத்துவத்தை அவர்களுக்கு அறிவுறுத்திக் காட்டுவதாக இருந்தது.

தமிழகத்தில் ஞானியோடு பரிச்சயமில்லாத தமிழிலக்கியப் படைப்பாளிகள், தமிழ்ச் சிந்தனையாளர்கள் எவரும் இல்லையெனச் சொல்லிவிடலாம். சகல விஷயங்களிலும் தத்துவத் தளத்திலிருந்து இடையீடு செய்தபடி இருப்பவர் ஞானி. அடிப்படையில் இவர் நடைமுறை அரசியல்வாதியோ, கட்சி சார்ந்த சித்தாந்தியோ அல்லர். தன்னைச் சுற்றிலும் நடக்கின்ற அறிவார்ந்த விஷயங்கள் — இலக்கியமாயினும், அரசியலாயினும், தத்துவமாயினும் — அனைத்தையும் இவர் செரித்துக் கொள்வது தத்துவரீதியில்தானே தவிர அரசியல்ரீதியில் அல்ல. இடையீடு செய்வதுதான் இவருடைய சிந்தனை அமைப்பின் தன்மையாக இருக்கிறது.

கருத்தியல் சார்பானவர்களோடும், கட்சி / இயக்கம் சார்ந்தவர்களோடும் உடன்பட்ட தருணங்கள் என்பவை இவரைப் பொருத்தளவில் மிகவும் அரிது. இந்திய கம்யூனிஸ்ட் இயக்கம் சார்ந்த பிரச்சினையாயினும், தலித்தியமாயினும், தேசியமாயினும் இவ்வாறே இருந்திருக்கிறது. அனைத்து விதமான நெருக்கடிகளிலும் வாழ்க்கை, அன்பு, விடுதலை, சமத்துவம் போன்ற விஷயங்கள் இவருக்கு முக்கியமானவை. விடுதலை சார்ந்த அரசியல் இயக்கங்கள் அனைத்தும் நிறுவனமயமாகிற தமது செயல்போக்கில் தவறவிட்டு விடுகிற விஷயங்களும் இவைதான். இதுவே தமிழ் அறிவுச்சூழலில் ஞானியின் குரலுக்குரிய முக்கியத்துவத்தை நிலைநாட்ட வல்லது. ஞானி பேசுகிற தத்துவ தரிசனம் சார்ந்த விஷயங்கள் உடனடி அரசியல் செயற்பாட்டாளர்களுக்கு நிறைய சிக்கல்களைத் தரக்கூடியவை. தத்துவம், கலை, அரசியல் செயல்பாடு ஆகியவற்றுக்கு இடையில் உள்ள முரண்களைப் புரிந்து கொள்கிறவர்கள் ஞானியின் அக்கறைகளைப் புரிந்து கொள்வார்கள். ஞானி அன்புமயமான மனிதர். அனைத்து அர்த்தங்களிலும் தன்னைக் கடந்து போய்க் கொண்டிருப்பவர். முதுமையும் குழந்தைமையும் கலந்து போகிற உன்னத மனிதம் நோக்கிய நிலையில் இருப்பவர். அவர் ஆவேசத்துடன் பகிர்ந்து

கொள்கிற பல்வேறு விஷயங்கள் நடைமுறைவாதிகளுக்குக் கசப்பூட்டக் கூடியவை என்பதில் சந்தேகமில்லை.

ராம் மகாலிங்கம் அமெரிக்க மிச்சிகன் பல்கலைக்கழகத்தில் உளவியல் துறையில் துணைப் பேராசிரியராக இருக்கிறார். அவரது உரையாடலில் சமகால உளவியல் ஆய்வுப் போக்குகள், வன்முறை குறித்த உளவியல் ஆய்வுகள், உயிர்க்கூற்றியலுக்கும், உளவியலுக்கும் உள்ள தொடர்புகள், குழந்தைகளின் உளவியலில் பாலியல் வேறுபாடுகள், சாதியக் கருத்துக்களின் உருவாக்கம், சாதிய நீக்கம், புலம் பெயர்ந்த தமிழர்களின் உளவியல் சிக்கல்கள் போன்றவை தொடர்பான தனது ஆய்வுகள் குறித்து கருத்துக்களைப் பகிர்ந்து கொள்வதோடு, பொதுவாக மனிதர்களின் சமூக வளர்ச்சிப் பயணத்தில் உளவியல் ஆய்வுகளின் பங்கு என்ன என்பது குறித்தும் தனது அனுபவங்களை முன்வைக்கிறார்.

தியாகு தமிழகத்தின் மிக முக்கியமான மார்க்சியர்களில் ஒருவர். 'தமிழ்தேசம்' இதழின் ஆசிரியர். தமிழ் தமிழர் இயக்கத்தின் முன்னணித் தலைவர்களில் ஒருவர். கார்ல் மார்க்சின் மூலதனத்தைத் தமிழில் மொழிபெயர்த்தவர். தனது வாழ்நாளின் இளமைக்காலம் முழுவதையுமே சிறையில் கழித்தவர். ஜூனியர் விகடனில் 'சுவருக்குள் சித்திரங்கள்' எனும் தொடரை எழுதியதன் மூலம் வெகுஜன தளத்திலும் பரவலாக அறியப்பட்டவர். ஈழப்போராட்டத்தின் அழுத்தமான ஆதரவாளர். இவரது பிறிதொரு குறிப்பிடத்தக்க நூல் 'மார்க்சின் தூரிகை'. தியாகுவுடனான உரையாடலில் தேசியம் குறித்த இதுவரையிலான உலக அனுபவங்களின் பின்னணியில் அதனது ஆபத்தான பக்கங்கள் பற்றியதாகவே கேள்விகள் அமைந்துள்ளன.

திலகவதி தமிழகத்தின் அறியப்பட்ட நாவலாசிரியர். சிறுகதை யாளர். கவிஞர். தமிழகத்தின் முதல் பெண் ஐபிஎஸ் அதிகாரி. தமிழகப் பெண் காவல்நிலையங்களை உருவாக்கியதில் முன்னோடியானவர். வெகுஜனக் கலைக்கும், தீவிரக் கலைக்குமான எல்லையை இவர் எழுத்துக்கள் கடந்து செல்கின்றன. இவரது நாவல்கள் / சிறுகதைகளில் பெரும்பாலானவை தமிழகத்தின் வெகுஜனப் பத்திரிகைகளில் வெளியானவை. ஜோதிர்லதா கிரிஜா, ராஜம் கிருஷ்ணன், வாஸந்தி போன்ற தீவிர சமூகப்பார்வை கொண்ட பெண் எழுத்தாளர்களின் வரிசையில் வருகிறவர். உரையாடலில் தனது வெகுஜனப் பத்திரிகை அனுபவங்கள் குறித்தும், ஒரு வன்முறை அமைப்பாக தனது தொழிலாகத் தேர்ந்திருக்கிற காவல்துறைக்கும், மானுடத்தின் தார்மீக அறத்தைப் பேசும் தனது ஈடுபாடான இலக்கியத்திற்கும் இடையில் நிலவும் பதட்டம் குறித்தும் பேசுகிறார். தன்னை உருவாக்கிய சமூக, இலக்கிய, குடும்ப, அரசியல் சூழல் குறித்தும் பகிர்ந்துகொள்கிறார். சமூக

அக்கறையுள்ள இலக்கியவாதி எனும் அளவில் தொடங்கும் இவ்வுரையாடல் வன்முறைக்கும், இலக்கியத்திற்குமான உறவை அவரது அனுபவங்களினூடே விவாதிக்க முயன்றிருக்கிறது.

தனது கரும்பழுப்பு மனிதர்கள் நிறைந்த ஆரம்பகால ஓவியங்கள் தொடங்கி, எரியும் வண்ணங்கள், உறங்கா நிறங்கள், திசைமுகம் எனும் பெரியார் கோட்டோவியங்கள், குஜராத் பூகம்பம் என தனது ஓவியங்களினூடே ஒரு நீண்ட வரலாற்றுப்பயணம் மேற்கொண்டவர் ஓவியர் புகழேந்தி. தான் பிறந்த தஞ்சைமண் விவசாயிகளின் உரமேறிய உடல்கள், ஈழத்தமிழர்களின் அவயவங்கள் சிதைந்த வாழ்வு, குருதிச் சிந்துதலில் இருந்து மக்களையும் தமது மண்ணையும் மீட்ட வரலாற்று நாயகர்களின் சித்தரிப்பு, தெய்வங்களும் தேசபக்தர்களும் அடைத்துக் கொண்டிருந்த உருச்சித்திர வெளியில் பெரியாரின் ஆளுமைப்பதிவு, அழிவுகளிடையில் துளிர்க்கும் மனித அன்பினை நம்பிக்கையுடன் வெளிப்படுத்திய குஜராத் பூகம்பச் சித்தரிப்புகள் என புகழேந்தியின் ஓவியங்களுக்கும், வீழ்ந்து மறுபடி எழும் மனிதர்கள் குறித்த வரலாற்றுக்கும் இடையிலான இறுக்கமான பிணைப்புதான் — வீழந்துபட்டவர் சார்பான அவரது ஓவியங்களின் இந்த வரலாற்று உணர்வுதான் — அவரது ஓவியங்கள் என்னுள் ஏற்படுத்திய முதல் அனுபவ உணர்வு என்று குறிப்பிடலாம்.

புத்தகங்களை விலக்கிவிட்டு பத்மநாப ஐயரைப் பார்ப்பது என்பது கடினம். அவரது அறையில் புத்தகங்களிடையில் அவரது சயனத்தை நாம் தேடித்தான் கண்டுபிடிக்க வேண்டும். படுக்கையறைக் கட்டில், சாப்பாட்டு மேசை, விரிந்த தரை, கூரையை முட்டும் அலமாரிகள், சமையலறைக்குப் போகும் இருபக்கமுமான வெளி என அறையின் திசை நான்கிலும் புத்தகங்கள் சரிந்தும் சிதறியும் கிடக்கும். அறையின் ஓரத்தில் புத்தகங்கள் விரிந்திருக்கும் கட்டிலில் அமர்ந்துகொண்டு ஐயர் நம்முடன் பேசுவார். புத்தகங்களின் புழுதி வாசம்தான் உலகிலேயே ஐயருக்குப் பிடித்தமான வாசமாக இருக்க வேண்டும். ஐயர் ஒரு முழுநேர எழுத்தாளர் இல்லை. படித்துத் தீர்க்கிற இலக்கிய விமர்சகரும் இல்லை. ஆனால் அவரைத் தெரியாத காத்திரமான தமிழ்மொழிப் படைப்பாளர்கள் இல்லை. அவருக்கு என்ன அடைமொழி கொடுப்பது என்பதற்கு தமிழ் இலக்கியச் சொல்லகராதியில் பொருத்தமான ஒரு சொற்கூறும் இல்லை. அவர் இலக்கிய ஆர்வலர் மட்டுமில்லை; சுவைஞர் மட்டுமில்லை; ஒரு படைப்பின் பிரதியைச் செப்பனிடுவதிலுள்ள அனைத்துவிதமான நெறிசார்ந்த ஒழுக்கங்களையும் கடைபிடிக்கிற மிக நேர்மையான வாசகர் அவர். மேற்கில் பிரதி செப்பமாக்கல் என்பது ஒரு தொழில் துறை தர்மம். அது ஒரு துறையாகத் தமிழில் வளராததாலும், அத்தகைய மேதைகள் தமிழில் உரிய கவனம்

பெறாததாலும் ஐயர் போன்றவர்களை விளிக்க ஒரு சொல் தமிழில் இல்லை. மனதளவில் மிகுந்த மனிதாபிமானமும், அரசியலினால் பின்தள்ளப்பட்ட முரண்தர்க்க நீதியுணர்வும் அவருள் உறைவதை பல தருணங்களில் நான் கண்டிருக்கிறேன். தனிமனிதனாக அவர் நீதியுணர்விலிருந்து சறுக்கிய தருணங்களிலும் அவரைச் செலுத்தியது துயர் தோய்ந்த ஈழத்து அரசியலுணர்வு என்பதை மட்டும் என்னால் நிச்சயமாகச் சொல்ல முடியும்.

ஈழப் படைப்பாளிகளில் முக்கியமான ஆளுமையான மு.புஷ்பராஜன் உலக நாவல்களிலும், தமிழ் நாவல்களிலும் ஆழ்ந்த வாசிப்பு கொண்டவர். 'மீண்டும் வரும் நாட்கள்" அவரது கவிதைகளின் தொகுதி. 'வாழ்புலம் இழந்த துயர்" ஈழப் போராட்டம் குறித்த அவரது விமர்சனக் கட்டுரைகளின் தொகுதி. 'வலை உணங்கு குறுமணல்' அவர் வாழ்ந்த குறுநகர் மீனவ மக்களின் வாழ்வை, அவர்தம் நாடோடிப் பாடல்களின் வழி முன்வைக்கும் கட்டுரை நூல். மற்றும் தென்னாசியப் பின்புலத்தில் ஈழம் பற்றித் தமிழிலும் ஆங்கிலத்திலும் சிங்களத்திலும் எழுதப்பட்ட நாவல்கள் குறித்தது அவருடனான எனது உரையாடல்.

எனக்கு இன்னும் பசுமையாக ஞாபகம் இருக்கிறது. 'அலை கடலில் எங்களது சிறிய தோணி, கலை உலகில் எங்களது புதிய பாணி' எனும் வாக்கியம், தண்ணீரின் மத்தியில் நின்றபடி படகு வலிக்கும் ஆண்மகனின் பிம்பம். இதுதான் 'சித்ராலயா' இதழின் முத்திரைச் சின்னம். அன்று இயக்குனர் ஸ்ரீதரின் பிறந்த நாள். வானொலியில் ஒலிபரப்பபட்ட அவரது படப் பாடல்களைக் கேட்டபடி தனது மகிழுந்தில் சென்று கொண்டிருந்த ஒருவருக்கு அவரைச் சந்திக்க வேண்டும் என்று தோன்றுகிறது. அவருடன் தொடர்பு கொள்கிறார். இறுதிப் படுக்கையில் இருக்கும் ஸ்ரீதர் 'வாருங்கள் சந்திக்கலாம்' என்கிறார். இவரும் அங்கு போகிறார். திரைப்படங்கள் குறித்துப் பேசுகிறார்கள். ஸ்ரீதர் நடத்திய 'சித்ராலயா' இதழ்கள் பற்றிக் கேட்கிறார். பைண்ட் செய்யப்பட்ட முழுத்தொகுப்பும் பத்திரமாக இருக்கிறது என ஸ்ரீதர் சொல்கிறார். தாம் நிர்வகிக்கும் நூலகத்திற்கு அவைகளைத் தரமுடியுமா என இவர் கேட்கிறார். ஸ்ரீதர் சம்மதிக்க, ஒரு டெம்ப்போவில் 'சித்ராலயா' இதழ்கள் நூலகத்திற்கு வந்து சேர்கின்றன. 'சித்ரலாயா'வில் சந்திரபாபு தன் வாழ்வு பற்றி எழுதிய கட்டுரைகளை இன்றும் அங்கு சென்றால் வாசிக்கலாம். அந்த இடம்: ரோஜா முத்தையா நூலகம். அந்த ஒருவர்: தியடோர் பாஸ்கரன். தமிழ் சினிமா வரலாற்றின் காதலர். தமிழ் சினிமா வரலாற்றாசிரியர், ஆவணத் திரட்டாளர், காட்டுயிர்களின் நேசர்.

"திருப்பூர் மாவட்டத்தின் தென்கோடியில் இருக்கும் சிற்றூரான தாராபுரத்தில் 1940ஆம் ஆண்டு பிறந்தேன். என்னுடைய பெற்றோர்

பள்ளி ஆசிரியர்கள். என்னுடன் பிறந்தவர்கள் நான்கு பேர். ஒரு அண்ணன். ஒரு அக்கா. ஒரு தம்பி, ஒரு தங்கை. அங்கு போர்டு ஹைஸ்கூலில்தான் நாங்கள் படித்தோம். எஸ்.வி.ராஜதுரை என் வகுப்புத் தோழர். எங்கள் பள்ளிக்கு அருகில் அமராவதி ஆறு. ஊருக்கு மேற்கில் பரந்து விரிந்த முட்காடு. பள்ளிக்கூடம் இல்லாத நேரங்களை நாங்கள் அந்த ஆற்றின் கரையில்தான் செலவிட்டோம். வளர்ந்ததற்குப் பிறகுதான் அதன் தாக்கங்களைப் புரிந்து கொண்டேன். பள்ளியில் படித்துக் கொண்டிருந்தபோது இதையிதைத்தான் செய்யவேண்டும் என என் பெற்றோர் ஒருபோதும் கட்டாயப்படுத்தியதில்லை.

மிகச்சுதந்திரமாக வளர்ந்தோம். விடுமுறைகளில் கரூர் அருகே காவிரிக்கரையில் வாங்கல் கிராமத்திலிருந்த எங்கள் தாத்தா வீட்டிற்குப் போய்விடுவோம். தாத்தா தில்லைக்கண் தமிழார்வம் மிக்கவர். தமிழ் செய்யுட்களைச் சொல்லித் தருவார்" என தனது பால்யகாலத்தை நினைவுகூரும் தியடோர் பாஸ்கரன் வரலாற்றில் முதுகலைப் பட்டம் பெற்றவர். தமிழக போஸ்ட் மாஸ்டர் ஜெனரலாக இருந்து ஓய்வு பெற்றவர். தமிழ்த் திரைப்பட வரலாறு அல்லாது அவர் ஈடுபாடு காட்டும் இன்னொரு துறை சூழலியல். குறிப்பாகக் காட்டுயிர் குறித்து சுய அனுபவங்களுடன் மொழிபெயர்ப்புகளிலும் அவர் ஈடுபட்டிருக்கிறார். தொல்லியல் துறைசார்ந்த சில கட்டுரைகளையும் அவர் எழுதியிருக்கிறார். திரைப்படம் மற்றும் சூழலியல் சார்ந்து தமிழிலும், ஆங்கிலத்திலும் இருபது நூற்களுக்கும் மேலாக எழுதியிருக்கும் தியடோர் பாஸ்கரன் அமெரிக்கப் பல்கலைக்கழகங்களில் வருகைதரு பேராசிரியராக தமிழ் திரைப்பட வரலாறும் அழகியலும் கற்பித்தும், உரையாற்றியும் இருக்கின்றார்.

ஜி. கஸ்தூரிசாமி தனது எண்பத்து இரண்டாம் வயதில் மரணமுற்றார். அவரது மனைவி ராஜம்மாளுக்கு மரணமுறும்போது எண்பது வயது. கஸ்தூரிசாமி கம்யூனிஸ்ட் கட்சியின் முழுநேர ஊழியராக, தொழிற்சங்கவாதியாக, விவசாயத் தொழிலாளர் சங்க ஊழியராக தனது வாழ்வை வாழ்ந்தவர். அவரது மனைவி ராஜம்மாள் பஞ்சாலைத் தொழிலாளி. இருவரும் பதின்மப் பருவத்திலேயே திருமணம் செய்து கொண்டார்கள். ராஜம்மாள் கம்யூனிஸ்ட் கட்சி இந்தியாவில் தடைசெய்யப்பட்டபோது தலைமறைவுத் தோழர்களுக்குச் செய்திகளும் உணவும் எடுத்துச் சென்று வழங்கியவர். வாசிக்கவோ எழுதவோ தெரியாதவர். கஸ்தூரிசாமி கிராமப் பள்ளிக்கூடமொன்றில் ஐந்தாம் வகுப்புவரை மட்டுமே படித்தவர். இவர்களுக்கு மூன்று ஆண் குழந்தைகள். இரண்டு பெண் குழந்தைகள். பெண் குழந்தை ஒன்று பிறந்த ஒரு சில வருடங்களில் நோய்வாய்ப்பட்டு மரணமடைந்துவிட்டது.

கோட்பாட்டாளர்களின் வாழ்க்கைச் சரிதம் எழுதப் பட்டிருக்கிறது. தலைவர்களின் சரிதம் எழுதப்படுகிறது. 'படிக்கத் தெரிந்த தொழிலாளியின் கேள்விகள்'' என மகத்தானதொரு கவிதையை எழுதினான் ஜெர்மானிய நாடக மேதையும் கவிஞனுமான பெர்டோல்ட் பிரெக்ட். நான் இங்கு படிக்கத் தெரிந்த விவசாயத் தொழிலாளியின் புதல்வரின் கம்யூனிஸ்ட் கட்சியின் முழுநேர ஊழியராக வாழ்ந்து மரித்தவரின் வாழ்வை எழுதியிருக்கிறேன். அவரது எளிமையான வாழ்வின் அனுபவங்களை, சந்தோஷங்களை, துயர்களை, படிப்பினைகளைப் பதிவு செய்திருக்கிறேன். கம்யூனிஸ்ட்டுகளின் பன்முக ரீதியிலான வாழ்வனுபவம் எழுதப்படவேண்டும் எனும் தார்மீக ரீதியிலான மன உந்துதலில், அவர் மரணமுறுவதற்கு ஒன்பது ஆண்டுகளுக்கு முன்பாக, முழுமையாக அவருக்குச் செவிகேளாது போன நிலைமைக்கும் முன்பாக இந்த நேர்காணலை நான் மேற்கொண்டேன்.

கஸ்தூரிசாமியும், ராஜம்மாளும் எனது பெற்றோர். அவர்களது நினைவுகளுக்கு என்னளவிலான அஞ்சலி இந்த உரையாடல். நினைத்துப் பார்க்கும்போது ஒரு விவசாயத் தொழிலாளர் குடும்பத்தில் பிறந்த அவர் எங்கெங்கோ நகர்ப்புறங்களில் சஞ் சரித்துத் திரிந்திருந்தாலும், ஒரு விவசாயத் தொழிலாளிக்கு உரியதாகத்தான் அவரது மனம் இருந்திருக்கிறது. அவராகவே விவசாயத் தொழிலாளர் இயக்கத்தை உருவாக்க தன்னை ஈடுபடுத்திக் கொண்டதும், தொடர்ந்து ஒரு விவசாயத் தொழிலாளிக்குரிய நேரடியான உடனடிக் கலகக்குணமும்தான் சிந்தாந்தக் காரணங்களைவிட கட்சி நடவடிக்கைகளில் அவரது தார்மீக பலத்துக்கான உளவியலாக இருந்திருக்கிறது. தார்மீக ரீதியான கோபமும், உணர்ச்சிவசப்படுதலும்தான் அவரது வாழ்வில் தீர்மானகரமான முடிவெடுக்கும் கட்டங்களில் அடிப்படை உளவியலாகச் செயல்பட்டிருக்கிறது. கம்யூனிஸ்ட் கட்சியின் பாலான அவரது நகர்விலிருந்து கட்சிப் பிளவுகளில் அவரது நிலைப்பாடு வரை இந்த குணம்தான் தீர்மானிக்கும் காரணியாகச் செயல்பட்டிருக்கிறது. உண்மையில் மனிதனது நடவடிக்கைகளில் சித்தாந்தக் காரணங்களைவிட அவர்களது உளவியல் உருவாக்கம் தான் தீர்மானமாக பங்கு செலுத்துவது போல, அவரை முன்வைத்து யோசிக்கும்போது இப்போது எனக்குத் தோன்றுகிறது. இந்த பதின்மூன்று உரையாடல்களை நான் நிகழ்த்திய கால கட்டத்தில் தமிழகத்தின் மூன்று முக்கியமான ஆளுமைகளுடனும் சில உரையாடல்களை நான் நிகழ்த்தினேன். எனது பிரியத் துக்கும் பெருமதிப்பிற்கும் உரிய கவிஞர் இன்குலாப், கோட் பாட்டாளர்களான தமிழவன் மற்றும் நா.முத்துமோகன் போன்ற ஆளுமைகளே அந்த மூவர். 'இவர்களது உரையாடல்களை

தொடர்ந்து கொண்டுவருகிறோம்' எனும் உத்திரவாதத்தின் பேரில் ஒரு சிறுபத்திரிகைக்கு நான் அவற்றினைக் கையளித்தேன். அவர்கள் அந்த உரையாடல்களை எழுத்தில் கொண்டுவரவும் இல்லை, நான் பலமுறை கேட்டுக்கொண்டும் அந்த ஒலிப்பதிவுகளை என்னிடம் திரும்பக் கையளிக்கவும் இல்லை. அந்த உரையாடல்கள் எழுத்து வடிவம் பெறமுடியாமல் போன துயரம், இன்றும் என்னை வருத்தமுறச் செய்துகொண்டிருக்கிறது. என்னுடன் உரையாடலை மேற்கொண்டதற்காக அந்த மூவருக்கும் எனது அன்பும் நன்றியும் இன்றும் உரியது.

இந்த உரையாடல்களைத் தமது இதழ்களிலும் தொகுப்புக்களிலும் வெளியிட்ட லட்சுமி கலைச்செல்வன், இ.பத்மநாப ஐயர், அசோக் யோகன், கோ.ராஜாராம், நடராஜா குருபரன், செல்வம் அருளானந்தம், தளவாய் சுந்தரம், சுப்ரபாரதி மணியன், திலகவதி, வ.நா.கிரிதரன் ஆகியோருக்கு இத்தருணத்தில் எனது நன்றியைத் தெரிவித்துக் கொள்கிறேன். இந்த உரையாடல்களை நான் மேற்கொண்ட நாட்களில் பெரும்பாலுமான தமிழக உரையாடல்களில் என்னோடு பங்குபற்றிய எனது ஆத்ம நண்பனான விசுவநாதனுக்கும் அவனோடு சேர்த்து பாலு மகேந்திராவுடனான உரையாடலின்போது உடனிருந்த எனது அருமை நண்பன் டாக்டர். மணிக்கும் எனது அன்பும் ஆரத் தழுவுதலும் முத்தமும் உரியது.

இந்த உரையாடல் தொகுப்பை நேர்த்தியுடனும் அழகுடனும் கொணரும் 'தடாகம்' பதிப்பக நண்பர்கள், இந்தத் தொகுப்பைக் காலத்தேகொண்டு வருவதில் பெரும் ஈடுபாடு காட்டி முழுநூலையும் மெய்ப்புப் பார்த்த எனதருமை நண்பர் லிங்கராஜா வெங்கடேஷ், முழு மூன்று நாட்கள் செலவிட்டு நூலின் இறுதிவடிவின் மொழியமைப்பைச் செப்பனிட்டு முழுமைப்படுத்திய எனது ஆத்மநண்பன் உதயகுமார், நூலை வடிவமைப்புச் செய்த அன்பர் மெய்யருள், நேர்த்தியுடன் அழகியல் உணர்வுடன் நூலின் அட்டையை வடிவமைத்த நண்பர் ஓவியர் மணிவண்ணன் ஆகியோருக்கும், அனைத்துக்கும் மேலாக இந்த தொகுப்பிற்கு ஆதாரமான உரையாடல்களை என்னுடன் நிகழ்த்திய அனைத்து உரையாடலாளர்களுக்கும் எனது அன்பும் நன்றியும் உரியது.

யமுனா ராஜேந்திரன்
1 March 2016

பலோமா தரங்கிணி
மிதுல் மார்க்ஸ்
லெனின் லிங்கராஜா
தியோ மார்க்ஸ்
ஆகியோருக்கு முத்தங்களுடன்

நிகழ்வுகளில் உண்மையைத் தேடு என்றார் மாவோ

அ.சிவானந்தன்

• ***நினைவு மரணிக்கும்போது* (When Memory Dies) நாவலின் தோற்றவியல் பற்றிச் சொல்வீர்களா? எவ்வாறாக இந்த நாவலின் மனிதர்களையும், பிரச்சினை களையும் உள்வாங்கித் தேர்ந்து எழுத முற்பட்டீர்கள்?**

எனது நாட்டின் கதையைச் சொல்ல விரும்பினேன். சில எழுத்தாளர்கள் சொல்கிறார்கள் எழுதக் கதைகள் இல்லையென. ஆனால், ஒவ்வொரு மனிதனிடமும் சொல்ல ஒரு கதையிருக்கிறது. நான் ஒரு அகதியாக இங்கு வந்தேன். எனது நாட்டின் சாரம் இன்னும் எனக்குள் இருக்கிறது. எனது நாட்டின் மலைகள் இரத்தத்தினால் மூடுண்டு கிடக்கின்றன. என்னால் அதை சகித்துக்கொள்ள முடியவில்லை. ஒரு வகையில் நான் அதிர்ஷ்டசாலி. பல்வேறு மனிதர்களுடன் பழகுகிறேன். ஆனால் ஒரே தேசம் எனும் உணர்வு எங்களிடையில் இருக்கிறது. இதுதான் மார்க்சியம் தரும் மன உணர்வு. தனிநபராக நீங்கள் இருப்பீர்கள். சமூகத்துடன் நீங்கள் இருப்பீர்கள். மனிதர்களோடு இணைந்தவனாகவும் நீங்கள் இருப்பீர்கள். எனது நாட்டில் நிரப்பப்படாத ஒரு வெற்றிடம் இருக்கிறது. ஒரு வகையில் எனது நாவல் இந்த வெற்றிடத்தைக் கவனம் கொள்கிறது.

நீங்கள் அறிவீர்கள் நான் 1958 கலவரத்தைத் தொடர்ந்து வெளியேறினேன். ஒரு சிங்களப் பெண்ணை மணந்துகொண்டேன். இங்கு வந்தவுடனேயே நாட்டிங்ஹில் கலவரத்தினுள் நுழைந்தேன். எனது நாட்டில் எதிர்கொண்ட இனவெறியை வேறொரு வகையில் நான் இங்கு எதிர்கொண்டேன். நான் இலங்கையைப்பற்றி எழுதிக்கொண்டிருக்கிற வெளிநாட்டு விற்பன்னன் அல்ல. 1983 ஆம் வருட அனுபவங்கள் தொடர்பாக எழுதுவதுதான் எனது நோக்கமாக இருந்தது.

1982 ஆம் ஆண்டு நான் இலங்கையில் ஒரு வீடு கட்டத் தொடங்கினேன். எனது வீடு தாக்கப்பட்டது. அதைத் தொடர்ந்து 'ரேஸ் அன்ட் கிளாஸ்' இலங்கைப் பிரச்சினை தொடர்பாக ஒரு சிறப்பிதழைக் கொண்டுவந்தது. அந்த சஞ்சிகையில் இலங்கை அரசு

எவ்வாறு சிங்கள அரசாகவும், தமிழ் மக்களின் மீது தாக்குதல் தொடுக்கிற சிங்களப் பௌத்த பெருந்தேசிய அரசாகவும் இருக்கிறது என்பது குறித்து கட்டுரைகள் வந்தன. அந்த இதழில் நான் எழுதிய கட்டுரையில் இலங்கை சம்பந்தமாக இடதுசாரிகளின் பல்வேறு தவறான கருத்தாக்கங்களை, புரிதல்களைத் தொட்டிருந்தேன். சண்முகதாசன் தொழிலாளி வர்க்கப் பார்வையிலிருந்து இந்தப் பிரச்சினையைப் பார்த்து எழுதியிருந்தார்.

இனப்பிரச்சினை எல்லா தொழிலாளி வர்க்கத்திடமும் எவ்வாறு வெட்டிச்செல்கிறதென, மலையகத் தொழிலாளிகள், தமிழ்த் தொழிலாளிகள், சிங்களத் தொழிலாளிகள் என எவ்வாறாக எல்லோரிடமும் இந்த இன உணர்வு வளர்ந்திருக்கிறதெனப் பார்த்தது அக்கட்டுரை. மதப் பிரிவினைகள், மொழிப் பிரிவினைகள் போன்று சகலரிடமும் ஊடுருவியிருக்கிற இந்தப் பிரச்சினைகள் தொடர்பாக, இதுவரை இடதுசாரிகள் கணக்கெடுக்காத இன, மொழி, மதப் பிரச்சினைகள் தொடர்பாக அந்த இதழில் எழுதினேன். அந்த சமயத்தில் நான் செய்த ஆய்வுகள் போன்றனதான் 1985 இல் நான் எழுதத் தலைப்பட்ட இந்த நாவலுக்கான அடிப்படைகளாக அமைந்தன.

இதன் தோற்றவியல் பற்றிச் சொல்லும்போது இரண்டு விஷயங்களை நான் சொல்ல வேண்டியிருக்கிறது. எனக்குள் இருக்கிற வெப்பம் வெளியில் வைக்கப்படவேண்டும் எனும் அவசியம் எனக்கிருந்தது. எனது நாட்டுக்காக நான் ஏங்கிக்கொண்டிருந்தேன். எனது மக்கள் கொலையுண்டு கொண்டிருக்கும் இவ்வேளையில் இங்கே இருந்து கொண்டிருப்பது சுலபம். நான் இங்கே இன, நிறவாதத்தை எதிர்த்துப் போராடிக் கொண்டிருந்தேன். இலங்கையில் இனவாதத்தைத் துடைத்தெறியப் போராட வேண்டியதும் எனது கடமை. எழுதுவது என்பது என்னளவில் போராடுதலில் ஒரு பகுதி.

எனது எழுத்துக்களைப் பார்த்தால் அவை இரு வகையில் அமைகின்றன. ஒன்று எனது அரசியல் எழுத்துக்கள் மற்றது எனது ஆக்க இலக்கியமான நாவல், சிறுகதை எனும் எழுத்துக்கள். நான் எனது அரசியல் எழுத்துக்களுக்குள் ஆக்க இலக்கியத்தன்மையைக் கொண்டு வருகிறேன். எனது ஆக்க இலக்கியத்துக்குள் அரசியலைக் கொணர்கிறேன். இது முரண்பாடென்று நான் நினைக்கவில்லை. மாறாக, பரஸ்பரப் பகிர்தல் என்றே நினைக்கிறேன். அரசியல் மனிதர்கள் ஆக்கப்பூர்வமாக இருக்கவேண்டும். தரிசனங்களைக் கொண்டிருக்க வேண்டும். அதே வேளையில் ஆக்க இலக்கியவாதிகள் அரசியலைத் தேட வேண்டும். அல்லவெனில் அவர்கள் தகவல்

தொழில்நுட்பச் சூழலினால் சுவீகரிக்கப்படுவார்கள். அதனோடு சேர்ந்து ஒத்துழைப்பவர்களாக ஆகிப் போவார்கள். இவர்கள் இப்படியாகிப் போனால் மக்களுக்காகப் போராடுகிறவர்களாக இருக்க முடியாது. எதிரிக்காகப் போராடப் போகிற கூலி வீரனாக ஆகிப் போவான் இந்த எழுத்தாளன்..

• நீங்கள் இந்த நாவலை ஏன் மூன்று தலைமுறைக் கதையாக எழுத நினைத்தீர்கள்? அதற்கு விசேஷமான காரணங்கள் ஏதேனும் உண்டா? இந்த நாவல் ஒரு வகையில் இலங்கையின் நூற்றாண்டு அரசியலை மறுவாசிப்புக்கு உட்படுத்தியிருக்கிறது. இப்போது நாவல் வெளியாகி விமர்சிக்கப்படுகிற இந்தச் சூழலில் இந்த நாவலின் வெளிப்பாட்டு முறைமை, இலக்கிய ரீதியிலான வெற்றி, அரசியல் ரீதியான உள்ளடக்கம் போன்றவை குறித்து என்ன நினைக்கிறீர்கள்?

எனது நாட்டின் கதையைச் சொல்ல விரும்பினேன். அந்தக் கதையைத் தொடக்கம் இல்லாமல் சொல்ல முடியாது. தொடக்கம் என்கிறபோது இருபதாம் நூற்றாண்டின் தொடக்கம் பற்றிச் சொல்லாமல் எனது நாட்டின் கதையை எழுத முடியாது என்று சொல்கிறேன். அந்த வரலாறு இப்போது அநேகமாக மறக்கப்பட்டு விட்டது — யாழ்ப்பாண விவசாய மனோபாவம், கல்விக்கான அவர்களது அவா, பௌத்தர்களின் கலாச்சார விழிப்பு, சமசமாஜிகளின் இயக்கம் போன்றன. இருபதாம் நூற்றாண்டின் ஆரம்பத்தில் எமது நாட்டின் வரலாறு மாறத் துவங்கியது.

இருபது முப்பதுகளில் இந்திய சுதந்திரப் போராட்டம். காந்தி சரோஜினி நாயுடு போன்றவர்கள் இலங்கைக்கு வந்தனர். இந்திய தேசிய சுதந்திரப் போராட்டம் பற்றி அறிந்து கொண்டோம். காமன்வெல்த்தின் உருவாக்கம் முக்கியமான பாதிப்பாக இருந்தது. இங்கிலாந்தில் சக்ளத்வாலா போன்றவர்கள் இடதுசாரி நிலைப்பாடுகளை எடுத்தனர். குணசேனா இங்கிலாந்தின் தொழிற்கட்சியின் அங்கமாகத் தன்னை நினைத்தார். இந்திய காங்கிரஸ் கட்சியின் பகுதியாக அல்லது பிரிட்டிஷ் கம்யூனிஸ்ட் கட்சியின் பகுதியாக அல்லாமல் — பிரிட்டீஷ் தொழிற்கட்சியின் பகுதியாக அவர் தன்னை நினைத்தார். குணசிங்கதான் இலங்கை அரசியலில் இனவாதத்தை விதைத்த முதல் நபராக இருந்தார். இவர்தான் இலங்கையில் தொழிற்கட்சியைத் தொடங்கினார். சரவணமுத்து, குணசிங்காவின் மிகப் பலமான ஆதரவாளராக இருந்தார். எனது தந்தையும், குடும்பத்தினரும், நானும் கொட்டகெனாவில்தான் இருந்தோம். நடேசய்யர் மலையகத் தமிழர்களுக்குத் தலைமை தாங்கினார்

யாழ்ப்பாணத் தமிழர்கள் ஒரு வகையில் மலையகத் தமிழரைப் பொருத்து இனவாதிகளாக ஆயினர். காரணம், மலையகத் தமிழர்களிடம் ஜாதி இருந்தது. இவையெல்லாம் முக்கியமான விஷயங்கள். இந்த வரலாறெல்லாம் இப்போது மறக்கப்பட்டு விட்டது. நாவலின் முதல் பாகம் இலங்கையின் வடபகுதி எவ்வாறாக இருந்தது என்பதைச் சித்தரிக்க முயன்றது. அதன் மலைகள், பூகோள சீதோஷ்ண நிலை, குழந்தைகள் வளர்தல் போன்றவை வருகின்றன. இனவாதம் அப்போது வளரச்சியுறவில்லை. அப்போது எவரும் பட்டினி கிடக்கவில்லை. சுபிட்சம் நோக்கியதாக வாழ்வு இருந்தது.

நகரமயமாதல், அரசாங்க உத்தியோகம், பின்காலனியப் பொருளாதாரம், இடப்பெயர்வு, இன்னும் கிராமப்புறத்திலிருந்த தமிழ் தொழிலாளிகள் கூட குணசிங்கா அரசியலினால் எடுத்துக் கொள்ளப் பட்டார்கள். இவ்வாறுதான் தமிழ் தேசிய உணர்வென்பது எதிர்மறையாக தமிழர்களிடம் விதைக்கப்பட்டது. இவ்வாறு கடந்த காலம் நிகழ்காலத்தினூடு எதிர்காலம் என்கிற வகையில்தான் மூன்று தலைமுறைக் கதையாக உருவாகியது. இந்த நாவலை பதினைந்து ஆண்டுகளுக்கு முன்பு எழுதத் தொடங்கினேன். பல்வேறு பணிகள், மன அலைச்சல்கள், சொந்த அவலங்கள் போன்றவற்றால் தொடர்ந்து எழுதி முடிக்கவில்லை. நிறவாதம், இனவாதம், அங்கும் இங்கும் என்பதாகத்தான் எனது ஆரம்ப நினைவுகள் அமைந்திருந்தன. துரதிருஷ்டவசமாக எனது மனைவி என்னை விட்டு விலகிப் போனாள்.

1963 இல் நான் எனது அடிப்படை வாழ்வு பற்றிக் கவலைப்பட வேண்டியிருந்தது. எழுதுவதற்கான நேரம் முற்றிலும் இல்லை. வேலை, பல்கலைக்கழகப் படிப்பு என நேரம் அரிதாயிருந்தது. குழந்தைகளைக் கவனித்துக் கொள்வது, சமைப்பது என சொந்தக் காரணங்கள். பிற்பாடு எனது வாழ்வுக்குள் ஜென்னி வந்தாள். நூலக உதவியாளனாக, ட பாயாக இருந்தது எனது வாழ்வு. குழந்தைகள் வளர்கிற வரையிலும் என்னால் இதை எழுதி முடிக்க முடியவில்லை. இடையில் நான் இலங்கை போவதும் வருவதுமாக இருந்தேன். மறுபடி 1970 களின் பிற்பகுதி ஆண்டுகளில்தான் எழுதத் தொடங்கினேன். எனது முதல் கடமை குழந்தைகள் வளர்ப்பு. இரண்டாவது கடமை இந்நாட்டில் நிறவாத எதிர்ப்புப் போராட்டத்தில் ஈடுபடுவது. எனது நாட்டுக்கான எனது கடமை காத்திருந்தது.

1983 ஆம் ஆண்டு 'ரேஸ் அன்ட் கிளாஸ்' சஞ்சிகைக்கான எனது ஆய்விலிருந்து நாவல் வடிவம் கொள்ளத் தொடங்கியது.

• இங்கே ஒரு கேள்வியை நான் கேட்க வேண்டியிருக்கிறது. இந்த நாவலை நீங்கள் எழுத நினைத்தபோது மூன்று தலைமுறைக் கதையாக தொடங்கவில்லை. அதனது வளர்ச்சிப் போக்கில்தான் அவ்வாறு உருப்பெறத் தொடங்கியது என்று சொல்கிறீர்களா?

ஆமாம். குடியேற்றம் தொடர்பான விஷயங்கள், பிரச்சினைகள் எல்லாம் இருந்தபோதிலும் நான் கடந்த காலத்தின் மனிதனாகவே இருந்தேன். ஜான் பெர்ஜர் இந்த நாவல் குறித்து கேள்விப் பட்டிருக்கிறார். ஜான் பெர்ஜர் ஏற்கனவே புக்கர் இலக்கியப் பரிசு பெற்றவர். பெர்ஜர் ஒரு ஓவியர். அவரைச் சந்தித்தது எனது வாழ்வில் திருப்புமுனையானது. அவர் பிக்காஸோ பற்றி எழுதியவர். புக்கரின் பிரச்சினை பற்றி எழுதியவர். தற்போது பிரான்சில் வாழ்கிறார். இன்ஸ்டிடியூட் ஆப் ரேஸ் ரிலேஷன்ஸின் சேர்மனாக இருந்த மைக்கேல் கெய்ன், புக்கர் அமைப்பின் சேர்மனாகவும் இருந்தார். ஜான் பெர்ஜர் புக்கர் பரிசு பெற்றபோது பரிசுப் பணத்தில் பாதியை பிரிக்ஸ்டன் ஆப்பிரிக்க மக்களின் பிளாக் பாந்தர் அமைப்புக்குத் தந்தார். நாங்கள் மிக நல்ல நண்பர்களாக இருந்தோம்.

நாங்கள் இலக்கியம் பற்றி பேசிக் கொண்டிருந்தபோது ஜான், இந்த நாவல் அற்புதமான நாவலாக வரும் என்றார். இரண்டு பகுதிகளாலான இந்த நாவல் படைப்புரீதியில் முழுமையடைந்த ஒன்றல்ல. மூன்று பகுதிகளாலான நாவலாக இது படைப்பு முழுமை பெறும் என ஜான் சொன்னார். இவ்வாறுதான் இந்த நாவல் மூன்று தலைமுறை நாவலாக உருவானது. இது வரலாறும், வாழ்வும் இணைந்ததால் பாதியில் நிற்பதாகத் தெரிகிறது. இந்த நாவல் இரண்டு தலைமுறையில் நிற்கிறது. இரண்டாம் பகுதி என்பது 1956 வரையிலும் தான் வருகிறது. முதல்பகுதி என்பது ஒரு வகையில் என்னை மறுகண்டுபிடிப்பு செய்வதாகும். அவ்வகையில் இந்நாவல் வரலாற்று முழுமை கொண்டதல்ல. அறுபதுகளில் தமிழர் ஆயுத எழுச்சி, கெரில்லாப் போராட்டம் என முற்றிலும் புதிய நிலைமைகள் வளர்கின்றன. விடுதலைப் போராட்டம் பற்றிய விவாதங்கள் தோன்றுகின்றன. விடுதலை என்பது சோசலிசத்துடன் இணைந்த பகுதி. நாம் முதலில் எம் மக்களை விடுவிப்போம். பிற்பாடு சோசலிசம் பற்றிப் பேசுவோம் என நீங்கள் சொல்ல முடியாது. சோசலிசம் நோக்கிய வழிமுறைதான் விடுதலைப் போராட்டம்.

• பல்வேறு விமர்சகர்கள் உங்களது நாவல் பற்றிக் குறிப்பிடும்போது நாவலின் இரண்டாம் பகுதி என்பது வாழ்ந்துபட்ட அனுபவம் கொண்டதும் மிகுந்த ஆதாரத்தன்மையும், ஆழமும் கொண்டதாக

இருக்கிறது என்கிறார்கள். ஏனெனில் நீங்கள் அறிந்தபடி இக்கால கட்டம் பெரும்பாலும் உங்கள் அனுபவங்களை அடிப்படையாகக் கொண்டது. நீங்கள் நாவலின் ராஜன் பாத்திரம் போல 1958 இனக் கலவரத்தைத் தொடர்ந்து இலங்கையை விட்டு வெளியேறி விடுகிறீர்கள். 1958 க்குப் பின்னால் நீங்கள் இலங்கைக்குப் போனீர்களா? நாவல் 1990 கள் வரை விரிகிறது. 90 களில் நீங்கள் இலங்கைக்குப் போனீர்களா? வாழ்ந்துபட்ட அனுபவத்துக்கும் நாவலின் மூன்றாம் பாகத்துக்கும் இருக்கும் உறவு தொடர்பான விமர்சனங்கள் குறித்து என்ன சொல்கிறீர்கள்?

1962 ஆம் ஆண்டு நான் இலங்கைக்குச் சென்றேன். அதன்பின் ஒவ்வொரு ஆண்டும் நான் இலங்கை சென்றேன். 1982 இல் அங்கே ஒரு வீடு கட்டுவதற்காக நான் போனேன். ஒவ்வொரு ஆண்டும் மூன்று மாதங்கள் வரை அந்த நாட்டில் நான் தங்கியிருக்கிறேன். மனித உரிமை அமைப்புகள், இடதுசாரிகளுடன் வேலை செய்திருக்கிறேன். வடகிழக்குக்கும் பயணம் செய்தேன். சண்முகதாசன், சிங்கள அறிவுஜீவிகள், ஒரு சில போராளிக்குழு சார்ந்தவர்கள் போன்றோரையும் சந்தித்தேன்.

1979 இல் இனக்கலவரத்தில் வெள்ளவத்தயில் நான் தங்கியிருந்த எனது சகோதரரின் வீடு தாக்கப்பட்டது. நானும் எனது மகளும் சகோதரனும் பிறருடன் சேர்ந்து சுயபாதுகாப்புக் கமிட்டியை உருவாக்கினோம். தமிழ் மக்களுடனும் இலங்கை இடதுசாரிகளுடனும் நான் 1982 வரை வாழ்ந்திருக்கிறேன். வரலாறு உங்களிலிருந்து துவங்குவதில்லை. உங்கள் பாட்டி உங்களது வரலாறு. உங்களது தந்தை உங்கள் வரலாறு. உங்களது மாமா உங்கள் வரலாறு. உங்களது மகனும், பேரனும் கூட உங்களது வரலாறுதான்.

இம்மாதிரியான வாழ்ந்துபட்ட அனுபவம் தொடர்பான கேள்விகள் சல்மான் ருஷ்டி, மைக்கேல் ஒன்டாஜி போன்றவர்கள் மீதும் வைக்கப்படுகிறது. ருஸ்டியின் இந்திய நாவல்கள் பற்றியும் ஒன்டாஜியின் 'அனில்ஸ்ட் கோஸ்ட் (Anil's Ghost)' நாவல் பற்றிய விமர்சனங்களிலும் இந்த வாதங்கள் வைக்கப்படுகின்றன. ருஸ்டிக்கு இந்திய விசா மறுக்கப்பட்டது. இந்தியாவுக்குள் அவர் அனுமதிக்கப்படவில்லை என்பது குறித்து இவர்கள் சௌகரிய மாக மறந்து விடுகிறார்கள். இன்னும் எழுத்தாளர்களும் மனித உரிமையாளர்களும் சில குறிப்பிட்ட இடங்களுக்குச் சென்று வருவது என்பது உயிர்க்கொலை தொடர்பான பிரச்சினையாகவும் இருக்கிறது. இதற்கு கொலையுண்ட பல கலைஞர்களின், எழுத் தாளர்களின் பெயர்களை ஆதாரமாகச் சுட்ட முடியும். ஆயுத

இயக்கங்கள், அரசின் ஆயுதப்படைகள் போன்றவை குறித்து விமர்சனம் கொண்டவர்களுக்கு நடமாட்டம் என்பது மிகுந்த பிரச்சினைக்குரிய விஷயமாயிருக்கிறது.

நாவலில் விஜய் யாழ்ப்பாணத்திற்கு விஜயம் செய்வதும் அவர் போராளி இயக்கத்தைச் சேர்ந்தவர்களைச் சந்திப்பதும் எனது சொந்த அனுபவங்களின் அடிப்படையில் அமைந்ததாகும். நான் அவர்களைச் சந்திக்க யாழ்ப்பாணம் சென்றேன்.

என்னுடைய விவாத அடிப்படைகளிலிருந்து என்னை விமர்சிக்கிறவர்களின் விவாத அடிப்படைகள் வித்தியாசமானவை. நான் நாவலாசிரியன் அல்ல. நான் ஒரு கதை சொல்லி. நாவலாசிரியர்கள் உருவாகிறார்கள். கதைசொல்லிகள் பிறக்கிறார்கள். நான் கதைசொல்ல விரும்புகிறேன். நான் இலக்கியப் பள்ளிகளுக்குச் செல்லவில்லை. இலக்கியம் எழுதுவது சம்பந்தமான பாடங்கள் படிக்கவில்லை. நாவல் எழுதுவதற்காக நான் பல்கலைக்கழகப் பாடங்களுக்கும் செல்லவில்லை.

நாவல் என்பது கற்பனையாற்றல் சம்பந்தமானது தான். நாவல் எழுதுவதற்கு முழுக்கவும் வாழ்ந்துபட்ட அனுபவம் கொண்டிருக்க வேண்டும் என்பது அபத்தமாகும். ஆதாரத்தன்மை என்பது கற்பனையாற்றலின் ஆதாரத்தன்மை; தரிசனத்தின் ஆதாரத்தன்மையாகும்.

• இந்திய இலங்கை அரசியல் நாவல்களில் எடுத்துக் கொண்டால் பாலுறவு சம்பந்தமான சித்தரிப்புகள், விவரணங்களுக்கு அதிகமான இடம் இருப்பதில்லை. வாழ்வில் இதற்கு மிகப்பெரும் இடம் இருக்கிறது. உங்களுடைய நாவலில் நான் பெற்ற அனுபவம் வித்தியாசமானது. பல்வேறு புணர்ச்சி அனுபவங்கள், மனம் சார்ந்த பாலுறவுத்தோய்வுகள் உங்கள் நாவலில் இடம்பெறுகின்றன. இவ்வகையில் இந்த நாவலின் கதைசொல்லலின் முறை குறித்து ஏதேனும் சொல்ல உண்டா? உங்களுடைய பெண் பாத்திரங்கள் மிகவும் சக்தி கொண்டவர்களாக இருக்கிறார்கள். சாதாரணமாக இந்த வகைச் சித்தரிப்பை இடதுசாரி நாவல்கள் அல்லது புரட்சிகர நாவல்கள் என்பவற்றில் பார்ப்பது அரிதானது.

பாலுறவு, அதனது நெகிழ்வு, அன்பு போன்றவை மனித நெருக்கம், அருகாமை சம்பந்தமானவை. எமது சமூகங்களில் இதை சொல்ல மறுத்து வந்திருக்கிறோம். அது பேச்சில் வருவதல்ல; நெருக்கத்தில் உணர்வது. இந்தியர்களும் இலங்கையர்களும் இது பற்றி எழுத மறுக்கிறார்கள் எனில் அது ஒரு எதிர்வினை — மேற்கு நோக்கிய ஒரு எதிர்ப்புரட்சிகர எதிர்வினை.

எமது கலாச்சாரத்தில் பாலுறவும் அதன் நெருக்கமும் உணரப்பட்டிருக்கிறது. மகத்தான இலக்கியங்களில் எமது காவியங்களில் அது இருக்கிறது. தொடுதலில், உணர்தலில், கற்பனையாற்றலில் பாலுறவு வாழ்கிறது. பாலுறவை நீங்கள் கண்டுபிடிக்கிறீர்கள். பாலுறவு எனது நாவலின் அங்கமாக இருக்கிறது. அது அழகானது. ஏனெனில் அது முழுமையானது.

நமது சமூகம் அதீதமாக பெண்—எதிர்ப்பு சமூகமாக இருக்கிறது. தமிழர்கள், சிங்களவர்கள் இருவருக்கும் இது பொருந்தும். நமது கிராமப்புறப் பின்னணிகள், விவசாயப் பின்னணிகள் போன்றன நகரமயமாதலின் போது மாறுதலடைகின்றன — பால் ரீதியிலான சமூகப் பாத்திரங்கள் மாறுதலுக்கு உள்ளாகின்றன. நகர்மயமாதலில் பெண்கள் வீட்டு வேலையும் செய்கிறார்கள். வெளியில் சமூக உற்பத்தியிலும் ஈடுபடுகிறார்கள். நிலப்பிரபுத்துவ சமூகத்தில் எப்போதும் அதிகாரப் படிநிலைகள் இருக்கின்றன. அந்த சமூகத்திற்கே உரிய ஜாதிய அடிப்படையிலான அதைத் தாங்குகிற அதிகார அமைப்பு இருக்கிறது. இந்தக் காரணங்களால்தான் பெண்களின் குணச்சித்தரிப்பென்பது எமது நாவல்களில் அருகியிருக்கிறது. பெருநகர்ப்புறங்களில் ஆண்களாகிய நாம் குழந்தைகளை வளர்க்கிறோம். இரவுமுழுக்கப் படிக்கிறோம். அனைவரின் உள்ளாடைகளையும் துவைக்கிறோம். கழிவுகளைத் துப்புரவு செய்கிறோம். இவையெல்லாம் கடினமானவையென நாம் அறிவோம்.

எனது மனைவி ஒரு கத்தோலிக்கப் பெண். எனது அம்மா போன்றவர்கள் பலமான ஆளுமை கொண்டவர்கள். அவர்கள்தான் பிரபஞ்சத்தின் மையமாக இருப்பவர்கள். எனது மாமியார் 1958 கலவரங்களின் போது தனது தமிழ் நண்பர்களைப் பாதுகாப்பதில் உறுதியாக நின்றார். இப்படி நான் பார்த்த பெண்கள் மிகுந்த ஆளுமையும் பலமும் கொண்டவர்களாக இருந்தார்கள். அவர்கள்தான் எனது நாவலில் வருகிறார்கள்.

● **இது ஒரு வகையில் இலங்கைப் பிரச்சினை பற்றிய நாவல். அதே வேளையில் இதில் பின்சோவியத் அனுபவங்கள் இருக்கின்றன. பின்புரட்சிகர சமூகங்களின் படிப்பினைகளை இது எடுத்துக் கொள்கிறது. வழிமுறையும், இலக்கும் என்கிற பிரச்சனையையும் எடுத்துக் கொள்கிறது.**

வழிமுறையும் இலக்கும் பிரிக்க முடியாதவை. இரண்டும் வெவ்வேறல்ல. அதுபோல விடுதலை வழிமுறை என்பதும் சோசலிச இலக்கும் பிரிக்க முடியாதவை. நீங்கள் சொன்ன மாதிரி இது

பின்—சோவியத் பிரச்சினை மட்டுமல்ல பின்—காலனித்துவப் பிரச்சினையும் ஆகும்.

சோவியத் கம்யூனிசமும் சரி காலனியாதிக்கமும் சரி இரண்டுமே மையப்படுத்தும் சக்திகள். காலனியாதிக்கம் என்பது மையப்படுத்தப்பட்ட அரசுகளை எமது நாடுகளில் உருவாக்கியது. பிரித்தானியர்கள் சென்ற இடங்களிலெல்லாம் பெடரல் கவர்ன்மென்ட், சென்ட்ரல் கவர்ன்மென்ட் என்று அமைத்தார்கள். நைஜீரியா, இலங்கை, இந்தியா என எங்கும் இம்முறை நாட்டை ஒன்றுபடுத்தும் நோக்கம் கொண்டது என்றார்கள்.

எங்கெங்கே காலனியாதிக்கம் சென்றதோ, அங்கெல்லாம் அரசியல் ரீதியில் இன்டக்ரேட் செய்தார்கள். பொருளாதார ரீதியில் இன்டக்ரேட் செய்வதற்காக அரசியல் ரீதியில் பிரித்தார்கள். இலங்கையைப் பொருளாதார ரீதியில் ஒன்றுபடுத்தினார்கள். அனால் அரசியல் ரீதியில் தமிழ் மக்களைப் பிரித்து பிரிட்டிஷ் அரசாங்கத்தின் பதவிகளுக்கு சேவகம் செய்வதற்காகப் பயன்படுத்தி னார்கள். சிங்கள மக்களுக்கு எதிராகப் பயன்படுத்தினார்கள். சிங்கள மக்களிடம் இதற்கு எதிர்வினை வந்தது. யூகோஸ்லாவியாவிலும் இந்த மையப்படுத்தல்தான் மக்களை ஒருவருக்கு எதிராக மற்றவரை நிறுத்தியது. எமது சமூகம் பிளவுண்டு உடைந்து போனது. இனவாதம் இதிலிருந்துதான் தோற்றம் பெறுகிறது. மதப்பிரிவினைகள், இனப்பிரிவினைகள் தோன்றின. இந்த இனத்தை எடுத்துக்கொண்டு நாம் உடைந்து போவோம் என்று பிரச்சினைகள் வளர்ந்தன. இவ்வகையில் மத்தியத்துவப்படுத்தும் சக்திகளால் — சோவியத் சக்திகளால், காலனிய சக்திகளால் — நாடுகள் உடைபடவேண்டி வந்தன.

இன்னொரு பரிமாணமும் இதில் உண்டு. தொழில்நுட்பப் புரட்சி சமவேளையில் உலகமயமாகும் நிகழ்வு. மூலதனம் சர்வதேசமயமாகியது. தேசிய அரசுகள் உடைந்துபோயின. மத, இன, மொழி பிரிவுகளாக உடைந்து போயின. இந்த இரண்டும் அருகருகே இணைவாக வருகின்றன. இந்த முரண்பாடுகளில் இருந்துதான் பிரச்சினை வருகிறது. இதை இரண்டு முனைகளிலும் எதிர்த்து நாம் போராட வேண்டியிருக்கிறது. இனச் சுத்திகரிப்பு என்பதை நாம் எதிர்த்துப் போராட வேண்டியுள்ளது. அதேவேளை உலகமயமாதல் இலத்தீனமெரிக்கா, ஆசியா, ஆப்பிரிக்கா என எல்லா இடங்களிலும் இனச் சுத்திகரிப்போடு உலகமயமாதலையும் வைத்துப்பார்க்க வேண்டியிருக்கிறது. இந்தப் பிரச்சினகளின் எதிர்காலம் எவ்வகையில் இருக்குமென நினைக்கிறீர்கள்? யூரோப்பியன் யூனியனில் இணைவதெற்கென பெரும்பாலுமான

ஐரோப்பியர்கள் இயங்கிக் கொண்டிருக்கிறார்கள். ஒரே ராணுவம், அதிகார அலகு, சட்டமுறை, பணப் புழக்கம், இனம், நிறம் என எல்லா அடிப்படையிலும் ஒருங்கு திரட்டிக் கொண்டிருக்கிறார்கள். எமது நாடுகள் உடைந்துபோய்க் கொண்டிருக்கின்றன.

ஒரு விஷயத்தை நாம் நிராகரிக்கவே முடியாது : அதாவது பெரும்பான்மை இனங்கள் இந்த ஆபத்தை உணராதிருக்கின்றன. சிறுபான்மை இனங்களையும் அவர்தம் உரிமைகளையும் கலாச்சார அடையாளங்களையும் அங்கீகரிக்க வேண்டியது தமது பொறுப்பு என உணராதிருக்கிறார்கள்.

• தேசியத்தையும் நாம் மூன்று வகையாகப் பார்க்கலாம். பாசிச தேசியம். காலனியாதிக்க எதிர்ப்பு தேசியம். பிற்பாடு சமகால இனத்தேசியம். இனத்தேசியம் என்பது சிறுபான்மை இனங்களின் மீது பெரும்பான்மை இனங்களால் சுமத்தப்பட்டதாக இருக்கிறது. எவ்வாறு இந்த ஒடுக்குமுறைக்கான தீர்வு இருக்கமுடியும்?

இந்த நாவலில் நான் ஜேவிபி தேசியத்தில் எந்த ஆபத்தை அறிந்து கொள்ள முடிந்ததோ அதே அளவிலான எச்சரிக்கையைத்தான் தமிழ் தேசியம் சம்பந்தமாகவும் உணர்ந்தேன். இந்த நாவலை அதனது கருத்தியல் ஒருமைக்காகவும் மறுதலைமுறை தொடர்ச்சி என்கிற மாதிரியான கதை ஒருமைக்காகவும்தான் எனக்குப் பிடிக்கிறது. இந்த இரண்டு விஷயங்களும் நாவலில் ஒன்றை ஒன்று நிறைவு செய்வனவாக இருக்கின்றன.

நாம் இருக்கிற சூழலை மறுநிர்ணயம் செய்துகொள்வோம். மூலதனத்தின் உலகமயமாதல் — சர்வதேசமயமாகும் தொழிலாளி வர்க்கம். இதுவன்றி தேசிய முதலாளிவர்க்கம். இத்தோடு தேசியம் என்பதும் வருகிறது. எமது அரசுகள் சர்வதேசிய மூலதனத்திற் காகவும் பன்னாட்டுக் கார்ப்பரேஷன்களுக்காகவும் எம்மை ஆளுகிறார்கள். நாம் காலனியாதிக்க காலங்களில் போராடிப் பெற்ற உரிமைகள் பேச்சு, எழுத்து, கூட்டம் கூடுதல், தொழிற்சங்க உரிமைகள், எமது பூகோளத்தின் மீதான எமது உரிமைகள் என எல்லாவற்றையும் சர்வதேச மூலதனத்தைக் காப்பதற்காக தேசிய முதலாளிகள் எடுக்கும் நடவடிக்கைகளினால் இழந்து கொண்டிருக்கிறோம்.

சில ஆண்டுகளுக்கு முன்பு நான் இந்தியாவுக்குச் சென்றிருந்தேன். சென்னைக்கும் சென்றிருந்தேன். இந்தியாவைப் பாருங்கள். அண்ணன் தம்பி அம்மா அக்கா உறவுகள் அங்கே மாறிப் போயிற்று. அம்மா என்றால் என்ன மதிப்புப் பெறுவாள்? தம்பி ரொம்ப நாட்களாக வேலை செய்கிறான். அவனிடமிருந்து

எவ்வளவு காசு எடுக்கலாம்? இந்த விருந்தாளியால் எனக்கு என்ன லாபம்? என எல்லாமுமே இன்று பணப்பட்டுவாடா உறவுகளாக ஆகிவிட்டன. கூட்டுக் குடும்பம், சமூக உறவுகள், கூட்டுணர்வு எல்லாமே மாறிப்போய்விட்டது.

மதப் பிரச்சனைகள் சம்பந்தமாக நமக்குள் சில புரிதல்களுக்கு நாம் வந்துசேர வேண்டும். இன்று ஒரு புதிய ஏகாதிபத்தியம் எமது நாடுகளைச் சுரண்டி வருகிறது. உலகமயமாதல் என்பதுதான் புதிய ஏகாதிபத்தியத்தின் பெயர். இதனால்தான் உலகமயமாதலை எதிர்த்து உலகெங்கிலும் போராட்டங்கள் எழுந்து வருகின்றன. இந்த உலகமயமாதலால் வறுமை அதிகரித்து வருகிறது. மூன்றாம் உலக நாடுகளின் மூன்றில் இரண்டு பகுதியும் ஐரோப்பாவில் மூன்றில் ஒரு பகுதியும் வறுமையில் வாடிக் கொண்டிருக்கிறார்கள். நம்மை மத, இன வேறுபாடுகள் பிரிக்கின்றன.

இந்தச் சூழலில்தான் கருத்தியலின் முக்கியத்துவம் உணரப்பட வேண்டும். உங்களுக்கு ஒரு கருத்தியல் அடிப்படை இல்லையானால் இவைகளைப் புரிந்து கொள்ள முடியாது. இவ்வகையில்தான் நாம் சோசலிசக் கருத்தியல், மார்க்சியக் கருத்தியல் போன்றவற்றை இந்த நூற்றாண்டின் ஆரம்பத்திலிருந்து தேர்ந்து கொண்டோம்.

சிறுபான்மை இன உரிமைகளை அங்கீகரிக்க வேண்டும் என்பது நிச்சயம். நூறு சதம் இப்பிரச்சனைகளில் நான் ஒடுக்கப்பட்ட இன மக்களின் பக்கம் நிற்கிறேன். இலங்கையில் தமிழ்மக்கள்தான் ஒடுக்குமுறைக்குள்ளாக்கப்படுகிறார்கள். அவர்கள்தான் துயருறுகிறார்கள். அவர்களின் போராட்டம் கேள்விக்கு அப்பாற்பட்டது. இங்குதான் சோசலிசம், விடுதலை தொடர்பான பிரச்சினை வருகிறது. ஆபத்தை நாம் உணர வேண்டும். தேசியத்தில் இரு வகையுண்டு. புரட்சிகர தேசியம். எதிர்ப்புரட்சி தேசியம். அமில்கார் கேப்ரல் ஒரு மாபெரும் தேசியப் புரட்சியாளன். கலாச்சாரம் என்பது பிற கலாச்சாரங்களை உள்வாங்கிக் கொள்ள வேண்டும். பிற கலாச்சாரங்களுக்குத் திறந்தபடி நாம் இருக்க வேண்டும். கலாச்சாரம் தன்னளவில் உள்ளொடுங்கிப்போக முடியாது. நாம் நமது மக்களை ஒடுக்குகிறோம். இதை எவ்வாறு நிறுத்துவது?.

யூதர்களைப் பாருங்கள். அடக்கப்பட்ட மக்களாக இருந்து அடக்குமுறையாளர்களாக உருவானவர்கள். இவர்கள்தான் இன்று இலங்கை அரசோடு சேர்ந்து தமிழர்களைக் கொல்கிறார்கள். இது பற்றிய எச்சரிக்கை உணர்வு நமக்கு வேண்டும். இதை அறிவது இயங்கியல் சம்பந்தமான பிரச்சினையாகும்..

• நீங்கள் அனல்கக்கும் நிறவெறி எதிர்ப்பாளர், அரசியல் போராளி என்பது அனைவருக்கும் தெரியும். இப்போது உங்களுடைய சிறுகதைத் தொகுப்பு 'வென் தேர் ஈஸ் டேன்ஸ் (When there is Dance)' புத்தகமும் வெளியாகியிருக்கிறது. ஏசியன் டப் பவுண்டேஷனின் (Asian Dub Foundation) ஆசிய பாப் மியூசிக் ஆல்பமொன்றிலும் கூட அவர்கள் உங்களது குரலைப் பயன்படுத்தியிருக்கிறார்கள். உங்களது கோட்பாட்டுப் பங்களிப்புகள் பற்றி உலகளவில் இடதுசாரிகள் எழுதிய தொகுப்பொன்றும் (A World to Win) 1999 ஆம் ஆண்டு உங்களை கௌரவப்படுத்தும் வகையில் வெளியாகியுள்ளது. உங்களுடைய அரசியல் எழுத்துக்களில் வெளிப்படும் வெப்பமும், இலக்கிய நயமும் உங்களுடைய எழுத்தில் பரிச்சயமுள்ளவர்கள் அறிவார்கள். உங்களுடைய இலக்கிய ஆர்வம் எவ்வாறு ஏற்பட்டது? உங்களை ஆகர்ஷித்த எழுத்தாளர்கள் எவரெனச் சொல்ல முடியுமா?

எனது தந்தை சுயமாகத் தன்னை வளர்த்துக் கொண்டவர். 16 வயதில் தபால் அலுவலக வேலையில் சேர்ந்து விட்டார். சகோதர, சகோதரிகளை சிரமப்பட்டு வளர்த்தார். எனது தாத்தா ஒரு விவசாயி. நாவலில் அவர்தான் பாண்டியன். எனது தந்தை டிக்கன்ஸ், டால்ஸ்டாய், தாஸ்தயேவ்ஸ்க்கி, ரோமன் எம்பயர் என எல்லா வகைப் புத்தகங்களையும் வாங்கிப் படிப்பார். பஞ்ச தந்திரா, வால்மீகி என நிறைய வாங்கிக் குவிப்பார்.

ரஷ்ய, பிரெஞ்சு நாவல்கள்தான் எனக்குப் பிடிக்கும். மப்பாஸன், தாமஸ் மான் போன்றவர்களை, குறிப்பாக ஸோலாவை எனக்கு நிறையப் பிடிக்கும். 'ரேஸ் அனட் கிளாஸை' நாங்கள் தொடங்கும்போது சொன்னோம். சிந்திப்பது என்பது சிந்திப்பதன் பொருட்டல்ல, நடவடிக்கையின் பொருட்டுச் சிந்திப்பது என்று. இதுதான் என் படிப்பு முறையும் கூட. பிற்பாடு நான் சமகால எழுத்தாளர்களை இந்நோக்கில்தான் படித்தேன்.

• ஆங்கிலத்தில் இலங்கைப் பிரச்சினை சம்பந்தமாக மூன்று நாவல்கள் எழுதப்பட்டிருக்கின்றன. உங்களுடைய 'வென் மெமரி டைஸ்'', மைக்கேல் ஒன்டாஜியின் 'அனில்ஸ்ட் கோஸ்ட் (Anil's Ghost)', மற்றது ஸியாம் செல்வதுரையின் 'ஃபன்னி பாய்' (Funny Boy)'.

மைக்கேல் ஒன்டாஜி அந்த நாவலுக்கு ஆய்வு செய்ததாகச் சொல்கிறார். சுமார் 50 அறிஞர்களைச் சந்தித்திருக்கிறார். ஆனால் இந்த நாவல் ஆதாரத்தினளவில் சமநிலை கொண்டதல்ல. 'ஃபன்னி பாய்' அதிகம், இனப் பிரச்சினை பற்றியது என்பதை விடவும்

கொழும்பில் வாழ்ந்த ஒரு தமிழ், சமப்பாலுறவு இளைஞனின் அனுபவம் தொடர்பானது எனலாம். இந்த வகையில் இலங்கைத் தமிழர்களுக்கு நேர்ந்த மானுட சோகத்தை அதிகமாக உங்கள் நாவல்தான் வெளிக்கொண்டு வந்திருக்கிறது. அதாவது தமிழர் சிங்களவர் என இரு பகுதி அப்பாவி மக்களின் மீதான வன்முறையை, துயரத்தை உங்கள் நாவல்தான் முன் வைத்திருக்கிறது.

இதல்லாமல் ரொமேஷ் குணசேகரா தனது 'ரீப் (Reef)' நாவலில் சில வரிகளிலும் 'பொத்திக் (Bothic)' ('மாங்க் ஃபிஸ்' Monk fish எனும் ஆங்கிலத் தொகுப்புக் கதை) எனும் சிறுகதையொன்றிலும் இலங்கைப் பிரச்சினையைத் தொட்டுச் செல்கிறார்.

இவ்வகையில் ஆங்கிலத்திலான இனப் பிரச்சினை குறித்த இலங்கை எழுத்துக்கள் பற்றிய உங்கள் மதிப்பீடு என்ன? நாவலின் இரண்டாம் பாகத்தில் ராஜன் இங்கிலாந்து வந்துவிடுகிறான். அவனுக்கென்று இங்கே அனுபவங்கள் இருக்கின்றன. இதனுடைய தொடர்ச்சியாக ராஜனின் கதையை எழுதுகிற எண்ணம் உண்டா?

'அனில்ஸ் கோஸ்ட்' நாவல் இலங்கை இனப் பிரச்சினையைச் சொல்கிறதென நான் நினைக்கவில்லை. இது அதிகமாக ஜேவிபி இளைஞர்களின் எழுச்சியையும் அரசு இயந்திரத்தின் ஒடுக்கு முறையையும் பற்றியதாகும். ஸியாம் செல்வதுரையின் நாவல் ஒரு குறிப்பிட்ட காலகட்டத்தில் பெருநகரக் கலாச்சாரத்தினிடையில் இரு வேறு கலாச்சாரங்கள் கொண்ட மக்களுக்கிடையிலான பிரச்சினைகளைச் சித்தரித்தது என்பது முக்கியமானதானாலும்கூட, அது அரசியல் ரீதியிலான பரிமாணம் கொண்டதல்ல என்பதுதான் எனது அபிப்பிராயம்.

ஆனால் இலங்கை நாவல்களில் வாசகர்கள் எதிர்பார்க்கும் விஷயம் யாதெனில் இந்த நாவல்கள் இலங்கை இனப்பிரச்சினையின் விவரங்கள், பரிமாணங்கள் என எதையேனும் கொண்டிருக்கின்றனவா என்பதுதான்.

நான் மேற்கத்திய வாசகர்களின் எதிர்பார்ப்புகளுக்காக நாவல் எழுதுவதில்லை. நான் எனக்காகவும் எனது மக்களுக்காகவும்தான் எழுதுகிறேன். மக்கள் என்று சொல்கிறபோது நம் காலத்தில் வாழும் மக்கள் எனும் அர்த்தத்தில் சொல்கிறேன். புத்த பிக்குகள் பாசிஸ்ட்டுகளாயிருக்கிறார்கள். போர்ப் பிரகடனம் செய்கிறார்கள். எவ்வாறு இது சாத்தியமானது? உலகின் மிக வன்முறையான மதமாக அது ஆகியிருக்கிறது. ஆனால் மேற்கில் அது அகிம்சையைப் போதிப்பதாக மட்டுமே உணரப்படுகிறது. இதையே பெரும்பாலான

எழுத்தாளர்கள் திருப்பித் திருப்பிச் சொல்கிறார்கள். அதன் மறுபக்க யதார்த்தத்தையும் சொல்ல வேண்டியிருக்கிறது. இவ்வகையில் புத்தமதத்தின்பால் பாராட்டுணர்வு கொண்ட அமெரிக்கர்களுக்கும் ஐரோப்பியர்களுக்கும் நான் எழுதவில்லை. நமது மக்களுக்கு நான் எழுதுகிறேன்.

நீங்கள் ஒரு அற்புதமான அரசியல் பகுப்பாய்வாளர் என்று இங்கிலாந்துப் பதிப்பாளர்கள் என்னைச் சொல்கிறார்கள். நான் ஒரு அற்புதமான நாவலை வைத்திருக்கிறேன் என்று சொன்னேன். இருபத்தியேழு பிரதான பதிப்பாளர்கள் எல்லோரும் என்னை அறிவார்கள். எனது நாவலில் அதிகம் அரசியல் என்றார்கள். ஆர்க்காடியப் பதிப்பாளர் ஒரு சமப்பாலுறவாளர். அவர் அதிகமும் சமப்பாலுறவு எழுத்துக்களைத்தான் பதிப்பிப்பவர். ஆயினும் அவர் இடதுசாரியானதால் எனது நாவலை விருப்பமுடன் வெளியிட்டார். யுரொ— ஏஷிய காமென்வெல்த் பரிசை பிற்பாடு எனது நாவல் பெற்றது. இது வரையிலும் மூன்று பதிப்புகள் வந்துவிட்டன. இப்போது இந்தியன் எடிசனும் வந்திருக்கிறது. பெரும்பாலுமான எழுத்தாளர்கள் ஐரோப்பியச் சந்தைக்காக எழுதுகிறார்கள். நான் அப்படி எழுதமாட்டேன்.

நார்வேஜியர்கள் எனது நாவலை மொழிபெயர்ப்பதற்காகக் கேட்டு எழுதியிருக்கிறார்கள். இந்தோனேசிய நாவலாசிரியர் பிரமோதயாவின் நண்பரும் கவியுமான ஒருவர் மலேசியனில் மொழிபெயர்க்க அனுமதி பெற்றிருக்கிறார்.

இன்னொரு நாவலுக்கு இன்னும் சில காலங்கள் பொறுக்க வேண்டும். என்னைப்பற்றி இப்போதுதான் "எ வோர்ல்ட் டு வின்" என்கிற தொகுப்பொன்று வந்திருக்கிறது. நான் இப்போதுதான் ஆறுமாதம் மருத்துவமனையில் இருந்துவிட்டு வந்திருக்கிறேன்.

ஆனாலும் ஒரு நீண்ட சித்திரம் எழுதிக் கொண்டிருக்கிறேன். சல்மான் ருஸ்டியும் இந்த நாட்டின் முஸ்லீம் மக்களின் வாழ்வும் தொடர்பானது அந்தப்புத்தகம். சீக்கிரமே அதை முடித்து விடுவேன். அதையடுத்து ஏன் மதம் மிக முக்கியமானது என்பது குறித்து ஒரு நூல் எழுத இருக்கிறேன். மார்க்ஸ் சொன்னார்: மதம் என்பது உனது கடந்த காலத்தின் வெட்கம். அது ஒரு எதிர்வினை. மதம் மக்கள் வாழ்வில் மிக முக்கியமான பங்கு வகிக்கிறது.

• **உங்களுடைய நாவலில் விசேஷமான இன்னொரு அம்சம். இந்த நாவல் ஐரோப்பாவில் வெளியிடப்பட்டிருக்கிறது. இன்னும், ஐரோப்பியப் பதிப்பகத்தினால் வெளியிடப் பெற்றிருக்கிறது. காலனியம் பற்றியும் சுதந்திரப் போராட்டம் பற்றியும் பேசுகிறது.**

ஆனால் ஒரே ஒரு ஐரோப்பியப் பாத்திரம் கூட நாவலில் இல்லை. ஐரோப்பியர்களைச் சந்தோஷப்படுத்துவதற்காக இப்போது இந்தியர்களும் இலங்கையர்களும் எழுதும் நாவல்களில் சம்பந்தா சம்பந்தமில்லாமல் கதை முழுக்க நமது நாடுகளில் நடந்தாலும் கூட ஆங்கிலப் பாத்திரங்கள், அமெரிக்கர்கள் வருவார்கள். உதாரணமாக பங்கஜ் மிஸ்ராவின் 'ரொமான்ஸ் (Romance)' நாவலில் வரும் அனைத்து முக்கியமான பெண் பாத்திரங்களுமே வெள்ளையர்கள்தான்.

நீங்கள் தான் இந்த அம்சத்தைக் குறிப்பிட்ட ஒரே ஒருத்தர். எனக்கு ரொம்பவும் சந்தோஷம். நான் எனது மக்களைப்பற்றி எனது மக்களுக்கும் எனது மக்கள் பால் அக்கறையுள்ள உலக மக்களுக்கும் தான் இந்நாவலை எழுதியிருக்கிறேன். அதனால்தான் நாவலில் முழுக்க எனது மக்கள் மட்டுமே இருக்கிறார்கள்.

• கார்ஸியா மார்க்வெசின் நாவல் உலக அளவில் பேசப்பட்டபின் பெரும்பாலான எழுத்தாளர்கள் மாஜிக் ரியாலிச பாணியில் எழுதுவது அல்லது பின்நவீனத்துவ பாணியில் எழுதுவது என்று அதன் மீது மோகம் கொண்ட இவ்வேளையில், நீங்கள் ஏன் யதார்த்தவாத வகையைத் தேர்ந்து கொண்டீர்கள்?

ஏனெனில் நான் பின்நவீனத்துவத்தை வெறுக்கிறேன். எனது எழுத்துக்களில் நான் பின்நவீனத்துவத்தை எதிர்த்துப் போராடிக் கொண்டிருக்கிறேன். எனது கடந்த கால எழுத்துக்களை நீங்கள் பார்த்தீர்களானால் — மார்க்சிசம் டுடே (Marxism Today Journal) *ஆட்கள் முன்வைத்த நியூ டைம்ஸ்* (New Times)*எனும் அவர்களது அறிக்கையை மறுத்தேன். கலாச்சார அரசியல், அடையாள அரசியல் போன்ற இவையெல்லாம் பின்நவீனத்துவத்தோடு சேர்ந்து அணிவகுத்து வரும். 'எல்லாம் பிளவுண்டு கிடக்கிறது, எல்லாம் அலைகிறது' என்பார்கள். மார்க்சிடமிருந்து மேற்கோள்களை எடுத்துக்கொண்டு அதற்கு நேர்மாறாக நடப்பார்கள். உலகம் மாறியிருக்கிறது உண்மைதான். பல்வேறு பழைய வரையறைகள் போதாது என்பது உண்மைதான். பழைய தொழிலாளிவர்க்கம் இல்லை என்பது உண்மைதான். இனப்பிரச்சினை, பாலியல் பிரச்சினை இருக்கிறது உண்மைதான்.*

என்ன மசிர் பேசுகிறீர்கள்? என்ன மேஜிக் ரியாலிசம்? என்ன இந்த மேஜிகல் ரியாலிச வியாபாரம்? இலத்தீனமெரிக்காவில் என்ன மேஜிக் வாழ்கிறது? அங்கிருக்கிற வறுமை மேஜிக்கா? சித்திரவதையும், வன்பாலுறவும் மேஜிக்கா? அடிப்படைவாதம் குறித்து மேஜிக் என்ன சொல்கிறது? யூத—இந்து—இஸ்லாமிய

அடிப்படைவாதம் பற்றி? பிஜேபி பற்றி? இவற்றில் என்ன மேஜிக் வாழ்கிறது? நமது யதார்த்தம் நம்மை அலைக்கழித்துக் கொண்டிருக்கிறது. மார்க்ஸ் சொன்னார்: "மாற்றுவதற்காக வேண்டி நிஜத்தைப் பற்றிப் பிடியுங்கள்". பின் நவீனத்துவவாதிகள் சொல்கிறார்கள்: 'வியாக்யானத்தை மாற்றுவதற்காக நிஜத்தைப் பற்றிப் பிடியுங்கள்'. வியாக்யானத்தை மட்டும்தான் அவர்கள் மாற்ற விரும்புகிறார்கள். நான் நிஜத்தில் மாற்றத்தை விரும்புகிறேன். எனது வாழ்க்கை முழுக்க நான் இனங்களுக்கிடையிலான நீதிக்காகப் போராடிக் கொண்டிருக்கிறேன். இன அநீதியோ அல்லது சமூக அநீதியோ எதுவாயினும் அதை எதிர்த்துத்தான் போராடிக் கொண்டிருக்கிறேன். பின் நவீனத்துவமோ அல்லது மேஜிகல் ரியாலிசமோ இத்தகைய போராட்டங்களை வளர்த்துச் செல்லப்போதில்லை.

துல்லியமானதற்கும், கற்பனைக்கும் இடையில் தேர்ந்து அதிலுள்ள துயரத்தை நீங்கள் வெளிக்கொணர வேண்டும். சித்தரவதையை, வலியை, துன்பத்தை, அவற்றோடு கூடவே, ஆம், வாழ்வின் அற்புதத்தையும் நீங்கள் வெளிக்கொணர வேண்டும். ஆமாம், உண்மைதான், நீங்கள் காலத்தையும் இடத்தையும் கலங்கச் செய்யத்தான் வேண்டும். இந்த அர்த்ததில்தான் எனது நாவலை பல இடங்களில் நான் கலங்கலாக வைத்திருக்கிறேன்.

சல்மான் ருஸ்டி மற்றும் மேஜிக் ரியாலிஸ்ட் நாவலாசிரியர்களிடம் எனக்கிருக்கும் பிரச்சினை எனனவெனில், அவர்கள் எவரும் மக்களை நேசிப்பதில்லை. தங்களது பிரதியையே காதலிக்கிறார்கள். சம்பவங்களை எழுதுவதில்லலை. சர்ரியலை எழுதுகிறார்கள். காலத்திலும், இடத்திலும் நடக்கிற கொடுமைகளையும் நெருக்கடிகளையும் காலமழித்து, இடமழித்துச் செய்வதன் மூலம் இந்த எழுத்தாளர்கள் எதைக் கண்டுபிடிக்கிறார்கள்? நிகழ்வுகளில் உண்மையைத் தேடு என்றார் மாவோ. அந்த உண்மை காலத்திலும், இடத்திலும் தீர்மானிக்கப்பட்டதாயிருக்க வேண்டும்.

புத்துயிர்ப்பு ஏற்பட வேண்டியது அவசியம்

கா. சிவத்தம்பி

• மார்க்சியம் மற்றும் அதன் எதிர்காலம் தொடர்பான விஷயங்களைப் பேசலாம் என்று நினைக்கிறேன். சோவியத் யூனி யனின் வீழ்ச்சிக்கான காரணங்களை நீங்கள் எப்படி மதிப்பீடு செய்கிறீர்கள்?

சோவியத் யூனியனின் வீழ்ச்சிக்கான காரணங்களை நான் இப்படிப் பார்க்கிறேன். சோவியத் மார்க்சியத்துக்கு ஏற்பட்ட முக்கியமான பிரச்சினை என்னவென்றால், சோவியத் அரசின் வளர்ச்சியும் சோவியத் அரசு ரசியப் பேரரசின் பகுதிகளை சோவியத் அரசுக்குள் கொண்டு வர வேண்டிய, கொண்டு வந்த நிர்பந்தமும், அதன் காரணமாக தொடக்கம் முதலே காணப்பட்ட ஒரு சமனற்ற வளர்ச்சியும், சோவியத் ரசியப் புரட்சியை தனித்தன்மைகள் கொண்ட ரசியப் பேரரசின் மாநிலங்கள் முழுவதற்கும் பொதுமையாக ஆக்க முனைந்ததில் ஏற்பட்ட வரலாற்றுப் பிரச்சினைகள் அடிப்படையில் உள்ளன.

புரட்சி ஏற்பட்டது ரசியாவில்தான், மாஸ்கோவில்தான். ரசியப் பேரரசு கஸகஸ்தான் வரை,துர்க்மெனிஸ்தான் வரை நீண்டு கிடந்தது. லெனின் காலத்தில் படிப்படியாக இவையெல்லாம் வந்து சேர்ந்தன. இங்கெல்லாம் ஒரு பெரிய புரட்சிக்கான நிலைமையோ அல்லது புரட்சியின் தன்மைகள் பற்றியோ, புரட்சி பற்றியோ, அதற்கான சிந்தனைகளோ இருந்தது கிடையாது. அந்த சந்தர்ப்பத்தில்தான் அந்த நாடுகள் மீதும் இந்த நடைமுறைகள் போய்ச் சேர்ந்தன. அப்போது அங்கே அந்தந்தப் பகுதிகளில் இருந்த மக்கள் ரசியாவில் எழுந்த மாஸ்கோ—நிலைப்பட்ட ஓர் அரசியலைப் பகிர்ந்து கொள்ளவோ புரிந்து கொள்ளவோ இயலவில்லை. சோவியத் அரசின் தன்மை இதனால் மாறுதலடையத் தொடங்கியது. இது படிப்படியாக லெனின் காலத்தில் ஏற்படுகிறது.

இரண்டாவது உலகப் போரின்போது சோவியத் அரசின் பங்கு ஒரு மாதிரியாகவும் அதன் பின்னர் இன்னொரு மாதிரியாகவும் விளங்கியது. ஸ்டாலினிசத்தின் வளர்ச்சி என்று சொல்கிறபோது அதை நாம் சற்று அனுதாபத்தோடும் பார்க்க வேண்டும். அதை வரலாற்றுப் புரிவுணர்வோடு பார்க்க வேண்டும். ஒரு காலகட்டத்தில் சோவியத் அரசில் அல்லது சோவியத்

பொருளாதாரத்தில் கனரகத் தொழில்கள், பெருந்தொழில்களின் வளர்ச்சி, பெருமளவிலான முன்னேற்றம் ஏற்பட வேண்டிய தேவை ஒன்று இருந்தது. மார்க்சியத்துக்கு அடிப்படையான சில விஷயங்கள் இருக்கின்றன அல்லவா? தொகைரீதியான மாற்றங்கள் குணரீதியான மாற்றங்களை ஏற்படுத்தும் என்பது அதிலொன்று. இது சோவியத் அரசின் தன்மைகளை மாற்றத் தொடங்கியது. படிப்படியாக அந்த மாற்றம் ஏற்பட்டு, பின்னர் ஸ்டாலினிசம் என்று சொல்லப்பட்ட போக்கு வந்து சேர்ந்தது.

- **இங்கு ஸ்டாலினியத்தின் பண்புகளாக நீங்கள் எவற்றை வரையறுக்கிறீர்கள்?**

ஸ்டாலினியத்தின் பண்புகளில் முதன்மையாக நான் கருதுவது, லெனின் காலத்தில் இருந்த உட்கட்சி விவாதம் இல்லாமல் போனது. அந்த உட்கட்சி விவாதமும் ஒருமைப்பாட்டின் அடிப்படையில், ஒருமித்த சிந்தனை அடிப்படையில் கொண்டு செல்கின்ற தன்மை இல்லாமல் போனது. லெனின் காலத்தில் அவர் கட்சியை வாக்கெடுப்பு நிலைக்கு விடவில்லை. எல்லோரும் தங்களுடைய கருத்துக்களைச் சொல்ல, அவற்றினூடாக வந்த பொது அம்சங்களை எடுத்து ஒருமித்த சிந்தனை அடிப்படையில் திரட்டினார். லெனினைப் போன்ற ஒரு ஜனநாயகவாதி, எல்லாக் கட்டங்களிலும் ஜனநாயகச் சூழலைப் பேணுகின்ற சிந்தனைத் திறனுள்ள, தீட்சண்யமான பார்வை உள்ள ஒரு தலைவர் இருந்தவரை பிரச்சினை இருக்கவில்லை. அதன் பிறகு, புரட்சியின் தலைவர்களும் புரட்சிக்குப் பின் வருபவர்களும் என்ற பிரச்சினை எழுகிறது. இது எப்போதுமே ஏற்படுவது. பிறகு வந்த தலைவர்கள் நிறுவனங்களூடாகவே வளர்ந்து அவற்றின் மூலமாக முதிர்ச்சி பெற்றவர்கள். அவர்களால் அந்த 1905, 1917 ஆம் ஆண்டுகள் காலத்து நடைமுறையைப் பின்பற்ற முடியவில்லை. இதனால் கட்சியின் ஒருமைப்பாடு, ஒருமித்த சிந்தனை அல்லது ஒருமித்த நிலைப்பாடு என்பது கட்சி நிர்வாகத்தினுடைய திணிப்பாக மாறியது. இது மிகவும் சுவாரசியமான முரண்பாடு. பிற்காலத்தில் சோவியத் அரசும், சோவியத் கட்சியும் இவ்வாறு ஏன் தனிநிலைப்பட்டன என்று சொன்னால், அது லெனினியம் தவறாகப் புரிந்துகொள்ளப்பட்டதால். பிழையை உண்மையிலேயே லெனினிலேயே போடலாம் போல இருக்கிறது.

லெனினுடைய காலச் சூழல் வேறு. அவருடைய ஆளுமை இடம்பெற்ற சூழல் வேறு. அவர் நடந்து கொண்ட முறை வேறு. அந்த நடைமுறை பின்னர் கட்சி செயலாளர் விரும்புகிறார், கட்சி விரும்புகிறது என்ற நிலைக்கு வந்துவிட்டது. இதனால் அந்த

உட்கட்சி விவாதம் உண்மையில் இல்லாமல் போனது. இப்படியான ஒரு சூழல் ஏற்பட்டதற்கு உலக, சர்வதேசிய நிலைமையும் ஒரு காரணம். உலகப்போர், கெடுபிடிப் போர், கம்யூனிசத்தை மிகவும் விரோதமான தன்மையில் பார்க்கும் முதலாளித்துவப் போக்குகள் இவை எல்லாம். இதனால் சோவியத் அரசு உண்மையில் சாதாரண முற்போக்கு நடவடிக்கைகளுக்கு ஆதரவு கொடுப்பதன் மூலம் ஒரு உலகப் பொதுவான அபிப்பிராயத்தை ஏற்படுத்த வேண்டிய தேவை கூட இருந்தது. இரண்டாம் உலகப் போருக்குப் பிறகு 50, 60 களில் அதனையே கொண்டு நடத்த வேண்டியிருந்தது. இந்த முரண்பாடுகள் இதன் காரணமாக ஏற்பட்டன. அந்தந்த நாடுகளில் கட்சிகளின் வளர்ச்சிகள் சோவியத் ரசியாவோடு இணைக்கப்பட்டிருந்த நிலைமையிலும் ஒரு பிரச்சினை இருந்ததென்றுதான் நான் கருதுகிறேன்.

கட்சிகளின் இயல்பான வளர்ச்சி சில இடங்களில் பிரச்சினைக்கு உள்ளானது. பல நாடுகளில் கம்யூனிஸ்ட் கட்சி தொழிற்படவே முடியாத சூழலிலும், அந்த அரசுக்கு சோவியத் அரசின் ஆதரவு இருந்தது. யாவற்றுக்கும் மேலாக ஒரு தொடர்ந்த அரசியற்கல்வி எந்த அளவுக்குப் பயன்படுத்தப்பட்டது என்பது இன்னொரு கேள்வி. ரசியாவின் நிலைமைகள் மாறி சௌகரியங்கள் எல்லாம் வரத்தொடங்கிய பிறகு, புரட்சிக்காகப் போராடியவர்களின் தலைமுறை போய்விட்டது. இந்த நிலைமைகள் காரணமாக சோவியத் அரசில் பல மாற்றங்கள் ஏற்பட்டன. அரசில், குறிப்பாக அவர்களுடைய விவசாய விஷயங்களில், பெரிய மாற்றத்தை ஏற்படுத்தியது. விவசாயம் பிழைக்கத் தொடங்கியவுடன் இந்த நடைமுறை, நிர்வாக ரீதியாக ஒரு காலகட்டத்திற்குப் பிறகு ஓர் இயல்பான பொருளாதார, சமத்துவப் பொருளாதார வளர்ச்சிக்கு, சோசலிசப் பொருளாதார வளர்ச்சிக்கு இந்த விதிகள், பிரமாணங்களே தடைகளாக இருந்தன.

நான் 72,74,76,78 களில் சோவியத் யூனியன் போயிருக்கிறேன். நான் 80 களில் போகவில்லை. ஒருமுறை போய் ஒரு தொழிற்சாலையில் பேசிக் கொண்டிருந்தபோது, அங்கு வேலை செய்து கொண்டிருந்த ஒருவர் எங்களுடன் மிகவும் நட்புடன் பேசியபோது சொன்னார்: ‘சில வேளைகளில் எங்களுக்குச் சிக்கல் இருக்கிறது. அடிக்கடித் தலையீடு செய்கின்ற சுற்று நிருபங்கள் போன்றவையால் எங்களுக்குப் பிரச்சினைகள் ஏற்படுகின்றன. தொழிற்சாலை நிர்வாகத்துக்கு அப்படிப் பிரச்சினை இல்லை‘.உணவுத் தட்டுப்பாட்டுப் பிரச்சினை ஒன்று படிப்படியாக வளர்ந்துகொண்டு வருகிறது.’ 70 களின் பிற்கூற்றுகளில் இருந்து 80கள் வரை பாணுக்கு கியூ. இவை வெறுமனே

முதலாளித்துவப் பிரச்சாரங்கள் அல்ல, உள்ளுக்குள்ளேயே பிரச்சினை தொடங்கிவிட்டது. இவற்றினூடாகவும் ஒரு சமத்துவம் இருந்தது. உண்மையான சமூக ஜனநாயகம் இருந்தது. கவலை என்னவென்று சொன்னால், மேற்கத்திய நாகரிகத்தின் பண்புகள், அவற்றை எவ்வாறு எதிர்நோக்குவது என்று அவர்களுக்குத் தெரியாமல் இருந்தது.

நான் கஸகஸ்தானுக்குப் போயிருக்கிறேன். ஆர்மீனியாவுக்குப் போயிருக்கிறேன். இப்படியான இடங்களில் சோவியத் புரட்சி பற்றிய பிரக்ஞை எல்லா இடங்களிலும் சமமாக இருந்ததாகச் சொல்ல மாட்டேன். இத்தகைய காரணங்களினால்தான் சோவியத் வீழ்ச்சி ஏற்பட்டது என்று நான் கருதுகிறேன். சோவியத் வீழ்ச்சி, அந்தச் சிதைவு ஏற்பட்டதற்கு அகக் காரணிகளும் உண்டு. புறக் காரணிகளே உலகத்திற்குத் தெரிந்தன. எதிரிகள் அந்த சமூகத்தை அழிக்க வேண்டும் என்று நீண்ட காலமாகத் தொழிற்பட்டமை எல்லோருக்கும் தெரியும். வெறும் சதி என்பதால் மாத்திரம் இது ஏற்பட்டதென்று நான் கருதமாட்டேன்.

● **புரட்சி என்பது நடந்த பிறகு ஜனநாயக நிறுவனங்களைக் கட்ட வேண்டியது ஒரு மிக முக்கியமான விஷயம்தானே? இவர்கள் ஜனநாயக நிறுவனங்களைக் கட்டுவதில் என்ன மாதிரி நிலைப்பாடு எடுத்திருந்தார்கள் என்பது ஒன்று. மற்றொன்று, எந்தச் சமூக அமைப்புமே மிகவும் கெட்டிதட்டிப் போகும்போது, அதிகாரம் வரும்போது அதற்கு முதற்குரல் எழுப்புபவனாகக் கலைஞன்தான் இருக்கிறான். அப்போது இந்தக் கலைஞர்கள் சம்பந்தமாக ஒரு சகிப்புத் தன்மையும் இருக்க வேண்டிய சூழல் இருக்கிறது. சோவியத் யூனியனிலும் சரி, கிழக்கு ஐரோப்பிய நாடுகளிலும் சரி, புரட்சிக்குப் பிந்தைய சமூகங்களிலும் சரி, இன்று வரை அந்தப் பிரச்சினை இருந்து வருகிறது. இதனை மார்க்ஸியவாதிகள் அல்லது புரட்சியாளர்கள் எந்த மாதிரி அணுகியிருக்க முடியும் என்று நினைக்கிறீர்கள்?**

என்னுடைய நிலையில் இருந்து மிகவும் சூசகமாகத்தான் நான் அப்போது சொன்னதைத் திருப்பிச் சொல்ல விரும்புகிறேன். வரலாற்றுப் பாத்திரம் மாறத் தொடங்க, அரசின் வளர்ச்சி, அரசு நிறுவனங்களின் வளர்ச்சி, கருத்துநிலையை நிலைநிறுத்துவதற்கான நடைமுறைகள் — இவை எல்லாம் படிப்படியாக நிர்வாகமயப்படுத்தப்பட்ட விஷயங்களாக மாறிவிட்டன.

இந்த நிர்வாகமயப்பாட்டுக்கு நடைமுறை வரலாற்று உதாரணம் ரசியப் பேரரசுதான். என்னைக் கேட்டால், அடிப்படையில்

சோவியத் வீழ்ச்சியினுடைய காரணமே அதற்குள்ளேதான் இருக்கிறது.

கோர்க்கி, ஷோலக்கோவின் பின்னர், இலக்கியப் படைப்பாக்கப் பாய்ச்சல் என்பது வரமுடியாமல் போனதற்கான ஒரு காரணம் இந்த நடைமுறைதான். இந்த நடைமுறைகள் இலக்கியத்தோடு அல்லது கலை இலக்கியத்தோடு தொடர்பு கொண்டிருந்த முறைமையில் காணப்பட்ட பிரச்சினை. மூன்றாம் உலக நாடுகளில் இருந்த கலை இலக்கிய உணர்ச்சிகளைப் புரிந்து கொண்ட அளவுக்கு, அக்காலகட்டத்து சோவியத் ரசியா, அறுபது, எழுபதுகளில் தங்களுடைய கலை வளர்ச்சிகளை, உள்ளூர ஏற்பட்ட வளர்ச்சிகளைப் புரிந்துகொண்டதாக எனக்குப் படவில்லை. பின்னர் இந்த சீன — சோவியத் முரண்பாடு வந்தது. அது உண்மையில் அரசுகளின் முரண்பாடு. அது மார்க்சியத்தின் முரண்பாடு என்று நான் எடுக்க மாட்டேன். ஆனால் அதை மார்க்சியத்தின் முரண்பாடாகத்தான் கருதினார்கள்.

டால்ஸ்டாயின் இடம் என்பது பற்றி லெனினுக்குத் தெளிவு இருந்தது. புஷ்கினுடைய இடம் என்ன என்பது பற்றிய தெளிவு அதற்குப் பின் வந்தவர்களுக்கு இருக்கவில்லை. அந்தக் காலகட்டத்தில் — நான் பெயரை மறந்து போனேன் — ஓர் இளம் கவிஞர், அவரை நான் சந்தித்துப் பேசினேன். நீண்ட நேரம் பேசினோம். அவர் கட்சி வேலைகளைச் செய்கிறார். நிறைய எழுத்தாளர்களைச் சந்திக்கிறார். ஊடாட்டம் எல்லாம் இருக்கிறது. ஆனால் எந்த அளவுக்கு அவர் புதிய சிந்தனைகளைக் கொண்டு வருகிறார், சொல்லுகிறார் என்பது சந்தேகம்.

அதில் ஊக்கம் கொடுக்கப்பட்டிருக்க வேண்டும். இது ஒரு தவிர்க்க முடியாத நிலைமையாக நான் சொல்கிறேன். நான் திருப்பித் திருப்பிச் சொல்வது என்னவென்றால், அந்த அரசினுடைய மேலாண்மை பற்றி அடிப்படையாக நான் என்ன சொல்கிறேன் என்றால், நான் கிராம்சியை இங்கு பொருத்திப் பார்க்க விரும்புகிறேன். சோவியத் ரசியாவில் எங்கே பிழை ஏற்பட்டது என்பதைப் பார்ப்பதற்கு, இந்தக் கலாச்சார மேலாண்மை பற்றி பார்ப்பது முக்கியம். எங்கே பிரச்சினை வந்தது என்று பார்ப்பதற்கு நாம் கிராம்சியை சோவியத் ரசியாவுக்குப் பொருத்திப் பார்க்கலாம். சோவியத் அரசு தன்னுடைய கருத்துநிலையை நிறுவுவதற்கான முக்கிய ஊடகங்களாகக் கொண்டவை எவை? அவற்றினுடைய அமைப்பிலுள்ள பிரச்சினைகளை அப்படிப் பார்த்தோம் என்று சொன்னால் இந்தப் பிரச்சினை இல்லாமல் போகும்.

* அப்துல்லா ஒச்சலான் சோசலிசத்தின் இன்றைய வீழ்ச்சி சம்பந்தமாக ஒரு புத்தகம் (Prision Writings : The Roots of Civilization / Pluto / 2007) எழுதி இருக்கிறார். அதில்கூட இந்த சோவியத் யூனியனுடைய வீழ்ச்சிக்கு மிக முக்கியமான ஒரு காரணம், ஒரு ஆன்மிகக் கலாச்சாரத்தை வளர்ப்பதில் அது மிகப்பெரிய பிழை விட்டிருக்கிறது என்கிறார். உதாரணமாகப் பார்த்தீர்கள் என்றால், மதம், சடங்குகள், மரபு சார்ந்த விஷயங்களில் கெட்டிதட்டிய ஒரு நிலைப்பாட்டை அது கொண்டிருந்தது என்றும், தனக்கே உரிய சோசலிச ஆன்மிகக் கலாச்சாரம் ஒன்றை மாற்றாக உருவாக்கத் தவறியது என்றும் ஒரு விஷயத்தை அவர் சொல்கிறார்.

மிகவும் சுவாரசியமான ஒரு விஷயம். 74, 76 களில் ஆர்மேனியாவில் நடந்த ஆசிய—ஆப்பிரிக்க எழுத்தாளர் மாநாட்டில் கவியரங்கம் நடந்தது. தமிழ்க் கவிதைகளை நான் வாசித்தபோது அங்கு இந்தப் பிரச்சினை வந்தது. ஆன்மிக வளர்ச்சி மற்றும் இலக்கியமும் ஆன்மிக வளர்ச்சியும் குறித்த முரண்பாடு ஒன்று இருக்கிறது. ஆன்மிகம் என்று சொன்னவுடனே ஆத்மார்த்தமான வளர்ச்சி. அந்த ஆத்மார்த்தமான வளர்ச்சி என்பது நமக்கு மதம்சார் வளர்ச்சியாகத்தான் இருக்கிறது. நாம் இப்போதும் அப்படித்தான் பார்க்கிறோம். ஆனால் அது மனித ஆன்மாவின் வளர்ச்சி, அதனுடைய தன்மைகள் ஆன்மிக ரீதியானது என்பதற்கு ஒரு மானுடப் பரிமாணம் இருக்கிறது என்ற அந்த வரையறை நமக்கும் வரவில்லை, அங்கேயும் போகவில்லை. ஏன் நான் அந்த எழுத்தாளர் மாநாட்டைப் பற்றிச் சொல்கிறேன் என்றால், நாங்கள் அந்தப் பிரச்சினையை அங்கே எழுப்பினோம். உங்களுக்கு ஆன்மிகம் என்று சொன்னால், நீங்கள் அறுபது எழுபது வருடப் புரட்சி அனுபவத்தோடு இருக்கிறீர்கள். எங்களுக்கு ஆன்மிகம் என்றால் வேறு அர்த்தம். இதை எப்படிப் பார்ப்பது என்று கேட்டேன்.

அது பலருக்குச் சிக்கலாக இருந்தது. அந்த மாநாடு முடிந்தவுடன் ஒரு பெண் வந்து என்னோடு பேசினார். அவர் சொன்னார், நீங்கள் சொன்னதில் பல விஷயங்கள் இருக்கிறது. நாங்கள் அந்தத் தன்மையை வளர்த்தெடுக்கவில்லை என்று. இதற்குக் காரணம் என்னவென்று சொன்னால், அவர்கள் மதம்சார் மரபையும் கலாச்சாரம்சார் மரபையும், விளங்கிக் கொண்ட முறை. இதனால்தான் ஐரோப்பியப் பண்பாட்டுக்குள்ளேயே கம்யூனிசம், கம்யூனிஸ்ட் கட்சிகள் வளர்ந்த முறைகளில் நாம் பல வேறுபாடுகளைக் காண்கிறோம். இத்தாலிக் கம்யூனிஸ்ட் கட்சிக்கு ஒரு வளர்ந்த முறைமை இருக்கிறது. பிரெஞ்சுக் கட்சிக்கு ஒரு வளர்ந்த முறைமை இருக்கிறது. வித்தியாசமானது, நிச்சயம்

வித்தியாசமானது. அதற்குள்தான் ஒரு அல்தூசர் வரமுடியும். வெளிப்படையாகப் பேசமுடியும். இந்தப் பாரம்பரியம் ஏன் ரஸ்ய அரசில் இல்லாமல் போனது? அதற்கான காரணமாக நான் நம்புவது என்னவென்றால், அந்த அரசு அமைப்பு நிறுவனமயமாதல் தன்மை கொண்டுவிட்டது. அதுதான் அடிப்படை. எல்லாமே அப்படி நடந்து கொண்டு போகிறபோது அந்த நிறுவன இறுக்கமாதல், அது வந்தவுடன் யார் நமக்குச் சார்பாகப் பேசுகிறார்கள் என்பது முக்கியமாகிறதே தவிர, யார் நம்மைக் கேள்விக்கு உட்படுத்தவில்லையோ அவர் முக்கியமானவராகிறாரே தவிர, யார் அடிப்படைக் கேள்விகளைக் கிளப்புகிறார்களோ அவர்கள் முக்கியமாகப் படாமல் போகிறது.

• சோசலிசத்தின் வீழ்ச்சியைப் பற்றிப் பேசும்போது ஜனநாயக நிறுவனங்களைக் கட்டியமைப்பது தொடர்பான கேள்வி உடனே வருகிறது. ஜனநாயக நிறுவனங்களைக் கட்டுவதென்பது அரசியல் சுதந்திரத்துடனும் தனிநபருடைய பொருளியல் சுதந்திரத்துடனும் தொடர்புடைய விஷயம். இப்போது சோவியத் யூனியன், கிழக்கு ஐரோப்பிய நாடுகளின் வீழ்ச்சிக்குப் பிறகு ஒரு நவதாராளவாதத்தின் பாலான ஈர்ப்பு எல்லா இடதுசாரிகளுக்குமே வந்திருக்கிறது. உதாரணமாக, இலத்தீன் அமெரிக்க விடுதலை இயக்கங்கள் பெரும்பாலும் அந்த நவதாராளவாதத்தைத் தழுவிக் கொண்டிருக்கின்றன என்றுதான் பெரும்பாலான ஆய்வாளர்கள் எழுதுகிறார்கள். நவதாராளவாதம் அத்துடன் பின்நவீனத்துவம் தொடர்பான விவாதங்கள் வரும்போது ஒரு தனிநபருடைய அரசியல் பொருளியல் உரிமைகளோடு இந்த வித்தியாசங்கள் என்று சொல்லப்படுவதை அங்கீகரிப்பது என்று இணைத்துக் கொண்டால் ஒரு சாத்தியமான எதிர்காலத்துக்கான ஜனநாயக அமைப்பை உருவாக்க முடியும் என்பது போல் சொல்கிறார்கள்.

அடிப்படையில் இருந்து தொடங்க விரும்புகிறேன். என்னைப் பொறுத்தவரை சோசலிசத்தின் வீழ்ச்சி என்று நீங்கள் ஒரு சொல்லைப் பாவிக்கிறீர்கள்தானே, அதை நான் எப்படிச் சொல்வேன் என்றால், சோசலிசப் பரீட்சார்த்தங்களின் வீழ்ச்சி அல்லது சிதைவு. இதை நான் சோசலிசத்தின் வீழ்ச்சி என்று எடுத்துக் கொள்வதற்கு இன்னும் தயாராகவில்லை. அந்த சோவியத் அனுபவம் என்பது சோவியத் சோதனையும் அதில் ஏற்பட்ட பிரச்சினைகளும் மட்டும்தான் சோசலிசம் என்று அல்ல. பிற்காலத்தில் என்ன ஆகிவிட்டது என்று சொன்னால், சோவியத் சோதனை முயற்சியில் காணப்பட்ட அம்சங்கள் அத்தனையும் சோசலிசத்தின் அம்சங்களாக எடுக்கப்பட்டன. அதை நான்

வன்மையாக எதிர்க்கிறேன். சோவியத் நாட்டில் ஏற்பட்ட மாற்றங்கள், சோவியத் நாட்டில் ஏற்பட்ட மாற்றங்களுக்கான மார்க்சிய நிலைப்பட்ட காரணங்கள் — இவற்றுக்கு நான் திரும்பத் திரும்பப் போக விரும்புவதற்கான காரணம் — அரசியல். அரசியல்—பொருளாதாரப் பிரச்சினைகள், அங்கு நடந்த சோசலிச முகாமைத்துவம், சோசலிச அரசு நிர்வாக முறை, அதில் இருந்த பிரச்சினைதான்.

இது எந்தளவிற்கு அடிப்படையான வாதத்தைப் பிரச்சினையாக்குகிறது என்பது இன்னொரு கேள்வி. சீனாவிலும் அந்தப் பிரச்சினை ஏற்பட்டிருக்கிறது. அது இன்னொரு விதமான பிரச்சினை. அது முற்றிலும் இன்னொரு பண்பாட்டுச் சூழலில் ஏற்பட்டது. சரியோ பிழையோ, இதற்குள் தாக்குப்பிடித்துக் கொண்டிருக்கிற கியூப சோசலிசம், கியூப சோதனை என்று ஒன்று இருக்கிறது. கிழக்கு ஐரோப்பிய அனுபவங்கள், அதனால் ஏற்பட்ட சிதைவுகள் எல்லாம் இருக்கின்றன. இவை எல்லாம் ஒருபுறம் இருக்க, இந்தியாவில் ஒரு பாராளுமன்ற ஜனநாயக அமைப்புக்குள் மிகத் திரிபுபட்ட அல்லது மிகவும் வேறுபட்ட சூழலில் வங்காளத்தில் ஒரு மார்க்சிஸ்ட் கட்சி ஆட்சி இருக்கிறது. இருபது இருபத்தைந்து வருடங்களாக இருக்கிறது. கேரளாவில் அதைச் செய்ய முடிகிறது. சோசலிசத்தைப் பற்றிய நமது பார்வை இவை எல்லாவற்றையும் உள்ளடக்க வேண்டும்.

சோசலிசத்தின் எதிர்காலம் பற்றிய நடைமுறைகள், அதன் சோதனை அம்சங்கள் எல்லாவற்றையும் பார்க்க வேண்டும். கியூப சோதனை ஒரு புறம், ஜோதிபாசுவின் வங்க மாதிரி இன்னொரு புறம், ஈ.எம்.எஸ். நம்பூதிரிபாட் முன்னெடுத்த கேரள மாதிரி இன்னொரு புறம் என இவையனைத்தும் முக்கியமான சோதனை முயற்சிகள். இவை மட்டுமே பூரண கம்யூனிசம் அல்ல. இவை முக்கியமான சோதனை முயற்சிகள். அப்படி எடுத்துப் பார்க்கிற போது, இந்த மார்க்சியப் பொருளாதார முறைமைகளை நடைமுறைப்படுத்துவதில் ஏற்பட்ட சில சிக்கல்கள் நமக்குத் தெரியவரும். நவதாராளவாதப் போக்கு என்று சொல்லப்படும் முறைமை நமக்குத் தெரியவரும் நம்மைப் பழையபடி, நான் நம்புகிறேன், இந்த விவாதங்கள் எல்லாவற்றுக்குள்ளும் விடுபட்டுப் போயிருக்கும் ஒரு மார்க்சியச் சிந்தனையாளரிடம் எங்களைக் கொண்டு செல்ல வேண்டும். அவருடைய சிந்தனையை அனுதாபத்தோடு முன்னர் எந்தக் காலத்திலும் பார்க்காதவன் என்ற வகையில் நான் சொல்கிறேன், அவர் ட்ராட்ஸ்கி. நாம் ட்ராட்ஸ்கியிசத்தை இப்போது மிகவும் ஆழமாகப் பார்க்கவேண்டும்

என்று நினைக்கிறேன். நிரந்தரப் புரட்சி என்னும் கருத்தாக்கம் — அந்த விஷயத்தை நாம் கொஞ்சம் ஆழமாகப் பார்க்க வேண்டும். இப்போது கலாச்சாரம் பற்றியும் இலக்கியம் பற்றியும் ட்ராட்ஸ்கி சொன்ன விஷயங்களை இன்னும் கொஞ்சம் ஆழமாகப் பார்க்க வேண்டும் போல இருக்கிறது.

இதனால்தான் நான் சொல்கிறேன், சோவியத் அரசின் வளர்ச்சியினுடைய ஒரு பலிகடாவாக, முதல் பலிகடாவாக ட்ராட்ஸ்கி போய்விடுகிறார். சரியா? ஆக, இவற்றினூடாக நாம் வளருகிற தன்மையைக் காண்கிறோம். இப்போது நீங்கள் சொல்லும் இந்த நவதாராளவாதம் என்பது ஐரோப்பியச் சூழலில்தான் பேசப்படுகிறது. இந்த நவதாராளவாதம் மூன்றாம் உலக நாடுகள், அல்லது சீனா தவிர்த்த ஆசிய நாடுகளில் எந்த அளவுக்குப் பொருத்தமானது என்பது இன்னொரு விஷயம். அது பற்றி நாம் மிக நுணுக்கமாக ஆராய வேண்டிய தேவை இன்னும் இருக்கிறதென்றுதான் நான் நினைக்கிறேன்.

அடிப்படையான முதலாளித்துவத்தின் தன்மை அறுபதுகளின் பின்னால் உருத்தெரியாமல் மாறியது, முற்றுமுழுக்காக மாறியது. ஏர்னஸ்ட் மேன்ட்டல் (Ernest Mandel) வளர்ச்சியடைந்த முதலாளித்துவம் அல்லது பிற்கால முதலாளித்துவம் என்னும் வாதத்தை வளர்த்தெடுக்கிறார். அவருடைய விவாதத்தில் சோவியத் எதிர்பார்ப்புகள் குறித்த மாதிரிகள் அல்லது அரசுகளின் வீழ்ச்சி குறித்தும் அவர் பேசியிருக்கிறார். நாம் அதைத் தவறாக இணைத்துக் கொண்டோம். முதலாளித்துவத்தின் உள்ளுறை சக்தியை நாம் புரிந்து கொள்ளவில்லை. அதனுடைய சாத்தியப்பாடுகளை, அதனுடைய ஆற்றல்களை நாம் புரிந்து கொள்ளவில்லை. சரிதானே? அந்த முதலாளித்துவம் மார்க்சியத்தினுடைய சில முக்கியமான அம்சங்களை உள்வாங்கித் தன்னை நிலைப்படுத்திக் கொண்டுவிட்டது. இப்போது வர்க்கம் என்று பார்க்கிறபோது, ஒரு நெருக்கடி வருகிறபோது பாருங்கள், நம்முடைய பழைய வரையறைகள் எல்லாம் சரியா என்று பார்க்க வேண்டும். அது அவசியம் என்று நான் கருதுகிறேன். அப்படிப் பார்க்கிற போதுதான் நாம் ஏற்கெனவே சில மார்க்சிய வகைத்திணைகளுக்குக் கொடுத்த வரையறைகள் எல்லாம் ஒரு காலச்சூழலில் கொடுத்த வரையறைகள்தான். ஒரு குறிப்பிட்ட அரசியல், பொருளாதார ஓட்டப் பின்னணியில் கொடுத்த வரையறைகள்தான். அதை எல்லாம் மாற்றிப் பார்க்க வேண்டியிருக்கிறது.

இன்றைக்குள்ள நவதாராளவாதம்கூட முதலாளித்துவத்தினுடைய தன்மைகள் காரணமாக மாறியிருக்கிறது. இப்போது ஓர்

ஒற்றைத்துருவ உலகு, ஒரு பெரிய கலாச்சாரத்தை முதன்மைப்படுத்திப் பார்க்கிற தன்மை — இதெல்லாம் முக்கியமாக இருக்கிறது. இந்தக் காலகட்டத்தில் மேலுக்கு வந்திருக்கிற அறிவுத்துறைகளைப் பாருங்கள், நிர்வாகத் துறை வந்திருக்கிறது, கலாச்சார ஆய்வுகள் வந்திருக்கின்றன. இவையெல்லாம் முக்கியமான விஷயங்கள். கடந்த பத்து இருபது வருடங்களுக்குள் நடந்த அறிவியல்துறை மாற்றங்கள் அல்லது அறிவுத்துறை மாற்றங்கள் என்றெல்லாம் பார்க்கிற பொழுதுதான் இந்த நவதாராளவாதம் என்று பார்க்கிற தன்மை ஐரோப்பிய மரபில் உண்டு. அதைப் பார்க்கிற முறைமை இல்லாததன் காரணமாக, ஐரோப்பாவின் கம்யூனிச வளர்ச்சிக்கு பாதகங்கள் ஏற்பட்டன என்பதும் உங்களுக்குத் தெரியும். அதனால்தான் அல்தூசர் போன்றவர்கள் எல்லாம் புதிய சிந்தனை முறைமைகளைத் தோற்றுவித்தார்கள். துரதிருஷ்டவசமாக, மார்க்சியத்துக்கு என்று இருக்கும் தர்க்கத்தை, மார்க்சியத் தர்க்கத்தை இடைக்காலத்தில் தவற விட்டுவிட்டோம். நாம் மறுபடி அந்தத் தர்க்கத்தை மீட்டெடுக்க வேண்டும்.

• நீங்கள் அல்தூஸர் என்று சொல்கிறபோது நினைவு வருகிறது, அவரைப் பற்றிச் சொல்கிறபோது சொல்வார்கள் மனித முகத்துடன் சோசலிசம் என்ற பிரச்சினை குறித்துத்தான் தனது எதிர்வாதங்களை அவர் முன்வைத்தார் என்று. கிழக்கு ஐரோப்பா மற்றும் பல்வேறு நாடுகளிலும் மூன்றாவது வர்க்கம் என்று சொல்லப்படும் அதிகார வர்க்கத்திற்கு எதிராக மனித முகத்துடன் ஒரு சோசலிசம் என்று அந்த அதிகாரப்போக்குக்கு எதிராகவும், அதே நேரத்தில் அதற்கும் ஸ்டாலினியத்துக்கும் இடையில் ஒரு பாதை போட முயன்றவர் என்று சொல்கிறார்கள். பெரும்பாலும் வன்முறை தொடர்பான விஷயங்களைப் பொருத்துதான் அவர் அந்த மாதிரி ஒரு கண்ணோட்டத்தைக் கொள்கிறார். அப்போது பார்த்தீர்கள் என்றால் சமூக மாற்றத்தில் வன்முறை, அதற்கடுத்து மனித காரணி.

மனிதக் காரணி வளர்ச்சி பற்றி மிக மிக ஆழமாகப் பார்க்கலாம் என்று நினைக்கிறேன். இதைக் கூட சிலர் சொல்லலாம், மானுடம் என்பது கூட காலத்துக்குக் காலம் வரையறை பண்ணப்படுகிற போது, எது மானுடம், எது மானுடம் இல்லை என்பது போல் வரையறை பண்ணப்படுகிற போது, மானுடம் என்பதில் வித்தியாசம் இருக்கும் என்று சொல்லலாம். இருந்தாலும் மனித உந்துதல் — இது எனக்குப் பிரதானமாகப்படுகிறது. உண்மையில் அல்தூசரோடு எனக்கு உள்ள பிரச்சினை என்னவென்றால், அந்த மனித உந்துதல்கள் எல்லாவற்றையும் அவர் கணக்கில் எடுத்துக் கொள்ளவில்லை

என்பதுதான். அப்படித்தான் சொல்வார்கள். ஆனால் அந்த ஐரோப்பியச் சிந்தனை மரபில் ஒரு முக்கியமான மாற்றத்தை அவர் ஏற்படுத்தினார். அதாவது அமைப்பியல் அடியாக வந்த அந்த மாற்றத்தை ஏற்படுத்தினார். இன்றைய காலகட்டத்தில் இந்த மனிதக் காரணி தொடர்பான விஷயங்கள் படிப்படியாகக் குறைந்து கொண்டு போகின்றன. ஒரு புரிந்துணர்வோடு தொழிற்படக்கூடிய சூழல் இல்லை என்பது ஏற்படுகின்ற போதுதான் வன்முறை ஒரு வழிமுறையாக வருகின்றது. அது ஏ—யிடம் மாத்திரமல்ல, பி—யிடமும் இல்லாமல் போகும் என்றால், இதனை எவ்வாறு கொண்டு வரலாம் என்பது கேள்வி. நான் நம்புகிறேன், இது ஒரு நிரந்தரமான மானுடப் பிரச்சினை. இந்த இடத்தில்தான் இந்தப் பண்பாடுகள் முக்கியமானவை. பண்பாடு என்பது எத்தனையோ காரணிகளால் தீர்மானிக்கப்படுகின்ற ஒன்று. அப்படி என்று ஒன்று இல்லை, அதை மிகைப்படுத்திப் பார்க்கக் கூடாது என்ற வாதமும் இருக்கிறது. அதை நான் ஏற்றுக் கொள்கிறேன். சுருக்கமாகச் சொன்னால், ஒரு நேர்கோட்டுவாதத்தை நான் ஏற்றுக்கொள்ளவில்லை. நேர்கோட்டுவாதத்தில் பார்க்க அது சிக்கற்பாடானது, சரிதானே? ஆனால் அதே நேரத்தில் நாம் கீறின கோடுகள் எல்லாம் ஒவ்வொரு திசையில் போய் ஆங்காங்கே நின்றுவிடுகின்றன என்று சொன்னால் அதனால் யாருக்கும் பயனில்லை.

அறிவின் ஒருமைப்பாடு முக்கியம். அப்போதுதான் மனித முயற்சிக்கே ஓர் இலக்கு இருக்கும். அந்த சிந்தனை மரபு வரவேண்டும். அப்போது நமக்கு என்ன தேவை என்றால், ஒரு ஹெகலுக்குப் பிறகு ஒரு மார்க்சு வந்தது மாதிரி மார்க்சுக்குப் பிறகு வரப்போகிற சிந்தனை என்ன, மார்க்சியத்தை உள்வாங்கி மார்க்சியத்தின் தளத்தில் நின்று கொண்டு உலக வளர்ச்சிகளை உள்வாங்கி வரப்போகிற சிந்தனை என்ன? மார்க்சுக்குப் பிறகு என்ன?

ஏனென்றால் இதெல்லாம் மதங்கள் மாதிரி இல்லை, அவருடைய சிந்தனை மரபு போய்விடுவதற்கு. மார்க்சுக்கு அப்பால் என்ன? மார்க்சு தன்னுடைய காலகட்டத்திற்கு ஏற்ப மிக முக்கியமான விஷயங்களைப் பற்றி ஆராய்ந்தார். ஆனால் நாம் அந்தத் தர்க்கத்தில் இருந்து அப்பால் கடந்து போகிறோம். கடந்து போகிறபோது அங்கே ஓர் உலகம் இருக்கிறது, ஒரு வளர்ச்சி இருக்கிறது. அதற்கு அப்பால் ஒரு பிரச்சினை இருக்கிறது. மார்க்சு சொன்னவை எல்லாம் சில இடங்களில் சரியாய் இருக்கிறது, சில இடங்களில் சரிவரவில்லை. சரியோ? நாம் மார்க்சை யுதாயா மரபில் உள்ள

ஒரு தீர்க்கதரிசியாகப் பார்க்கவில்லை. நோக்கம் கொண்ட, காரணகாரியத் தொடர்போடு விளக்குகிற அறிவுப்பூர்வமான ஒரு சிந்தனைப் பகுப்பாய்வாளர் என்கிற முறையில்தான் நாம் அவரைப் பார்க்கிறோம்.

இதற்கு மேல் நாம் பார்க்கப் போவது என்னவென்றால், ஒரு குறிப்பிட்ட எல்லைக்கு மேல் என்ன என்பதுதான். அந்த வளர்ச்சிநிலை இந்த விஷயங்கள் எல்லாவற்றையும் கணக்கெடுக்க வேண்டி வரப் போகிறது என்றுதான் நான் நினைக்கிறேன். ஆனால் இதற்குள் இன்னொரு விஷயம் இருக்கிறது. இப்போது பிரச்சினைகளின் அழுத்தங்கள் வெவ்வேறு. வித்தியாசங்கள் வேறானவை. இதில் உள்ள சோகம் என்னவென்றால், மாற்றத்தின் தன்மைகள் என்னவென்றால், நாம் சில இடங்களில் போய் மாட்டப்படுகிறோமோ என்கிற சந்தேகம் எனக்கு வருகிறது. ஏனென்றால் இந்த சிந்தனைப் போக்கு மரபுகளின்படி அடிப்படை மனித ஒற்றுமையை, ஒருமைப்பாட்டை வற்புறுத்துகிற நோக்குகளிலும் பார்க்க, அடிப்படை மனித வேற்றுமைகளை வலியுறுத்துகிற சிந்தனை மரபு ஒன்று இருக்கிறது.

- **அதாவது, பின்நவீனத்துவம் பற்றிச் சொல்கிறீர்கள்?**

அந்த வேற்றுமைகளை உணராமல் ஒருமைப்பாட்டைக் கட்டியெழுப்ப முடியாது என்ற அளவில் இது மிக முக்கியம். ஆனால் இந்த வேற்றுமைகள்தான் முக்கியம் என்று சொன்னால், ஒரு அடிப்படை ஒருமைப்பாடும் இல்லாமல் போய்விடும். அந்த அடிப்படை ஒருமைப்பாடு இருக்க வேண்டும் என்பதற்காக ஒரு நேர்கோடு போட்டுச் சொல்வதை நாம் எவ்வளவு எதிர்க்கிறோமோ, அதே போல் இந்தப் பன்முகப்பாடான பார்வைகள் ஒவ்வொன்றும், ஒவ்வொரு திசையில் செத்துப் போய்விடுகிறது என்றால், அதற்கு அப்பால் போக முடியாத பாதைகளாக மாறிவிடாமல் இவையெல்லாம் எங்கோ ஓர் இடத்தில் சந்திக்கிற புள்ளி இருக்க வேண்டும். பின்நவீனத்துவத்தில் நான் காண்பது அதுதான்.

- **உங்களுடைய பார்வையைத்தான் டெர்ரி ஈகிள்டனும் பகிர்ந்து கொள்கிறார்.**

உண்மையில் சொன்னால் நம்ப மாட்டார்கள். சொன்னால் நீங்கள் என்ன மாதிரி நினைக்கிறீர்களோ தெரியாது. மிகச் சமீபத்தில்தான் டெர்ரி ஈகிள்டனை இது சம்பந்தமாக வாசித்தேன். வாசித்த உடனே என்ன செய்வதென்றே எனக்குத் தெரியவில்லை. (ஆச்சரியப்படுகிறார்.) இது மார்க்சியத்தின் மீதான ஒரே விதமான விமர்சனத்தில் இருந்து வருகிறதென்று நான் நினைக்கிறேன்.

நான் அன்று இலண்டனில் இன்னொரு புத்தகம் பார்த்தேன். நான் எப்போதுமே கலைகளின் தன்மை பற்றி மார்க்சியக் கண்ணோட்டத்தில் பேசும்போது ரோஷனோவுடைய பார்வையை, அன்றைக்குத்தான் அவருடைய கருத்தைப் பார்த்தேன். எனக்கு அவரைப் பற்றி அதிகம் தெரியாது. யதார்த்தத்தை அறிதல் என்பது பற்றி அவர் எழுதியது, யதார்த்தத்தைப் பற்றிய நம்முடைய அறிக்கை. அதை நான் அடிக்கடி வகுப்புகளில்கூடச் சொல்வதுண்டு. அதனால் நான் நம்புகிறேன். மற்றது, ஒரு சிந்தனை முறைமை என்பது எனக்கு மாத்திரம் உரியதோ அல்லது இன்னொருவருக்கு மாத்திரம் உரியதோ அல்ல. இந்த விஷயத்தில் ஓடிக்கொண்டு போனால் எல்லோரும் சிந்திப்பார்கள் என்றுதான் நம்புகிறேன். பின்நவீனத்துவத்தில் எனக்குள்ள சிக்கல் இதுதான். என்னவென்று சொன்னால் அது அங்கே முடியப் போவதில்லை. அங்கேயும் வித்தியாசம் இருக்கும். அந்த வித்தியாசத்துக்குப் பிற்பாடு என்ன? அதற்கு அப்பால் என்ன? அதற்கு அப்பால் எங்கு போகிறோம்?

மார்க்சியத்தின் உள்தர்க்கத்தை நான் நம்புகிறேன். அந்தத் தர்க்கத்தை நான் ஏற்றுக் கொள்கிறேன். அப்படிப் பார்க்கிறபொழுது புதிய வளர்ச்சி ஒன்று வரும். உண்மையில் இதை நாம் காணவே செய்கிறோம். பதினெட்டாம் நூற்றாண்டில் ஒரு பகுத்தறிவு. பத்தொன்பதாம் நூற்றாண்டில் வேறு மாதிரி ஒரு பகுத்தறிவு வந்து அதை எல்லாம் மறுதலித்தது. மதம் என்பதே இல்லை என்றது. அப்போதுதான் பொருள்முதல்வாதம் என்ற வாதம் வந்தது. நாம் பொருள்முதல்வாதத்தை ஏற்றுக் கொண்டோம். ஆனால் அதற்குள் உள்ள ஸ்பிரிச்சுவலிசம் என்பதற்குத் தமிழில் இன்னும் ஒரு சொல்லே இல்லை, அது தெரியுமா? சொன்னால் ஆன்மிகவாதம் என்றுதான் சொல்ல வேண்டும். அப்படிச் சொல்லக்கூடாது. இதற்காக நான் 'உயிர்ப்புநிலை' என்றுகூட ஒரு சொல்லை வைத்திருக்கிறேன். நான் பயன்படுத்துகிற சொல் உயிர்ப்புநிலைதான். ஸ்பிரிச்சுவலிசம் என்று நான் மொழிபெயர்ப்பது அவர்களுடைய உயிர்ப்புநிலை, உயிர்நிலை. அந்த உயிர்ப்புநிலைதான் நமக்கு முக்கியம். அது ஆன்மிகமாக இருக்கலாம், அல்லது ஆன்மிகமாக இல்லாமல் இருக்கலாம். அது நமது சித்தர் மரபில் இருந்தது. அவன் கோயிலை நிராகரித்தான். ஆனால் அவனுக்குள்ளே ஓர் உயிர்ப்புநிலை இருந்தது. இந்த மாதிரிப் பார்க்கிறபொழுதுதான் உயிர்ப்புநிலை நமக்கு மிகவும் முக்கியமானதாகிறது. அதனால் பின்நவீனத்துவத்தில் உள்ள மிக முக்கியமான பிரச்சினை என்னவென்று சொன்னால், அது இதற்கு அப்பால் செல்ல வேண்டும். ஒவ்வொரு காலகட்டத்திலும் அந்தச் சிந்தனை மரபுகள் மாறிக்கொண்டு வரும். அப்படித்தான் நான் நம்புகிறேன்.

• இப்போது இன்னொரு விவாதம் இருக்கிறது. கெடுபிடிப் போர் காலகட்டத்தில் இருந்த முக்கியமான உரையாடல் என்னவென்றால், அந்தக் காலகட்டத்தில் சோசலிசம், கம்யூனிசம் என்ற முரண்பாட்டை வைத்துக் கொண்டு ஏகாதிபத்தியம் தன்னுடைய செய்திகளை நியாயப்படுத்திக் கொண்டிருந்தது. ஆனால் அதே சமயத்தில் உரையாடல் ஒன்று அப்போது இருந்தது. என்னவென்று கேட்டால், மனித உரிமை என்ற உரையாடல். அப்போது சோசலிசத்தின் மீது வைக்கப்பட்ட முதன்மையான குற்றச்சாட்டு என்னவென்றால், சோசலிச சமூகம் மனித உரிமை அற்ற சமூகம் என்ற மாதிரித்தான். அதற்குப் பிறகு இப்போது பார்த்தீர்கள் என்றால், இந்த மனித உரிமைப் பிரச்சினையை நாம் கையில் எடுத்து, அதாவது உண்மையிலேயே மனித உரிமையின் மேல் அக்கறை உள்ளவர்கள் கையில் எடுத்து ஏகாதிபத்தியத்துக்கு எதிராக இதைப் பாவிக்க முடியும் என்ற ஒரு சூழல் இப்போது உருவாகி வருகிறது. சிலி சர்வாதிகாரி பினோஷேயை நினைத்துப் பார்க்கிறேன். பத்து வருடங்களுக்கு முன்னால் இதைப் போல் கோர்ட்டில் கொண்டு வந்து நிறுத்தி விசாரணை செய்வதே கடினமாக இருந்திருக்கும். இவர்கள் அவரைக் காப்பாற்றினார்கள் என்பது வேறு விஷயம். ஆனால் தொடர்ந்து போராடக் கூடியதாய் இருக்கிறது. அவர்களை முகம் கிழிக்கக் கூடியதாய் இருக்கிறது. அதனால் இந்த உரையாடலில் நாம் என்ன மாதிரி நடைமுறையை மேற்கொள்ளலாம் என்பது ஒன்று. மற்றது உண்மையிலேயே மனித உரிமை அக்கறையை சோசலிஸ்டுகள் என்று நம்பிக் கொள்கிறவர்களும் புரட்சிகர சமூகத்தை நம்பிக் கொள்கிறவர்களும் என்ன மாதிரிப் பார்க்கலாம் என்று நினைக்கிறீர்கள்?

நான் சொல்கிற மாதிரி சோசலிசம் இந்த உயிர்ப்போடு உண்மையில் போயிருந்தால் சில பிரச்சினைகள் ஏற்பட்டிருக்காது. இரண்டு பிரச்சினைகளை நான் அடிக்கடி நினைப்பதுண்டு. ஒன்று கிழக்கு நாடுகளில் அதிகம் உணரப்படாத, மேற்கு நாடுகளில் மிகவும் உணரப்படுகிற, ஆனால் உலகம் முழுவதற்கும் பொதுவான சூழல் பிரச்சினை. மற்றது மனித உரிமைப் பிரச்சினை.

சோசலிச அரசு சரியான முறையில் வளர்ந்திருக்குமேயானால் இதெல்லாம் சோசலிச அரசின் கருத்தாக்கங்களாக இருந்திருக்கும். அந்த வளர்ச்சி சரியில்லாதபடியால், அந்த வளர்ச்சியில் ஊறு ஏற்பட்டதன் காரணமாக, இன்று 'சூழலியல்' என்பது தனி அரசியலாக ஆகிவிட்டது. அரசியலோடு சம்பந்தப்படாத ஆனால் அரசியலுக்கு உள்ளுக்குள் நிற்கிற ஒரு விஷயமாகப் போய்விட்டது. அரசியல் கருத்துநிலை எல்லாம் அவர்களுக்கு முக்கியமில்லை

என்கிறது. ஆனால் இது மிகப்பெரிய அரசியல் பிரச்சினை. அது மாதிரித்தான் நாம் ஜனநாயகத்தைச் சரியாகப் பேசியிருந்தால், சரியாக நடைமுறைப்படுத்தி இருந்தால், மனித உரிமை என்பது ஜனநாயகத்தின் அம்சமாக ஆகியிருக்கும். அந்த ஜனநாயகம் என்னும் கருத்தாக்கம் சரியாகத் தொழிற்பட்டிருக்கும் என்றால் மனித உரிமை அதற்குள் வந்திருக்கும். மனித உரிமைப் பிரச்சினை எப்போதெல்லாம் வருகிறது என்று சொன்னால், வெறும் அரசியல் ஜனநாயகம் சமூக ஜனநாயகமாக மாறாத போது.

நாம் மிகப் பெரிய தவறு செய்தோம். பெயரளவில்தான் நாம் ஜனநாயகவாதிகள். போல்ஷிவிக் என்று பெயர் வைத்தோம். அந்த சமூக ஜனநாயகத்துக்குப் போய் இருந்தால்... இப்போது என்ன ஆயிற்று என்றால் முதலாளித்துவம் வளர்ந்த நாடுகளில் ஜனநாயகம் வேறு மனித உரிமை வேறு. அது ஒரு சிறப்புத்துறை ஆகிவிட்டது. இதை முழுமையாகப் பார்க்க வேண்டிய தேவை ஒன்று இருக்கிறது. இந்த மானுடப் பிரச்சினைகள் அன்றாட வாழ்வியல் பிரச்சினைகளில் உள்ளடக்குகிற வகையில் பார்க்க வேண்டிய தேவை ஏற்படுகின்றது. அப்படி இல்லை என்று சொன்னால் இப்படித்தான் பார்க்க வேண்டும். சூழலியல் வேறு மனித உரிமை வேறு, இது வேறு, அது வேறு என்று சரிபார்க்க வேண்டியிருக்கும். சரிதானே? நாங்கள் இந்த அரசியலுக்கு மாத்திரம் விடுதலை என்று சொன்னோம். சுதந்திரத்துக்கு மாத்திரம் விடுதலை என்று சொன்னோம். அந்த விடுதலை என்று சொல்கிறபோது சில நாடுகளில் அது எந்த மதங்களை நாம் கண்டித்துக் கொண்டிருந்தோமோ அந்த மதங்களே அதற்குக் காரணமாயின. விடுதலை இறையியல்... ஐம்பதுகளில் இருந்த கம்யூனிஸ்டுகள் என்றைக்காவது திரும்பி வந்தால், கத்தோலிக்க சர்ச்சுகளுக்குள் விடுதலை இறையியல் இருக்கிறதென்று சொன்னால் நம்பவே மாட்டார்கள். ஆனால் இன்றைக்கு கத்தோலிக்க சர்ச்சுகளுக்குள்ளேயே ஒரு பெரிய அரசியல் புரட்சி ஏற்படலாம், இலத்தீன் அமெரிக்க நாடுகளின் பண்பாட்டுப்படி. இந்த மனித உரிமை என்று பேசுவதெல்லாம் இப்போது இந்த மாதிரி பிரித்துப் பார்க்கிற இந்த சிறப்புத்துறைப் பார்வைதான். இந்த அதீத சிறப்புத்துறைப் பார்வையெல்லாம் நாம் ஜனநாயகம் பற்றி கொண்டிருந்த, வளர்த்துக் கொண்ட முறைமை பற்றியது. காரணம் என்னவென்றால் அந்த அமைப்புமுறை. அந்த அமைப்பு இறுக்கமான அமைப்பு. அதுதான் அங்கு அடிப்படையானது. அதாவது 'டெமாக்ரட்டுகள்' வந்தால் என்ன, 'ரிபப்ளிகன்கள்' வந்தால் என்ன, அடிப்படையில் அமைப்பு மாறாது. இப்போது நமக்குப் புரிகிறது, லேபர் கட்சி பதிமூன்று வருடங்கள் கழித்து

வந்தாலும்கூட சில விஷயங்களை மாற்றுவது கடினம் என்று. அது நமக்குப் புரிகிறது. அப்போது நம்மை அறியாமல் இந்த உண்மைகளை நாம் மறந்துவிடக் கூடாது. இதில் முழுமையாக முதலாளித்துவத்தின் தன்மைகள் வேறு வகையில் மாறிவிட்டிருக்கின்றன என்பதையும் பார்க்க வேண்டும். முன்பெல்லாம் ஏகாதிபத்தியத்தை ஒரு நாட்டோடு நாம் இணைத்துப் பார்க்க முடிந்தது. இன்றைக்கு ஏகாதிபத்தியத்தை ஒரு நாட்டோடு சேர்த்துப் பார்க்க இயலாது.

• உலகமயமான முதலாளித்துவம் என்று மிகவும் நாகரிகமான வார்த்தையாக ஆகியிருக்கிறது.

ஆமாம், மிகவும் நாகரிகமான வார்த்தை. உலகக் கிராமம் என்று சொல்கிறார்கள். இவையெல்லாம் சிக்கலானவை. அப்படிப் பார்க்கும்போது இதற்குள் இன்னொரு பாய்ச்சல் இருக்கிறது. சிருஷ்டிபூர்வமான பாய்ச்சல் ஒன்று தயாராகிக் கொண்டிருக்கிறது. நாம் அதற்குத் தயாராகிக் கொள்ள வேண்டும்.

• இந்த விமர்சனங்களில் இருந்து மேற்கு ஐரோப்பிய நாடுகளில் மார்க்சிய லெனினிய மறுமலர்ச்சி என்பது போல வளர்ச்சிப்போக்கு ஒன்று பெரும்பாலான சிந்தனையாளர்கள் மத்தியில் ஏற்பட்டுக் கொண்டிருக்கிறது. உதாரணமாக, பின்நவீனத்துவத்தை வளர்ச்சியடைந்த முதலாளித்துவச் சமூகத்தின் தர்க்கத்துக்குள் வைத்து விளக்கும் போக்கு இருக்கிறது.

ஆமாம், பிரெடெரிக் ஜேம்ஸன் எல்லாம் அப்படிச் செய்திருக்கிறார்கள்.

• அதே போல, தேசிய இனப் பிரச்சினை சம்பந்தமாக, அயர்லாந்துப் பிரச்சினை சம்பந்தமாக டெர்ரி ஈகிள்டன் ஆக்கப்பூர்வமான பார்வையை முன்வைக்கிறார். பெண்நிலைவாதம் தொடர்பாக நிறைய விஷயங்களை சோசலிஸ்ட் பெண்நிலைவாதம் என்று நமது ஷீலா ரௌபோத்தம் முதலியவர்கள் செய்திருக்கிறார்கள். ஆனால் இந்த மாதிரி ஒரு மறுபரிசீலனை நமது நாடுகளில், அதாவது இந்த வித்தியாசங்களை அங்கீகரிப்பது, அதிலிருந்து ஒற்றுமையை உருவாக்குவது, குறைந்தபட்சம் கட்சிக்குள்ளாக ஜனநாயக நடைமுறைகளைக் கொண்டுவருவது, மனித உரிமை அக்கறைகளை ஏற்படுத்திக் கொள்வது என்பது போல மூன்றாம் உலக நாடுகளில் இருக்கும் மார்க்சிய லெனினிய இயக்கங்கள், கம்யூனிஸ்ட் கட்சிகள், புரட்சிகர இயக்கங்கள் இவற்றில் ஆசியாவில் இந்த அனுபவங்களைச் சுவீகரித்துக் கொண்டிருப்பதாக நினைக்கிறீர்களா?

ஆசியாவில் சோசலிச அனுபவ வளர்ச்சியில் நாம் சோசலிசத்துக்கு

அறிமுகப்படுத்தப்பட்ட முறைமை ஒன்று இருக்கிறது. காலனியச் சூழலில்தான் அவை நமக்கு அறிமுகமாயின. தத்துவார்த்தரீதியாகப் பார்க்கிறபோது, அதைச் செய்தவர்கள் அந்தந்த நாட்டினுடைய அசைவியக்கம் பற்றிய சகல அறிவோடும் அதனைச் செய்தவர்கள் அல்லர்.

இதன் காரணமாக நாம் பல விஷயங்களை உணராத ஒரு நிலையில் இருந்திருக்கிறோம். அதன்பிறகு ஐம்பது, அறுபதுகளுக்குப் பிறகு சோவியத் ரசியா, சீனா என்று இந்தப் பெருங்குடைகளின் கீழ் அந்த மரபுகளுக்கு உள்ளாக கம்யூனிசம் வளர்ந்து கொண்டு போகிற ஒரு சிந்தனை முறைமை ஒன்று இருந்தது. இதனால் அந்த உள்ளார்ந்த வளர்ச்சி மிகக் குறைவு.

உண்மையிலேயே வங்காளத்தில், கேரளாவில் அப்படித்தான் இருக்கிறது. தமிழ்நாட்டில் ப. ஜீவானந்தம் ஒரு வெளிச்சக்கீற்று மாதிரி வந்துவிட்டுப் போனார். நான் அடிக்கடி சொல்வது என்னவென்றால், ஜீவானந்தம் எங்கே விட்டாரோ அங்கே தொடங்க வேண்டும். அப்படித்தான் எனக்குத் தோன்றுகிறது. அதாவது, ஜீவானந்தத்தை மறுபரிசீலனை பண்ண வேண்டும் போல் இருக்கிறது. ஜீவா வாழ்ந்த அந்தக் காலத்தில் அவர் செய்த எல்லாவற்றையும் அப்போதிருந்த கம்யூனிஸ்ட் கட்சிக்காரர்கள் ஏற்றுக்கொண்டது கிடையாது. அவரைக் கிண்டல் பண்ணிக்கூடச் சில பேர் சொல்வார்கள்.

நமது மரபு, அதில் ஒரு ஜனநாயகத்தைக் காணுதல், அதனை வளர்த்தெடுத்தல் என்கிற ஒன்றில் அந்த வித்தியாசங்கள், பேசப்படாத வித்தியாசங்கள் என்பவற்றை இப்போது நாம் சற்றுக் கவனமாகப் பார்க்க வேண்டும். அதற்காகத்தான் சில சிந்தனையாளர்கள் மேலெழுந்தவாரியான வரலாறு வேண்டாம், கீழ்நிலை ஆய்வுகள் வேண்டும் என்று சொன்னார்கள். அவர்கள் இந்தக் கீழ்நிலை ஆய்வுகள் என்கிற சிந்தனையையே கிராம்சி போன்றவர்களிடம்தான் எடுக்கிறார்கள். அது பின்நவீனத்துவ சிந்தனை அல்ல. சரிதானே?

மற்றொன்று நமது மேல்நிலைப்பட்ட சமூகம். நமது உலகம் என்பது உயர்ந்தோர் மாற்றே. அதுதான் தொல்காப்பியம். கீழ்நிலையில் உள்ளவர்கள் பற்றி நாம் யோசிப்பதே இல்லை. மேல்நிலையில் உள்ளதை வைத்துக் கொண்டே நமது பெறுமானங்கள் அனைத்தையும் வளர்த்து விட்டோம். நாம் இதை மீள்பரிசோதனை செய்யவேண்டும். நமக்கு ஓர் அடிப்படையான வரலாறு வேண்டும். நல்ல வரலாற்றுச் சிந்தனை வேண்டும்.

● கிராம்சியின் கலாச்சார மேலாண்மை கருத்தாக்கத்தை வைத்து மேற்கில் நிறைய ஆய்வுகள் வந்திருக்கின்றன. கீழ்நிலைப் பிரிவினர், அவர்களது கலாச்சாரம், அவர்களின் அரசியல் இயக்கத்தைக் கட்டியெழுப்புவது எல்லாம் இந்த வெகுஜன கலாச்சார ஆய்வுகளில் முக்கியமான விஷயங்களாக இருக்கின்றன. வெகுஜனக் கலாச்சாரம் தொடர்பாகப் பார்த்தால், தமிழில் கலாச்சார ஆய்வுகள் பண்ணப்படவில்லை. உதாரணமாக, வெகுஜனக் கலாச்சாரத்தில் சினிமா மிக முக்கியமான ஊடகம். இது குறித்து வெங்கட்சாமிநாதன் இப்போது எழுதுகிறார். எம்.ஜி.ஆர். என்கிற பிரச்சினை பற்றி மார்க்சிய நோக்கிலிருந்து ஒன்றும் வரவில்லை. அதாவது கிராம்சியின் அணுகுமுறைகள் உண்மையிலேயே நமது நாடுகளில் பொருத்தப்பட வேண்டியது என்பது வெகுஜனக் கலாச்சாரம் சம்பந்தமானது என்றுதான் நான் நினைக்கிறேன்.

ஆம், வெகுஜனக் கலாச்சாரம் சம்பந்தமாக ஆய்வுகள் அதிகம் பேர் செய்யவில்லை. இந்த நேரங்களில் எல்லாம் நாங்கள் செய்தோம் என்று சொல்ல மனதுக்குக் கஷ்டமாக இருக்கிறது.

எம்.ஜி.ஆர். பற்றி 81இல் நான் செய்த ஆய்வு தொடர்புகொள்ளுதல் என்னும் அடிப்படையிலானது. சினிமாவைப் பற்றி சில நிகழ்ச்சிகளை எடுத்துக் கொள்வோம். வெகுஜனக் கலாச்சாரத்தைப் பார்க்கிற தன்மை இல்லை. எங்களுக்கு என்னவென்று சொன்னால், தமிழில் தமிழ் இலக்கியம் என்று சொன்னால் தொல்காப்பியம் இவற்றோடுதான். தொல்காப்பியம் முக்கியம்தான். அதற்காகத் தொல்காப்பியத்தைச் சொல்லவில்லை. நாங்கள் நவீனத்துவத்துக்கு முந்தையதைத்தான் வற்புறுத்தினோம். மேலும் நவீனத்துவத்திலும் இந்த மாதிரியான விஷயங்களை, வெகுஜனக் கலாச்சாரத்தை வலியுறுத்துவதில்லை. அண்மையில் இந்த வெகுஜனக் கலாச்சாரத்தை வலியுறுத்திப் பார்க்கிற போக்கு ஒன்று காணப்படுகிறது. அது தமிழ்நாட்டில் நிறையக் காணப்படுகிறது. இலங்கையில் இன்னும் வரவில்லை. அவர்கள் இந்த வெகுஜனக் கலாச்சாரத்தைக் கோட்பாட்டு அடிப்படையில் பார்ப்பது இல்லை. ஆனால் கோட்பாட்டு அடிப்படை படிப்படியாக வரும். இப்போது அரசு செய்திருக்கும் கானாப் பாடல்கள் பற்றிய ஓர் ஆராய்ச்சி. இசையியல் பற்றி வருகிற ஆராய்ச்சி. ஆனால் சினிமாவை அவர்கள் பார்க்கிற முறைமையில் பிரச்சினைகள் இருக்கின்றன. அதை நான் ஒப்புக்கொள்கிறேன். உதாரணமாக, இந்த வெகுஜனக் கலாச்சார நிலைப்பாட்டிலிருந்து பார்க்கவேண்டிய தேவை நிறைய அங்கு உண்டு. ஆனால் சினிமாவைப் பற்றி எல்லாம் அப்படிப்

பார்க்கவேண்டும். உண்மையில் ஒரு முறை நான் சொன்னேன். 'தமிழ்ச் சமூகமும் அதன் சினிமாவும்' என்ற என்னுடைய சின்ன உரை ஒன்றில் அதைத்தான் சொல்ல விரும்பினேன். இந்த மாதிரி பார்க்க வேண்டிய தேவை ஒன்று இருக்கிறது. நீங்கள் சொல்வது மிகச் சரி. வெகுஜனக் கலாச்சாரம் பற்றிய ஆய்வுகள் மிகக் குறைவு. ஏனென்றால் அதற்கும் காரணம் இருக்கிறது. நமது கலாச்சாரத்துக்குள்ளேயே வெகுஜனக் கலாச்சாரத்தை ஏற்றுக் கொள்ளாமல், அதுவாக ஏற்றுக் கொள்ளாமல் நாம் திரிபுபடுகிறோம். ஏன் தெரியுமா? நம்முடைய தமிழ்நாட்டுச் சூழலில் மூன்று நான்கு கலாச்சாரங்கள் இருக்கின்றன.

ஒன்று, மரபுரீதியான சமஸ்கிருதக் கலாச்சாரம். அது சமஸ்கிருதமயமான ஒரு நிலை. மற்றது ஒரு திராவிட, பகுத்தறிவு ரீதியிலான அணுகுமுறை... இந்தப் பகுத்தறிவு அணுகுமுறைக்கு ஊடாக வந்த சமஸ்கிருதமயமாதல் இதெல்லாம் சேர்ந்த ஒரு நிலை. இன்றைக்கு வள்ளலாரில் இவையெல்லாம் வந்து சந்திப்பது போல இருக்கிறது. சினிமாவுக்குள் வருகிறது, நாடகத்துக்குள் வருகிறது. இந்தக் கலாச்சாரங்கள் எல்லாம் தமிழ்நாட்டுக் கலாச்சாரத்தினுடைய பார்வைகளில் மிகச் சுவாரசியமாய் இருக்கின்றன.

அங்கே ஒரு புறத்தில் சமஸ்கிருதமயமாதல், ஒரு புறத்தில் பகுத்தறிவு மரபு, இன்னொரு புறத்தில் மேற்கத்திய கலாச்சாரம் — நீங்கள் சொல்வது போல மேற்கத்தியக் கலாச்சாரத்துக்குள் வரும் வெகுஜன மரபு. நான் அடிக்கடிச் சொல்வது, தமிழ்நாட்டில் எமது வெகுஜன மரபு குமுதத்தில் இருந்து ஆரம்பமாகிறது. படிப்பதற்காகவே படிப்பது... அதற்கு முன் ஏதோ ஒன்றென்றாலும் அது சுதந்திரத்துக்கான போராட்டமாகத்தான் இருந்திருக்கும். மணிக்கொடி கூட சுதந்திரத்துக்கான மணிக்கொடிதான். ஆனால் குமுதத்தைப் பொறுத்தளவில் எப்படி ஆகிவிடுகிறதென்றால், அது விற்பனைக்கான வாசிப்பு.

அப்புறம் இந்த நுகர்பொருள் கலாச்சாரத்தை நாம் பார்த்த முறைமை — ஒப்புக்கொள்ளத்தான் வேண்டும், சரியாகப் பார்க்கவில்லை என்று. அதைப் பரந்துபட்ட மரபோடு சேர்த்துப் பார்ப்பது, இந்த நுகர்பொருள் கலாச்சாரம் எப்படி நம்முடைய பெரும் பாரம்பரியம் என்பதை, எப்படிப் பயன்படுத்துவது என்பதைப் பார்ப்போம். சரிதானே? தமிழ்ச் சினிமாவில் கூட கல்யாணம் பண்ணும் வரை ஒரு வகையான உடை அணிவார்கள். பண்ணியவுடனே பெண்ணின் உடை மாறிவிடும். தாறுமாறாக ஆட்டம் ஆடுகிற பெண் கடைசியில் தாலியைப் பற்றிப் பேசுவாள்.

இதெல்லாம் சுவாரசியமாக இருக்கும் அதே வேளை, இதற்குள் கலாச்சார அஸ்திவாரம் ஒன்று இருக்கிறது.

• பொதுவாக இந்த யுகம் தேசியத்தின் யுகம் என்று சொல்வார்கள். தேசியத்துக்கும், கருத்தியலாக தேசியம் என்பதற்கும் வித்தியாசம் இருக்கிறதென்று சொல்கிறார்கள். தேசியம் என்பது ஒரு வரலாற்று வகைப்பட்ட நிலை என்று ஒப்புக் கொள்பவர்கள் கூட, தேசியத்தைக் கருத்தியலாகப் பார்க்கும்பொழுது, இதெல்லாம் நிறைய பாசிச அனுபவங்களைக் கொண்டிருக்கிறதென்று ஐரோப்பிய அனுபவங்களைக் கொண்டு சொல்வார்கள். அப்படிப் பார்க்க, மார்க்சியத்தின் வரலாற்றுத் தவறு தேசியத்தை அங்கீகரிக்காததுதான் என்று சொல்வார்கள். இப்படி எல்லாம் விவாதங்கள் இருக்கின்றன. இன்னும் பார்த்தால் பெனடிக்ட் ஆண்டர்ஸன் சொல்லும்போது கூட, 'தேசியம் ஒரு கற்பிதம்' என்கிறார். அதே வேளை, கற்பிதமாயினும் வரலாற்று ரீதியில் அது நிஜம் என்கிறார். இது சம்பந்தமாக நீங்கள் என்ன நினைக்கிறீர்கள்? தேசியம் சோசலிசத்துக்கான ஒரு மாற்று என்று நீங்கள் நினைக்கிறீர்களா? அல்லது தேசியம் வரலாற்று நிலை என்று நினைக்கிறீர்களா?

ஒவ்வொருவருக்கும் ஓர் அடையாளம் இருக்கிறது. மார்க்சியம் விட்ட மிகப் பெரிய தவறுகளில் ஒன்று என்னவென்று சொன்னால், இந்த வாழ்வியல் உண்மையை அது ஏற்றுக் கொள்ளாதது, அதற்கு அப்பால் போனது, தேசியத்துக்கு அப்பால் போனது. ஆனால் தேசியத்துக்கு ஐரோப்பியச் சூழலில் ஏற்பட்ட அதே அனுபவங்கள் திரும்ப வர வேண்டும் என்பது கூடாது. அதை நாம் தவிர்க்க வேண்டும். ஆனால் இந்த இனத்துவம், என்கிற சிந்தனை வந்ததற்கான வரலாற்றுப் பின்புலத்தையும் நாம் மறந்து போய்விடக் கூடாது. அமெரிக்க முதலாளித்துவமும், ஜெர்மன் முதலாளித்துவமும் அந்தந்தத் தொழிலாளர்களிடம் இருந்து அபரிமிதமான உழைப்பைப் பெறுவதற்காக அவர்களை அவர்களது சூழலில் பேணுவதற்காகத்தான் இந்த இனத்துவ உழைப்பு இனக்குழுக்கள் என்கிற கருத்து வந்தது. இன்றைக்கு இனத்துவத்தை நாம் ஒரு கொள்கையாக மாற்றிவிட்டோம். சரிதானே? அது இருக்கட்டும். அப்படி இருக்கிற பொழுது இந்த தேசம் என்பதில் இருந்து வருவது வேறு. இன்று நாம் தேசியத்துக்கு ஒரு புதிய வரைவிலக்கணம் கொடுக்க வேண்டும். அது ஓர் அடையாளம். ஒரு பண்பாட்டு அடையாளம். அந்தப் பண்பாட்டு அடையாளம் என்கிற வகையில் அதற்கு மிகுந்த முக்கியத்துவம் இருக்கிறது.

• இது வரலாற்றடிப்படையில் தற்காலிகமானது என்று நினைக்கிறீர்களா? சோசலிசம் என்பது ஒரு சமூக அமைப்பு என்று நாம் சொல்கிறோம், ஓர் இலட்சிய சமூகம் என்று சொல்கிறோம். அது மாதிரி தேசியம் என்பது வரலாற்றுரீதியிலான நிபந்தனைக்கு உட்பட்ட தற்காலிகம் என்று சொல்வீர்களா, அல்லது இது நிரந்தரம் என்று சொல்வீர்களா?

கருத்துநிலையாக வந்தபோது அதில் நிறையப் பிரச்சினைகள் ஏற்பட்டிருக்கின்றன. இப்பொழுதும் பல நாடுகளில் இந்தப் பிரச்சினை இருக்கிறது. ஆனால் அதில் உள்ள பிரச்சினை என்னவென்று சொன்னால், இது ஒரு வரலாற்றுப் பிரக்ஞை என்று சொல்வோம். ஒரு வரலாற்றுப் பிரக்ஞையைத் தருகின்ற ஒன்று. இந்த வரலாற்றுப் பிரக்ஞையை எவ்வாறு பயன்படுத்துவது என்பது மிக முக்கியம். அது ஜனநாயகத்தோடு செல்லுமேயானால், அது உண்மையான சோசலிசத்தோடு செல்லுமேயானால், அதாவது அது மனிதாபிமானத்தை விரும்புமேயானால், இந்தத் தேசியம் சர்வலோக மனிதனை ஏற்றுக் கொள்வதாக இருக்கும்.

• பெரும்பாலான பின்நவீனத்துவவாதிகள் தனித்தனித் துறைகள் சார்ந்து சிறப்புத் துறையாளர்களாகப் போய்விட்டார்கள் மனித உரிமை ஸ்பெஷலிஸ்ட், பெண்நிலைவாத ஸ்பெஷலிஸ்ட் என்று. ஆனால் ஐரோப்பிய நாடுகளில் ஒரு மாற்றம் நிகழ்ந்து கொண்டுள்ளது. நிறைய சித்தாந்திகள், அல்தூஸரை மொழிபெயர்த்த கிரிகொி இலியட் போன்றவர்கள் எல்லாம் சோசலிஸ்ட் தொழிலாளர் கட்சியுடன் சேர்ந்து கூட்டங்கள் ஏற்பாடு பண்ணக்கூடியதாக இருக்கிறது. சோசலிசம் பற்றி விமர்சனம் வைத்த புதிய இடதுசாரிகள் எல்லாம் இன்றைக்கு மக்கள் இயக்கங்களில் தொடர்புடைய இடதுசாரிக் கம்யூனிஸ்ட் இயக்கங்களோடு சேர்ந்து செயல்படும் சூழ்நிலை ஒன்று மேற்கில் உருவாகி இருக்கின்றது.

ஒன்று, அவர்கள் இந்த வெகுஜன இயக்கங்களின் அருகில் வந்திருக்கிறார்கள். மற்றது, கட்சி சார்ந்து நிறைய விஷயங்களை அங்கீகரித்து விமர்சனப்பூர்வமாக மாறி வந்துவிட்டார்கள். இப்படியான ஒரு சுயவிமர்சன உணர்வோடு நமது நாடுகளில் உள்ள கம்யூனிஸ்ட் கட்சிகள் வரும் என்று நீங்கள் நினைக்கிறீர்களா? மார்க்சியத்தினுடைய அல்லது சோசலிசத்தினுடைய எதிர்காலம் நமது நாடுகளில் எப்படி இருக்கும்?

வரவேண்டும் என்பது நான் அடிக்கடி வற்புறுத்திச் சொல்லும் விஷயங்களில் ஒன்று. இதை ஒரு சுவாரசியமான முரண்பாடு என்று நினைக்கிறீர்களா? நிறுவன ரீதியாக விமர்சனத்துக்கு

இடமுள்ள கட்சி கம்யூனிஸ்ட் கட்சிதான். ஆனால் அதைச் சரியாகப் பயன்படுத்தாமல் விட்டதும் நாம்தான். சரியா? உண்மையான ஒரு சுயவிமர்சனத்துக்கு, உண்மையான வரலாற்றுப் பிரக்ஞைக்கு நாம் நிச்சயமாக இடம் கொடுக்க வேண்டும். அது ஒரு புத்தாக்கம். டால்ஸ்டாய் சொல்கிற மாதிரி, அது ஓர் உயிர்த்தெழுதல். அது ஒரு புத்துயிர்ப்பு. மறுபிறப்பு அல்ல. புத்துயிர்ப்பு. இந்தப் புத்துயிர்ப்பு ஏற்பட வேண்டியது அவசியம். அதே நேரத்தில் நாம் நீண்ட காலத்திற்கு ஏற்ற வகையில் தன்மைகளை விளக்கிக் காட்ட வேண்டும். அப்போது நம்முடைய மார்க்சியம் பற்றிய வாசிப்பு மிகத் தெளிவானதாக பரந்துபட்டதாக அமைந்துவிடும். அதற்கான தலைமை வேண்டும்.

துரதிருஷ்டவசமாக என்ன ஏற்பட்டிருக்கிறது என்றால், பல பிரதேசங்களில் உள்ள அரசியற்சூழல்கள் இத்தகைய ஒரு தெளிவைத் தருவனவாக இல்லை. சரிதானே? அந்த வரலாற்றுத் தெளிவு சமூகத் தெளிவோடு இணைந்து போகிற போது இவற்றினூடாக ஒன்று வர வேண்டும். அதை நான் முற்றுமுழுதாக ஏற்கிறேன். நிச்சயமாக நம்முடைய கம்யூனிஸ்ட் கட்சிகள் இவற்றைச் செய்ய வேண்டியதாக இருக்கும். அதில் ஒன்று என்னவென்று சொன்னால், உண்மையில் நீங்கள் எங்கேயும் பார்க்கலாம், இதை அந்தந்த நாட்டு கம்யூனிஸ்ட் அறிவுஜீவிகள் செய்கிறார்கள். கம்யூனிஸ்ட் கட்சிகள் செய்யவில்லை. இந்தக் குறைபாட்டை நீங்கள் இந்தியாவில் உள்ள கம்யூனிஸ்ட் அறிவுஜீவிகள் மீது போட முடியாது கட்சிகள் மீது போடலாம். இலங்கையில் உள்ள கம்யூனிஸ்ட் கட்சியைச் சொல்லலாமே தவிர, அறிவுஜீவிகளைச் சொல்ல முடியாது மார்க்சிஸ்ட் அறிவுஜீவிகளைச் சொல்ல முடியாது.

ஆகவே அந்த அறிவுஜீவிகளுடைய பங்கேற்பைக் கட்சிகள் சரியாக விளங்கிக் கொள்ள வேண்டும். கட்சிகள் அவர்களுடைய பாத்திரங்களை விளங்காமல் நடந்து கொள்ளக் கூடாது. மார்க்ஸியத்தின் புத்துயிர்ப்பு அதற்குள்தான் தங்கி இருக்கிறது என்று நான் நினைக்கிறேன்.

தமிழன் என்று சொல்லக்கூடியவன் உலகளாவிய மனிதன்

ஞானி

● தமிழ்ச் சூழலில் சில விஷயங்களை நீங்கள் தொடர்ந்து வலியுறுத்தி வந்திருக்கிறீர்கள். எடுத்துக்காட்டாக, மதம் பற்றிய உங்களது பார்வை. உங்களுடைய புத்தகங்களில் மிகவும் முக்கியமானதாக நான் கருதுவது 'இந்திய வாழ்க்கையும் மார்க்சியமும்.' அந்தப் புத்தகத்துக்கான பொருத்தப்பாடு என்பது இன்றைக்கும் நிறையவே இருக்கிறது. நேர்மறையாகவும், எதிர்மறையாகவும் விமர்சனம் புரிய நிறைய இருக்கிறது. உங்களுடைய மற்றொரு முக்கியமான எழுத்து 'கலை இலக்கியம்: ஒரு தத்துவப் பார்வை' என்ற குறுநூல். அந்தக் காலத்தில் மிக முக்கியமான ஒரு புத்தகமாக அது இருந்தது. மேல்கட்டுமானம் அடிக்கட்டுமானம் குறித்த விஷயங்கள், கலாச்சாரம் மற்றும் கருத்தியல் போன்றவற்றில் பொருளாதாரம் நேரடியாகப் பாதிப்புச் செலுத்துவதில்லை என்பது போன்ற உங்களது வலியுறுத்தல்கள் அன்று முக்கியத்துவம் பெற்றவையாக இருந்தன. உங்களது வளர்ச்சியில் இப்போது ஏற்பட்டிருக்கும் ஒரு முக்கியமான பரிமாணமாக நான் பார்ப்பது 'தமிழ்த் தேசியம்' என்பது.

இந்தப் பேட்டியில் நான் உங்களிடம் கேட்க விரும்பும் முதல் கேள்வி 'இந்திய வாழ்க்கையும் மார்க்சியமும்' என்பது பற்றியதுதான். இன்றைக்கு நடந்து கொண்டிருக்கும் விவாதங்களோடு தொடர்புபடுத்தி அக்கேள்வி அமைகிறது. நமது வாழ்க்கையின் பிரச்சினைகளைத் தீர்ப்பதற்கு மார்க்சியம் அவசியமில்லை என்றால், அந்த மார்க்சியத்தை நாம் கைக்கொள்ளத் தேவையில்லை. நமது நெருக்கடிகளுக்குச் சில சிந்தனைகள் உதவும் என்றால் அவற்றை எடுத்துக் கொள்ளலாம். இல்லையென்றால் அவை நமக்குத் தேவையில்லை. நமது மரபிலிருந்தும், மாற்று வாழ்க்கை மரபினுடைய வேர்களிலிருந்தும் நமது வாழ்வை உருவாக்கிக் கொள்ள வேண்டும் என்பதை நீங்கள் வலியுறுத்தி வருகிறீர்கள். இந்திய வாழ்க்கை முறையிலிருந்துதான் சோசலிசம் அல்லது கம்யூனிசத்துக்கான வேர்களை நாம் இனம் கண்டு நமக்கான வளர்ச்சியை நோக்கிச் செல்ல முடியும் என்பதையும் வலியுறுத்தி

வருகிறீர்கள். அவ்வாறு பார்க்கும்போது, இன்று மிக முக்கியமான அரசியலாக இருப்பது இலக்கியம், கலாச்சாரம், அரசியல் என்று எல்லாவற்றிலும் ஏற்பட்டிருக்கும் தலித் பார்வைதான். இந்திய மரபு இரண்டாயிரம் ஆண்டுகால மரபு என்று வைத்துக் கொண்டால், தலித்துகளின் அறிவார்ந்த மரபு என்பது அம்பேத்கருக்குப் பிறகுதான் வளர்ந்து வந்திருக்கிறது. இன்னும் சொல்லப் போனால் அவர்களது இலக்கிய மரபு, காவிய மரபு என்பதெல்லாம் இனிதான் உருவாக்கப்பட வேண்டும். கடந்த எழுபத்தைந்து ஆண்டுகால மரபிலிருந்துதான் உருவாக்கப்பட வேண்டும். ஒப்பீட்டளவில், ஆஃப்ரோ அமெரிக்கக் கறுப்பின மக்களுக்கு இருநூறு ஆண்டுகால மரபு இருக்கிறது.

இந்திய மரபு என்பது சாதிய அமைப்பை அடிப்படையாகக் கொண்ட இந்துத்துவ மரபாகத்தான் இருந்திருக்கிறது. தலித்துகளின் முகத்தரவு என்பது இந்தியக் காவியங்களிலோ, கலைகளிலோ, சிந்தனை மரபுகளிலோ இல்லை. இத்தகைய இந்திய மரபிலிருந்து தேர்ந்து கொள்வதற்கு இந்திய வாழ்க்கைமுறையின் கடைக்கோடியில் உள்ள ஒடுக்கப்பட்ட மக்களுக்கு என்ன இருக்கிறதென்று நினைக்கிறீர்கள்?

என்னுடைய முதல் நூலான 'இந்திய வாழ்க்கையும் மார்க்சியமும்' பற்றிச் சொன்னீர்கள். அந்நூலுக்குத் தொடக்கத்தில் மருதமுத்து, செந்தில்நாதன் போன்றவர்களால் எதிர்மறையான விமர்சனங்கள் முன்வைக்கப்பட்டன. அன்று மார்க்சியத்தை உள்வாங்கிக் கொண்டவர்களுக்கு மதம் பற்றிய சரியான பார்வை கிடையாது. மதம் பற்றிய விரிவான பார்வை ஒரு மார்க்சியனுக்கு மிக மிக அவசியம். இதயமற்ற உலகின் இதயம் என்று மதம் குறித்து மார்க்ஸ் சொன்னது மிக முக்கியமானது என்பது என் கருத்து. தொடக்க காலத்தில் நான் 'இந்திய வாழ்க்கை' என்று பேசினேன். நாளடைவில் 'இந்திய வாழ்க்கை' என்ற சொற்றொடரே ஏற்புடையதாக இல்லாமல் போனது. இந்தியா என்ற பெயரே பின்னால் தரப்பட்டதாக இருந்தாலும், பொதுவாக 'இந்திய நாகரிகம்' என்ற சொற்றொடரை நாம் எடுத்துக் கொள்ளலாம்.

இந்தியாவுக்குரிய நிலப்பரப்பு இந்தியா எனப்படுவதற்கு முன்னால் என்னவாக இருந்தது என்பதெல்லாம் இப்போது அவசியம் என்று நான் நினைக்கவில்லை. இந்தியா என்ற நிலப்பரப்பு சிறிதோ பெரிதோ, எந்தளவு இருந்திருந்தாலும் கூட அதற்கு நீண்டகால மாபெரும் மரபு ஒன்று இருந்து வந்திருக்கிறது. வரலாற்றுச் சூழல்கள் மாறியிருக்கிறபடி மரபுகளும் மாறியிருக்கின்றன. இருந்தாலும் மரபு

என்று நாம் அடித்துச் சொல்லவேண்டிய முக்கியமான கூறுகள் இருக்கின்றன. இரண்டாவது, இந்திய வாழ்க்கையில் இந்திய நாகரிகம் என்று பார்க்கிறபோது, டாக்டர் இராதாகிருஷ்ணன், சுனிதிகுமார் சட்டர்ஜி முதலியவர்கள் எல்லாம் சொன்ன ஒரு கருத்து இந்த விஷயத்தை மிகவும் தெளிவுபடுத்துவதாக இருக்கிறது. இந்திய நாகரிகத்தின் மேலடுக்கு 'ஆரிய நாகரிகம்.' அந்த மேலடுக்கை நீக்கிவிட்டுப் பார்த்தால், உள்ளிருப்பது முழுவதும் 'திராவிட நாகரிகம்' என்று அவர்கள் சொல்கிறார்கள். இங்குள்ள வேளாண்மை, நீர்ப்பாசனத் திட்டங்கள், மருத்துவம், நகர அமைப்பு போன்றவை எல்லாம் திராவிடக் கூறுகளாகத்தான் இருந்திருக்கின்றன என்பது பலருடைய கருத்து. இது போன்ற ஏராளமான விஷயங்களை ஸ்லேட்டர் கூறுகிறார். ஆகவே திராவிட நாகரிகம்தான் இந்திய வாழ்க்கையில் நெடுங்காலமாக மிக அழுத்தமான கூறாக இருந்திருக்கிறது. பொதுவாக ஆரிய நாகரிகம், திராவிட நாகரிகம் என்பதையெல்லாம் குறிப்பிட்ட தேவைகளின் அடிப்படையில் நாம் வேறுபடுத்திப் பார்க்கிறோம். இப்படி வேறுபடுத்திப் பார்க்கும்போது, ஆரிய நாகரிகம் என்பதை மேலுலகச் சார்பு கொண்டது என்றும் திராவிட நாகரிகத்தை மனித வாழ்க்கை, நிலம், வேளாண்மை போன்றவற்றைச் சார்ந்தது என்றும் நாம் வேறுபடுத்தலாம். ஆரியருடைய தெய்வங்கள், வழிபாடுகள் போன்றவை வேள்விகளை அடிப்படையாகக் கொண்டவை. திராவிடர்களுடைய வழிபாடு கோயிலை அடிப்படையாகக் கொண்டது.

திராவிட நாகரிகத்தின் மிக முக்கியமான ஒரு கூறாக திருமுருகாற்றுப்படையில் இருந்து ஓர் அருமையான மேற்கோளை எடுத்துக் காட்டலாம். முருகன் என்பவன் எல்லா இடங்களிலும் இருக்கிறான். அறுபடை வீடுகள் என்று சொல்லிவிட்டு அவன் உயர்ந்த மலைகளில்தான் இருக்கிறான் என்று கூற முடியாது. ஒரு சாதாரண மரத்தடியில் இருந்து கொண்டு முருகனை நினைத்தால் அவன் ஓடி வருவான். அவன் அன்புமயமானவனாக இருக்கிறான் என்று திருமுருகாற்றுப்படையில் இருக்கிறது. இந்தக் கருத்தை நீங்கள் கவனித்துப் பார்த்தீர்கள் என்றால், சித்தர் இலக்கியத்தில் மட்டுமல்ல, சித்தர் இலக்கியத்துக்கு மிக முற்பட்ட திருமூலரிடம் இருந்து, திருக்குறளில் இருந்து இந்தக் கருத்தை நீங்கள் எடுக்கலாம். கடவுள் என்கிற கருத்தையும் மனிதச் சார்புள்ளதாகத்தான் கருதி வந்திருக்கிறோம். கடவுள் என்பது ஒரு கருத்தாக்கம், ஒரு கட்டமைப்பு. அந்தக் கட்டமைப்பைக் கலைத்துவிட்டுப் பார்த்தால் மறுபடியும் மனித வாழ்க்கை. இந்திய வாழ்க்கை என்பதை இந்த வகையில்தான் தொடர்ந்து பொருள்படுத்திக் கொண்டு

வருகிறேன் நான். இப்படிப் பொருள்படுத்துகிற போதுதான் சங்க இலக்கியங்கள் போன்றவற்றையெல்லாம் இப்படிப் பார்க்க வேண்டியிருக்கிறது.

உடுமலைக்குப் பக்கத்தில் இருக்கிற என்னுடைய நண்பர் பழனிவேலனார் என்பவர் ஒரு பெரிய ஆய்வை எழுதி அதை வெளியிடுவதற்கான வாய்ப்புகள் இல்லாமல் போய்விட்டது. புறநானூறு போன்ற இலக்கியங்களில் — குறவர், குறமகளிர் எல்லாம் சேர்த்து — சுமார் பத்துப் புலவர்களைக் குறிப்பிடுகிறார் அவர். அந்தப் புலவர்களுடைய வாழ்க்கையைப் பார்த்தீர்களானால், குறவர் குறமகளிர் போன்றவர்கள் தாழ்த்தப்பட்ட சாதியாகக் கருதப்படவே இல்லை. அவர்களும் ஒரு தொழிற்பிரிவைச் சேர்ந்தவர்கள் என்பதற்கு அப்பால், அவர்கள் கீழ்ப்பட்ட நிலையில் வாழ்ந்தார்கள் என்பதற்கு ஆதாரங்கள் கிடையாது. குணாவுடைய 'வள்ளுவத்தின் வீழ்ச்சி' என்ற நூலைப் பார்த்தீர்களானால், வள்ளுவர்கள் என்று சொல்லப்பட்டவர்கள் கணிதத்தில் தேர்ச்சி பெற்றவர்களாக இருந்தார்கள், வானியலில் தேர்ந்தவர்களாக இருந்தார்கள், மருத்துவத்தில் தேர்ந்தவர்களாக இருந்தார்கள், மெய்யியலில் மிக மிகத் தேர்ச்சி பெற்றவர்களாக இருந்தார்கள். வைசேடிகம் என்று சொல்லப்படும் மெய்யியல் பள்ளிக்கு மூலவர்கள் அந்த வள்ளுவர்கள்தான் என்பதை ஏராளமான ஆதாரங்களோடு அவர் நிறுவியிருக்கிறார். பிற்காலத்தில் பார்த்தால் வள்ளுவர்கள் என்பது ஒரு பிற்படுத்தப்பட்ட, தாழ்த்தப்பட்ட சாதியாய் இருக்கிறது. சங்ககாலத்தில் பார்த்தால் சாதி வேறுபாடு என்பது பெரிய அளவுக்கு ஏற்றத்தாழ்வோடு இல்லை.

புறநானூற்றில் பார்த்தால் துடியன் என்பது போன்று சுமார் நான்கு சாதிகளைக் கூறி இவர்களன்றி வேறு குடியும் இல்லை என்னும் அற்புதமான மேற்கோள் இருக்கிறது. மேற்பிறந்தார், கீழ்ப்பிறந்தார் போன்ற விஷயங்கள் புறநானூற்றில் இருந்தாலும், கல்வியறிவுடையவன் கீழ்க்குடியில் பிறந்தாலும் மேற்குடியில் பிறந்தவர்கள் அவனைச் சமமாக மதிப்பார்கள் என்பதும் இருக்கிறது. பிறப்பொக்கும் எல்லா உயிர்க்கும் என்று வள்ளுவர் கூறுகிறார். நற்றிணையில் மிகவும் அருமையான ஒரு பாடல் இருக்கிறது. நெய்தல் தலைவியை நகரத்தைச் சேர்ந்த தலைவன் வந்து சந்தித்துவிட்டுச் செல்கிறான். அவனிடம் தலைவி, நீ நகரத்தில் வாழக்கூடியவன். வணிகம் முதலியவற்றைச் சார்ந்தவன். (உன்னுடைய சாதி வேறு என்ற வார்த்தை இல்லாவிட்டாலும்) நீ வேறு. நாங்களோ மீன் பிடிக்கும் பரதவர் குலத்தைச் சேர்ந்தவர்கள். பக்கத்தில் வராதே. புலவு நாறும், புலவு நாறும் என்கிறாள். காதலிப்பதில் அது

ஒரு கட்டம். ஒன்றிரண்டு முறை அவ்வாறு கூறி அவனைத் துரத்திவிட்டு, அதன் பிறகும் அவன் தன்னைக் காதலிக்கத் தயாராய் இருக்கிறானா என்று சோதித்துப் பார்க்கும் முயற்சி அது. அதே போல் கலித்தொகை முதலிய நூல்களில் இலக்கணப்படி பார்த்தால், கைக்கிளை, பெருந்திணை, ஐந்திணைக்கான இலக்கணம் என்பது ஒன்று. அது இலக்கணப் புலவர்கள் செய்த சில வரையறைகள். அந்த வரையறைகளில்தான் மேல், கீழ் என்ற பாகுபாடு கூடுதலாகப் புகுந்து விட்டதாக நான் நினைக்கிறேன். இந்த வரையறைகளுக்குப் பொருத்தமாக அந்தப் பாடல்களை வைத்துப் பார்க்கலாம் என்று எனக்குத் தோன்றவில்லை. அதே போல் காதலுக்குரிய இலக்கணமாக இன்னார்தான் காதல் புரியலாம் என்ற சொல்லி வைக்கப்பட்டுள்ளது. அந்த இலக்கணமானது நற்றிணைப் பாடல்களில் அடிபடுகிறது.

இன்னும் தேடிப் பார்த்தால், கலித்தொகையில் அது சுத்தமாக அடிபட்டுப் போகிறது. இலக்கணப் புலவர்கள் எனப்பட்டவர்கள் சாதி வேற்றுமை, வருண வேற்றுமை போன்றவற்றுக்கு எப்படியோ அழுத்தம் கொடுத்து விட்டார்கள். ஆனால் இயல்பான வாழ்க்கையில் அப்படி இல்லை. மேற்குடி, கீழ்க்குடி போன்றவைகளைப் பிரித்துப் பார்க்க வேண்டிய தேவை இருந்தாலும்கூட, இதை மீறித்தான் காதல் இருந்து வந்திருக்கிறது. தொல்காப்பியர் கூறும் திணைமயக்கம் என்பது மிக அற்புதமானது. சொல்லப் போனால், சங்க இலக்கியம் முழுவதையும் திணைமயக்கம் என்று எடுத்துக் கொள்வது மிகவும் வளமான பொருளைத் தரும். தொல்காப்பியரோ, நாற்கவிராசன் நம்பியோ சங்க இலக்கியப் பாடல் முதலியவற்றுக்கெல்லாம் கொடுத்திருக்கிற பொருள்கோடல்களைப் பண்டிதர்கள் அப்படியே ஏற்றுக் கொண்டார்கள். அதை நாம் அப்படியே ஒப்புக்கொள்ள வேண்டிய அவசியமில்லை. மேலும் இதுபோன்ற பொருள்கோடல்களை வேரடிப்படையில் நாம் திரட்டுவது இன்னொரு வகையான ஆய்வைச் செய்வதற்கு நமக்கு மிகவும் பயனுள்ளதாக இருக்கும். அதாவது அகத்திணை, புறத்திணை முதலிய இலக்கணங்களை, அவற்றையும்கூட தொல்காப்பியருடைய இலக்கணம் என்று ஒதுக்கி விட்டு, மீண்டும் இந்தப் பாடல்களை எல்லாம் கூடுதலான ஆய்வுக்கு உட்படுத்தினால், வேறு பொருளுக்கு நாம் செல்லமுடியும். அதற்கான நியாயம் நிறைய இருக்கிறது.

தெலுங்கு மொழியில் சங்க காலத்திலேயே எழுதப்பட்ட சப்தசதி என்ற நூல் இருக்கிறது. அதை ஆந்திர நாட்டு அகநானூறு என்று மிகவும் அருமையான முறையில் முகுந்தராஜா மொழிபெயர்த்திருக்கிறார். அந்த நூலில் கைக்கிளை, பெருந்திணை,

ஐந்திணை என்ற வேறுபாடு எல்லாம் இல்லை. அது மிகவும் அற்புதமான சில கூறுகளைச் சொல்கிறது. சங்க இலக்கியம் நிச்சயமாக அந்த வடிவில்தான் இருந்திருக்க முடியும். சங்க இலக்கியத் தொகுப்பாளர்கள், இலக்கணப் புலவர்கள் எல்லோரும் உள்ளே நுழைந்தபோதுதான் இது போன்ற சில வேறுபாடுகளை உட்புகுத்தி விட்டார்கள் என்று எனக்குத் தோன்றுகிறது. அந்த வகையில் பார்த்தால், தொடக்ககாலச் சமூகத்தில் ஏற்றதாழ்வுகளோ சாதி வேறுபாடுகளோ இவ்வளவு அதிகமாக இல்லை என்பது மட்டுமல்ல, அது பெரிய அளவுக்குப் பொருட்படுத்தப்பட்டதும் இல்லை. திணை வேறுபாடுகள் எல்லாம் வந்து, ஆட்சி முறைகள் எல்லாம் வந்து, செல்வம் மக்கள் மத்தியில் வந்து, மக்கள் மத்தியில் சில ஏற்றதாழ்வுகள் எல்லாம் ஏற்பட்ட காலத்தில், தமிழ்ச் சான்றோர்கள் என்று சொல்லப்பட்டவர்கள் அந்த ஏற்றதாழ்வுகளை ஒப்புக் கொள்ளவில்லை. அவர்கள் மறுபடியும் அன்பினைந்திணை, அன்பினைந்திணை என்றே பேசுகிறார்கள். திணைகளுக்கிடையில் வேறுபாடுகள் இருந்தாலும்கூட, அன்பைப் பொறுத்தவரையில் ஆண், பெண் இடையில் உறவை ஏற்படுத்த வேண்டுமென்று அவர்கள் மிகவும் வற்புறுத்துகிறார்கள். இதற்காக கபிலர் முதலியவர்களை எல்லாம் நான் மேற்கோள் காட்ட வேண்டிய அவசியமில்லை.

இந்த வடிவத்தில் எடுத்துக் கொண்டீர்களானால், இன்று தலித்தியம் என்று சொல்லப்படுவது ஒரு வகையில் அரசியலாக்கப் பட்டிருக்கிறது. இந்த அரசியல் பார்வையோடு அந்தச் சங்க இலக்கியத்தைப் பார்ப்பதில் சிலர் அதிகமான அரசியல் ஆவேசத்தோடு, கூடுதலான ஆவேசத்தோடு அந்த இலக்கியத்துக்குள் புகுந்து, அந்த இலக்கியத்தில் தலித்துக்கு எங்கே மரியாதை இருக்கிறது என்று கேட்கிறார்கள். உயர்சாதிகளின் இலக்கியம்தானே அது என்றெல்லாம் சொல்கிறார்கள். எனக்கென்னவோ அப்படித் தோன்றவில்லை. அப்படிச் சில கூறுகளை இன்றைய தேவை கருதி கண்டுபிடிப்பது என்பது உங்களுக்குத் தேவை என்று சொன்னால் கூட, அந்தக் கூறுகள் இருப்பதாக வைத்துக் கொண்டாலும் கூட, அவை மிகவும் அதிகமாக இல்லை. அவை மிகவும் இலேசான கூறுகள்தான். சாதி என்பது ஒரு சூழலில் இலேசாகத் தோன்றி நாளடைவில்தான் வெவ்வேறு சூழல்களில் பலப்பட்டிருக்க வேண்டும் என்பது ஒரு பொது உண்மை. அந்த வேறுபாடுகள், முரண்பாடுகள் சமூகத்துக்குள் வந்துவிட்ட சமயத்தில் கூட, அவற்றுக்கு அழுத்தம் தர வேண்டாம், அவற்றை மீறி நாம் இயங்க வேண்டும் என்பது வள்ளுவர் முதலியவர்களின் நெறியாக இருந்திருக்கிறது. மனிதர்கள் மத்தியில் ஒரு சமத்துவத்தை

உருவாக்குவதை இலக்கியம் உள்ளுறையாகக் கொண்டிருக்கிறது எனப் பார்க்கும்போது நமக்கு இன்னும் கூடுதலான அர்த்தத்தை வழங்கக்கூடும் என்று நினைக்கிறேன்.

தமிழ் மரபு என்பதை நாம் அங்கிருந்து தொடங்க வேண்டும். தமிழ் மரபு என்பதை நீங்கள் பல வகைகளில் அர்த்தப்படுத்தலாம். ஆனால் என்னைப் பொறுத்தவரை, இந்த சமத்துவம் என்பது தமிழ் மரபுக்குள் இருக்கிறது. ஏனென்றால் ஆதிப் பொதுமைச் சமூகத்தில் மனிதர்களுக்கு இடையில் வர்க்க வேறுபாடுகள் இல்லை. மனிதர்கள் பொதுமைக் கூறுகளோடுதான் வாழ்ந்தார்கள். சங்க காலத்தில்தான் அது மாறுகிறது, மாறத் தொடங்கியது. நாகரிகம், அரசு ஆதிக்கம் முதலியவை எல்லாம் வரும்போதுதான் மாறுகிறது. ஆனால் இந்த மாற்றத்துக்கு இடையில் ஏராளமான போராட்டங்கள் நடந்திருக்கின்றன. பாரி மற்றும் கடையெழு வள்ளல்கள், கோப்பெருஞ்சோழன் போன்றவர்களுடைய வாழ்க்கைக்குள் இதைப் பார்க்கலாம். அந்தப் பொதுமைக் கூறுகளைப் புலவர்கள் மட்டுமல்ல, சில வேளிர்களும், மன்னர்களும் கூட இழக்க விரும்பவில்லை. ஆனால் வேந்தர்களைப் பொறுத்தமட்டில் அதை அடித்து நொறுக்க வேண்டும் என்று ஆத்திரத்தோடு இருந்தார்கள். பொதுமைக் கூறு என்பதைத் திருக்குறளில் 'ஒப்புரவு' என்று காண்கிறோம். அது சமதர்மம், சமத்துவம் என்று அர்த்தம் தரக்கூடியது. இது போல நிறையக் குறள்கள் இருக்கின்றன. நீர் நிறைந்தற்றே என்பதற்கு என்ன அர்த்தம் என்று சொன்னால், மழை பெய்கிறது, ஊர் நடுவில் இருக்கிற குளம் நிறைகிறது, தேவையுள்ளவர்கள் நீர் எடுத்துச் செல்லலாம், யாரையும் கேட்கத் தேவையில்லை, அது ஊருக்குச் சொத்து, வளங்களை யார் வேண்டுமானாலும் எடுத்துச் செல்லலாம் என்ற கருத்தெல்லாம் இருக்கிறது. இந்த மரபு தமிழ் இலக்கியத்தில் தொடர்ந்து வருகிறது. சித்தர் இலக்கியத்தில் இதை நீங்கள் மிகவும் அழுத்தமாகப் பார்க்கலாம். இப்போதுதான் சாதியென்ன, கோயிலென்ன, சடங்கென்ன என்கிற விஷயங்கள் எல்லாம் வருகின்றன. மனதுக்குள் இருப்பதைக் கடவுள் என்கிற மாதிரி அவர்கள் அர்த்தம் கொள்கிறார்கள். இந்தக் கடவுள் மனித எல்லையைக் கடந்த ஒரு கடவுள் அல்ல. மனிதனுக்கும் இது நெருக்கமான கடவுள்.

ஒரு தவறு நடந்து அதுவரை சும்மா இருந்துவிட்டு மதுரை நகரம் தீக்கிரையாகும் சமயத்தில் கண்ணகியிடம் வந்து கெஞ்சிக் கேட்டு அக்கினியில் இருந்து விடுதலை பெறுகிறது ஒரு தெய்வம். அப்படியென்றால் அந்தத் தெய்வம் ஒன்றும் மனிதனுக்கு

மேம்பட்டது அல்ல என்று ஒரு கருத்து வருகிறது. வள்ளுவரும் அதைப் போலத்தான். வறுமையைக் கடவுள்தான் படைத்தான் என்றால், அவனும் அலைந்து திரிந்து பிச்சையெடுத்துச் சாகட்டும் என்கிறார். கடவுளுக்கும் மனிதனுக்கும் இடையில் இரண்டு கருத்தாக்கங்களை வைத்துக்கொண்டு இதை யோசித்துப் பாருங்கள். பிற்காலத்தில் சித்தர்கள் வடிவத்தில் நாம் பேசினாலும் கூட, இந்த இயக்கம் என்பது தமிழ் மரபுக்குள் ஆழமாக இருக்கிறது. வள்ளுவருக்குள் இருக்கிறது, நக்கீரனுக்குள் இருக்கிறது. இவற்றை எல்லாம் எடுத்துக் கொள்ளும்போது, தமிழ் மரபை நீங்கள் சமதர்மம் என்று அர்த்தப்படுத்தலாம். சமத்துவம் என்றால் மனிதர்களுக்கு மத்தியில் வேறுபாடுகள் அவசியமில்லை. சமதர்மம் என்பது எல்லாவற்றையும் பொதுவாக வைத்துக் கொள் என்பது. இந்த மரபு மீண்டும் நமக்கு வேண்டும் என்று சொன்னால், தலித் அரசியல் என்பதை இவ்வளவு தூரம் இன்றைக்கு குறிப்பிட்ட தேவைக்காகத் தூக்குகிறார்கள் பாருங்கள், அப்படித் தூக்க வேண்டிய அவசியம் இல்லை. இன்று வேறுபாடு மிகவும் கனமாகிப் போயிருக்கிறது, பெரிதாகிப் போயிருக்கிறது. மறுக்கத்தான் வேண்டும். அதில் இரண்டு மாறுபட்ட கருத்துகள் இல்லை. இதன் காரணமாக நீங்கள் பழைய இலக்கியங்களை தற்காலிகமாக மறுத்தோ இழிவுபடுத்தியோ பேசுவதுகூட என்னைப் பொறுத்து பெரிய தவறு என்று எடுத்துக்கொள்ள மாட்டேன். இலக்கியத்தைக் காப்பாற்றுகிறோமா, மக்களைக் காப்பாற்றுகிறோமா என்று பார்த்தால், மக்கள்தான் நமக்கு முதன்மையானவர்கள். இலக்கியத்தை எப்படிப் பார்ப்பது, எப்படிச் செழுமைப்படுத்துவது என்பதை அப்புறம் பார்த்துக் கொள்ளலாம் என்று நினைக்கிறேன். அப்படிப் பார்க்கும்போது தமிழ் மரபு என்பது அப்படி ஒன்றும் ஆதிக்க மரபு அல்ல. தமிழ்நாட்டில் திராவிட முன்னேற்றக் கழகத்தைப் பொறுத்த வரையில், அவர்கள் மூவேந்தர்களைப் பாராட்டுவது, இராஜராஜ சோழனுக்கு விழா எடுப்பது போன்றவற்றில் தமிழ் மரபின் ஆதிக்கக் கூறு இருக்கிறது.

● இந்திய வாழ்க்கையும் மார்க்சியமும் என்பது குறித்துதான் நான் கேட்டேன். ஆனால் நீங்கள் தமிழ் வாழ்க்கை, தமிழ்ப் பொதுமை, தமிழ் தலித்தியம் குறித்துதான் சொல்லியிருக்கிறீர்கள். இவ்வாறு இன்றைக்கு உங்கள் சிந்தனை அமைப்பில் நிறைய மாற்றங்கள் ஏற்பட்டிருக்கின்றன. ஆரம்பத்தில் இந்திய வாழ்க்கை என்பதற்கு அழுத்தம் கொடுத்து வந்த நீங்கள் இப்போது தமிழ் வாழ்க்கை என்பதற்கு அழுத்தம் கொடுத்து வருகிறீர்கள். நீங்கள் பேசும் தமிழ்த் தேசியம்தான் இப்போது தமிழ் வாழ்க்கை, தமிழ் மரபு என்று...

ஒரு சிறு இடையீடு. இந்திய வாழ்க்கை என்று சொன்னால், இந்தியாவில் பல்வேறு வகையான தொழில் முதலியவற்றைச் செய்யக்கூடிய மக்கள் இருக்கிறார்கள். இந்த மக்களில் ஆரியர் என்று சொல்லக்கூடியவர்கள், அவர்களில் சத்திரியர், வைசியர் போன்றவர்களை உள்ளடக்கினால் கூட அவர்கள் மிகவும் சிறுபான்மைதான். மக்களில் பெரும்பான்மையினர் உழவர்களும், கைவினைஞர்களும், ஆதிப் பழங்குடியினரும், பெண்களும்தான். இவர்களுடைய வாழ்க்கை என்பது வேளாண்மை மற்றும் கைவினைத் தொழில்கள்தான். இவர்கள்தான் அசலான மனிதர்கள். இவர்களை ஆதிக்கம் செய்பவர்கள்தான் மற்றவர்கள். அவர்கள் ஆரியரோ, யாரோ! இந்த மக்களுடைய வாழ்க்கை என்பது எல்லாக் காலங்களிலும் உழைப்பும் பகிர்வும் என்றுதான் இருக்கும். இவர்களுக்குள் வேற்றுமை இருந்தாலும் கூட, சாதியென்ன மதமென்ன என்கிற கருத்துதான் பெரும்பாலும் இருக்கும்.

ஆனைமுத்துவின் அனுபவத்தைச் சொல்கிறேன். உத்திரப் பிரதேசம், பீகார் போன்ற மாநிலங்களில் பயணம் செய்து அந்த மக்களோடு அவர் பேசியிருக்கிறார். அவர்கள் கேட்கிறார்கள், நாங்கள் என்ன இந்தி பேசுகிறோம், எப்படி அது ஆதிக்கம் செய்யும் என்று. ஆனால் அரசியல்வாதிகளுக்கு, வியாபாரிகளுக்கு ஆதிக்கத்துக்கென்று ஒரு மொழி தேவையாக இருக்கிறது. பீகார் மக்களைப் பொறுத்தளவில் இந்த மொழி ஏன் போய் பிற மக்களை ஆதிக்கம் செய்கிறது என்பது கேள்வியாய் இருக்கிறது. அதே போல், இந்திய வாழ்க்கை என்பதை வேதங்கள், வேதியர் என்று அர்த்தப்படுத்துகிற போக்கு இன்றும் இருக்கிறது. வேதத்துக்கு எதிரான போக்குதான் இந்தியாவில் நெடுங்காலமாக இருந்து வருகிறது. வேதக் கருத்து என்பதை இந்தியாவில் பெரும்பகுதி மக்கள் ஒப்புக்கொள்ளவில்லை. சமணம், பௌத்தம், சாங்கியம், சார்வாகம், நியாயம், வைசேடிகம் இவையெல்லாம் வேத ஆதிக்கத்துக்கு எதிரானவை. வைதீகர்களின் ஆதிக்கத்துக்கு எதிரானவை. உபநிடதங்கள் பற்றி டாக்டர் சுப்பிரமணியம் மிகவும் அற்புதமாக எடுத்துக்காட்டுகிறார். கொள்கை கோட்பாடுகளை எல்லாம் வேதங்களைக் காட்டிலும் மிகவும் அழுத்தம் திருத்தமாகச் சொல்லக்கூடியவை உபநிடதங்கள். வேள்வி செய்யக்கூடிய பிராமணர்களை நாய்கள், பேய்கள் என்று கண்டிப்பதெல்லாம் அவற்றில் இருக்கிறது.

இப்போது ‘குடிசையிலிருந்து’ என்று ஒரு நாவல் வெளி வந்திருக்கிறது. இந்தியாவுக்கு வந்த பிரெஞ்சுக்காரர் ஒருவர் தனது இந்திய வாழ்க்கை அனுபவங்களைச் சொல்லும் ஒரு

சின்ன நாவல். மிகவும் அழகான நாவல் அது. அந்த நாவலில், இங்கிலாந்தின் ராயல் சொசைட்டியில் இருந்து இந்தியாவின் தத்துவங்களை எல்லாம் அறிந்து கொள்வதற்காக ஓர் ஆய்வாளர் வருகிறார். ஒரு பல்லக்கைக் கட்டிக் கொண்டு இந்தியா முழுவதும் அலைகிறார். ஓலைச் சுவடிகளை எல்லாம் தொகுக்கிறார். அவர் சந்திக்கும் அனைவரும் ஒரிசாவின் புவனேஸ்வரில் உள்ள கோயிலில் இருக்கும் தலைமைப் பிராமணர்தான் இந்தியாவின் தத்துவத்துக்குச் சரியான விளக்கம் சொல்லக் கூடியவர் என்று கூறுகிறார்கள். மிகவும் உயர்ந்த பீடத்தில் இருக்கும் அந்தப் பிராமணரைச் சந்திப்பது மிகவும் கடினமானது. ஆய்வாளர் மிகவும் சிரமப்பட்டு புவனேஸ்வர் அனுமன் கோயிலுக்குப் போய் அவரைப் பார்க்கிறார். கடவுள் என்றால் என்ன என்பது போன்ற கேள்விகளை அவரிடம் கேட்கிறார். அனைத்துக் கேள்விகளுக்கும் பதிலாக அந்தப் பிராமணர் நான், நான் என்றே கூறுகிறார். ஆய்வாளர் மிகவும் மனம் நொந்துபோய் வெளியே வருகிறார். இரவு நேரம் காட்டு வழியில் தனது பல்லக்கில் அவர் போகும்போது பலத்த மழை பெய்கிறது. தூரத்தில் ஒரு குடிசையில் விளக்கெரிவதைப் பார்க்கிறார். அங்கே போய் உள்ளே வரலாமா என்று அனுமதி கேட்கிறார். அவர்கள் வரவேற்று உபசரிக்கிறார்கள். பிறகு அவர்களிடம் அவர் தனது சந்தேகங்களைக் கேட்கிறார். அந்த மனிதர் ஒரு பறையர். அவருக்கு ஒரு மனைவி. அவர் பிராமண விதவை. மிகவும் ஆச்சரியமாக இருக்கிறது. காலை நேரம். நல்ல வெளிச்சம். அந்த மனிதர் தலையைத் தூக்கி வானத்தைப் பார்க்கிறார். தரையைப் பார்க்கிறார். இரண்டையும் கையெடுத்துக் கும்பிடுகிறார். இதுதான் கடவுள் என்கிறார். அந்த ஆய்வாளருக்குப் புரிந்து விடுகிறது. இதுதான் இந்தியத் தத்துவத்தின் மிச்சம் என்பது. இது இங்கேதான் இருக்கிறது, பிராமணனிடம் இல்லை என்பது அவருக்குப் புரிந்து விடுகிறது.

அம்பேத்கர் வேதங்கள் பற்றி மிகவும் சிறப்பான முறையில் ஆய்வு செய்தவர். அவர் வேதங்கள் பற்றிச் சொல்கிறபோது இறுதியாக ஒன்றைச் சொல்கிறார். வேதங்களைத் தோண்டிக் கொண்டே போனால், எல்லாவற்றுக்கும் மூலம் கடவுள் என்று ஒரு கருத்து இருக்கிறது. ஆனால் அதே வேதத்தில் இன்னும் தேடினால், எல்லாவற்றுக்கும் மூலம் மனிதன் என்ற கருத்து காணப்படுகிறது என்று அம்பேத்கர் கூறுகிறார். சாங்கியம், சார்வாகம், சமணம், பௌத்தம் இவற்றை எல்லாம் உள்ளடக்கிப் பாருங்கள். தர்ம சாஸ்திரம் என்பது மனு மட்டுமல்ல. மிகவும் கதையடிக்கிறார்கள். இந்த மனுதர்ம சாஸ்திரத்தை மறுக்கிற தர்ம சாஸ்திரங்கள் உண்டு. ஆகமம் என்றால் ஒன்றுதான் என்று இல்லை,

பல இருக்கின்றன. இவற்றின் விளைநிலம் எது என்று பார்த்தால் இந்திய வாழ்க்கைதான். வாழ்க்கைக்குள் இருந்துதான் இவை எல்லாம் வருகின்றன. ஆதிவாசிகள், பெண்கள், வேளாண்மை செய்பவர்கள், கைவினைஞர்கள் இவர்கள்தான் அசலான வாழ்க்கை உடையவர்கள். மனிதன் எனப்படுபவன் இங்கிருந்துதான் வருகிறான். பிராமணனுக்கு மண் தெரியாது, உழைப்பு தெரியாது, காடு தெரியாது, வேறு எதுவும் அவனுக்குத் தெரியாது. அவனுடைய தத்துவத்தை நாம் மையப்படுத்த வேண்டிய அவசியமில்லை. ஆனால் சிலர் அதை மகிமைப்படுத்தி வைத்திருக்கிறார்கள். சங்கரர் கூட அதை மகிமைப்படுத்தினார் என்று நான் நினைக்கவில்லை. நமது பெரியார்தாசன் போன்றவர்கள் ஆதிசங்கரரின் உண்மையான படைப்புகள் எவை என்பதை ஆய்வு செய்து, இறுதியில் இரண்டோ மூன்றோதான் சங்கரரின் உண்மையான படைப்புகள் என்கிறார். அவற்றில் பிராமணனைப் பற்றிப் பெருமையாகச் சொல்லக்கூடிய வரிகள் ஏதும் இல்லை என்கிறார். வாழ்க்கை என்று தொடங்கினால், உழைப்பு இருக்க வேண்டும், பயிர் இருக்க வேண்டும். இவற்றுக்குள்தான் மற்ற பண்புகள், மேன்மைகள் எல்லாம் அடங்கி இருக்கின்றன. உழைக்கிறவன்தான் மனிதன். உழைக்கிறவன்தான் கடவுள். இப்படியான கருத்துக்கெல்லாம் போனால்தான் இந்திய வாழ்க்கையைச் சரியானபடி அர்த்தப்படுத்துவதாகும்.

இந்துத்துவவாதிகள் சொல்லித் தொலைத்து விட்டார்கள் என்பதற்காகவே நாம் அதைக் கடைப்பிடிக்கத் தேவையில்லை. திராவிடன் என்று சொல்லக்கூடியவன், தமிழன் என்று சொல்லக்கூடியவன் இந்த மாதிரி ஆழமான ஒரு பார்வையை எடுத்துவிட்டு — வரலாற்றில் இதற்கு ஏராளமான சான்றுகள் இருக்கின்றன — ஆரியன் நமக்கு எதிரி என்றால், அவன் சொல்லக் கூடிய விளக்கங்களை நாம் எதற்காக எடுத்துக் கொள்ள வேண்டும்? நமக்கான அர்த்தத்தைத் தேடுவோம். அது இந்திய வாழ்க்கைக்குள் இருக்கிறதா என்று பார்த்து அடைய வேண்டுமே ஒழிய, பிராமணன் சொல்லி விட்டான் ‘நான் புத்திசாலி, நீ மடையன்’ என்று, ஆமாம் நான் மடையன்தான் என்று ஒத்துக் கொள்வதற்கு என்ன பெரிய ஆய்வு வேண்டிக் கிடக்கிறது? நான் எந்தப் பிராமணனுக்கும் இளைத்தவன் அல்ல. என்னுடைய அறிவு மகத்தான அறிவு. எந்தப் பிராமணனுக்கும் நான் அடிமைப்பட வேண்டிய அவசியமில்லை. பிராமணன் சொல்வதை அப்படியே நம்பி, ஆதிக்கம் செய்பவன் சொல்வதை அப்படியே நம்பி, அதுதான் என்னுடைய மரபு என்று எடுத்துக்கொண்டு, இப்படியே நாம் அழிந்துபோக வேண்டிய அவசியமில்லை. நமக்கு நெடுங்கால மரபு உண்டு. பத்தாயிரம், இருபதாயிரம் ஆண்டுகால மரபு உண்டு. இந்த இருபதாயிரம்

ஆண்டுகால மரபைத் திரும்ப நாம் நினைத்துப் பார்த்தால், நிச்சயம் அது நம்மை நிலைநிறுத்தும். புத்தனையும் மற்றவர்களையும் நாம் இழந்துவிட வேண்டிய அவசியமேயில்லை. எந்தப் பிராமணனுக்கும் ஈடாக மட்டுமல்ல, மேலாக நாம் நிமிர்ந்து நிற்க முடியும்.

• கடவுள், மதம், மரபு தொடர்பான இடதுசாரி அணுகுமுறைகளின் போதாமைகள் குறித்துப் பேசி வந்திருக்கிறோம். தமிழ்ச் சூழலில் கட்டுடைப்பு என்னும் போக்கு, நமது கலாச்சாரத்தில் நாம் தேர்ந்து கொள்ளக்கூடிய நேர்மறையான விஷயங்களைக் கூட இழிவு செய்வதாக இருப்பது பற்றி நீங்கள் சொன்னீர்கள். இடையில் நான் ஒன்று சொல்ல வேண்டியிருக்கிறது. கட்டுடைப்பு என்பது உண்மையில் தமிழ்ச் சூழலில் மிகவும் விகாரமாகப் புரிந்துக் கொள்ளப்பட்டிருக்கிறது. கட்டுடைப்பைப் பற்றி தெரிதா சொல்லும்போது, தான் கட்டுடைக்கும் படைப்பாளிகள் மீது தனக்கு நிறைய மதிப்பு இருக்கிறது எனத் தெளிவாகச் சொல்கிறார். ஆனால் தமிழ்ச் சூழலில் கட்டுடைப்பு என்பது படைப்பாளிகளை இழிவுபடுத்துவது என்பதான கண்ணோட்டம்தான் நிலைநாட்டப்பட்டிருக்கிறது.

கட்டுடைப்பு என்பது அரசியல் செயல்பாட்டுக்கான ஒரு கருவி என்று பார்ப்பதும் இல்லை. தெரிதாவின் மேல், அவரது கட்டுடைப்பு முறையின் மேல் பல்வேறு ஆட்கள் மேற்கொள்கிற விமர்சனங்களில் இதுவும் ஒன்று. கட்டுடைப்பது என்பதை ஓர் அறிவார்ந்த முறையாகவே அவர் மேற்கொள்கிறார். தெரிதாவின் மார்க்ஸ் தொடர்பான பார்வை பற்றி விமர்சிக்கும்போது, இந்தப் போக்கு மார்க்சியம் தவிர்த்த மார்க்சிய அணுகுமுறை என்று ஈகிள்டன் கூறுகிறார். கட்டுடைப்பு என்பதை அதிர்ச்சி மதிப்புக்காகவோ, இழிவுபடுத்துவதற்காகவோ தெரிதா செய்யவில்லை. கட்டுடைப்பு என்ற பகுப்பாய்வுக் கருவியை சரியாக விளங்கிக்கொள்ள முடியாத நிலைதான் தமிழ்ச் சூழலில் நிலவுகிறது. முதலில் பார்க்க வேண்டிய விஷயம், நாம் ஏன் கட்டுடைப்புச் செய்கிறோம் என்பது. எந்த விஷயத்தையும் நிகழ்கால அனுபவங்களில் இருந்துதான் பார்க்கிறோம். நிகழ்காலத்தில் நமக்கு இருக்கும் நெருக்கடிகளுக்கான காரணங்களைத் தேடிக்கொண்டு போகும்போது, இந்த முரண்களுக்கான வேர்களைத் தேடிக்கொண்டு போகும்போது, நாம் கடந்தகாலத்தைப் பார்க்க வேண்டியிருக்கிறது. கடந்தகாலங்களை நாம் அவற்றுக்கான வரலாற்றுச் சூழல்களில் வைத்துதான் பார்க்க வேண்டும். துரதிருஷ்டம் என்னவென்றால், கடந்தகாலத்தை அப்படியே நிகழ்காலத் தேவைகளோடு பொருத்திப்

பார்க்கிறார்கள். அன்றைய சமூகச் சூழலில் அப்படி இருந்தது. ஒரு படைப்பாளி அல்லது சிந்தனையாளன் அன்றைய சமூகச் சூழலில் எப்படி மீறிப் பார்த்தான் என்று பார்க்க வேண்டும். புதுமைப்பித்தனை அவனது வாழ்நிலையோடு ஒட்டிப் பார்க்க வேண்டும். அவரை இழிவுபடுத்துவது போன்ற பார்வை சரியான கட்டுடைப்புப் பார்வை அல்லவே.

தெரிதாவின் மூல எழுத்துக்களை நான் படிக்கவில்லை. நாகார்ஜுனன், அ. மார்க்ஸ் போன்றவர்கள் எப்படிச் சொல்கிறார்களோ அவற்றை வைத்துதான் நான் பார்க்கிறேன். ஆனால் படிக்கும்போதே, சுயமாக இது பற்றிய சில கருத்துகள் எனக்கு உண்டு. எனக்குள்ளேயே நான் தேடிக் கொள்கிறேன். கட்டுடைத்தலை இப்படி அர்த்தப்படுத்துவதன் மூலமாக, சரியான தமிழ் மரபு போன்றவற்றைக் கண்டுபிடிக்க முடியும். கடவுள் என்ற கருத்தாக்கத்தை எப்படிக் கட்டமைத்தார்கள் என்பதை எல்லாம் கண்டுபிடிக்க முடியும். இரண்டாவதாக, வரலாறு என்பது பெரும்பகுதி ஒரு கட்டமைப்புதான். அதை அர்த்தப்படுத்தும்போது, நிகழ்காலத் தேவைகள் எவையோ அவைதான் முன்னின்று அவற்றுக்கு ஏற்றாற்போல் ஒரு பழைய வரலாற்றைக் கட்டமைக்கிற போக்குதான் வரும். வரலாற்று உருவாக்கம் என்பது நிகழ்கால, எதிர்காலத் தேவைகள் அடிப்படையில்தான் உருவாகிறது என்பதைப் புரிந்து கொண்டு பார்த்தால், பழங்காலத்திலும் இதே மாதிரிதான் நிகழ்ந்தது என்று சொல்ல வேண்டிய அவசியமில்லை. எதற்காக அப்படிச் சொல்கிறோம் என்றால், இன்றைக்குச் சில சக்திகளோடு போராடுவதற்காக அப்படிச் சொல்கிறோம். வரலாறு முழுக்க அப்படி இருந்தது என்று சொல்கிறோம். அப்படி இல்லை என்பது அவனுக்குத் தெரிய வேண்டும். தெரிந்து சொல்ல வேண்டும். நிகழ்காலத் தேவைகளை வைத்துத்தான் நாம் பழைய வரலாற்றைப் பொருள்படுத்திக் கொள்கிறோம் என்பதைப் புரிந்து கொண்டால், வரலாறு வேறு ஒரு வகையில் இருந்திருக்க முடியும், ஒரு வகையில் ஒரு பொருள்கோடல், ஒரு விளக்கம் என்பதைப் புரிந்து கொண்டால், பழைய வரலாற்றின் மேல் இவ்வளவு வன்மையான ஒரு கோபத்தை நாம் கக்க வேண்டிய தேவை இல்லை.

• இங்கே ஒரு சிக்கலான விஷயம் இருக்கிறது. அதிகாரம் என்பதை எடுத்துக் கொண்டால், அதை நாம் மேல் தளத்தில் மிகவும் மேம்போக்காகத்தான் பார்த்துப் பழக்கப்பட்டிருக்கிறோம். குடும்பம் என்று எடுத்துக் கொண்டால், ஆண்பெண் உறவு, குழந்தைகள், அவர்களுடைய செல்லப் பிராணிகள், அந்தப் பிராணிகள்

கொல்கிற சிற்றுயிர்கள் என்று வன்முறையும் அதிகாரமும் வேறு வேறு தளங்களில் வேறு வேறு வகைகளில் இருக்கிறது. தற்போது அதிகாரம் குறித்த ஆய்வு மேற்கில் பரவலாக வரக் காரணம் சமூகத்தில் ஒதுக்கப்பட்டவர்கள், ஜிப்சிகள், சிறைக் கைதிகள், பரத்தையர், ஓரினப் புணர்ச்சியாளர்கள் இவர்கள் எல்லோரும் சமூகத்தில் மிகவும் மோசமாக ஒதுக்கப்பட்டிருக்கிறார்கள். இப்படி இவர்கள் ஒதுக்கப்படுவதற்கான மதிப்பீடுகள் எதன் மீது கட்டப்பட்டவை என்று பார்க்கும்போதுதான் அதிகாரம் குறித்த ஆய்வுகள் வருகின்றன. பூக்கோவுக்கு அதிகாரம் தொடர்பான ஆய்வுகள் பாலுறவில் தொடங்குகிறது. ஏனென்றால் அவர் ஓரினப் புணர்ச்சியாளர். அதே போல், அவர் சிறைக் கைதிகள், மனநல மருத்துவமனைகளில் இருப்பவர்களைச் சந்திக்கும்போது இது போல ஒதுக்கப்பட்டவர்கள் பற்றிய ஆய்வுகளில் இருந்து அதிகாரம் தொடர்பான அக்கறை அவருடைய எழுத்துக்களை எல்லாவற்றிலும் விரவிக் கொண்டு போகிறது. அதிகாரம் பற்றிய ஆய்வின் முக்கியத்துவம் அதிலிருந்துதான் அவருக்குத் தொடங்குகிறது.

தமிழ்ச் சூழலில் பார்த்தால், தலித் தொடர்பான கேள்விகளைப் பெரும்பாலானவர்கள் எழுப்பிக் கொண்டாலும், தலித் தொடர்பான விஷயங்களை அதிகம் பேசாத தலித்தற்ற உரையாடலுக்குள் இருந்துதான் நாம் இதுவரை பேசிக் கொண்டிருந்திருக்கிறோம். இந்தச் சூழலில் இருந்துதான் அதிகாரம் தொடர்பான ஆய்வுகளின் தேவை இந்தியச் சமூகத்தில் இருக்கிறது என தலித் கோட்பாட்டாளர்கள் நினைக்கிறார்கள். இதுவரையில் நீங்கள் பார்த்துக் கொண்டு வந்த எல்லா விஷயங்களையுமே தத்துவரீதியாகத்தான் பார்த்துக் கொண்டு வந்திருக்கிறீர்கள். ஆனால் அன்றாட உறவுகள் இருப்பது அரசியல் பொருளாதார உறவுகளில்தான். இந்த உறவுகளில் அன்றாட அதிகாரத்தை எதிர்கொள்பவர்கள்தான் அதிகாரத்தின் வேர்களைத் தேடிச் செல்பவர்களாக இருக்கிறார்கள். இப்படித்தான், நமது பழந்தமிழ் இலக்கியங்களில் அதிகாரம் எவ்வாறு உறைந்திருக்கிறது என்ற விஷயத்தைப் பார்க்க வேண்டிய தேவை ஏற்படுகிறது.

மராத்திய தலித் கோட்பாட்டாளரும் இலக்கியவாதியுமான அர்ஜுன் டாங்ளே கூறுகிறபடி, முதன்முதலில் மராட்டியத்தில் தலித் இலக்கியம் வந்தபோது மரபான விமர்சகர்கள் முன்வைத்த விமர்சனம் என்னவென்றால், இதில் அழகியல் இல்லை, இதற்கு அழகியல் மதிப்பு இல்லை, இவர்களுக்கு வடிவம் தெரியவில்லை,

மொழியைச் சரியாகப் பாவிக்கத் தெரியவில்லை என்ற விமர்சனங்களை முன்வைத்தார்கள். இதில் பார்க்க வேண்டியது என்னவென்றால், அழகியல் மதிப்பீடுகள் என்றால் என்ன? அழகியல் அறம் என்றால் என்ன? மொழி தொடர்பான பயிற்சி அல்லது தேர்ச்சி என்பது என்ன? இது போன்ற கேள்விகள் வரும்போது, இதற்கான அடிப்படைகள் மரபில் இருந்துதான் வருகின்றன எனும்போது, இந்த மரபுகளில் நாங்கள் இல்லாதபோது, எங்களுக்கான அழகியலை நாங்கள் உருவாக்குவது எவ்வாறு என்ற கேள்வி முன்னெழுகிறது. இது போன்ற சூழல்களில்தான் அதிகாரம் தொடர்பான கேள்விகள் மிகவும் முக்கியத்துவம் பெறுகின்றன. லெவி ஸ்ட்ராஸ் கூட, பிரேசில் மக்களுடைய கலாச்சாரத்தைப் பார்க்கும்போது மேற்கத்திய மதிப்பீடுகளில் இருந்து விலகி கலாச்சாரச் சார்புநிலையில் இருந்து பார்க்க வேண்டும் என்கிறார்.

அதிகாரத்தைக் குறித்த பார்வை என்று எனது நண்பர்கள் சொன்னபோது, எனக்கு அது அதிர்ச்சியைத் தரவில்லை. மிகவும் அற்புதமான ஆய்வுக் கருவியாக அதைத் தொடக்கத்திலேயே என்னால் எடுத்துக் கொள்ள முடிந்தது. அந்த வகையில் பார்த்தீர்கள் என்று சொன்னால், மன்னராட்சி என்பதையே நாம் மகிமைப்படுத்த வேண்டிய அவசியமில்லை. பொருள் குவிப்பை நாம் மகிமைப்படுத்த வேண்டிய அவசியமில்லை. அதிகாரம் யார் செய்தாலும் நிச்சயம் அதிகாரம் செய்கிறவனையும் அது அழிக்கும். மார்க்சுடைய அற்புதமான ஒரு மேற்கோளை நாகராஜன் அடிக்கடிக் குறிப்பிடுவார். ஆண்டானுக்கு விடுதலை தேவை என்று சொன்னால் அடிமைக்கு விடுதலை தர வேண்டும் என்ற ஒரு கருத்து. மிகவும் அருமையான கருத்து. இந்தக் கருத்து நமக்கு எவ்வளவோ விஷயங்களைத் துல்லியப்படுத்துகிறது. இதை நாம் எளிமையாகப் புரிந்து கொள்ளலாம். இப்பொழுது மத்தியதர வர்க்கம், சாதி வர்க்கம் என்று ஏதோ ஒரு படிநிலையில் நான் இருக்கிறேன் என்று சொன்னால், எனக்குக் கீழே தலித் மக்கள் இருக்கிறார்கள். என்னுடைய படிப்பு, என்னுடைய வாழ்க்கை, என்னுடைய இலக்கியம் எல்லாம் எனக்கு எவ்வளவோ சக்தியைக் கொடுத்திருக்கிறது. எவ்வளவோ பார்வைகளைக் கொடுத்திருக்கிறது. இதற்கெல்லாம் ஆதாரமாக இருப்பது அவரவர் வாழ்க்கைதான். அவர்களுடைய வாழ்க்கைக்கு மேல்தான் என்னுடைய வாழ்க்கை கட்டப்பட்டிருக்கிறது. சரியாகச் சொல்லப் போனால், அவர்களுடைய வாழ்க்கையின் அழகை அழித்துவிட்டுத்தான் எனக்குள்ள அழகை நான் வளர்த்திருக்கிறேன். அவர்களுடைய

அழிவை அழித்துவிட்டுத்தான் எனக்குள்ள அழிவை நான் தேடிக் கொண்டிருக்கிறேன். அவர்களை அதிகாரம் செய்துதான் எனக்குள்ள அதிகாரத்தை நான் தேடிக் கொண்டிருக்கிறேன். இப்படிப் புரிந்து கொள்வது ஒரு மார்க்சியவாதிக்கு மிக மிக எளிமையானது.

மார்க்சியத்துக்குள்ளும் அதிகாரம் ஏராளமாகச் செறிந்து கிடக்கிறது. ஸ்டாலினியம் மட்டுமல்ல, பாட்டாளி வர்க்கச் சர்வாதிகாரம் என்ற அந்த மாபெரும் அதிகாரம் மட்டுமல்ல, அடித்தளத்துக்குத்தான் முதன்மை என்கிறபோதே அதற்குள் அதிகாரம் வந்துவிடுகிறது. இதை மாவோ கூடக் குறிப்பிட்டிருக்கிறார். அப்பொழுது இந்த அதிகாரம் என்பது அவசியமில்லை. இந்த அரசு உதிர்வது என்பது பாட்டாளி வர்க்க சர்வாதிகாரம் முடிந்து அப்புறம் அரசு உதிர்வது என்பது சாத்தியமே இல்லை. நீங்கள் எப்போது அதிகாரத்துக்கு வருகிறீர்களோ அப்போது அந்த நிமிடத்தில் இருந்தே அதிகாரத்தைக் களைவது, மக்களிடத்தில் கொண்டுபோய்ச் சேர்ப்பது, மக்களை அதிகாரமயப்படுத்துவது என்பதான ஒரு போக்கு நிச்சயமாக நடந்திருக்க வேண்டும். ஆனால் ரசியாவில் அப்படி நடக்கவில்லை. சீனாவில் ஒரு முயற்சி மேற்கொள்ளப்பட்டாலும் அது பெரிய அளவுக்கு நடைபெறவில்லை. மார்க்சியத்துக்குள்ளிருந்து அதிகாரத்தைக் களைவது, இந்த அதிகாரத்தை நான் எப்படி அர்த்தப்படுத்துகிறேன் என்றால், மார்க்சியத்துக்குள்ளேயே முதலாளியம் போய் இறுக்கமாகப் பதிந்திருக்கிறது. முதலாளியமும் அதிகாரமும் பிரிக்க முடியாதது. மார்க்சியத்தில் முதலாளியம் பதிந்து விட்டதனால், உற்பத்திச் சக்திகளுக்கு முதன்மை, அடித்தட்டுக்கு முதன்மை, கட்சிக்கு முதன்மை இந்த மாதிரி எல்லாம் கோட்பாடுகள் வரும்போது, இவை எல்லாவற்றுக்குள்ளும் அதிகாரம் புகுந்து கொள்கிறது. இதனால்தான் அறிவியல் தொழில்நுட்பத்தை விமர்சனம் இல்லாமல் ஏற்றுக் கொள்ளும்போது, அதற்குள் முதலாளியம், ஏகாதிபத்தியம் எல்லாம் பதுங்கி உள்ளே வந்து சேர்ந்து கொள்கிறது. தஞ்சைப் பல்கலைக்கழகத்தில் ஓர் அச்சு இயந்திரம் ஒரு நாளைக்கு இலட்சம் பக்கங்களை அடிக்கும் என்று சொன்னார்கள். அந்த இயந்திரம் முழு அளவில் வேலை செய்வது என்றால், எத்தனை மரங்களை அழிக்க வேண்டி வரும் என்று பாருங்கள்.

எங்கெல்சின் அற்புதமான மேற்கோள் ஒன்று இருக்கிறது. புகாரினுடைய 'கம்யூனிசம்' என்ற புத்தகத்தில்தான் நான் அதைப் படித்தேன். நாகராஜன் சுட்டிக் காட்டினார். 'பெருந்தொழிலும்

சோசலிசமும் ஒத்துப் போகாது' என்று அந்த மேற்கோள் கூறுகிறது. மார்க்ஸ், எங்கெல்ஸ் படைப்புகளில் எந்த இடத்திலும் அந்த மேற்கோளை நான் பார்க்கவேயில்லை. புகாரின் எங்கெல்சிலிருந்து அந்த மேற்கோளை எடுத்து மிகவும் அற்புதமாகக் கூறுகிறார், பெருந்தொழிலும் சோசலிசமும் ஒத்துப் போகாது என்று. பெரிய நகரம், பெரிய அதிகார பீடம் மையத்தில் அதிகாரத்தைக் குவித்துக் கொண்டிருக்கிறது. மிகப் பெரிய இராணுவம், மிகப் பெரிய கட்சி, இப்படி இந்த பிரமாண்டமான கட்டமைப்புகளை எந்த வகையில் செய்தாலும் அதிகாரக் குவியலை ஏற்படுத்துகிறது. அது மக்களை எந்த வகையிலாவது அழுத்தத்தான் செய்யும். ரசியா உடைந்து போய்விட்டது என்று சொல்வதற்கு ஒரு முக்கியமான காரணம் இதுதான். அப்படியானால், அதிகாரத்தைக் களைவது என்பது மார்க்சியத்துக்குள் இல்லாதது என்று நான் நினைக்கவில்லை. அப்படிப் பார்க்கும்போது, தெரிதாவோ மற்றவர்களோ அதிகாரத்தைக் களைவது என்பதை விட்டுவிட்டு சூனியத்துக்குப் போய்ச் சேர வேண்டியதில்லை. இதை ஒப்புக் கொண்டார்கள் என்றால், எத்தனையோ விஷயங்கள் நமக்குத் தெளிவுபட்டுவிடும். திருடர்களை நம் சமூகத்தில் நிறையப் பேர் குற்றம் சாட்டுகிறோம். வியாபாரி என்பவனை விடப் பெரிய திருடன் வேறு எவனும் இல்லை. மார்க்ஸ் சொன்ன மாதிரி, முதலாளியை விட கற்பழிப்பு செய்யக்கூடிய வேறொருவன் கிடையாது. இவனெல்லாம் சமூகத்தில் முக்கியமானவன் என்று சொல்லிக் கொண்டு, சில பெண்களை, உடலை விற்பனை செய்யக்கூடிய பெண்கள் என்று கேவலப்படுத்துகிறார்கள். குற்றம் செய்பவனை விட்டுவிட்டு குற்றத்துக்கு உள்ளாக்கப்பட்டவர்களை சிறைக்குள் தள்ளுகிறார்கள். எங்களுடைய சமூகம் மிகவும் ஆரோக்கியமானது, சட்ட வரையறைக்குள் இயங்குவது என்று சொல்கிறார்கள். தலித் மக்களை மட்டுமல்ல, சமூகத்தின் ஒவ்வொரு பகுதி மக்களாக விளிம்பு நிலைக்குத் தள்ளிக் கொண்டு வருகிறார்கள். சந்தைப் பொருளாதார உலகமயமாதல் சூழலில் இது மிகவும் வெளிப்படையாகவே தெரிகிறது. இன்று இருக்கும் அத்தனை உழவர்களையும் விளிம்பு நிலைக்குத் தள்ளிக் கொண்டு இருக்கிறார்கள். உழவர்களை மட்டுமல்ல, கைவினைஞர்கள், பிறர் எல்லாம் ஏற்கெனவே விளிம்பு நிலைக்குத் தள்ளப்பட்டுவிட்டார்கள்.

தமிழ்ச் சூழலில் அரசாங்கம் என்பது குறித்து பூங்குன்றன் மிகவும் அழகாகச் சொல்கிறார். சோழப் பேரரசு உருவாகிற போதுதான் அதை ஓரளவு அரசு என்று சொல்ல முடியும். அது வரையிலும் அதை அரசு என்று சொல்ல முடியாது. இது ஒரு முக்கியமான ஆய்வாக எனக்குத் தோன்றுகிறது. நமது முக்கியமான

நண்பர்கள், மார்க்சியவாதிகள் என்று சொல்லப்படுகிறவர்கள், கேசவனைப் போன்றவர்கள், மன்னன் என்று ஒருவன் இருந்தால் அது நிலவுடைமை என்று உடனே முடிவுக்கு வந்துவிடுகிறார்கள். மன்னன் என்றால், அவனுக்கு என்ன அதிகாரம் இருக்கிறது, என்ன கட்டமைப்பு இருக்கிறது என்று ஆராய்ச்சி செய்யும்போது அதை நில மானியம் என்று சொல்லித் தொலைக்கிறார்கள். நிலமானியம் என்பது ஐரோப்பாவில் இருந்த முறை. இங்கே நிலமானிய முறை இல்லை. இங்கே இருப்பது வேறு. மார்க்ஸ் ஆசிய உற்பத்தி முறை என்று சொன்னார். அதுதான் இங்கே சரியாகப் பொருந்தும். ஆசிய உற்பத்தி முறை என்பதுதான் இந்தியச் சூழலைப் புரிந்து கொள்வதற்கு ஒரு சரியான ஆய்வு முறையாக இருந்திருக்கும். ஆனால் மார்க்சுக்குப் பிறகு எப்படியோ அந்த ஆய்வு முறை ஒதுக்கப்பட்டு விட்டது. சோவியத் யூனியனிலேயே அந்த ஆய்வு முறை தொடரப்படவில்லை. தொடராததற்கான காரணங்களெல்லாம் உண்டு. இந்த மாதிரியெல்லாம் பார்க்க முடியுமானால், இந்த அதிகாரம், கட்டமைப்பு போன்றவற்றையெல்லாம் உள்வாங்கிக் கொண்டு நாம் மார்க்சியத்தை அழகாக அர்த்தப்படுத்த முடியும் மார்க்சியத்தை வளர்த்தெடுக்க முடியும்.

இந்த அதிகாரம், கட்டமைப்பு, கட்டவிழ்ப்பு இன்ன பிறவெல்லாம் வந்து விட்டதனாலேயே மார்க்சியம் எங்களுக்கான ஆய்வு முறை அல்ல, எங்களுக்கான தத்துவம் அல்ல என்று புறக்கணிப்பதை வேறெந்த வார்த்தையில் சொல்வது, முட்டாள்தனம் என்பதைத் தவிர? வேறெந்த அர்த்தத்தில் சொல்ல முடியும், புரிந்து கொள்ளவில்லை என்பதைத் தவிர?

● **சோவியத் யூனியன் இப்போது வீழ்ந்து விட்டது. கிழக்கு ஐரோப்பிய நாடுகளின் அனுபவங்கள் இருக்கின்றன.** ஸ்டாலினியம், அதிகார வர்க்க சோசலிசம் போன்ற விஷயங்களையும் இந்த வீழ்ச்சியோடு வைத்து விவாதிக்கலாம். காலனியாதிக்க எதிர்ப்பு, ஏகாதிபத்திய எதிர்ப்பு, தேச விடுதலை ஆகிய போராட்டங்களுக்குப் பின்னான அனைத்துச் சமூகங்களின் அனுபவங்களும் இருக்கின்றன. புரட்சிக்குப் பின்னான சமூகங்களில் ஜனநாயகமின்மை என்பது ஒரு மிகப் பெரிய பிரச்சினையாக இருக்கிறது. இது போன்ற விஷயங்களைக் கொஞ்சம் முன்கூட்டியே சொல்கிற மாதிரி, எர்னெஸ்டோ லக்லாவ் மற்றும் சந்தால் மொஃபே ஆகிய இருவரும் தமது 'மேலாதிக்கமும் சோசலிசத் திட்டமும்: ஒரு புரட்சிகர ஜனநாயக அரசியலை நோக்கி' என்ற நூலில் எடுத்துக் கூறியிருக்கிறார்கள். இப்போது ஜனநாயகத்தை அதிகம் வலியுறுத்தும் தாராளவாதச் சமூகங்களில் கூட, அதிகாரம் என்பது தனிநபர் முதலாளிகளின்

76

அதிகாரமாக, மக்களுக்கான சமூகப் பாதுகாப்புக் கூட இல்லாத அதிகாரமாகப் போய்க் கொண்டிருக்கிறது. பியர்ரே போர்தியோ போன்ற சமூகவியலாளர்கள் இந்த ஆபத்து குறித்துப் பேசுகிறார்கள். ஸ்டாலினியத்தின் மரபெச்சம் என்பது தேச விடுதலைப் போராட்ட இயக்கங்களிலும், புரட்சிகர இயக்கங்களிலும் இந்த நிமிடம் வரை தொடர்ந்து கொண்டுதான் இருக்கிறது.

இப்போது தேசியம் என்பது ஒரு முக்கியமான பிரச்சினையாக உருவாகியிருக்கிறது. அது ஒரு கருத்தியலாக வரும்போது பாசிசத்துக்கான கூறுகள் அதற்குள் நிறைந்து விடுகின்றன. தியாகு, மணியரசன் போன்ற மார்க்சியர்கள் இப்போது தமிழ்த் தேசியத்தை வரையறுத்துக் கொண்டு வருகிறார்கள். இவர்களுக்கு இடையில் கருத்தடிப்படையில் வேறுபாடுகளும் இருக்கின்றன. இப்படியான ஒரு சூழலில் நீங்களும் சமீப காலமாக தமிழ்த் தேசியத்தில் அதிக ஆர்வம் காட்டி வருவது உங்களது சமீப கால எழுத்துக்களில் தெரிய வருகிறது. மாரக்சியத் திட்டம் உலகு தழுவிய சில மதிப்பீடுகளை முன்வைத்தது. இனம், மொழி, வர்க்கம், பால் போன்ற வேறுபாடுகளைக் கடந்து சர்வதேசிய மனிதனுக்கான மதிப்பீடுகளை முன்வைத்தது. இன்றைய சூழலை பின்நவீனத்துவ உலகம் என்று சிலர் சொல்கிறார்கள். உலக மதிப்பீடுகளுக்கு எதிரான பிராந்திய மதிப்பீடுகளை வைத்துதான் போராட்டம் என்பது முன்னெடுக்கப்படுகிறது. தேசியம் குறித்த பிரச்சினைகளையும் நாம் அப்படிப் புரிந்துகொள்ள முடியும். மனிதனை மனிதன் நேசிப்பது என்ற விஷயத்தை நீங்கள் தொடர்ந்து வலியுறுத்தி வந்திருக்கிறீர்கள். குணா போன்றவர்கள், போஸ்னியாவில் முஸ்லிம் மக்களை இனச் சுத்திகரிப்பு செய்தது போல, தமிழகத்தில் இருந்து தெலுங்கு மக்களை வெளியேற்ற வேண்டும் என்று சொல்கிறார்கள். இப்படியான சூழலில் தமிழ்த் தேசியத்தின் மானுட உள்ளடக்கத்தை நீங்கள் எவ்வாறு விளக்குவீர்கள்?

மார்க்சியவாதிகளைப் பொறுத்தவரை ஸ்டாலினுடைய நான்கு வரையறைகளைக் குறிப்பாகச் சொல்வார்கள். சொல்லப் போனால், தேசியவாதம் எனப்படுவது ஐரோப்பாவில் முதலாளியத்தினோடு வளர்ச்சி பெற்ற ஒரு கருத்தாக்கம். நிலக்கிழாரியத்துக்கு எதிராக, மன்னராட்சிக்கு எதிராகத் தொழிலாளர்களை அணி சேர்த்துக் கொண்டு, தொழிலதிபர்கள், வியாபாரிகளோடு தொடர்புடையவர்கள் வந்தார்கள். அவர்கள் ஆட்சியைக் கைப்பற்றினார்கள். அந்த சமயத்தில் மக்களைத் தங்களோடு இணைத்துக் கொள்வதற்காக என்னுடைய மொழி, என்னுடைய தேசம் என்பதை ஒன்றாகக் கொண்டு வந்தார்கள். இப்படிப்

பார்த்தால், தேசத்துக்கு மதம் வேண்டியதில்லை, இது நம்முடைய தேசம் என்கிற மாதிரி ஒரு கருத்துக்கு வந்து சேருகிறது. ஸ்டாலின் தன்னுடைய வரையறையை அந்த அனுபவங்களில் இருந்துதான் தொடங்குகிறார். ஒரு தேசம் என்று சொன்னால் ஒன்று மொழி, அப்புறம் குறிப்பிட்ட நில எல்லைகள், ஒரு பொருளியல் அமைப்பு, அப்புறம் வரலாறு சார்ந்த பண்பாடு — இந்த மாதிரி நான்கு கூறுகள். ஸ்டாலின் வைப்பது ஒரு தேசம் என்பதற்கான வரையறைகள் மட்டுமல்ல, இந்த வரையறைகள் முதலாளிய வரையறைகள்தான் என்பதையும் நாம் கண்டறிய வேண்டும் முதலாளியச் சூழலில் ஏற்பட்ட வரையறைகள்தான் என்பதையும் சேர்த்துப் புரிந்துகொள்ள வேண்டும்.

முதலாளியச் சூழலில் லெனினைப் பொறுத்த வரை நிச்சயமாக தேச விடுதலை என்பது தேசிய முதலாளிகளின் தலைமையில் நடப்பது. இதில் தொழிலாளிகள் தங்களை அணி சேர்த்துக் கொள்ள வேண்டும். இந்தப் போராட்டம் ஏகாதிபத்தியத்துக்கு எதிரானது. ஏகாதிபத்தியத்தைப் பலவீனப்படுத்துவதற்கு தேச விடுதலைப் போராட்டங்கள் பெரிய அளவுக்குப் பயன்படும் என்பதை மிகத் தெளிவாகச் சொன்னார். இதற்குக் கொஞ்சம் முன்னால் பார்த்தால் எம்.என்.ராய் போன்றவர்கள் கடுமையாக மாறுபட்டு மூன்றாம் உலக நாடுகளில் தேசிய முதலாளிகள் கிடையாது. இவர்கள் ஏற்கெனவே ஏகாதிபத்தியத்துக்குச் சேவை செய்யக்கூடிய தரகு முதலாளிகளாக மாறி விட்டிருக்கிறார்கள். ஆகவே தேச விடுதலைப் போராட்டம் என்பது ஒரு பூர்ஷ்வாவின் தலைமையில் மேற்கொள்ளக்கூடிய போராட்டம் அல்ல. தொழிலாளி வர்க்கம் தன்னுடைய தலைமையில் தேச விடுதலைக்காகப் போராட வேண்டும் என்று சொன்னார்கள். இதைச் சரியானபடி கடைப்பிடித்தவர் மாவோதான். ஸ்டாலின் சியாங் காய் ஷேக்கோடு சேர்ந்து நீ நில் என்றுதான் கடைசிவரை மாவோவிடம் சொல்லிக் கொண்டு இருந்தார். ஆனால் சியாங் காய் ஷேக்கை உதறிவிட்டுத்தான் மாவோ அந்தப் போராட்டத்தில் ஈடுபட்டார் வெற்றியும் கண்டார். அந்த முதலாளிய வரையறையை மறுபடியும் நாம் சரியாகப் புரிந்துகொள்ள வேண்டும். அந்த முதலாளியம்தான் தேசத்தின் மொழியை வரையறை செய்கிறது. முதலாளியம்தான் தேசத்தின் எல்லைகளை வரையறை செய்கிறது. முதலாளியம்தான் தேசத்தினுடைய முன்னைய வரலாறு என்பதையும் வரையறை செய்கிறது. முதலாளியம்தான் நமக்கான பண்பாடு எது என்பதையும் வரையறை செய்கிறது. இதை நாம் கண்டறிய வேண்டும். இந்த தேசம், இந்த வரையறை பாட்டாளி வர்க்கத்துக்கு, உழைக்கும் மக்களுக்கு உரிய வரையறை

அல்ல என்பதைக் கண்டறிய வேண்டும். அப்படியானால், இந்த வரையறையை நாம் என்ன செய்யலாம்? முதலாளிய வரையறையாக இருக்கும்போதுதான் அதிலிருந்து ஹிட்லர் வந்து சேருகிறார் மற்ற கொடுமைகள் எல்லாம் வந்து சேருகின்றன. இந்த முதலாளிய வரையறைக்குள் இருந்துதான் பாசிசம் வருகிறது. இது நம்முடைய தேசம், இது நம்முடைய பூர்வீகம், இவன் இடையில் வந்தவன், இவனை வெளியேற்று, வெளியேற மறுத்தான் என்றால் அவனைக் கொல்லு என்பதெல்லாம் வரும். ஆனால் முதலாளிய வரையறை என்பதைப் புரிந்து கொண்டால், இதை எப்படிப் பாட்டாளி வர்க்க வரையறையாக மாற்றுவது என்ற கேள்வி வருகிறது. தேசியம் என்ற அந்தக் கருத்தாக்கத்துக்குள், அந்த வரையறைக்குள் இருக்கும் அந்தக் கூறுகளைக் களைய முடியுமா என்று பார்க்க வேண்டும். களைய முடியும் என்பது நமக்குப் புரிகிறது.

தமிழ்நாட்டில் கு.சா.ஆனந்தன் என்று ஒருவர் இருந்தார். அண்மையில் அவர் காலமானார். திராவிட இயக்கம், மார்க்சியம் இரண்டிலும் அழுத்தமாக இருந்த ஓர் அறிஞர் அவர். அவர் தன்னுடைய நூலில், ஸ்டாலினுடைய வரையறைகளில் சமத்துவம், சமதர்மம் என்று இரண்டு வரையறைகளை அடக்க வேண்டும் என்றார். சமத்துவம் என்றால், சாதிகளுக்கு இடையில் சமத்துவம், சாதியற்ற நிலை. சமதர்மம் என்பது உடைமைக்கு எதிரான ஒரு வரையறை. இந்த இரண்டு வரையறைகளை உள்நுழைத்தால் அந்த முதலாளிய வரையறைக்கு உள்ளே இருக்கிற முதலாளியக் கூறுகளைக் களைய முடியும். களைந்து பாட்டாளி வர்க்கத்துக்கு உரிய வரையறையாக அதை மாற்ற முடியும் என்று அவர் சொன்னார். இதை ஆரம்பத்தில் கட்டுரையாக்கி எனக்கு அவர் அனுப்பியபோதே என்னால் புரிந்துகொள்ளக் கூடியதாக இருந்தது. மிகவும் அற்புதமான ஒரு கோட்பாடாக அது இருந்தது. அதற்கு ஆதரவாகப் பல கட்டுரைகளை மேற்கோள் காட்டி எழுதினேன் நான். சில புத்திசாலிகளைத் திரும்பத் திரும்பப் பார்த்தீர்கள் என்றால், அவர்கள் இந்த வரையறையை எந்த வகையிலும் பொருட்படுத்தவில்லை.

தேசம் என்பது உழைக்கும் மக்களுக்கு உரியது. தொண்ணூறு, தொண்ணூற்றொன்பது சதம் மக்களுக்கு உரியது. இந்த நிலம் எங்களுக்கு உரியது. இந்த இயற்கை எங்களுக்கு உரியது. இந்த அரசியல் நாங்கள் தீர்மானிக்கக் கூடியது. இதனுடைய பொருளியல் எங்களுக்கு உரியது. இதனுடைய கல்வி, மருத்துவம் அனைத்தும் எங்களுடைய தீர்மானத்துக்குள்தான் இருக்கும்.

திராவிட முன்னேற்றக் கழகப் பண்பாடு என்று சொல்வது முதலாளிய தேசியப் பண்பாடுதான். திராவிட முன்னேற்றக் கழகம் சொல்கிற வரலாற்றை ஏற்றுக்கொள்ள வேண்டிய அவசியம் நமக்குக் கிடையாது. தமிழ் வரலாறு என்ன என்பதை நாம்தான் கண்டறிய வேண்டும். இந்த முதலாளிய சக்திகள் வரலாறு என்று என்ன சொல்லியிருக்கிறார்களோ, பண்பாடு என்று என்ன சொல்லியிருக்கிறார்களோ, எல்லைகள், தேசம், மொழி என்று எதையெல்லாம் சொல்லியிருக்கிறார்களோ, அவற்றை உழைக்கும் மக்கள் தமது பகுப்பாய்வுக்கு உட்படுத்தியாக வேண்டும். இந்தக் காரியத்தைத் தமிழ்த் தேசியச் சக்திகள் என்று சொல்லப்படுபவர்கள் செய்யவே இல்லை, தொடங்கவே இல்லை.

இதற்குள் போனீர்கள் என்று சொன்னால், நீங்கள் ஏற்கெனவே சொன்னது போல, தமிழ்த் தேசியத்தில் ஒரு பாசிசப் போக்கை அவர்கள் கொண்டு வருகிறார்கள். தெலுங்கனை வெளியேற்ற வேண்டும், அருந்ததியரை வெளியேற்ற வேண்டும், கொன்று நீக்க வேண்டும் என்று கொண்டு வருகிறார்கள். இந்தக் கூறுகளை வேறு சிலரும் கடைப்பிடிக்கிறார்கள். சிலர் வாய்மூடி மௌனிகளாக இருக்கிறார்கள். நாம் இதை வெளிப்படையாகப் பேச வேண்டும். நீங்கள் வீட்டில் தெலுங்கு பேசினாலும் வெளியில் சமூகத்தில் கல்வி கற்கும் இடத்தில் மற்றவர்களோடு சேர்ந்து உங்களுக்குத் தாய்மொழியாக இருப்பது தமிழ்தான். அறிவையும் உணர்வையும் தரக்கூடிய மொழி எதுவோ அதுவே தாய்மொழி. இப்போது நீங்கள் வீட்டில் தெலுங்கு பேசினாலும் அடுத்த தலைமுறையில் உங்கள் குழந்தைகள் தெலுங்கு பேசப் போவதில்லை. உங்களுடைய ஆளுமை இந்தச் சூழலில்தான் வளர்கிறது. நீங்கள் தமிழர்கள் என்பதைத் தயவு செய்து புரிந்துகொள்ள வேண்டும். தெலுங்கர்கள் என்று சொல்லி மறுபடியும் ஆந்திராவுக்குப் போக முடியாது. இந்த தேசம்தான் உங்களுடைய தேசம். இந்த மரபுதான் உங்களுடைய மரபு என்று சொல்லி அவர்களோடு இணக்கமான முறையில் உரையாடல் நிகழ்த்திதான் நாம் நெறிப்படுத்த முடியுமே தவிர, நீ தெலுங்கன், தெலுங்கன் என்று சொல்லி அவனை நாம் எதிரியாக்குவது நம்மை பலவீனப்படுத்தும். அருந்ததியர்களாக இருப்பவர்கள் என்ன மொழி பேசினாலும் நம் சமூகத்தின் ஆக்கத்துக்கு அவர்கள் எவ்வளவு காலமாக உழைத்திருக்கிறார்கள்! அவர்களை எப்படி நாம் அந்நியராக்க முடியும்? அது போலத்தான் மற்றவர்களையும் நாம் கவனமாக ஆய்வுக்கு உட்படுத்தினால் இந்த தேசியம் என்ற கருத்துக்குள் சமதர்மம் என்ற கருத்தை உள்ளடக்க முடியும், சமத்துவத்தை உள்ளடக்க முடியும். நாம் நிச்சயமாக உலகளாவிய மனிதர்களாக இருக்க முடியும்.

தமிழன் என்று சொல்லக்கூடியவன் உலகளாவிய மனிதன் என்ற தகுதியைப் பெறுவதற்கு ஏராளமான வாய்ப்புகள் இருக்கின்றன. திருக்குறள், சிற்றிலக்கியங்களை எல்லாம் மனதில் வைத்துப் பார்த்தீர்களானால், இதுதான் தேசியம் என்ற அர்த்தத்தைத் தரக்கூடியது. தேசியத்தையும் பாசிசத்தையும் பிரிக்க முடியும் என்று எனக்குத் தோன்றுகிறது. தமிழ்த் தேசியத்துக்குள் பாசிசம் ஒரு கூறாக இருந்து தீர வேண்டும் என்ற கட்டாயம் கிடையவே கிடையாது.

- **சமூகத்தில் மதத்தின் பங்கு பற்றி விளங்கிக் கொள்ள வேண்டியதை நீங்கள் அதிகம் வலியுறுத்துவதனால், தேசியத்தில் மதத்தின் பங்கு என்ன என்பதைப் பற்றிப் பேசலாம் என்று நினைக்கிறேன். ஆப்கானிஸ்தான் தேசியத்தை இஸ்லாமிய அடிப்படைவாதத்திலிருந்து பிரித்துப் பார்க்க முடியாது. ஐரோப்பாவில் கூட தேசங்களுக்கு இடையிலான போரில் பிராட்டஸ்டண்ட்கத்தோலிக்கப் பிரிவினை ஒரு முக்கியக் கூறாக இருந்திருக்கிறது. எடுத்துக்காட்டாக, அயர்லாந்துப் பிரச்சினையை இவ்வாறு பார்க்கலாம். இப்படிப் பார்க்கும்போது நீங்கள் சொல்லும் தமிழ்த் தேசியத்துக்குள் மதத்தின் பங்களிப்பு மற்றும் பல்வேறு மதங்களுக்கு இடையிலான உறவுகள் எவ்வாறு அமையும் என்று நினைக்கிறீர்கள்?**

மனோன்மணீயம் சுந்தரனார் திராவிடம் என்று பேசிய காலத்தில் சைவமதச் சார்பை அவருக்குள் வைத்திருந்தார். திராவிடம் என்ற கருத்தாக்கத்துக்குள் அது இருந்தது. மறைமலையடிகள் போன்றவர்களுக்கு அந்தக் கருத்தாக்கம் இருந்தது என்பதை மறுப்பதற்கில்லை. ஆதே போல் மிகவும் ஆச்சரியப்படும் முறையில், திராவிடர்கள் என்று பெரியார் பேசும்போது சாதி இல்லை, மதம் இல்லை என்று இன்னொரு எல்லைக்கு அவர் போனார். பெரும்பாலான தமிழ்த் தேசியர்கள் பெரியார் சொன்னதைச் சொல்கிறார்கள். எங்களுக்குக் கடவுள் வேண்டாம், சாதி வேண்டாம், மதம் வேண்டாம் என்கிறார்கள். சாதி, மதம் என்றாலே பார்ப்பனியம்தான் என்பது போல் அவர்கள் சில திரிபுவாதங்களை மேற்கொள்கிறார்கள். எனக்கு என்ன தோன்றுகிறது என்றால், மதம் என்பது ஏற்கெனவே முதலாளிய வரையறைகளில் பண்பாடு என்று சொன்னார்கள் பாருங்கள், அந்தப் பண்பாட்டில் ஒரு கூறு மதம். ஏற்கெனவே இருந்த ஆதிக்கவாதிகள் அந்த மதத்தைத் தேசியத்தோடு ஐக்கியப்படுத்தி இருக்கிறார்கள். இந்தியாவுக்குரிய மதம் ஒன்று என்று ஒருவர் சொல்வார். தமிழ்நாட்டுக்குரிய மதம் சைவம், வைணவம் என்று இன்னொருவர் சொல்வார். தமிழ்ச்

சூழலில் சில ஆய்வாளர்கள் செய்த அக்கிரமங்களை நாம் எண்ணிப் பார்க்க வேண்டும். சதாசிவ பண்டாரத்தார் போன்றவர்கள் சமணம், பௌத்தம் எல்லாம் அந்நிய மதங்கள் என்கிறார்கள். சைவம், வைணவம்தான் தமிழனுடைய மதம் என்று சொல்லி இந்த மாதிரிப் பொய்யுரைகளை எல்லாம் செய்திருக்கிறார்கள். சமணம், பௌத்தம் தமிழ்நாட்டுக்கு வந்தபோதுதான் தமிழ்ச் சூழலில் திருக்குறள், அறம் முதலிய விஷயங்கள் எல்லாம் மேலுக்கு வந்தன. ஏராளமான விஷயங்கள் தமிழ்ச் சூழலுக்குள் வந்து சேர்ந்தன. முன்பிருந்த விஷயங்களுக்குள் நிறைய மாற்றங்களைக் கொண்டு வந்து இவனைத் தமிழனாக்கியது இந்த மதங்கள்தான். சமணம், பௌத்தம் போன்ற கருத்துப் பொக்கிசங்கள்தான். மதம் பார்ப்பனியம் என்று பார்க்க வேண்டியதில்லை.

மதம் நிறுவனமயமாகிற போது, சொத்து முதலியவற்றைச் சேர்க்கிற போது அது அதிகார பீடமாக மாறும். அது மக்களுக்கு எதிரானது. மக்களுக்கு எதிராக மதம் மாறுகிறபோது, எல்லா மதங்களுக்குள்ளிருந்தும் கலகங்கள் தோன்றும். அவை மக்கள் சார்பான கலகங்கள். மதத்தில் எப்போதும் இரண்டு போக்குகள் இருக்கும். ஆதிக்கத்துக்கு எதிரான மதப்போக்கும் இருக்கிறது. கோயில், சடங்கு, பார்ப்பனியம், மந்திரம், தந்திரம் என்று பேசக்கூடியது புரோகிதம் — கிளரிக்கலிசம். இதற்கு எதிராக தீர்க்கதரிசிகள் எனப்படுபவர்கள் மக்கள் சார்பாகக் கலகம் செய்வார்கள். அவர்கள்தான் சித்தர்கள். சாதி ஏது, சடங்கு ஏது என்று பேசக்கூடியவர்கள். இயேசுநாதர் தனக்கு முன் இருந்த மதப்போக்குக்கு எதிரான ஒரு கலகக்காரர்தான். பின்னால் இதே கிறித்துவம் ஆதிக்கத் தன்மை பெறும்போது அதிலிருந்துதான் விடுதலை இறையாளர்கள் தோன்றுகிறார்கள். ஆதிக்கத்தைக் களையும் போக்கு அப்போது வருகிறது. மதம் என்பது வெறுக்கத்தக்கது, அருவருக்கத்தக்கது பெரியார் சொல்கிற மாதிரி பரப்பியவன் அயோக்கின், கண்டுபிடித்தவன் காட்டுமிராண்டி — இப்படியெல்லாம் பேசுவது மார்க்சியவாதிக்கு நிச்சயமாக உடன்பாடாக இருக்கவே முடியாது. இது மதம் பற்றிய ஆய்வே கிடையாது. தமிழ்நாட்டில் இருக்கிற மார்க்சியர்கள் எல்லாம் பெரியாரியம்தான் ஒரே வழி என்று கொண்டிருக்கிறார்கள். இது மார்க்சியத்தை முடமாக்குகிற போக்கு.

மதம் என்பதற்குள் மக்கள் சார்பு என்ற ஒன்றும் இருக்கிறது. விவேகானந்தரைப் பாருங்கள், பாரதியாரைப் பாருங்கள். அத்வைதம் என்பது எல்லாம் ஒன்றுதான் என்று சொல்லும்போது, நீயென்ன உயர்ந்த சாதி, நானென்ன தாழ்ந்த சாதி, எல்லாவற்றையும்

பொதுவில் வை என்ற கருத்துக்கு இட்டுச் செல்கிறது. இந்த அத்வைதத்தை வைத்தே விவேகானந்தர் பேசுகிறார். பெரியார் மிகவும் அற்புதமாக ஒரு கட்டுரை எழுதியிருக்கிறார். அதைப் பெரியாரியர்கள் யாரும் பொருட்படுத்துவது கிடையாது. வேதமும் கம்யூனிசமும் வேறு வேறு அல்ல என்று விளக்கம் சொல்கிறார். வேதம் என்ன சொல்கிறது? எல்லாமே ஒன்று என்று சொல்கிறது. எல்லாமே கடவுள் என்று சொன்னால் நீயென்ன பெரியவன், நானென்ன சிறியவன்? நீயென்ன ஆதிக்கம் புரிவது, நானென்ன அடிமையாவது? வேண்டாம். நாம் எல்லோரும் கடவுளின் குழந்தைகள் என்று மதம் சொல்கிறது. அப்புறமென்ன ஏற்றத்தாழ்வு வேண்டிக் கிடக்கிறது? வேதமும், கம்யூனிசமும் ஒன்றுதான் என்று பெரியார் கண்டுபிடித்து அற்புதமாகச் சொல்லியிருக்கிறார்.

● கிறித்துவம், விடுதலை இறையியல் போன்றவை எல்லாம் இலத்தீன் அமெரிக்கப் புரட்சிகர இயக்கங்களில் வைத்துப் பார்க்கும்போது ஒப்புக்கொள்ளக் கூடியனவாக இருக்கின்றன. இன்னும் சொல்லப் போனால், சே குவேராவை இயேசுவின் இன்னொரு வடிவமாக பொலிவிய விவசாயிகள் பார்த்திருக்கிறார்கள். இப்போது அவருடைய எலும்புக்கூடு கிடைத்த இடம் கிறித்துவ நம்பிக்கையுள்ள இலத்தீன் அமெரிக்க மக்களுக்கு ஒரு புனிதத் தலமாக ஆகியிருக்கிறது. ஒரு தனிநபராக இயேசு கிறிஸ்து தனிமனித சுதந்திரம், பொறுப்புணர்வு போன்றவற்றை வலியுறுத்தியவராகத்தான் இருந்தார். ஒரு சமூகத்தில் ஒரு தனிநபரின் விடுதலை அவருக்கான பிரச்சினையாக இருந்தது. அப்படித்தான் தனிநபருக்கான வரலாற்றுப் பொறுப்புக் கருதி விடுதலை இறையியல் புரட்சிகரப் போராட்டத்தில் பங்கேற்பதை வலியுறுத்தினார்கள்.

பி.பி.சி.யின் இந்திய நிருபரான மார்க், டெல்லி இந்திய சுதந்திரத்தின் பொன்விழா குறித்து எடுத்த ஆவணப்படத்தில் கூட ஒரு தலித் பெண் கூறும்போது, கிறிஸ்து தங்களைப் போன்ற ஏதுமற்றவர்களுக்காக, நிராகரிக்கப்பட்டவர்களுக்காகப் போராடியவர், அதனால் அவர் எங்கள் கடவுள் என்று கூறுகிறார். ஆனால் இந்து மதத்தைப் பொறுத்தளவில் அப்படியான விடுதலை இறையியல் போக்கைப் பார்க்க முடியாது. சாவர்க்கரில் இருந்து அரவிந்தர் வரை, இந்து மதத்தை தேச விடுதலை மற்றும் வன்முறையோடு இணைத்தவர்கள் எல்லாம் சமூக அளவில் வலதுசாரிகளாகத்தான் இருக்கிறார்கள். இவர்கள் எல்லாம் ஓர் இலட்சிய சமூகத்தை, பிராமணிய சமூகத்தை உருவாக்குகிற கும்பலைச் சேர்ந்தவர்களாகத்தான் இருக்கிறார்களே அல்லாமல், விடுதலை உணர்வுள்ள தனிமனிதர்களாக இல்லை. இப்படியான

சூழலில் விடுதலை இறையியல் போக்கு என்பது இந்து மதத்துக்குள் சாத்தியமாகும் என்று தோன்றவில்லை...

மதம் என்பதை அடிப்படையிலேயே பார்ப்பனியம் என்று சொல்லி, அதைப் பற்றி முட்டாள்தனமாகப் பேசிப் பேசி நம் திராவிட இயக்கத்தவர் என்ன செய்திருக்கிறார்கள் என்றால், மக்களிடமிருந்து ஒரு வகையில் அந்நியப்பட்டிருக்கிறார்கள். இந்த இடத்தில் இந்துத்துவவாதிகள் வந்து கெட்டியாக உட்கார்ந்து கொள்கிறார்கள். மக்களுக்கு என்றைக்கும் கோயில்கள் தேவைப்படுகின்றன, கோயில் திருவிழாக்கள் தேவைப்படுகின்றன. திராவிட இயக்கத்தவர் எல்லாவற்றையும் மறுக்கிறார்கள். அப்போது இந்துத்துவவாதிகள் மிகவும் சாமர்த்தியமாக அந்த இடத்தைக் கைப்பற்ற முடிகிறது. மாறாக, மதம் என்பது என்ன, கடவுள் என்பது என்ன, சடங்குகள் இல்லாமல் இந்தச் சமூகம் எந்தக் காலத்திலாவது இருந்திருக்கிறதா என்பது போன்ற ஆய்வுகளோடு அணுகியிருந்தால் மக்களை நீங்கள் வயப்படுத்தியிருக்கலாம். கேரளாவில் நாராயணகுருவின் எடுத்துக்காட்டைப் பாருங்கள். அவர் ஒரு சிவன் கோயிலைக் கட்டினார். சிவன் கோயிலைக் கட்ட உனக்கு அதிகாரம் இல்லை என்று பார்ப்பனர்கள் கூறினார்கள். இது உங்களுடைய சிவன் இல்லை என்று அவர் சொல்லிவிட்டார். அவ்வாறு நீங்கள் மதத்துக்கு அர்த்தம் கொடுத்திருக்க முடியுமானால் சரியாய் இருந்திருக்கும். மனோன்மணியம் சுந்தரனார், மறைமலையடிகள் அந்தக் காலத்தில் வந்தார்கள் என்று சொன்னேன். மதம் என்ற வகையில் மறைமலையடிகள் என்னென்ன வேறுபட்ட கருத்துக்களைக் கொண்டிருந்தார் தெரியுமா? மதத்தில் துறவு தேவையில்லை, புராணங்கள் பொய்க் கதைகள் என்பது போன்ற தீவிரமான சில கருத்துக்களை அவர் முன்வைக்க முடிந்தது. குன்றக்குடி அடிகளும் அந்த மரபில் வந்து அதைக் கடைப்பிடித்தவர்தான்.

மதம் பற்றி உங்களுக்குச் சரியான பார்வை இருந்திருக்குமானால், தமிழ் வரலாறு, தமிழ் இலக்கியத்தில் நீங்கள் மதம் என்பதை ஒரு அம்சமாக அர்த்தப்படுத்தவே முடியாது. அப்படிப் பார்த்தால் தமிழ் இலக்கியம் முழுவதும் உங்களுக்கு மாபெரும் நிதியங்களாக மாறும். அந்த மாதிரிப் போக்கு உங்களிடம் இல்லை. உங்கள் போக்கில் எடுத்துக் கொண்டீர்களானால் திருக்குறளைக் காப்பாற்ற முடியாது. பெரியாரும் அதை மிக வெளிப்படையாச் சொன்னார். இறுக்கிப் பிடித்தால் திருக்குறளில் 300 குறள்கள்தான் தேறும் என்றார். அதையே வேறு மாதிரி சொல்லிப் பாருங்கள். 1000 குறள்களைத் தள்ளக்கூடிய தைரியம் இன்று யாருக்கு இருக்கிறது? உங்கள் பார்வையில் எடுத்துக் கொண்டால் சிலப்பதிகாரத்தை நீங்கள்

ஏற்கவே முடியாது. அப்படிப் பார்க்கும்போது சைவம், வைணவம் அனைத்தும் உங்களுக்கு ஆகாத விஷயங்களாக ஆகிவிடும். நான் ஒரு முறை சொன்னேன் — சித்தர் மரபில் வந்தவர்தான் பெரியார் என்று. அ.மார்க்ஸ், வேலுசாமி போன்றவர்கள் கெக்கலி கொட்டினார்கள். சித்தர் மரபில் வந்தவர்தான் ஜெயகாந்தன், சித்தர் மரபில் வந்தவர்தான் புதுமைப்பித்தன், சித்தர் மரபில் வந்தவன்தான் நான் என்று உரத்துச் சொன்னேன். அது அவர்களுக்கு எட்டவில்லை, புரியவில்லை.

மக்களுடைய கடவுள் போன்றவற்றை எல்லாம் மூடத்தனம், மூர்க்கத்தனம் என்று பேசுவதால்தான் இந்த மக்கள் அந்தப் பக்கம் நகர்கிறார்கள். நீங்கள் அதிகமாக எதிரிகளை உருவாக்கிக் கொண்டு இருக்கிறீர்கள். நம் மக்களை அவர்களிடம் தள்ளி விடுகிறீர்கள். அவர்களது வலிமையைக் கூட்டுகிறீர்கள். மார்க்சியவாதிகள் எனப்பட்டவர்கள் இதைத்தான் காலம் முழுதும் செய்து வந்தார்கள். இந்துத்துவத்தைத் தமிழ்நாட்டில் வலுப்படுத்திய சக்திகள் யார் என்று கேட்டால் முதலில் இவர்கள்தான்.

இப்போது இந்துத்துவம் மேலுக்கு வந்துவிட்டது. பதினைந்து வயதுப் பையனெல்லாம் காவி என்ன, திருநீறு என்ன! பயிற்சி நடத்துகிறார்கள். வீர விளையாட்டெல்லாம் சொல்லித் தருகிறார்கள். பாடம் சொல்லித் தருகிறார்கள். பாரதிய ஜனதா பையனிடம் நீங்கள் பேசினால் ஒன்றையே திரும்பத் திரும்பச் சொல்வான். மீறினால் கை வைப்பான். நமக்கெல்லாம் கை வைக்கிற துணிச்சலே இல்லை. நமக்கு யாரும் பயிற்சியே கொடுக்கவில்லை. பெரியாரியர்களும் அடி வாங்குவார்கள், மார்க்சியர்களும் அடி வாங்குவார்கள். சில மாதங்களுக்கு முன் சிங்காநல்லூர்ப் பக்கம் ஒரு தெருவில் திராவிட இயக்கத்துக்காரர் பிரச்சாரத்துக்குப் போனபோது உள்ளே வரக்கூடாது என்று சொல்லிவிட்டார்கள். வரக்கூடாது என்றால் வரக்கூடாது. உங்கள் பிரச்சாரம் எங்களுக்கு வேண்டாம் என்று சொல்லிவிட்டார்கள். பெரியநாயக்கன்பாளையம் பக்கம் புத்தகம் விற்கப் போனார்கள். கடையைக் கட்டு என்று கூறிவிட்டார்கள். அடிக்கத் தயாராக இருக்கிறார்கள். நீங்கள் திருப்பித் தாக்கத் தயாராக இல்லை.

மிகவும் அறிவோடு பேசுவதாக நீங்கள் நினைத்துக் கொண்டிருக்கிறீர்கள். இது ஒன்றும் அறிவோடு பேசக்கூடிய பேச்சல்ல. பாரதியாரை எவ்வளவு கேவலப்படுத்துகிறீர்கள் நீங்கள்! இறுதியாக நீங்கள் எவ்வளவு ஒரு அழிவு சக்தியாக மாறித் தொலைத்திருக்கிறீர்கள்! பாரதியாரை அவ்வளவு கேவலமாக எதிரணிக்குத் தள்ளுகிறீர்கள். பாரதியார் மட்டுமல்ல,

தைரியமிருந்தால் நீங்கள் எல்லாவற்றையும் செய்யுங்கள். பாரதியார் மட்டுமல்ல, பாரதிதாசன் ஒரு கடவுள் உண்டென்போம் என்று சொன்னார். தமிழ்த் தேசிய மாநாட்டில் பேசும்போது பெரியார் அவரைப் பிடித்துத் திட்டு திட்டு என்று திட்டினார். பாரதிதாசன் குமரகுருபரரைப் பாராட்டினார். பாரதிதாசனுக்கு இலக்கியங்கள் வேண்டும். கம்பர் வேண்டும். உங்களுக்கெல்லாம் அவசியம் கிடையாது. இப்படி இருந்தால் தமிழ்ச் சமூகத்துக்குரிய இயக்கமாக நீங்கள் எப்படி இருக்க முடியும்? கடவுள் இல்லை. வழிபாடு வேண்டாம். சடங்கு வேண்டாம். நீங்கள் நடத்துவது என்ன? பெரியாருக்குச் சிலை வைக்கிறீர்கள். பெரியாருக்குத் துதி பாடுகிறீர்கள். பெரியாரை மீறி ஒரு சிந்தனையாளன் இல்லை என்கிறீர்கள். பெரியாருக்கு மாலை போடுகிறீர்கள். விழாக் கொண்டாடுகிறீர்கள். நீங்களெல்லாம் பெரியாருக்கு நல்ல அசலான புரோகிதர்களாக இருக்கிறீர்கள். புரோகிதர்களில் யார் சிறந்த புரோகிதர், யார் மோசமான புரோகிதர் என்று வேறுபடுத்தலாமே ஒழிய, மற்றபடி பெரியாரியத்தை நீங்கள் வளர்த்தெடுக்க வேண்டாமா? மேலே கொண்டு போக வேண்டாமா?

உலக அளவில் நாத்திகவாதம் என்பது எவ்வளவு பிரமாண்டமாக வளர்ந்திருக்கிறது! டிக்சனரி ஆஃப் பிலீவர்ஸ் அண்ட் நான்பிலீவர்ஸ் என்று ஒரு அற்புதமான ரசியன் டிக்சனரி. பௌத்த மதத்தை விடவா உங்கள் நாத்திகவாதம்? ரஸ்ஸலை ஒரு காலத்தில் இலேசாக மேற்கோள் காட்டினீர்கள். டார்வினை நீங்கள் பெரிய அளவுக்குப் பேசவில்லை. பெரியாரியம் என்று உள்ளே போனீர்களானால், ஏகாதிபத்திய எதிர்ப்புக்கு நீங்கள் முதன்மையாக இருக்க வேண்டாமா? சிங்காரவேலர் தயாரித்த ஈரோடு தீர்மானத்தில் என்ன சொல்கிறார்? இந்தியாவில் இருக்கும் பிரிட்டிஷாரின் சொத்துக்கள் அனைத்தும் நஷ்ட ஈடில்லாமல் பறிமுதல் செய்யப்பட வேண்டும், ஜமீன்தார்கள் ஒழிக்கப்பட வேண்டும் என்று எத்தனை விஷயங்களை அவர் சொல்லியிருக்கிறார். இன்று உலகமயமாதல் பற்றி எத்தனை உருக்கமாக நீங்கள் பேசியிருக்க வேண்டும்! உங்களுக்கு அது தோன்றவே இல்லையே!

நான் சொன்னேன், பார்ப்பனியம் என்று இன்று நீங்கள் பேசுகிறீர்கள். நமக்கிடையில் ஆதிக்க சக்திகள் இருக்கின்றன என்றால், அவை ஏகாதிபத்தியம், முதலாளியம், அரசதிகாரம் என்று. உடனே ஒரு புத்திசாலி, படுபுத்திசாலி சொன்னார், நீங்கள் சொல்கிற ஏகாதிபத்தியமும் பார்ப்பனியம்தான், முதலாளியமும் பார்ப்பனியம்தான், அரசதிகாரமும் பார்ப்பனியம்தான் என்று. அப்படி முடித்து விட்டார் அவர். எனக்கும் அ.மார்க்சுக்கும்

பெரிய சண்டை வந்துவிட்டது. இந்த வகையில் செயல்படும் அரசதிகாரத்தை பார்ப்பனியம் என்ற எளிய சொல்லால் சொல்லாதே, வேறு சொல் என்றேன். இல்லை, இந்தச் சொல்தான் சரியான சொல் என்றார் அவர். இதையெல்லாம் பார்ப்பான்தான் கொண்டு வருகிறானாம். மற்ற சாதிக்காரன் இருந்தால் கொண்டு வர மாட்டானாம். தத்துவம் என்று சொன்னாலே மதம் என்று எப்படி அய்யா உங்களால் புரிந்துகொள்ள முடிகிறது? அது பரந்த அளவில் வாழ்க்கை தொடர்பானது என்று விரிவான முறையில் உங்களால் அர்த்தம் கொள்ள முடியாதா? தத்துவம் என்றால் மதம். மதம் என்றால் அது இந்து மதம். இந்து மதம் என்றால் அது பார்ப்பனியம். இவ்வளவு தூரம் நீங்கள் அறிவில் கீழ்ப்பட்டுப் போய்விட்ட பிறகு ஒரு தேசத்தை நீங்கள் எப்படிக் காப்பாற்றப் போகிறீர்கள்?

குழந்தைகளை ஏதும் எழுதப்படாத வெற்றுப் பலகையாகப் பார்க்கிறார்கள்

ராம் மகாலிங்கம்

• ஒரு மனிதனுடைய உளவியல் என்னென்ன மாதிரியான காரணிகளால் உருவாகிறது? இன்றைய உளவியல் ஆய்வுப் போக்குகள் எத்தன்மையில் இருக்கின்றன?

பலவிதமான முறைகள் பற்றி யோசித்திருக்கிறார்கள். பிராய்டியர்கள் ஆரம்பக் குழந்தைப் பருவத்தில் இருந்து தொடர்ந்து வரும் பல்வேறு கட்டங்களில் குழந்தைகளின் அனுபவங்கள் எவ்வாறு அவர்களது நடத்தைகளைப் பாதிக்கின்றன என்று சொல்லியிருக்கிறார்கள். நரம்பியல் கோளாறுகள் சார்ந்த பிரச்சினைகள், மனப்பிறழ்வு, விபரீதமான மனப்போக்குகள் உருவாவது போன்றவை பற்றிச் சொல்லியிருக்கிறார்கள். அதன் தொடர்ச்சியாக உள்மன ஆய்வுகள் வந்தன. பிராய்டியக் கோட்பாட்டைத்தான் மனித உளவியல் பற்றிப் பேசும்போது சொல்கிறார்கள். தற்காலத்தில் பிராய்டை அடியொற்றிய ஆய்வுகள் மிகக் குறைவு. ஆனால் வேறு முறைகள் இருக்கின்றன.

ஒரு மனிதனுடைய நெறி, பண்பாட்டு ஆளுமையில் எவ்வாறு சமூகக் கோட்பாடுகள் பயன்படுகின்றன என்பது போன்ற ஆய்வுகள் இருக்கின்றன. வைகாட்ஸ்கி என்று ஒரு ரசிய உளவியலாளர் இருந்தார். அவர் ஒரு மார்க்சியர். அவருடைய கோட்பாடு என்னவென்றால் சமூகச் சூழல் எவ்வாறு குழந்தைகளைப் பாதிக்கின்றன அதிலிருந்து எவ்வாறு அவர்கள் பெரியவர்களாக ஆகிறார்கள் என்பதைப் பற்றி அவர் ஆய்வு செய்து கொண்டிருந்தார். அவருடைய சிந்தனைகள் முழுமை அடைவதற்கு முன்பாகவே நாற்பது வயதிலேயே காசநோய் வந்த இறந்து போனார். மிகைல் பக்தினுடைய காலத்தைச் சேர்ந்தவர் அவர். அவர் இறந்ததன் பிறகு ஸ்டாலின் காலத்தில் அவருடைய எழுத்துக்களை எல்லாம் எங்கேயோ மறைத்து வைத்து விட்டார்கள். சமீப காலத்தில்தான் அவருடைய ஆய்வுகள் மொழியாக்கம் பெற்று வெளியாகி வருகின்றன. நமது மன வளர்ச்சியில் குறிப்பிட்ட சூழல் என்பது எவ்வாறு பங்கு வகிக்கிறது என்பதை அவர் பார்க்கிறார். கார்ஜே என்ற ஸ்விட்சர்லாந்து நாட்டு உளவியலாளர் ஒருவரின் சிந்தனைகள் பெரிய தாக்கங்களை ஏற்படுத்தியிருக்கின்றன.

பல்வேறு பருவங்களில் குழந்தைகள் வளர்ச்சியடைந்து ஒவ்வொரு கட்டத்துக்கும் போகும்போது புதுப்புது வளர்ச்சிகள் அவர்களது சிந்தனைகளில் மாற்றத்தைக் காட்டுகின்றன என்பதுதான் அவருடைய பார்வை. உடலில் இந்த வளர்ச்சிக் கட்டத்தில் ஏற்படும் மாற்றத்துக்கும், சிந்தனையில் ஏற்படும் மாற்றத்துக்கும் இடையில் ஓர் இணைப்பைக் காட்டுகிறார் அவர். அவர் ஒரு அமைப்பியல் உளவியலாளர். சமூக அமைப்பும், உடலியல் அமைப்பும் எவ்வாறு ஊடாட்டம் கொள்கின்றன என்பதை அவர் காட்டுகிறார். பிறகு கணினியியல் வளர்ந்த போது மனிதக் கணினியாக மூளையைக் கண்டு நாம் எவ்வாறு வளர்கிறோம், எவ்வாறு தகவல்களை முறைப்படுத்திக் கொள்கிறோம், செய்தியை எவ்வாறு புரிந்து கொள்கிறோம், புரிந்து கொள்வதற்கு எவ்விதமான மூளை அமைப்பு இருக்கிறது. எவ்வாறு செய்தி சொல்லப்படுகிறது. சொல்லப்படும்போது அழுத்தம், உற்சாகம் போன்ற நமது மனநிலைக்குத் தகுந்தவாறு செய்தி பதிவாவது. அந்தச் செய்தியைத் தொடர்ந்து விரிவுபடுத்திக் கொள்வதற்கு என்னென்ன பிரச்சினைகள், சங்கடங்கள் இருக்கின்றன எவ்வாறு அதை எளிதாக எடுத்துக் கொள்வது என்பது பற்றியெல்லாம் அவர் பேசுகிறார்.

செயற்கை அறிவுத்திறத்தை எடுத்துக் கொள்வோம். கணினியின் சதுரங்க விளையாட்டெல்லாம் அவ்வாறானதுதான். அதாவது எவ்வாறு நீங்கள் பாடம் சொல்லித் தருகிறீர்கள். பாடத்தை எவ்வாறு ஒழுங்கமைத்துக் கொள்கிறீர்கள். அதிலிருந்து கல்வியை எவ்வாறு எளிதாக்கிக் கொள்ள முடியும் என்பது போன்ற ஆய்வுகள் பெரிய அளவில் இருக்கின்றன. நாம் பிறக்கும்போதே நம்மோடு சேர்ந்து வந்திருக்கிற சக்திகளை அகநிலைச் சக்திகள் என்பார்கள். இதில் மொழி குறித்த நோம் சோம்ஸ்கியின் சிந்தனைகள் இருக்கின்றன. பிறக்கும்போதே பல மொழிகளைப் பேசும் திறனோடுதான் நாம் பிறக்கிறோம் என்கிறார் அவர். அந்தச் சக்திகள் வெளிப்படுவதற்கு குறைந்தபட்சம் நமது சூழல், அதில் நமது ஈடுபாடு, அதில் என்னென்ன விஷயங்கள் உள்ளியல்பானவை என்று பார்க்கிறார்கள். இதில் ஒரு சிக்கல் என்னவென்றால் உள்ளியல்பாக இருப்பவை எல்லாமே உயிர்மரபியல் தன்மை கொண்டவை என்று வந்துவிடும். இது ஒரு தவறான புரிதல். சோம்ஸ்கி சொல்வது போல பிறக்கும்போதே விஷயங்களைச் செய்ய முடியும் என்றால் எல்லோராலும் எல்லாக் குழந்தைகளாலும் ஆங்கிலம் பேச முடியும். ஆனால் பேச முடியவில்லை என்றால் என்ன காரணம்? சமூக வேறுபாடுகள் என்பவை இருக்கத்தான் செய்யும் என்று அதை நியாயப்படுத்துவதற்கு இந்தக் கோட்பாடு பயன்படலாம். அதாவது

செய்ய முடியாதவர்களைச் செய்ய முடிந்தவர்களாக உருவாக்க அரசாங்கம் மேற்கொள்ளும் முயற்சிகள் வீண். கறுப்பர்களும் ஆசியர்களும் எளிதில் கற்றுக்கொள்ள முடியாதவர்கள் என்பது போன்ற பழமைவாத விளக்கங்களுக்கு இடமளிப்பதாக இருக்கும். குழந்தைகள் பிறக்கும்போதே என்னென்ன சக்திகளோடு பிறக்கிறார்கள் என்று ஆராய்ந்தோம். எவ்வளவு சீக்கிரமாக எல்லாவற்றையும் தெரிந்து கொள்கிறார்கள் என்று ஆராய்ந்தோம். ஒரு ஆய்வில் தெரிய வந்தது என்னவென்றால் பிறந்த பன்னிரண்டு மாதங்களுக்குள் எண்ணிக்கை பற்றிய சிந்தனை — ஒன்றும் ஒன்றும் இரண்டு, இரண்டும் ஒன்றும் மூன்று என்பது போன்று — குழந்தைகளுக்குத் தெரிய வந்துவிடுகிறது. கணக்கு விதிகள் அனைத்தும் அல்ல எண்ணிக்கை பற்றிய சிந்தனை வந்துவிடுகிறது. காரணத்துவம் குறித்த அடிப்படையான கருத்து மனித அன்பு குறித்த அடிப்படையான கருத்து என்பதெல்லாம் அவர்களுக்குத் தெரிந்துவிடுகிறது. இது ஒரு மிகப் பெரிய வழித்திறப்பாகும்.

சிலர், குழந்தைகளை ஏதும் எழுதப்படாத வெற்றுப் பலகையாகப் பார்க்கிறார்கள். சமூகச் சூழலால் எப்படியும் மாற்றலாம் என்று நினைக்கிறார்கள். இது ஓர் அதீத நிலைப்பாடு கொண்ட தீவிரவாதமாகும். ஒரு வகையில் இது ஸ்டாலினிசம். ஸ்டாலின் அப்படித்தான் சொன்னார். வேறு வகையில் சொன்னால் சமூக உள்ளீடு என்பது இல்லாமல் உயிரியல் இருப்பு என்பது மட்டும் இருக்கப் போவது இல்லை. பிறவிப் பண்புகள் என்பவை உயிரியல் வேறுபாடுகளையும் வலியுறுத்துவது. அது ஒரு வகையில் சில மக்களை அப்படியே மாற்றமில்லாமல் வைத்திருக்கச் செய்யும். உளவியல் என்பது ஒரு வகையான பயணம். பல்வேறு திசைகளைக் கொண்ட, ஒரு நீண்ட பயணம் அது. இப்போது கலாச்சாரம் குறித்து நிறையப் பேசப்படுகிறது. பின்நவீனத்துவம் கலாச்சாரத்தை ஐயப்பாடானது என்கிறது. கலாச்சாரம் என்பதற்கென்று தனியுரு ஏதும் இல்லை. அது மனிதர்களுக்கு இடையிலான ஊடாட்டத்தில் இருக்கிறது. நாளாக நாளாக அது மாறிக் கொண்டே இருக்கிறது. நீங்கள் அதில் பங்கெடுப்பதன் மூலம் அது மாறிக்கொண்டே இருக்கும். உங்களையும் மாற்றும். இது போன்றெல்லாம் கோட்பாடுகள் வருகின்றன. கலாச்சாரமும் சமூகமும் ஒரு மனிதனை எந்தளவு பாதிக்கின்றன அதன் பாதிப்பு நமது உணர்ச்சிரீதியான வளர்ச்சியில் எந்த மாதிரி இருக்கிறது இவற்றையெல்லாம் எவ்வாறு மாற்றுகிறது...

● **வைகாட்ஸ்கியைப் பற்றிச் சொன்னீர்கள். எரிக் ப்ராம் போன்றவர்கள் மனிதனின் உளவியலை விளக்குவதற்காக மார்க்**

சியத்தின் பொருளியல் சார்ந்த சமூகப் பரிமாணத்தையும் பிராய்டின் உளவியல் சார்ந்த பரிமாணத்தையும் எடுத்துக் கொண்டு அவை இரண்டுக்கும் இடையிலான ஓர் இணைவை உருவாக்க முயற்சி செய்திருக்கிறார்கள். இப்போது லக்கான் போன்றவர்கள் சசூரின் மொழி ஆய்வுகளைக் கருவியாக எடுத்துக்கொண்டு மனிதனுடைய மன அடுக்குகளினூடே நுழைபுலங்களை வெளிக் கொண்டுவர முயல்கிறார்கள். இம்மாதிரியான வளர்ச்சிகளை நீங்கள் எவ்வாறு பார்க்கிறீர்கள்?

இது போன்ற விஷயங்கள் கலாச்சார ஆய்வுகள், விமர்சனக் கோட்பாடு மற்றும் மானுடவியல் போன்ற துறைகளில்தான் அதிகம் பேசப்படுகின்றன. உளவியல் துறையில் இவர்கள் குறித்து யாரும் கோட்பாட்டாக்கம் செய்வதெல்லாம் கிடையாது. பகுப்பாய்வு உளவியல் என்பது அறிவியல் முறைமையிலானதாக, செயலறிவு சார்ந்ததாக இருக்க வேண்டும் என்று சொல்கிறார்கள். இதையெல்லாம் சோதித்து நகலாய்வு செய்ய முடியுமா என்று கேட்கிறார்கள். இந்தக் கோட்பாடுகள் எல்லாம் நழுவுதிறம் கொண்டவை. லக்கானையோ, ப்ராமையோ படித்துவிட்டு அவர்களுடைய கதையாடல்களை எல்லாம் படித்துவிட்டு மக்களுடைய வாழ்க்கை குறித்து பிரதி அடிப்படையிலான ஆய்வை மேற்கொள்கிறார்கள் அல்லவா அவர்கள்தான் இக்கோட்பாடுகளைப் பயன்படுத்துகிறார்கள். மன நோய்கள் போன்றவற்றுக்கான பயன்பாட்டில் இவற்றின் வரம்புகள் மிகக் குறுகியவை.

செயலறிவுவாதத்தை நீங்கள் அறிவியல்பூர்வமானது என்று சொல்கிறீர்கள் அல்லவா? அதற்கே உரித்தான முன்னபிப் பிராயத்தோடு அதை எவ்வாறு அறிவியல்பூர்வமானது என்று எடுத்துக் கொள்வது? சில விஷயங்களை ஆய்வு செய்ய ஒரு முறையியல் வேண்டும். கேள்விப்படிவ முறை என்பதை எடுத்துக் கொள்வோம். அதிலிருந்து நாம் சில முடிவுகளுக்கு வந்து சேரலாம். ஆனால் கேட்கப்படும் கேள்விகள் தேர்ந்தெடுக்கப்பட்டவை எனும்போது அவற்றில் முன்னபிப்பிராயம் என்பது இருக்கத்தானே செய்யும்? இதுவும் குறிப்பிட்ட கருத்தியல் சார்பில் இருந்து பிறப்பதுதானே?

அதையெல்லாம் உளவியலாளர்கள் ஒப்புக்கொள்ளவே செய்கிறார்கள். ஏனென்றால் நீங்கள் ஆய்வு செய்ய முனையும்போதே ஒரு கோட்பாட்டைப் பரிசோதிக்கத்தான் முனைகிறீர்கள். அதைத்தான் பரிசோதித்தேன் அது சரிப்படவில்லை என்று ஒத்துக்கொள்ளக்கூடிய திராணி இருக்க வேண்டும். அதே சமயத்தில்

இந்தக் கலாச்சார ஆய்வுகளுக்கும், உளவியலுக்கும் இடையில் எந்த ஆரோக்கியமான உறவும் இல்லை. பல்வேறு முறைகளைப் பயன்படுத்திப் பல்வேறு ஆய்வுகளை உளவியலாளர்கள் மேற்கொள்கிறார்கள். கலாச்சார ஆய்வுகள் போன்றவை ஒருகூறுக் குறுக்கல்வாதம் என்று ஒதுக்குகிறார்கள். ஓர் ஆய்வை ஒருவர்தான் செய்ய முடியும் அதே ஆய்வை இன்னொருவர் அப்படியே திருப்பிச் செய்ய முடியாது என்கிறார்கள்.

• இப்போது பல்துறைக் கூட்டாய்வுகளின் தேவை அதிகரித்துக் கொண்டே வருகிறது. ஒரு துறையில் நடக்கிற ஒரு விஷயத்தைப் புரிந்து கொள்வதற்கு அந்தத் துறை சார்ந்த பிற துறைகளில் நடக்கும் விஷயங்கள் பற்றித் தெரிந்து கொள்ள வேண்டியிருக்கிறது. எடுத்துக்காட்டாக நீங்கள் சொன்னீர்கள் ஒருவருடைய உளவியலைப் பிராய்டிய அடிப்படையில் தன்னுணர்வாக வரும் விஷயங்களைக் கொண்டு வரையறுக்கலாம். இன்னொரு வகையில் பொருளாதார அம்சத்தைக் கொண்டு வரையறுக்கலாம். இப்போது மனித மரபுரேகைத் திட்டம் வந்த பிறகு மரபணுவைப் பார்த்தால் போதும் மனிதனை வரையறுக்கலாம் என்கிறார்கள். எந்தத் துறை ஆய்வுகளை எடுத்துக் கொண்டாலும் தத்துவம், உளவியல், மரபணுவியல் என்று பல்துறைக் கூட்டாய்வு நோக்கில் தெரிந்து கொள்ள வேண்டியிருக்கிறது. இந்தச் சூழலில் ஒரு துறையில் இருப்பவர்கள் மற்றொரு துறைக்காரரை ஒருகூறுக் குறுக்கல்வாதி என்று சொல்வது மனித முழுமையைப் பற்றிப் புரிந்து கொள்ளும் முயற்சியில் ஒரு தடையாக இருக்கும் போலிருக்கிறதே!

நீங்கள் சொல்வது முக்கியமான விஷயம். இது ஒரு உலகளாவிய பிரச்சினையாக இருக்கிறது. குடிவரவு என்பதைப் புரிந்து கொள்ள பல்துறை நோக்கு தேவைப்படுகிறது. கலாச்சார வரலாறு, பின்காலனியக் கோட்பாடு போன்ற விஷயங்களும் தெரிய வேண்டும். மனக்காயம் என்பதை எந்த மாதிரிச் சூழ்நிலையில் வைத்துப் புரிந்து கொள்வது என்பது தெரிய வேண்டும். புலம்பெயர்பவர்களின் மனக்காயம் என்பது இப்போதுள்ள மிகச் சிக்கலான பெரியதொரு பிரச்சினை. இந்த வகையில் பல்துறைக் கூட்டு அணுகுமுறை என்பது கட்டாயம் தேவைப்படுகிறது. அவ்வாறு செய்பவர்களுக்கு நிறையச் சவால்களும், இடர்வாய்ப்புகளும் இருக்கின்றன. முதலில் உங்களை ஒரு துறையில் நிலைநிறுத்திக் கொண்டுதான் பல்துறை ஆய்வுகளை மேற்கொள்ள வேண்டும் என்பது போல நிலைமைகள் இருக்கின்றன. பல்துறை அணுகுமுறை வேண்டும் என்பது இப்போது எல்லோராலும் ஒருமித்துப் பேசப்பட்டு வருகிறது. உளவியலாளர்கள், சமூகவியலாளர்கள், வரலாற்றாளர்கள்

போன்றவர்கள் ஒத்துழைத்து ஒரு ஒரு பிரச்சினையை ஆராய வேண்டும் என்பது உணரப்பட்டு வருகிறது. இவர்கள் நெருங்கி வருவதற்கு நிறையத் தடைகள் இருக்கின்றன. காரணம் அவரவர் தத்தமது துறை சார்ந்த வரம்புகளோடு வரையறுக்கப்பட்ட பரப்புகளுக்குள்ளாகத்தான் செயல்படுகிறார்கள். அடுத்த பத்தாண்டுகளில் பல்துறை அணுகு முறைதான் பெரிய விஷயமாக இருக்கப் போகிறது.

• நோம் சோம்ஸ்கி ஒரு கணிதவியல் கருத்தரங்கில் பேசப் போனது பற்றிக் கேள்விப்பட்டேன். அவர் மொழியியலாளராக இருந்தாலும் தான் பேசப் போகும் விஷயத்தில் அறிவு இருந்ததனால் அவர் அங்கீகரிக்கப்பட்டார் என்று அறிந்தேன். இது மிகவும் முக்கியமாகப் படுகிறது. சில நாட்கள் முன்பு இலண்டனில் இருந்து வெளியாகும் இன்டிபன்டண்ட் தினசரியில் ஒரு சிறிய பெட்டிச் செய்தியைப் பார்த்தேன். சோம்ஸ்கி இதுவரையிலான தனது மொழியியல் படைப்புகளை மறுத்தொதுக்கி விட்டார் என்பதுதான் அந்தச் செய்தி. அது குறித்து மேலும் அறிந்துகொள்ள இணையத்தில் தேடிப் பார்த்தேன் நண்பர்களிடம் கேட்டுப் பார்த்தேன். அதை உறுதிப்படுத்திக் கொள்ள முடியவில்லை. ஆனால் அவருடைய மொழியியல் படைப்புகளுக்கும் அரசியல் படைப்புகளுக்கும் எந்தவிதமான இணக்கமும் இல்லை என்பது எனக்குள் உறுத்திக் கொண்டேதான் இருந்து வந்திருக்கிறது.

நீங்கள் சொல்கிறபடி மொழியியல், அரசியல் தொடர்பாகத் தனக்குள் கோட்பாட்டளவில் இருந்த முரண்பாட்டை அவர் ஒப்புக் கொண்டிருக்கிறார். மேனுபேக்சரிங் கன்சன்ட் வீடியோவில் அதைச் சொல்லியிருக்கிறார்.

• இப்போது மேற்கொள்ளப்பட்டு வரும் மரபணு ஆய்வுகள் உளவியல் ஆய்வுகளை எவ்வாறு பாதிக்கும் என்று நினைக்கிறீர்கள்? அந்த ஆய்வுகள் இப்போது மனிதனையே உருவாக்கும் முயற்சியில் இருக்கின்றன. ஆட்டின் படியெடுப்பு, இதயம் உட்பட மனிதனின் உறுப்புகளைப் படியெடுத்தல் இப்போது மனிதனையே அவ்வாறு படியெடுத்தல் என்று அந்த ஆய்வு போய்க் கொண்டிருக்கிறது...

மரபணுவியலுக்கு நான் அழுத்தம் தருவதில்லை. ஆனால் அது பற்றி மற்றவர்கள் என்ன நினைக்கிறார்கள் என்று சொல்லலாம். அது குறித்த அறிக்கைகளைப் பார்த்தீர்களானால் மிகவும் கைப்போக்காக வெளியிட்டிருப்பார்கள். ஏதாவதொன்று மரபுக்கூறானது என்று சொன்னால் அது மாற்றவியலாதது என்று பொருளல்ல. மரபணுவியலாளர்களிடம் கேட்டால் மரபணு —

சூழல் என்ற இருபிரிவாக்கமே தவறானது என்று சொல்வார்கள். சூழலும் மரபணுவும் சேர்ந்துதான் இருக்கிறது. இருக்கின்றன. மரபணு என்பது வெற்றிடத்தில் இருந்து வந்துவிடவில்லை. மரபணுவுக்கும், சூழலுக்கும் இடையிலான ஊடாட்டம் தொடர்ந்து நடந்து கொண்டுதான் இருக்கிறது.

● இந்தக் கேள்வி எனக்கு ஏன் முக்கியமாகப் படுகிறது என்றால் இப்போதுள்ள நவீன நாசிகள் இன, நிற வேறுபாடுகள் என்பது இயற்கையிலேயே உள்ளவை அவற்றை மாற்ற முடியாது என்கிறார்கள். இதையே இந்தியச் சூழலில் வைத்துப் பார்த்தால் பிராமணர், பிராமணரல்லாதோர், தலித்துகள், தலித்தல்லாதோர் என்று அமையும். பிராமணன் திருந்தவே மாட்டான் என்று பெரியாரியர்கள் மட்டுமல்ல, மார்க்சியர்களும் கூட சொல்லக் கேட்டிருக்கிறேன். இது ஒரு வகை உயிரியல் தீர்மானவாதம். ஒரு வகை மரபு அடிப்படைவாதம் என்று தோன்றுகிறது. அதே போல் தலித்துகளின் வாழ்நிலையை இந்த உயிரியல் தீர்மானவாதத்தை வைத்து விளக்கம் கூறி அவர்கள் மீதான ஒடுக்குமுறையை நியாயப்படுத்தலாம்...

இது ஒரு முக்கியமான கேள்வி. நீங்கள் சொல்வது சரி. ஏனென்றால் மரபணு ஆய்வுகளின் தோற்றமூலங்களைப் பார்த்தால் இன மேம்பாட்டியல் இயக்கம் போன்றவை எல்லாம் அவற்றோடு தொடர்புகொண்டதாய் இருக்கும். அந்த இயக்கத்தில் இருந்தவர்கள் எல்லோரும் இன வேறுபாடுகளை நியாயப்படுத்துவதற்கு அதைப் பயன்படுத்தியிருக்கிறார்கள். அதனால் மரபுரேகைத் திட்டம் பற்றியெல்லாம் எச்சரிக்கை கொண்ட உயிரியலாளர்கள் இருக்கிறார்கள். ஆதிக்கக் குழுவின் பண்புகளை இதை வைத்து நியாயப்படுத்தலாம். அதே போல் அடக்கப்பட்ட குழுவும் தங்கள் நிலையை இதை வைத்து வரையறுக்கலாம். முன்பு அடையாளத்துக்கு இரத்தம் ஓர் உருவகமாக இருந்தது. அதுவே இப்போது மரபணுவாக மாறிவிடும். மரபணுவின் உள்ளாற்றல் என்பது வினைமுறையானதே தவிர இது உங்களிடம் இருக்கிறது, இல்லை என்பது போன்றதல்ல. அது தொடர்ந்து மாறிக் கொண்டிருப்பது. சூழலோடு தொடர்ந்து ஊடாட்டம் கொண்டபடி இருப்பது. மரபணுவியலை தவறான முறையில் கையாள்வதால் நிலவி வரும் உறவுகள் எல்லாம் பிரச்சினைக்கு உள்ளாகும். மரபணுவியல் என்பதை அறிவியலாளர்கள் எவ்வாறு விளக்குகிறார்கள், மக்கள் எவ்வாறு புரிந்து கொள்கிறார்கள் என்பதற்கு இடையில் நிறைய இடைவெளி இருக்கிறது. அப்புறம் கருத்தியல் என்பது. மரபணுவியல் கண்டுபிடிப்புகளை அடக்கப்பட்ட குழுவும்

பயன்படுத்தலாம், ஆதிக்கக் குழுவும் பயன்படுத்தலாம். அடுத்தது ஆய்வுகளின் அறிக்கையிடல் என்பது. சரியான முறையில் அறிக்கைகளை வெளியிடாமல் இருக்கிறார்கள். வெள்ளை, கறுப்பு இனங்களுக்கு இடையில் வாழவாதார வேறுபாடுகள் நிறைய இருக்கின்றன. கறுப்பின மக்கள்கூட சூழலியல்வாதிகளாக இருப்பதும் ஒரு காரணம். ஆகவே கண்டுபிடிப்புகளை எவ்வாறு அறிவிக்கிறார்கள், வல்லுனர்கள் என்ன சொல்கிறார்கள் மக்கள் இதைச் சரியாகப் புரிந்து கொள்கிறார்களா? நிலவிவரும் சமூக அமைப்புமுறையைப் பாதுகாக்கப் பயன்படுத்துகிறார்களா, சமூக மாற்றத்துக்குப் பயன்படுத்துகிறார்களா என்பதையெல்லாம் நாம் பார்க்க வேண்டும். இதையெல்லாம் நாம் கோட்பாட்டாக்கம் செய்துகொள்ள வேண்டும். எந்த ஒரு மரபணுவும் சூலழமைவு இல்லாமல் தனித்து இருக்கவே முடியாது. இந்த விவாதத்தை எல்லாம் தாண்டி நாம் மனிதகுல மரபைப் பற்றிச் சிந்திக்க வேண்டும். அப்போதுதான் மனித மரபுரேகைத் திட்டம் எல்லாம் வருகிறது. நாம் இதையெல்லாம் கோட்பாட்டாக்கம் செய்யாமல் விட்டோம் என்றால் அது தவறான மனிதர்களின் கைகளுக்குப் போய்ச் சேர்ந்துவிடும்.

• காமத்தை நாம் அடிப்படை இயல்புணர்ச்சி என்கிறோம். இப்போது அரசியல் உரையாடல்களில் வன்முறை ஓர் அடிப்படையான இடத்தை வகிக்கிறது. வன்முறையினால்தான் வரலாறு கட்டப்படுகிறது என்று சொல்கிறார்கள். புரட்சிகர இயக்கங்கள் பலவற்றில் இது நியாயப்படுத்தப்படுகிறது. ஆணுக்கும் பெண்ணுக்கும் இடையிலான இணைவிழைச்சு ஒரு முக்கியமான அம்சமாக இருப்பது போல சமூக மாற்றத்திலும் அதிகாரத்தைத் தக்கவைத்துக் கொள்வதிலும் வன்முறை ஓர் அடிப்படை உணர்ச்சியாக விளங்குகிறது என்பது போன்ற வாதங்கள் முன்வைக்கப்படுகின்றன. மேலும் சொல்லப் போனால் வன்முறை சார்ந்த சாகச உணர்ச்சி மனிதனுடைய இயல்புகளில் ஒன்று என்பது போலவும் சொல்லப்படுகிறது. ஆகவே வன்முறை என்பது மனிதகுல வரலாற்றில் வழிவழியாயப் பெற்று வந்த மரபியல்பு என்று நினைக்கிறீர்களா?

கூர்ப்பு உளவியலாளர்கள் இது குறித்து நிறைய ஆய்வுகளைச் செய்திருக்கிறார்கள். தாக்குநடத்தை என்பது மாற்ற முடியாதது என்றோ குறைக்க முடியாதது என்றோ அவர்கள் நினைக்கவில்லை. தாக்குதலில் ஈடுபாடில்லாத சமூகங்கள் பற்றிய ஆய்வுகளும் இருக்கின்றன. இயற்கை என்பதை நாம் ஒரு சௌகரியமான அடையாளச் சின்னமாகப் பயன்படுத்திக் கொள்கிறோம்.

நம்முடைய நடவடிக்கைகள் மேல் நமக்கு எந்த ஒரு கட்டுப்பாடும் கிடையாது என்பது போன்ற ஓர் அவதானிப்பு இருக்கிறது. தாக்குநடத்தைக்குப் பல காரணங்கள் இருக்கின்றன. மன அழுத்தம் ஏற்பட்டு தாக்குதலை ஓர் உத்தியாகப் பயன்படுத்தலாம். இவை எல்லாவற்றையும் இடையீடு செய்ய முடியும். மருந்து கொடுத்துச் செய்யலாம். ஆலோசனை முறைகள் மூலம் செய்யலாம். மனிதனுக்கு மனிதன் என்ற இடையுறவு நிலையில் குடும்பங்களில், காதலுறவில் வன்முறை இருப்பதற்குப் பல காரணிகள், தாக்கங்கள் இருக்கின்றன என்பதற்குச் சான்றுகள் உள்ளன. வன்முறையை ஒரு கோட்பாடாக உருவாக்கிக் கொண்டால் அப்புறம் அதைத்தான் பாவிப்பீர்கள். வன்முறைக்கு உள்ளாகிறவரும் அதை ஒரு கோட்பாடாக உள்வாங்கிக் கொண்டாரானால் அவரும் அப்படித்தான் நம்புவார். இந்தச் சூழலில் வளரும் குழந்தை இதை இலட்சியமாக்கிக் கொள்ளும். அதையே ஒழுக்க நெறியாகவும் எடுத்துக் கொள்ளும். பிறகு பார்த்தால் அது குழந்தையின் இயல்பாகத் தோன்றும். இப்படி ஒரு நச்சு வளையமாக இந்தக் கோட்பாடு சுற்றிக் கொண்டு இருக்கிறது. ஆகவே ஜனநாயக ரீதியாக நாம் முரண்பாடுகளைத் தீர்த்துக் கொள்வதில் அல்லது வாதிட்டுத் தீர்த்துக் கொள்வதற்கான ஒரு பண்பாட்டை உருவாக்குவதில்தான் இப்போது உளவியலாளர்கள் அக்கறை செலுத்துகிறார்கள். உள்குடும்ப ஜனநாயகம் என்று இதைச் சொல்லலாம். பேசித் தீர்வு காண்பதற்கான கலாச்சாரத்தை உருவாக்கும் பட்சத்தில் வன்முறை என்பது ஒரு பிரச்சினையாக இருக்காது.

• வன்முறை குறித்த அரசியல் உரையாடலைப் பார்க்கும்போது சுய மறுப்பு என்பது வன்முறைக்கான ஒரு காரணம் என்று பெனான் கூறுகிறார். அல்ஜீரியன் என்று ஓர் அடையாளம் எதிரியினால் கட்டமைக்கப்பட்டு விட்டதென்றால் இயல்பாக பிரெஞ்சு அடையாளத்தைக் கட்டமைக்கிறவன் அல்ஜீரியனை பௌதிக ரீதியாகவும் அரசியல் ரீதியாகவும் அவர்களது முன்னிலையில் மறுக்கிறான். இந்த சுய மறுப்புக்கு எதிராகத்தான் தவிர்க்கவியலாமல் உளவியல் சார்ந்த, உடல் சார்ந்த வன்முறை வருகிறது என்கிறார் அவர்...

இது ஒரு வகையான விளக்கம். பல்லின அடையாளம் என்பது இப்போது ஒரு முக்கியமான பேசுபொருளாய் இருக்கிறது. பின்காலனிய ஆய்வுகளில் பார்த்தால் திணிக்கப்பட்ட அடையாளம் என்பது வன்முறைக்கு இட்டுச் செல்வது என்ற பிரச்சினை பேசப்படுகிறது. அதற்கான சாத்தியம் நிறைய இருக்கிறது. மேலும் இப்படியான வன்முறை மூலம் தங்களுடைய

செயலாண்மையை நிறுவியிருக்கிறார்கள். வெற்றிகரமான சிலர் இரண்டு அடையாளங்களையும் பிரச்சினையில்லாமல் கடந்து போவதன் மூலம் எந்த அடையாளமும் இல்லாமல் இருக்கிறார்கள். இடைப்பட்ட நிலை என்னவென்றால் இப்படித் திணிக்கப்பட்ட அடையாளங்கள் ஓர் அடையாளச் சிக்கலை உருவாக்குகிறது. இந்த அடையாளச் சிக்கலைப் புரிந்துகொண்டு அவனுடைய உளவியல் வளர்ச்சியையும் இணைத்துப் பார்க்க வேண்டும். இதைப் போன்று சமூகவியல் ஆய்வுகள்தான் இருக்கின்றன. உளவியல் ஆய்வுகள் எதுவும் இல்லை.

● வன்முறை தொடர்பான விஷயங்களை ஆய்வு செய்வதென்பது ஒருபுறம். ஆனால் விரும்புகிறோமோ, இல்லையோ வன்முறை இருக்கிறது. தங்கள் மேல் வன்முறை திணிக்கப்படுவதால் அதற்கு எதிராக வன்முறையைப் பாவிக்க வேண்டியிருப்பது ஒரு பிரச்சினையாக இருக்கிறது. ஒரு குறிப்பிட்ட கட்டம் வரை அரசியல் ரீதியான வன்முறையை வாழ்முறையாக ஏற்றுக் கொண்டுவிட்டு அதற்குப் பிறகு சுமுகமான ஒரு காலத்தில் வன்முறை உணர்வில்லாமல் வாழ முடியுமா என்பது அரசியல் வன்முறை தொடர்பான விவாதங்களில் ஓர் அம்சமாக இருக்கிறது. சோவியத் யூனியன் அனுபவத்திலிருந்து பின்புரட்சிச் சமூகங்கள் வரை இந்த விவாதம் முன்வைக்கப்படுகிறது. இப்படியான வன்முறை தொடர்ந்து உளவியலில் ஏற்படுத்தும் தாக்கம் பற்றிய ஆய்வுகள் இருக்கின்றனவா?

உளவியலில் இதுவரை அவ்வாறான ஆய்வுகள் இல்லை. ஆனால் ஒரு வன்முறைச் சூழலில் அந்தக் கலாசாரத்தில் வாழ்ந்து அதன் கோட்பாடுகள், அதற்கென்று இருக்கிற அறநெறிகளுக்குள் இருந்து ஒருவர் மீறி வெளிவருவது மிகக் கடினம். அந்தக் கலாச்சாரத்துக்குள்தான் நீங்கள் சமூகமயப்படுத்தலைச் செய்தாக வேண்டும். அந்த இயக்கங்களில் ஜனநாயக ரீதியான கலாச்சாரம் இருக்கிறதா, உள்ஜனநாயகம் இருக்கிறதா, இரண்டு அறிவுஜீவிகள் என்ன மாதிரி அறிவுப் பரிமாற்றம் கொள்கிறார்கள் என்பதையெல்லாம் பொறுத்துத்தான் மாற்றம் சாத்தியமா என்ற விஷயத்தைச் சொல்ல முடியும். பாலஸ்தீன இயக்கத்தை எடுத்துக் கொள்ளுங்கள். அதில் அரசியல் பிரிவு இருக்கிறது. மற்றொன்று களத்தில் சண்டையிடுகிறது. இது மாதிரியான தகவல் பரிமாற்றம் கொண்ட ஒரு சூழல் உருவாகியிருக்க வேண்டும். இது முக்கியம். இது பற்றி முறைப்படியான எந்த ஆய்வுகளும் இல்லை. வரலாற்றாளர்களும், உளவியலாளர்களும் சேர்ந்து இது தொடர்பாக ஆய்வுகளைச் செய்ய வேண்டும்.

• இலக்கியத்துக்கும் உளவியலுக்குமான உறவு பற்றிக் கொஞ்சம் பார்க்கலாம். தாஸ்தயாவ்ஸ்கியின் படைப்புகளை எடுத்துக் கொண்டால் அவருடைய பாத்திரங்கள் அனைவருமே உளவியல் ரீதியில்தான் உருவாக்கப்பட்டிருப்பார்கள். பெரும்பாலான பாத்திரங்களுக்குத் தங்கள் நடவடிக்கைகளின் மேல் தீர்மானகரமான எந்தவிதப் பிடிப்பும் இருப்பதில்லை. 'கரமசோவ் சகோதரர்களை' எடுத்துக் கொண்டாலும் சரி 'க்ரைம் அண்ட் பனிஷ்மெண்ட்' எடுத்துக் கொண்டாலும் சரி, இப்படித்தான் இயங்குவார்கள் என்று அந்தப் பாத்திரங்களை நாம் அனுமானிக்க முடியாது. இம்மாதிரியான இலக்கியங்கள் மனித உளவியலைப் புரிந்து கொள்வதில் எவ்வாறு உதவியிருக்கிறது என்று உங்களுடைய ஆங்கில தமிழ் இலக்கிய அனுபவத்திலிருந்து சொல்ல முடியுமா?

பிராய்டின் ஆய்வுகளில் இலக்கியத்தின் தாக்கம் நிறைய இருக்கிறது. தாஸ்தயேவ்ஸ்கியை அவர் மேற்கோள் காட்டுகிறார். அதிலிருந்து சில விளக்கங்கள்தான் கிடைக்குமே தவிர, ஒரு துறையாக உளவியலுக்கென்று தனி ஒழுங்கும், ஆய்வு வினாக்களும் இருக்கின்றன. இருபதாம் நூற்றாண்டின் ஆரம்பத்தில் இலக்கியம் நிறைய பாதிப்புகளை ஏற்படுத்தியிருக்கிறது. இப்போது பொருள்விளக்க ஆய்வுகள் என்று ஒரு பகுதி இருக்கிறது. இதில் மனிதச் செயல்பாடு என்று நிறையப் பார்க்கிறார்கள். பொருள்விளக்க ஆய்வில் ப்ராங்கல் என்று ஒருவர் இருக்கிறார். ஜெரோம் ப்ரூனர் இருக்கிறார். தாஸ்தயேவ்ஸ்கியில் இருந்து காப்கா, டோனி மாரிசன் என்று இவர்கள் தேர்ந்தெடுத்துப் பேசுகிறார்கள். ஆட்டோபயாக்ராப் மெமரி என்று ஒரு புதுத்துறையே வந்திருக்கிறது. அதில் முக்கியமான சுவாரசியமான படைப்பு என்னவென்றால் எப்படி வாசனையுணர்வை வைத்து வாழ்க்கையின் பல நினைவுகள் நமக்கு வருகின்றன என்பது. இப்படி இலக்கியத்துக்கும் உளவியலுக்கும் இடையில் ஓர் ஆரோக்கியமான தொடர்பு வந்திருக்கிறது. தமிழில் நகுலன், லா.ச.ரா, புதுமைப்பித்தன் போன்றவர்கள் நனவோடை என்ற அளவில் எழுதியிருக்கிறார்கள். தாஸ்தயேவ்ஸ்கி மாதிரி எழுத முயற்சிகள் இருக்கின்றன. உளவியல் தொடர்பான பிரதிகளே இன்னும் மொழிபெயர்க்கப்பட்டு அறிமுகப்படுத்தப்படாத சூழலில், உளவியலின் கோட்பாட்டுத் தாக்கத்துக்கு நிறுவனரீதியான ஆதரவு இல்லாத சூழலில் இதன் தாக்கத்தை அதிகம் எதிர்பார்ப்பது கடினம்.

நீங்கள் இப்போது என்ன ஆய்வில் ஈடுபட்டிருக்கிறீர்கள்?

என்னுடைய ஆய்வு பாலின உளவியல் பற்றியது. குழந்தைகள்

எவ்வாறு பாலின வேறுபாடுகளைப் புரிந்து கொள்கிறார்கள் ஆண்கள் என்றால் இப்படி நடந்து கொள்வார்கள் பெண்கள் என்றால் இப்படி நடந்து கொள்வார்கள் என்பதை எப்படிப் புரிந்து கொள்கிறார்கள் எந்த மாதிரிச் சூழலில் அதைப் புரிந்து கொள்கிறார்கள் வெவ்வேறு வயதுக் காலத்தில் எவ்வாறு சிந்திக்கிறார்கள் என்பதைப் பற்றிய ஆய்வு செய்து வருகிறேன். தமிழ்நாட்டிலும், அமெரிக்காவின் சிலிக்கான் வேல்லியில் இருக்கிற தமிழர்களுக்கு இடையிலும் இந்த ஆய்வைச் செய்து வருகிறேன். தமிழ்நாட்டில் தஞ்சாவூர், மதுரை, சென்னை ஆகிய பகுதிகளில் செய்கிறேன். ஒரே இடத்தில், நகரத்தில் மட்டும் செய்யாமல் சிறிது உள்ளே சென்று கிராமப் பகுதிகளிலும் செய்கிறேன். ஆண் என்பவன் பெண்ணைப் போல நடந்து கொள்ளலாம் ஆனால் பெண் என்பவள் பெண்ணாகத்தான் இருக்க வேண்டும் என்று பெண்கள் நினைக்கிறார்கள். அந்த இயல்பை மிகவும் தனிநபர்ப்பட்டதாகப் பார்க்கிறார்கள். இது ஒரு சாதாரணமான ஆதாயமடைதல் என்பதில் இருந்து வயதாக ஆக ஒரு கருத்தியல் உந்தமாக வளர்கிறது. அதுதான் என்னுடைய அடிப்படையான வாதம். ஆணுக்கொரு நியதி, பெண்ணுக்கொரு நியதி. இந்த நியதி ஐந்தாறு வயதிலேயே வந்துவிடுகிறது. அது பூதாகரமாகப் பெருகிக் கொண்டே வந்து ஒரு கோட்பாடாக மாறி நம்முடைய ஒழுக்க உலகத்தையே வரையறை செய்கிறது. இது முதல் ஆய்வுத் திட்டம். இரண்டாவது ஆய்வுத் திட்டத்தில் அதிகாரம் என்ற விஷயம் நம்மை எப்படி பாதிக்கிறது என்று பார்க்கிறேன். அதை பரிசோதனை முறையில் பார்க்க வேண்டும். இன்னொரு முறையாக அமைப்பியல் ரீதியாகப் பார்க்க வேண்டும். அமைப்பியல் ரீதியாக என்பது மேல் ஜாதிக்காரர்கள், கீழ் ஜாதிக்காரர்கள் என்று பிரிவினையைப் பற்றியது. ஜாதி என்பது உடலியல் ரீதியாக நாம் பிறக்கும்போதே வருகிறதா, நடைமுறைப் பழக்க வழக்கங்களில் வருகிறதா அதாவது சமூகரீதியாகக் கட்டமைக்கப்பட்ட அடையாளமாக வருகிறதா என்பது கேள்வி.

இந்தக் கேள்வியைக் கேட்கும்போது பிராமணர்கள் என்ன சொன்னார்கள் என்றால் ஜாதி என்பது அடிப்படையில் இயற்கையிலேயே உயிரியல் ரீதியாகவே வருகிறது என்று. ஆனால் தலித்துகள் என்ன சொன்னார்கள் என்றால் அது வரலாற்றுப் பூர்வமானது சமூகத்தால் கட்டப்பட்டது, சமூகத்தால் கட்டப்பட்ட போதும் மாற்ற முடியாதது, ஒரு முறை அது வந்துவிட்டால் மாற்ற முடியாது என்று. ஜாதி குறித்து இரண்டு விதமான அணுகுமுறைகள். ஆனால் மாற்ற முடியாது என்ற கருத்து இருவருக்கும் இருக்கிறது. ஆதிக்கக் குழுவும் அடக்கப்பட்ட

குழுவும் வேறு வேறு வகைகளில் பார்க்கின்றன. ஒன்று உயிரியல் ரீதியானது என்கிறது. மற்றது சமூகத்தால் கட்டமைக்கப்பட்டது என்கிறது ஆனால் மாற்ற முடியாததாகப் பார்க்கிறது. இது மிகவும் ஆர்வத்தைத் தூண்டும் ஒரு மனக் கட்டமைப்பு. இது இயற்கையானது ஆகவே உயிரியல்ரீதியானது என்கிறது ஆதிக்கக் குழு. இனமேம்பாட்டியலும் அப்படித்தானே கூறுகிறது.

ஆனால் அது உயிரியல் ரீதியானது அல்ல, அது ஓர் அரசியல் திரட்டு. எடுத்துக்காட்டாக தலித் அடையாளம் என்று சொல்கிறோம். ஜாதி பற்றிய உயிரியல் கருத்து ஒழிக்கப்பட வேண்டும். அதே சமயத்தில் கொடுக்கப்பட்டுள்ள அடையாளம் குறித்து நாம் பெருமைப்பட வேண்டும். நாராயணப் பறையர் என்று போடும்போது அது உண்மையிலேயே வலுவூட்டுவதாக இருக்கிறது. அதுவும் கூட ஓர் எதிர்ப்பு நடவடிக்கையே.

● ஓர் உளவியலாளர் என்ற அளவில் இந்தக் கேள்வியை உங்களிடம் கேட்க முடியுமா என்று தெரியவில்லை. ஆனால் சாதிய நீக்கம் என்பதுதான் முக்கியமான விஷயமாகத் தோன்றுகிறது. அதுதான் ஒரு நாகரிகமான சமூகத்தை நோக்கி நம்மைக் கொண்டு போகும். சாதிய நீக்கம் என்பது என்ன மாதிரி உருவாகப் போகிறது? ஒரு சமூக நிறுவனம் என்ற அளவில் அதை நீக்கம் செய்வது என்பது ஒரு வகை. அப்படி நிகழப் போகிறதா? அல்லது சாதியப் பெருமிதம் என்பதை அனைவருக்குமானதாக ஆக்குவது பிராமணன் தன் சாதி குறித்துப் பெருமிதம் கொள்வது போலவே தலித்தும் தன் சாதி குறித்துப் பெருமிதம் கொள்வதன் மூலம் ஏற்படும் சாதியச் சமநிலை என்ற அளவில் சாதிய நீக்கம் என்பது நிகழுமா? இரண்டாவது முறைதான் செயல்படும் என்றால் சாதி என்பது என்றுமுளதாகத்தானே இருக்கும்!

சாதிய நீக்கம் செய்வது என்றால், அப்படி எங்காவது தொடங்க முடியுமா என்பது ஒரு பெரிய பிரச்சினை. ஒரு நல்ல மாற்றாக இருப்பது பல்கலாச்சாரவாதம். நான் தொகுத்த ஒரு நூலில் இந்த விஷயத்தை எடுத்துக் கொண்டிருக்கிறோம், கலாச்சாரக் குழுக்களுக்குள் அவர்களுடைய அடையாளம். இனக்குருட்டுச் சமூகம் என்று அமெரிக்காவில் சொல்வார்கள். ஓர் இனமற்ற சமூகம். ஒவ்வொருவருக்கும் வரலாறு இருப்பதால் அடையாளங்கள் அங்கீகரிக்கப்பட்ட அடையாளங்கள் ஆக வேண்டும். ஒவ்வொரு தலைமுறைக்கும் வரலாறும் அங்கீகரிக்கப்பட்ட அடையாளமும் எப்படி அமைகிறது என்பதைப் பொறுத்துத்தான் இந்தக் குழுக்களைப் பற்றிய அடையாளங்கள் எதிர்காலத்தில் எப்படி

அமையும் என்று சொல்ல முடியும். பல்கலாச்சாரம் ஒரு நல்ல எடுத்துக்காட்டு. இது வெறுமனே அடுத்தவர்களை அங்கீகரிப்பது என்பது மட்டுமல்ல. அவர்களுடையதேயான படைப்புகளை அங்கீகரிப்பது என்பதும் முக்கியம். குறிப்பாக நாட்டுப்புற அல்லது வட்டார வழக்கு என்பது. அவையெல்லாம் அறிவுத் தொகுப்புகள். அந்த மரபுகள் எல்லாமே அறிவுத் தொகுப்புகள். அவை எல்லாம் ஏற்புமுறைமை கொண்டவையாக்கப்பட வேண்டும். அதே போல் சாதி இருப்புநிலைகள் என்பன ஏற்புமுறைமையற்ற மரபறிவு வடிவங்களாகும். செவ்வியம் என்று சொல்லப்படும் அறிவுத் தொகுப்புக்கு இருக்கும் மரியாதை நாட்டுப்புற அறிவுத் தொகுப்புக்கும் ஏற்பட்டால் அந்த அங்கீகாரமே ஒரு புதிய சமூகத் திட்டத்துக்கான முதல் நடவடிக்கையாக இருக்கும்.

பெருமரபுக்கு எதிராக சிறுமரபு என்ற இருபிரிவாக்கம் எல்லாம் இப்போது பிரச்சினை இல்லை. சாதி அமைப்பு எல்லாம் ஒரு மரபான அறிவுத் தொகுப்பு என்று நாம் அங்கீகரித்தால் கலாச்சார உருவாக்கத்தில் அவர்களுடைய தகுதியுரிமை வாய்ந்த பங்கேற்பை நாம் அங்கீகரித்தவர்களாவோம். இப்போது நடந்து கொண்டிருப்பது ஓர் எதிர்வாதப் போராட்டக் காலம். அது நடந்து கொண்டிருக்கிறது. இயக்கங்கள் தனித்தனிச் சங்கங்களாக ஏற்பட்டிருக்கின்றன. அந்தச் சங்கங்கள் என்ன மாதிரி பங்கேற்புக்கு வரப்போகின்றன என்ன மாதிரி சமூக மாற்றங்கள் ஏற்படப் போகின்றன என்பதைப் பொறுத்து நிலைமை மாறும்.

● **நீங்கள் இலங்கைத் தமிழர்களிடத்தில் கொஞ்சம் உளவியல் ஆய்வுகள் செய்வதாக தனிப்பட்ட உரையாடலில் சொன்னீர்கள். என்ன விதமான ஆய்வுகளை மேற்கொள்கிறீர்கள்? எந்தப் பகுதியில் உங்களுடைய ஆய்வுகளை மேற்கொண்டீர்கள்?**

என்னுடைய ஆய்வின் இன்னொரு பகுதி புலம் பெயர்ந்தவர்கள் பற்றியது. புலம் பெயர்ந்தவர்களுக்கு உளவியல் ரீதியாக என்ன பிரச்சினைகள் ஏற்படுகின்றன என்பது இந்த ஆய்வு. புலம் பெயர்ந்தவர்களைப் பற்றிப் படிக்கும்போது எந்தக் கலாச்சாரத்திலிருந்து வருகிறார்களோ அந்த ஆய்வுகளைப் படித்து இங்கிருக்கும் குடியேறிகள் எப்படி நடந்து கொள்ளப் போகிறார்கள் என்று பார்க்கிறேன். ஆனால் சில நாட்கள் கழித்து இந்தப் புலம் பெயர்ந்தவர்களுக்கும் அந்த நாட்டுக் கலாச்சாரத்துக்கும் ஏற்படும் இடைவெளி கவனிக்கத்தக்கது. இதைப் பற்றிக் கோட்பாட்டாக்கம் செய்யும்போது இந்த இடம் பெயர்ந்தவர்களுடைய வாழ்க்கை என்ன மாதிரி தனிச் சிக்கல்களோடு இருக்கிறது. அந்தத் தனிச் சிக்கலைப் புரிந்து

கொள்வதற்கு இடம் பெயர்ந்ததற்கான காரணம், எந்த வகையான அகதிகளாக வருகிறார்கள், சுயத்தேர்வோடு வருகிறார்களா, வரும்போது என்ன மாதிரியான சிக்கல்களோடு வருகிறார்கள், என்ன மாதிரியான வளாகத்திலிருந்து வருகிறார்கள், என்ன மாதிரி சித்திரவதைக்கு ஆட்பட்டிருக்கிறார்கள், என்ன மாதிரியான மனக்காயங்களோடு இருக்கிறார்கள் இவையெல்லாம் அவர்கள் மனநிலையை எப்படிப் பாதிக்கின்றன, அது எப்படி அவர்களுடைய ஆண்—பெண் உறவுகளைப் பாதிக்கிறது, குடும்பத்தில் இருக்கிற சிக்கல்கள், குழந்தை வளர்ப்பு, பெற்றோர்களை நடத்தும் முறை என இவை எல்லாவற்றையும் கவனம் குவித்து என்னுடைய ஆய்வைச் செய்கிறேன்.

• இதுவரையில் அவர்களோடு கொஞ்சம் பழகியிருந்திருப்பீர்கள். அதில் உங்களுடைய கண்டுபிடிப்புகள் என்ன மாதிரி இருந்தது? அவர்களுடைய குழந்தை வளர்ப்பு, சித்திரவதை அனுபவம், அவர்கள் கொண்ட எதிர்வன்முறை என்ன மாதிரி பிரதிபலிக்கிறது? அவர்களுடைய பாலுறவு வாழ்க்கை, தற்கொலை விகிதம் எல்லாம் என்ன மாதிரி இருக்கின்றன என்று சொல்ல முடியுமா?

என்னுடைய ஆய்வுகளின் ஆரம்பநிலை அம்சங்களில் இருந்து சில விஷயங்களை உங்களுக்குச் சொல்கிறேன். டொரோண்டாவில் தற்கொலை விகிதம் அதிகமாக இருக்கிறது. தற்கொலை செய்து கொள்ளும்போது சின்னச் சின்னக் குழந்தைகளையும் சேர்த்துக் கொண்டே தற்கொலை செய்து கொள்கிறார்கள். ஆண்—பெண் உறவில் பெரிய விரிசல் இருக்கிறது. பெண்களுக்கு இரட்டைச் சுமை என்று சொல்லலாம். ஒன்று அவர்கள் பண்பாட்டைத் தாங்கி எடுத்துச் செல்பவர்களாகப் பார்க்கப்படுகிறார்கள். அதே நேரத்தில் புதுக் கலாசாரத்தில் அவர்களுக்கான பாத்திரம் மாறி இருக்கிறது. வெளியில் சென்று வேலை செய்ய வேண்டியிருக்கிறது. குடும்பத்தைக் காப்பாற்ற வேண்டியிருக்கிறது. பழைய மரபான கடமைகளையும் செய்ய வேண்டியிருக்கிறது. குழந்தைகளைக் காப்பாற்றி, கணவனுக்குச் சமைத்துப் போட்டுத் தாங்களும் வேலைக்குச் செல்ல வேண்டியிருக்கிறது. அந்த மாதிரி ஓர் இரட்டைச் சுமை இருக்கிறது. அதைப் பற்றி அவர்கள் நிறையப் பேசுகிறார்கள். ஆண்கள் புரிந்து கொள்ள வேண்டும் என்று நினைக்கிறார்கள். பெண்களை அடித்தல், குழந்தைகளை அடித்தல் அதிகமாகி இருக்கிறது. அவர்களுடைய வன்முறையின் தாக்கம் அவர்களது மனநிலையை நிறையப் பாதித்திருக்கிறது. பல விஷயங்களில் இவர்கள் வன்முறையை ஒரு சாதகமான ஆயுதமாகப் பயன்படுத்துகிறார்கள். இந்த மாதிரியான சூழலுக்கு

உட்படுத்தப்பட்டவர்கள் அதிகமாகப் பெண்களாக இருக்கிறார்கள். தூக்கமின்மை, அதீத களைப்பு போன்ற பிரச்சினைகள் பெண்களுக்கு அதிகமாக இருக்கின்றன. கணவனோ நீ சும்மா படுத்துக் கொண்டிருக்கிறாய் என்று சண்டை போடுகிறார். உளவியல் என்றாலே நமக்கு ஓர் எளிமையான நினைப்பு இருக்கிறது. அது பைத்தியத்துக்கான வைத்தியம் என்பது மாதிரி. எலுமிச்சம்பழம் தேய்த்துக் குளித்தால் போதும் என்ற அளவில்தான் உளவியல் புரிந்துகொள்ளப் பட்டிருக்கிறது. அதனால் இவர்கள் உளவியல் மருத்துவர்களை நாடுவது இல்லை.

உறுத்துகிற இன்னொரு விஷயம் என்னவென்றால் கணினியியல், மருத்துவம் போன்ற படிப்புகளுக்குத்தான் குழந்தைகளை அனுப்புகிறார்கள். சமூக அறிவியல்களைப் படிக்க நாம் விரும்புவதில்லை. இந்த மாதிரியான ஓர் அவலத்துக்கு ஒரு சமூகம் ஆட்படும்போது அதைப் பற்றிக் கோட்பாட்டாக்கம் செய்வதற்கோ, நேரடியாக உதவச் செல்வதற்கோ ஆட்கள் இல்லை. டொரோண்டோவில் இரண்டு இலட்சம் தமிழர்களுக்கு உளவியலாளர்கள் என்று பார்த்தால் மூன்று பேரோ நான்கு பேரோதான் இருக்கிறார்கள். இன்னொரு முக்கியமான விஷயம் என்னவென்றால் வன்முறை பல இடங்களில் பாதிப்பை ஏற்படுத்தியிருக்கிறது. குழந்தைகளை அடிப்பது அதிகமாக இருக்கிறது. 80 — 85 குழந்தைகள் கனடிய அரசாங்கப் பொறுப்பில் இருக்கின்றனர். என்னென்ன பிரச்சினைகள் இருக்கின்றன என்பதை முதல் கட்டமாக நான் தொகுத்துக் கொண்டிருக்கிறேன். அப்புறம்தான் இடையீடு செய்ய வேண்டும். கனடிய தேசிய மக்கட்தொகையை ஏனைய குடியேறிகளோடு ஒப்பிட்டுத்தான் எனது விவரங்களைச் சொல்கிறேன். இது தொடர்பாக ஒரு கருத்தரங்கு நடந்தது. அதிலிருந்துதான் நான் இந்த விவரங்களைப் பெற்றேன். பெண்கள் தனியாக மகளிர் மட்டும் என்று நிகழ்ச்சி நடத்துகிறார்கள். அந்த நிகழ்ச்சியில் பெண்களுக்கான பிரச்சினைகள் பற்றிப் பேசுகிறார்கள். அதோடு புதுக் கலாச்சாரத்தில் குழந்தைகளை எப்படிப் பள்ளிக்கு அனுப்புவது, அவர்களுக்கு எந்த விஷயங்களைச் சொல்லித் தருவது என்பது போன்ற பிரச்சினைகளும் இருக்கின்றன. இவையல்லாமல் டோரோண்டாவின் பள்ளிகளில் விடலைப் பருவத்திலேயே வன்முறைக் குழுக்கள் என்பது போன்ற பிரச்சினைகளெல்லாம் இருக்கின்றன. ஒழுங்காகக் கீழ்படியாமல் நடக்கிற அந்தப் பண்பாடுகள் எல்லாம் வந்து சேர்ந்திருக்கின்றன. எந்த முறையில் இந்தப் போக்குகளை மாற்ற முடியும் எவ்வாறு மாற்றினால் இவர்களது வாழ்க்கை நன்றாக இருக்கும் என்பது பற்றி ஆய்வு செய்து கொண்டிருக்கிறேன்.

* பொதுவாக மனிதனுடைய வளர்ச்சியில் அவனது மேம்பாடு கருதித்தான் சிறப்பு அறிவுத் துறைகளில் ஆய்வுகள் நடத்தப்படுகின்றன. இவ்வகையில் உங்களது உளவியல் துறை மனிதனுடைய மேம்பாட்டுக்கு எந்த வகையில் உதவும் என்று நினைக்கிறீர்கள்?

உளவியலாளர்களான நாங்கள் ஏன் மனிதர்கள் இந்த மாதிரி செயல்படுகிறார்கள் என்று சொல்ல முடியும். இந்தப் பிரச்சினைகளை இப்படிப் பார்க்கலாம், இதற்கான காரணங்கள் இவ்வாறாக இருக்கலாம் என்று சொல்லலாம். ஆனால் மாற்றுவதற்கான நிறைய விஷயங்கள் சம்பந்தப்பட்டவர்கள் கைகளில்தான் இருக்கின்றன. மனிதர்களை நாங்கள் மாற்ற முடியாது. மாற வேண்டும் என்ற முனைப்பு குறிப்பிட்ட நபருக்குத்தான் இருக்க முடியும். இந்த வகையில் குறிப்பிட்ட சூழலில் மனிதர்கள் ஏன் இந்த மாதிரி நடந்து கொள்கிறார்கள் என்று நாங்கள் சொல்ல முடியும். ஏன் வேறுபடி நடந்து கொள்ளவில்லை என்று சொல்ல முடியும். மூலகாரண ஆய்வைச் செய்து வழங்கலாம். நல்ல மருந்துகள் இருக்கின்றன. சில வேளைகளில் விளக்கங்கள் கொடுக்க முடியும். இந்த மாதிரிச் செய்தால் இந்த மாதிரி மாற்றங்கள் உருவாக வாய்ப்பு உண்டு என்று சொல்ல முடியும். அதை மக்கள் எப்படிப் பயன்படுத்திக் கொள்ளப் போகிறார்கள் பிற துறையினர் எப்படிப் பார்க்கப் போகிறார்கள் என்பது ஒரு சுவாரசியமான கேள்வி.

சர்வதேசியம் என்பது தேசியத்தை ஒழிப்பதோ அல்லது தேசியத்தை மறந்து விடுவதோ அல்ல

தோழர் தியாகு

● **மிகவும் நேரடியாகவே, தாட்சண்யமில்லாமலே தொடங்கலாம் என்று நினைக்கிறேன். இன்றைய இந்தியச் சூழலில் தமிழ்த் தேசியத்தின் தேவை என்னவென்று கருதுகிறீர்கள்?**

தமிழ்த்தேசியம் என்கிறபோது அது ஒன்றுதான் உண்மையான, நேர்மறையான தேசியம். ஏதோ பல்வேறு தேசியங்கள் இருக்கிறமாதிரி அதில் தமிழ்த் தேசியம் ஒன்றாக இருந்தது, அதன் இடம் என்ன அல்லது இந்திய தேசியம் என்பது என்ன என்று பேசுவதற்கான இடம் இதுவல்ல. ஒரு காலத்தில் இந்திய தேசியத்திற்கான தேவை இருந்தது. அது எதிர்மறைத் தேசியமாக இருந்தது. தமிழ்த் தேசியம் என்பதுதான் — மொழி — மொழி பேசுகிற இனம் — அதனுடைய நிலப்பரப்பு — அதனுடைய பண்பாடு — அதனுடைய உளவியல் உருவாக்கம் — அதனுடைய பொருளியல் பிணைப்பு என்று எல்லா அடிப்படைகளிலும் தேசம் என்பதற்குரிய வரலாற்று வழிபட்ட இலக்கணங்களின் அடிப்படையில் உண்மையான நேர்வகையான தேசம். தமிழ்த் தேசம் என்கிறபோது — அப்படி இருப்பது அங்கீகரிக்கப்படாமல் மறுக்கப்பட்டும், பிறிதொரு அரசமைப்புக்குட்பட்டும் இருக்கிற போது இயல்பாகவே அது ஒரு ஒடுக்குண்ட தேசத்தின் தேசியமாக இருக்கிறது. ஒடுக்கப்பட்ட தேசியத்தின் 'தேசியம்' என்ற வகையில் தமிழ்த் தேசியம் இன்று பொருத்தப்பாடுடையது. அந்த வகையில்தான் எல்லா அடிப்படைகளிலும் இங்கு மாற்றத்திற்கான அரசியல் பேசுகிறோம்.

● **ஒடுக்கப்பட்ட தேசியம், ஒடுக்குகிற ஒரு அமைப்பு எனும் அளவிலாயினும் அல்லது ஒடுக்கப்படுகிற இனமாயினும், ஒடுக்குமுறை பாலியல்ரீதியிலானதாயினும், மொழி ரீதியிலானதாயினும் சரி, ஒடுக்குமுறைக்கெதிராகப் போராடவேண்டிய தேவை ஒன்று இருக்கிறது. ஆனால் தேசியம் ஒன்றை முன்வைத்து, நாம் ஓர் அரசியல் இயக்கம் அல்லது தேசிய விடுதலை இயக்கம் நடத்தும்போது பொதுக்கருத்தியல் வடிவில் அதை உருவாக்கு கிறோம். தேசியம் என்கிற கருத்தியலுக்கும், தேசியம் என்கிற**

● தடாகம் வெளியீடு

கருத்தாக்கத்திற்கும் ஒரு நீண்ட வரலாறு இருக்கிறது. தேசியம் தொடர்பாக நிறைய எழுதப்பட்டிருக்கிறது. ஐரோப்பிய தேசிய உருவாக்கம் என்கிற அனுபவத்திலிருந்துதான் நான் பேசுகிறேன். பெனடிக்ட் ஆண்டர்சன், எரிக் ஹாப்ஸ்பாம், டொம் நாய்ன் போன்றவர்கள் தேசியம் தொடர்பாக நிறைய எழுதியிருக்கிறார்கள். நவீன தேசியத்தின் வரலாறு என்பது ஐம்பது ஆண்டுகளுக்கு உட்பட்டதுதான் என்கிறார் மார்க்சியரான பிளாக்பெர்ன். எரிக் ஹாப்ஸ்பாம் ஐரோப்பிய அனுபவங்களை அடியொற்றி தேசியம் தொடர்பான விவாதங்களை இட்லரின் தேசிய சோசலிசம், பாசிசம் போன்றவற்றோடு வைத்துப் பாரக்கிறார். பல்வேறு மார்க்சியர்களும், தாராளவாதிகளும், கருத்தியல் எனும் அளவில் தேசியம் பாசிசத்தை நோக்கித்தான் செல்லும் என்கிறார்கள்.

பெனடிக்ட் ஆண்டர்ஸன் அச்சுக் கலையின் வளரச்சி, தொழில் மயமாதல், தகவல் தொழில்நுட்ப ஊடகத்தின் பரவலாக்கம் போன்றவற்றின் அடிப்படையில் தேசியம் கட்டமைக்கப்படுவதையும் அவ்வகையில் அது கற்பிதமானது என்றும் கூறுகிறார். டொம் நாய்ன் அடிப்படையில் ஏகாதிபத்தியம், வளர்ச்சியோடு வளர்ந்து வரும் பொருளியல் அசமத்துவம் போன்றவற்றை தேசிய வளர்ச்சிக்கான அடிப்படைகளில் ஒன்றாகக் கூறுகிறார். பொருளியல் ரீதியான அதிகாரம், பண்பாட்டு அதிகாரத்திற்கு இட்டுச் செல்கிறது. மொழி அதிகாரத்திற்கான கருவியாக இதன்வழி வளர்ச்சியடைகிறது. இவ்வகையில் பொருளியல், பண்பாட்டு மொழி சார்ந்த ஓர் எதிர்ப்பைக் கட்டமைக்க வேண்டிய தேவையிருக்கிறது. இவ்வகையில் தேசியம் என்பது கட்டமைக்கப்பட்டதாக இருக்கிற அதே போதில் அது ஒரு நிபந்தனையாகவும் ஒரு வரலாற்று நிலையாகவும் இருக்கிறது.

ஐரோப்பிய தேசியங்களின் தோற்றத்திற்கும், பாசிச கால கட்டத்துக்கும் அடுத்தாக நாம் காலனியாதிக்க எதிர்ப்பு தேசிய விடுதலை இயக்கங்களைப் பார்க்கிறோம். ஏகாதிபத்திய எதிர்ப்பு, காலனியாதிக்க எதிர்ப்பு தேசிய விடுதலைப் போராட்டங்களை பெரும்பாலுமான மார்க்சியர்கள் நேர்மறையானதாகப் பாரத்திருக்கிறார்கள். அயர்லாந்துப் போராட்டம் பற்றிய மார்க்ஸ், எங்கெல்சினுடைய, லெனினுடைய பார்வையின் ஆக்கப்பூர்வமான தொடர்ச்சி இது என்றும் சொல்லலாம். நாம் வாழ்கிற காலத்தில் தேசியம் என்பது இரண்டு இடங்களில் உருவாகியிருக்கிறது. சோவியத் யூனியன், கிழக்கு ஐரோப்பிய நாடுகளின் வீழ்ச்சிக்குப்பிறகு பழைய சோவியத் யூனியனுக்குள்ளும்

கிழக்கு ஐரோப்பிய நாடுகளுக்குள்ளும் உருவாகியிருக்கிறது. செச்சினியா, கொசவா, பொஸ்னியா போன்றவற்றை இதற்கு உதாரணமாகச் சொல்லலாம். மூன்றாம் உலகநாடுகளில் ஆசிய ஆப்ரிக்கா, இலத்தீனமெரிக்க நாடுகளில் மத்தியகிழக்கு மற்றும் இஸ்லாமிய நாடுகளில் தேசிய எழுச்சி என்பது உருவாகியிருக்கிறது. இன்றைய அனுபவங்களை நாம் பார்த்தோமாயின் காலனியாதிக்க எதிர்ப்பு யுத்தக் காலகட்டத்தில் அந்தக் காலனியாதிக்க எதிர்ப்பு என்பது பெருந்தேசியம் அந்தக் குறிப்பிட்ட நிலப்பிரப்பில் ஆதிக்கம் பெறுவதற்கான எதிர்ப்பாகவே நிறைவேறியிருக்கிறது தெரியவருகிறது. அக்காலகட்டத்தில் பிரதானமான மேலெழாத இந்த முரண்பாடு இப்போது முன்னணிக்கு வந்திருக்கிறது. இலங்கையை எடுத்துக் கொண்டால் பிரிட்டிஷ் காலனியாதிக்க எதிர்ப்பென்பது சிங்கள பெருந்தேசியத்தைக் கட்டியெழுப்பக்கூடிய காலனியாதிக்க எதிர்ப்பாகவே இருந்திருப்பதை நாம் இப்போது காணக்கூடியதாகவிருக்கிறது. சிங்கள, புத்த கலாச்சார தேசிய மேலாண்மையை நிலைநாட்டக்கூடிய ஒரு தேசியமாகத்ததான் இலங்கை தேசியம் உருவாகியது. ஆப்பிரிக்க தேசியத்திலும், இஸ்லாமிய தேசியத்திலும் இவ்வகையிலான உள்முரண்கள் கொண்ட பண்புகளை நாம் நிறையப் பார்க்கமுடியும். ருவாண்டா, ஈரான் அனுபவங்களை இதற்கு உதாரணமாகச் சொல்லமுடியும். காலனியாதிக்க எதிர்ப்பு கொண்ட இவ்விரண்டு நாடுகளில் ருவாண்டாவில் இனக்கொலை பிரதான அரசியலாகிறது. ஈரானில் கொமேனியின் ஷா எதிர்ப்பு ஆட்சியில் பெண்குழந்தைகள் திருமணம் நடைமுறைப்படுத்தப்படுகிறது. இவ்வகையில் நிலப் பிரபுத்துவத்திலிருந்து முதலாளித்துவம் நோக்கிய வளர்ச்சி : இக்காலகட்டத்தில்தான் ஐரோப்பிய தேசியங்கள் உருவாகின்றன. முதலாளித்துவம் தன்னை விரிவாக்கிக் கொண்டு ஏகாதிபத்தியமாக வளர்ச்சியடைகிற காலகட்டம் : இக்காலகட்டத்தில்தான் காலனியாதிக்க எதிர்ப்பு விடுதலைப் போராட்டங்கள் உச்சமடைகின்றன.இவற்றிலிருந்துமூன்றாம்உலகின்தேசியவிடுதலைப் போராட்டங்கள், இனங்களுக்கிடையிலான முரண்பாடுகள் போன்றவற்றைப் நாம் பிரித்துப் பாரக்கமுடியாது.

இவ்வாறான சூழலில் பெருந்தேசிய இனத்திற்கெதிராகப் போராடுகிற குறுந்தேசிய இனங்களின் போராட்டத்தை நாம் எவ்வகையில் ஆக்கபூர்வமானதாகப் பாரக்க இயலுமெனில் குறிப்பிட்ட மொழிசார்ந்த கலாச்சாரம், குறிப்பிட்ட நிலப்பரப்பு, இதில் இறையாண்மையை நிலைநாட்டுவது என்பது ஒரு ஜனநாயகபூர்வமான கோரிக்கை எனும் அளவில்தான் நாம்

ஆக்கபூர்வமானதாகப் பார்க்கமுடியும். ஆனால் காலம், இடம் கடந்த ஒரு கருத்தியலாக இதை முன்வைக்கிறபோது எந்தத் தேசிய கருத்தியலுக்கும் இருக்கிற அதே கருத்தியல் ஆபத்து இதற்கும் இருக்கிறது. ருவாண்டாவில் நடந்த இனக்கொலையை, பொஸ்னியாவில் நடந்த இனக்கொலையை இதற்கு தரவாகச் சொல்லலாம். இலங்கையில் நடக்கிற பல்வேறு விடயங்களையும் கூட நாம் இவ்வகையில் ஒப்பீட்டளவில் பாரக்கமுடியும். தேசியம் ஒரு கருத்தியலாகிறபோது அதற்கு நேர்கிற ஒரு மிகமுக்கியமான அம்சம் அது எக்ஸ்க்ளூசிவானதாகத் தன்னைக் கட்டமைத்துக் கொள்கிறது. அது கலாச்சாரத்தை, மொழியை வரையறுக்கும்.

இன்னும் மொழி, கலாச்சாரம் சார்ந்த விடயங்களை அது மதத்தோடு சேர்த்து வரையறை செய்யும். அப்படியான நிலை வரும்போது இந்தக் குறிப்பிட்ட வரையறைக்கு வெளியில் இருக்கிற அனைவருமே அன்னியர்களாகப் பார்க்கப்படுவார்கள். மற்றவர்கள் அல்லது அடையாளமற்றவர்கள் எனும் அளவிலேயே பார்க்கப்படுவார்கள். இவ்வாறான தருணங்களில் எக்ஸ்க்ளூசிவிடியைக் கோருவதால் மற்றவர்களையும் விளிம்புநிலையில் இருக்கிறவர்களையும் அழிக்க தேசியவாதிகள் நினைப்பார்கள. இன்றைய தேசியம் குறித்த உரையாடல்களில் இதை 'இனச்சுத்திகரிப்பு' என்று குறிப்பிடுகிறார்கள். ஈழத்திலும் முஸ்லீம் மக்களின் பாலான விலக்கம் என்பது ஒரு சிக்கலான பிரச்சினையாகி வருகிறது. என்னுடைய அழுத்தம் இங்கு யாதெனில் தேசியக் கருத்தியல் உருவாக்கத்தில் இந்த எக்ஸ்க்ளூசிவிடியைக் கோரிக்கொள்வதுதான் மிகவும் எதிர்மறையான கூறாக இருக்கிறது. தேசிய சோசலிசத்தில் இனக் கொலை தொடர்பான என்ன ஆபத்து இருந்ததோ அந்த ஆபத்து விமர்சனமற்ற எல்லாத் தேசியங்களிலும் இருக்கிறது என்பதுதான் வரலாறாக இருக்கிறது.

மார்க்சிய இயங்கியலை எழுதிய குணாவின் பாசிச தமிழ்த் தேசியம் தெலுங்கு பேசுகிற தலித் மக்கள் உள்ளிட்டு தமிழகத்தில் நூற்றுக் கணக்கான ஆண்டுகளாக வாழ்ந்து வருகிற தெலுங்கு பேசுபவர்களை வெளியேற்ற வேண்டும் எனச் சொல்கிறது. இந்த வெளியேற்றம் என்பது அப்பட்டமான இனச்சுத்திகரிப்பு. தமிழ்தேசியத்தின் பெயரிலான இனக்கொலை நடவடிக்கைக்கான முன்தயாரிப்பு. இதுதான் இனக்கொலையாக கொசவாவில், பொஸ்னியாவில், ருவாண்டாவில் தேசியத்தின் பெயரில் நடந்தது. இது அப்பட்டமான பாசிசம் என மார்க்சியரான கோ.கேசவனும், தலித்தியக் கோட்பாட்டாளரான அ.மார்க்சும் குறிப்பிடுகிறார்கள.

இவ்வாறான சூழ்நிலையில் இருந்துதான் நீங்கள் முன்வைக்கும் தமிழ்த் தேசம் பற்றிய எனது கேள்விகள் அமைகிறது. இவ்வாறான வரலாற்று அனுபவத்திலிருந்து நீங்கள் சொல்கிற தமிழ்த் தேசத்தின் கருத்தியல் மற்றும் எதிர்காலம் எவ்வாறாக இருக்கப் போகிறது என்று கருதுகிறீர்கள்?

உங்களுடைய உதாரணம் ஒரு குறிப்பிட்ட வரலாற்று இயக்கத்தின் உதாரணம். ஒரு குறிப்பிட்ட கட்டத்தில் ஒரு இயக்கம் எடுக்கக் கூடிய முடிவின் தன்மைகள் தொடர்பான உதாரணம். நாம் கொஞ்சம் எல்லாவற்றையும் மறந்துவிட்டு ஒரு கருத்தியலாக தேசியம் என்ற பொதுக் கோட்பாட்டைப் பேசாது வரலாற்றுப் போக்கை பார்த்தோமானால் சமூக வளர்ச்சியினுடைய ஒரு குறிப்பிட்ட கட்டத்தில் தேசிய சமுதாயங்கள் உருவாவது என்பது, அந்த தேசிய சமுதாயங்களுக்குப் பொருத்தமான தேசிய அரசுகள் உருவாவது என்பது ஒரு முற்போக்கான பங்கு வகிக்கிறது. இது இன்று நேற்றல்ல, லெனின் தனது தேசிய இனச் சிக்கல் குறித்த ஆய்வுகளில் தேசிய இனச் சிக்கலை எப்படி அணுகவேண்டும் என்று சொல்லும் போது இதுதான் முதல் செய்தி. முதலாளித்துவ வளர்ச்சியினுடைய எந்தக்கட்டத்தில் ஐரோப்பா எப்படி ஒரு பிற்போக்கு ஐரோப்பாவாக முடிமன்னராட்சி மதகுருமார்களின் ஆதிக்கத்தில் இருந்த ஐரோப்பாவாக, அரசுகளாக இருந்தபோது— தேசிய அரசுகளாக மொழிவழிப்பட்ட எல்லைக்ககுட்பட்ட அரசுகளாக இல்லாமல் எப்படிக் கலந்து கிடந்தன என்பதையும் பார்ப்பதோடு ஜனநாயக வளர்ச்சிப் போக்கில் சமய மறுமலர்ச்சி மதகுருமார்களின் ஆதிக்கம் ஒழிக்கப்பட்ட நிலைமை, வாக்குரிமையின் விரிவாக்கம் இதனோடு இணைந்துதான் தேசிய அரசுகளின் உருவாக்கத்தை அவர் பார்க்கிறார். சமூகத்தில் ஏற்படுகிற ஜனநாயக வளர்ச்சிக்குப் பொருத்தமான ஓர் அரசு வடிவம்தான் தேசிய அரசு வடிவம்.

இதை ஏன் லெனின இப்படிப் பாரக்கிறார் என்கிற போது— தேசியம் என்பது ஒரு கருத்தியல், அது ஓர் உணர்வு, அது ஒரு மனநிலை எனப் புரிந்து கொள்ள முடியும். ஆனால் இந்தக் கருத்தியலுக்கும், உணர்வுக்கும், மனநிலைக்கும் ஒரு புறஞ்சார்ந்த அடிப்படை இருக்கிறது. புறஞ்சார்ந்த அடிப்படையில்லாத ஒரு கருத்தியலைத்தான் நாம் கற்பிதம் என்று கூறுகிறோம். மொழி என்பது கற்பிதமல்ல. ஒரு மொழி பேசுகிற மக்கள் ஒரு நிலப்பரப்பில் சேர்ந்து வாழ்வது கற்பிதமல்ல. இப்படி வாழ்கிறபோது அவர்களுக்கிடையில் ஏற்படுகிற மனநிலை, அவர்களுக்கென்று ஏற்படுகிற பண்பாடுகள் போன்றன ஒரு

புறநிலை அடிப்படையிலிருந்து எழக்கூடிய அகநிலைக்கூறுகள். அதே போல ஒரு தேசச் சந்தையினுடைய உருவாக்கம், சரக்கு உற்பத்தியினுடைய வளர்ச்சி இவையெதுவுமே கற்பிதமல்ல அனைத்துமே புறநிலையானவை. வரலாற்று வழியில் இவை இணைந்துதான் ஒரு தேசம் உருவாகிறது. தேசம் என்கிற மக்கள் சமுதாயம் உருவாகிறது. தேசிய சமுதாயம் என்பது கற்பிதமல்ல என்கிறபோது இந்த தேசிய சமுதாயத்தின் வளர்ச்சிக்குரிய ஒரு கருத்தியலாக, அதை நிலைப்படுத்திக் கொள்கிற ஒரு கருத்தியலாக தேசியக் கருத்தியல் உருவாகிறது.

தேசியக் கருத்தியலில் இரண்டு போக்குகள் இருக்கிறது. ஒன்று வெளியிலிருந்து வருகிற தடைக்கெதிராகத் தன்னை அது நிலைநாட்டிக் கொள்ள வேண்டியிருக்கிறது. தேசிய சமுதாயம் ஒரு சமுதாயமாக ஒன்றுபடவேண்டும். தங்களை ஒரு ஒருங்கிணைந்த முழுமையாக மாற்றிக் கொள்ள வேண்டும். ஒரு முழுமைப்பட்ட ஒருமையாக மாற்றிக் கொள்வதற்கு வெளியிலிருந்து வருகிற தடைகள் இருக்கிறமாதிரி உள்ளிருந்தும் வருகிற தடைகள் இருக்கிறது. உள்ளிருந்து வரக்கூடிய தடைகள் என்பது ஒரு பிரபுத்துவ சமுதாயத்தில் அச்சமூக வளர்ச்சிக்கே தடையாக இருக்கிறது. அவர்கள் மொழி அடிப்படையில் இன அடிப்படையில் தங்களை அடையாளப்படுத்திக் கொள்வதற்கு, முகவரி பெறுவதற்கே தடையாக இருக்கிறது. நம்முடைய சமதாயத்தில் நாம் தெளிவாகப் பார்க்கலாம். ஒரு தேசிய இனம் என்று நம்மை அடையாளப்படுத்திக் கொள்வதற்கு இங்கு இரண்டு தடைகள் இருக்கின்றன. ஒன்று வெளியிலிருந்து வரக்கூடிய ஆதிக்க தேசியம் இரண்டாவதாக சமூகத்துக்குள்ளிருந்து வருகிற சாதீயம். இந்த இரண்டு விதமான தடைகள் இருக்கின்றன. அப்போது தேசிய வளர்ச்சி என்பது இந்த இரண்டு தடைகளுக்கும் எதிரான வளர்ச்சிதான். இந்த இரண்டு தடைகளுக்கும் எதிரானது எனும் அளவில் அது வரலாற்று வளர்ச்சியில் ஒரு முற்போக்கான பாத்திரத்தை வகிக்கிறது. எந்த ஒரு கருத்தியலுமே வரலாற்று ரீதியில் அதனது பாத்திரம் முடிந்த பிறகு நிலைநிறுத்தப்படுகிறபோது, அதனது தேவையைக் கடந்து அது வாழ்கிறபோது அது பிற்போக்காக மாறிப்போகிறது அல்லது பிற்போக்குத்தனத்தின் கருவியாகக்கூட அது மாறிப்போகிறது. ஜெர்மன் தேசியம் என்பது பிரஸ்யன் முடிமன்னராட்சிக்கு எதிராக இருக்கிறவரைக்கும், ஜெர்மனி துண்டு துண்டாகப் பிளவுண்டு கிடப்பதை மாற்றி ஒன்றுபடுத்த உதவுவது எனும் வரைக்கும், போலந்து, பிரான்ஸ் போன்ற மற்ற தேசிய இனங்களின் மீது ஆதிக்கம் செலுத்தி அடிமைப்படுத்தும் கருவியாக இருந்த பிரஸ்ஸிய முடிமன்னராட்சியை எதிர்த்து மற்ற தேசிய இனங்களின்

விடுதலைக்கு உதவிய வரைக்கும் வரலாற்றுரீதியில் அது முற்போக்குப் பாத்திரத்தை வகிக்கிறது. லெனின் இது பற்றிக் குறிப்பிடுகிறபோது 1789 பிரெஞ்சுப் புரட்சி தொடங்கி 1871 முடிய ஐரோப்பாவில் இந்த முற்போக்குப் பாத்திரம் இருக்கிறது எனத் தெளிவாகக் குறிப்பிடுகிறார். அவரைப் பொறுத்து, ஐரோப்பாவைப் பொறுத்த அளவில் தேசிய இயக்கம் என்பது முடிந்து போய்விட்டது. ஜனநாயகப் புரட்சியின் ஒரு பகுதியாகத்தான் ஐரோப்பாவில் தேசிய அரசுகள் உருவாகிவிட்டது. அவ்வகையில் தேசியம் என்பது அங்கு முடிந்து போய்விட்டது. அதற்குப் பின்புதான் பாசிசம் போன்றன உருவாகிறது. இந்த தேசியம் என்பது ஒடுக்கப்பட்ட இனத்தினது தேசியமாக இல்லாமல் ஒரு ஆதிக்க தேசியமாக இருக்கிறது. இது பழையதைப் பயன்படுத்திக் கொள்ளும், கற்பனையாக எதிரிகளைக் கூட உருவாக்கிக் கொள்ளும். நீங்கள் சொல்கிற எக்ஸ்க்ளூஸிவ்னஸ் போன்ற தேசியத்தின் எதிர்முறைக் கூறுகள் அப்போது முன்னணிக்கு வந்துவிடுகிறது. இவற்றை நாம் எதிர்க்கிறோம்.

முதல் செய்தி யாதெனில் ஐரோப்பாவில் தேசியம் என்பது ஒரு முற்போக்கான பாத்திரம் வகித்தது. அந்தக் கட்டத்திற்குப் போகாத நம்மைப் பொருத்தவரைக்கும் ஆசிய, ஆப்ரிக்க நாடுகளைப் பொருத்தவரைக்கும்— தமிழ்ச்சமுதாயத்தைப் பொருத்த அளவில் ஒரு மாற்றம் வேண்டும். தமிழ்ச்சமுதாயத்தைப் பொருத்தவரைக்கும்— நமக்கிருக்கிற ஒரே பிரச்சினை தில்லி அல்ல. அது பிரச்சினைகளில் ஒன்று. அரசியல் அதிகாரம் அங்கே இருப்பதனால் உடனடியான அரசியலில் அதை அடிப்படையாகக் கொள்ள வேண்டியிருக்கிறது. பிரச்சினை அத்தோடு முடிவதல்ல நமக்கு இங்கே நமக்குள் இருக்கிற பிரச்சினை முக்கியமானது. நமது தேசிய வளர்ச்சிக்கான தடைகள்.— நமது தேசிய சந்தை உருவாவதற்கான தடைகள்—. ஜனநாயக உறவுகளுக்கான தடைகள்—. மொழி வளர்ச்சிக்கான தடைகள்—அனைவரும் கல்வி கற்பதிலுள்ள தடைகள் அனைத்துமே தேசியத்திற்கான தடைகள்தான். நாம் ஒரு தேசமாக ஒன்றுபடுவதிலுள்ள தடைகள்— முதன்மையாக இதில் சாதியத்தை நாங்கள் முன்வைக்கிறோம். இது தொடர்பாக எமது இயக்கத்தில் ஒரு விவாதம் நடந்தது. தமிழ்த் தேசியம் என்பதை அதனளவில் வலியுறுத்துவதல்ல எமது நிலைப்பாடு. தமிழ்த்தேசியச் சமூகநீதி என்பதைத்தான் நாம் வலியுறுத்துகிறோம். தேசிய ஜனநாயகம் அல்லது தமிழ் நிகரியம் என்று இதைச் சொல்கிறோம். எந்த தேசியமும் வெறுமனே அவுட்வேர்ட் லுக்கிங்கில் இருந்து வளரமுடியாது அது மக்களிடம் இருந்து வரவேண்டும் என்றாலே அது உள்ளார்ந்து பார்க்க

வேண்டும். அது பிரச்சினைகளைத் தீரக்கிறதோ இல்லையோ, அது அடுத்த பிரச்சினை. திலகர் காலம் வரைக்கும் காங்கிரஸ் ஒரு வெகுஜன இயக்கமாக மாறவில்லை. ஏனெனில் வெறுமனே அவுட்வேட் லுக்கிங். உள்ளார்ந்து மோசமாகக் கன்ஸர்வேடிவாக இருந்தது. அதைவந்து ஒரு மக்களியக்கமாக மாற்ற காந்தி என்ன செய்ய வேணடியிருந்ததெனில்— உள்ளார்ந்து அவரளவிலே சில சீர்திருத்தங்களை முன்வைத்துத்தான் ஒரு மக்களியக்கமாக மாற்ற முடிந்தது. தீண்டாமை சொந்தப்பிரச்சினை என்று சொன்னார்கள் இவர் வருகிற வரைக்கும். இவர்தான் தீண்டாமை குற்றம் அது சமூக விரோதக் குற்றம் அது எதிர்க்கப்படவேண்டும் என்று சொன்னார். ஏதோ ஒரு வகையிலான சீர்திருத்தத்தைக் கொண்டுவர வேண்டியிருந்தது. அது புரட்சிகரமானது அல்ல. காந்தியின் சீர்திருத்தவாதம் என்பது நிலப்பிரபுத்துவ சமூகம் தொடர்பான, சாதிய சமூகம் தொடர்பான சீர்திருத்தவாதம்.

நம்மளவில் தமிழ்ச் சமுதாயம் ஒன்றுபடுவதற்கான தடைகள் என்னவென்று பார்க்கவேண்டும். நாம் மார்க்சியத்தின் அடிப்படையில் இரண்டுவிதமான தடைகளைப் பார்க்கிறோம். புறத்தடையாக மற்றும் அகத்தடையாகப் பார்க்கிறோம். இரண்டுமே நமக்கு எதிராக இருக்கிறது. எந்தக் கருத்தியலும் வளர்கிறபோது— நாம் தேசியம் என்று வருகிறபோது— தேசிய சமுதாய வளர்ச்சி என்று வருகிறபோது— நமது சமூகம் வளரவேண்டும் என்கிறபோது— தேசிய சமுதாயமாகத்தான் வளர வேண்டும். கார்ல் மார்க்ஸ் சொல்கிறபோது, தொழிலாளிவர்க்கம் தேசிய அடிப்படையில் தன்னை அமைப்பாக்கிக் கொள்ள வேண்டும். புவியியல் சார்ந்த அர்த்தத்தில் தேசியக் கண்ணோட்டம் கொண்டது, முதலாளித்துவ அர்த்தத்தில் அல்ல. லெனின் என்ஸைக்ளோபீடிய பிரிட்டானிக்காவுக்கு மார்க்ஸ் சம்பந்தமாக எழுதிய குறிப்பில் இதை மேற்கோள் காட்டுகிறார். ஒரு சர்வதேசியக் கருத்தரங்கில் லபார்க் போன்றவர்கள் நாம் தேசியத்தை அழித்தொழிக்கவேண்டும் என்கிறார்கள். அப்போது மார்கஸ் ஒரு சுருக்கமான பதிலுரைத்தார் : தேசிய இனங்களை ஒழித்துவிடவேண்டும் என இவர்கள் சொல்கிறார்கள். இந்தக் கூட்டத்தில் இவர்கள் இருவருமே இதுவரை பிரெஞ்சு மொழியில் பேசினார்கள். இந்தக் கூட்டத்தில் இருக்கிறவர்களில் பத்து பேருக்குக்குக் கூட பிரெஞ்சு மொழி தெரியாது. பிரெஞ்சு மொழி பேசிக் கொண்டு தேசிய இனத்தை ஒழிக்க வேண்டும் என்கிறார்கள். உங்களால் பிரெஞ்சு மொழியை ஒழிக்கமுடியவில்லை என்றால் பிரெஞ்சு தேசிய இனத்தையும் ஒழிக்கமுடியாது என்று சொன்னார். சர்வதேசியம் என்பது தேசியத்தை ஒழிப்பதோ அல்லது தேசியத்தை மறந்து விடுவதோ

அல்ல. தேசியத்தை அங்கீகரிப்பது, அவர்களது சமத்துவத்திற்காகப் போராட வேண்டும் என்பதுதான் பிரச்சினை.

தேசியவாத எக்ஸ்க்ளூஸிவ்னஸ் பிரச்சினைக்கு இப்போது வருவோம். எல்லாவிதமான எக்ஸ்க்ளூஸிவ்னஸ்சுக்கு எதிராகவும் நாம் போராட வேண்டும். நியாயமான சமூக அடிப்படை கொண்ட காரணங்களுக்காக தலித் இயக்கத்தைத் திரட்டுகிறோம். ஆனால் இயக்கத்திற்குள் தலித் எக்ஸ்க்ளூஸிவ்னெஸ் வருமானால் அதை எதிர்க்க வேண்டியிருக்கிறது. அவர்கள் இயக்கமானவுடன் என்ன செய்கிறார்கள் — தாம் தனியே இருக்க வேண்டும் என பிறரை மறுக்கிறார்கள். இவையெல்லாம் கடந்த கால சமூகக் கருத்தியலின் தொடர்ச்சியாகத்தான் நாம் பார்க்க வேண்டும். இவ்வகையில் தேசிய எக்ஸ்க்ளூஸிவ்னெஸ் என்பதும் வரும். அதை எதிர்த்து நாம் போராடியாக வேண்டும். முதலாளித்துவ தேசியம் என்பது ஒரு போக்கு. அது மக்களைப் பற்றிக் கவலைப்படாது. இன்னொரு போக்காக புரட்சிகர ஜனநாயக தேசியம். நான் பாட்டாளி வர்க்க தேசியத்திற்குள் போகவிரும்பவில்லை. ஏனெனில் பாட்டாளி வர்க்கம் முழு வளர்ச்சி பெறாத ஒரு சமூகத்தில் நீங்கள் பாட்டாளி வர்க்கத்தவனாக எல்லாவற்றையும் அணுகமுடியாது.

புரட்சிகர ஜனநாயகம் என்று லெனின் குறிப்பிட்டது போல நாங்கள் புரட்சிகர சமூக நீதி என்று குறிப்பிடுகிறோம். தமிழ்நாட்டுச் சூழலில் அது புரட்சிகர சமூகநீதி. புரட்சிகர சமூகநீதிக் கண்ணோட்டத்திலான தமிழ்த் தேசியம். இந்தத் தேசியம் தேசிய எக்ஸக்ளூஸிவ்னெஸ்சுக்கு எதிரானது. குணா போன்றவர்கள் முன்வைக்கிற பாசிசப் போக்குள்ள தேசியத்திற்கு எதிரானது. தெலுங்கு மொழி பேசுகிறவர்கள் தமிழர்கள் அல்ல அவர்களை வெளியேற்ற வேண்டும் என்பது போன்ற கருத்துக்களை நாங்கள் ஒப்புக் கொள்ளவில்லை. வரலாற்றுப் பரிணாமம் என்பதும் உருவாக்கம் என்பதும் ஒரு நீண்ட செயல்போக்கு கொண்டது. மிகுந்த வரலாற்றுத் தன்மை கொண்டது. இந்த அடிப்படையில் பல்வேறு பகுதிகளிலிருந்து தமிழகத்துக்கு வந்தவர்கள் இருக்கிறார்கள். இரத்தசுத்த அடிப்படையில் தேசிய இனம் உருவாவதில்லை. அவர்களை இணைத்துக் கொண்டுதான் தேசிய இனம் உருவாகிறது. அமெரிக்கத் தேசியத்தைப் பார்த்தோமாயின் வெளிப்படையாகத் தெரியும். நவீன உதாரணம் அமெரிக்கா. அவர்கள் பண்பாட்டில் மட்டுமல்ல மொழியிலேயே இதை நாம் காணலாம். அடிப்படையில் ஆங்கில வொகாபுலரி, இங்கிலீஸ் ஸ்டரக்சர், உச்சரிப்பு எனும் வகையில் ஸ்லாங் எனும் வகையில் அது பல வகைகளைத் தனக்குள் இணைத்துக் கொள்கிறது. ஆகவே

தூய தமிழ்த்தேசியம், கலப்பில்லாத தமிழ்த் தேசியம் போன்ற கருத்துக்கள் எனக்கில்லை. நான் விரும்புகிற தமிழ்த்தேசியம் ஒரு அகண்ட ஜனநாயகக் கண்ணோட்டத்தோடு கூடிய, சமூக மாற்றத்துக்குத் துணைசெய்யக்கூடிய, மக்கள் நலன்சார்ந்த, சமூகநீதியை நிலைநாட்டக்கூடிய தமிழ்த் தேசியமாகும்..

அப்படி இல்லாத தேசியங்கள். ஜெர்மன் நாசிசம் என்று சொன்னீர்கள்.. இந்திய வகைப் பாசிசம் இருக்கிறது. ஒரு வரலாற்றுக் கட்டம் வரைக்கும் பிரிட்டிஷ் ஏகாதிபத்தியத்திற்கெதிராக இந்திய தேசியம் எதிர்மறையானதாக இருந்தாலும் கூட ஓர் ஆக்கபூர்வமான பாத்திரம் வகித்தது. உள்ளார்ந்து அதற்கு எந்த முற்போக்குப் பாத்திரமும் இல்லை. அது சாதியத்தோடு சமரசம் செய்து கொண்டது. சாதியத்தைப் பாதுகாத்தது. ஆக்க பூர்வமான வரலாற்றுக் காலகட்டம் கடந்த பின் அது முற்றிலும் ஏதிர்புரட்சித்தன்மை கொண்டதாக, பிற்போக்கானதாக ஆகியது. அது முழுக்க இந்துத்துவத்தைச் சார்ந்து நிற்கிறது. இராமன் போல் எங்களுக்கு ஒரு தேசியநாயகன் வேண்டுமென மல்கானியா கேட்கிறான். பார்ப்பனியக் கருத்தியல் அரசியலாக இந்திய தேசிய அரசியல் இருக்கிறது. விரும்பினாலும் விரும்பாவிட்டாலும் மதச்சார்பின்மைவாதிகள் உள்பட இந்திய தேசியத்தை முன்வைக்கிற அனைவருமே தவிர்க்கமுடியாமல் இந்துத்துவத்தின் பக்கம் போய்விடுகிறார்கள்.

அடுத்ததாக தேசிய இயக்கத்தில் வரும் ராணுவவாதம் தொடர்பாகப் பார்ப்போம். ராணுவவாதம் என்பது தேசிய விடுதலை இயக்கத்தில் மட்டுமல்ல, சோசலிசத்திலும் வந்திருக்கிறது. ஏ.என்.சியின் நிற ஒதுக்கலுக்கு எதிரான போராட்டத்தில் கூட வந்திருக்கிறது. மண்டேலா இதை வெளிப்படையாக ஒப்புக் கொள்கிறார். அரசியல் போராட்ட அனுபவங்களிலிருந்து முதிர்ச்சியடைவதற்கான நீண்ட வாய்ப்பு ஏ.என்.சிக்கு இருந்தது. ஆனால் ஈழவிடுதலை இயக்கங்களுக்கு அம்மாதிரி அனுபவங்கள் இல்லை. ரொம்பவும் அடிப்படைநிலையில் இருந்தவர்கள். கற்றுக்கொள்ள வேண்டிய பருவத்தில் இருந்தவர்கள். ஒரு அனுபவமும் கிடையாது. அனுபவம் வாய்ந்த அரசியல் தலைமை பாதியிலேயே விட்டுவிட்டுப் போய்விட்டது. ஆனால் ஏ.என்.சியில் நீங்கள் அப்படிப் பார்க்க முடியாது. அரசியல் தலைமைதான் ராணுவத்தலைமையாக மாறுகிறது. மண்டேலா எல்லாக் கட்டங்களையும் தாண்டிவந்தவர். அங்கோலாவில் நாம் பார்த்தோம். எம்.பி.எல்.ஏ மட்டும்தான் கடைசிவரை போராட்டத்தில் நின்றது. யுனிட்டா தென் ஆப்பிரிக்க நிறவெறி அரசின் கருவியாகவும் எப்.என்.எல்.ஏ சி.ஐ.ஏ.வின்

கைக்கூலியாகவும் ஆனது. இதற்காக நாம் அங்கோலாவின் ஏகாதிபத்திய எதிர்ப்பு தேசிய விடுதலைப் போராட்டத்தைக் குறை சொல்ல முடியாது.

தேசிய விடுதலைப் போராட்டத்தின் எதிர்மறைப் போக்குகள் பறறி நாம் மிக எச்சரிக்கையாக இருக்க வேண்டும் ஒடுக்கப்பட்ட ஒரு தேசியத்தின்—வெளியிலிருந்து ஏகாதிபத்தியத்தாலும்—இந்திய அரசாலும், உள்ளிருந்து சாதியத்தாலும் வளர்ச்சி மறுக்கப்பட்டு தடைப்படுத்தப்பட்டிருக்கிற ஒரு தமிழ்த் தேசியம் என்பது முற்போக்கானது. ஜனநாயகத் தன்மை கொண்டது. ஜனநாயக உள்ளடக்கம் கொண்டது.அந்த உள்ளடக்கததை சரியான வழியில் வெளிப்படுத்துகிற கடமை தமிழ்த்தேசியத்திற்காகப் போராடுகிற சக்திகளின் கையில் இருக்கிறது. இதற்கு மாறான வடிவத்தை வெளிப்படுத்துபவர்களை எதிர்க்கிறோம். எம்முடைய தமிழ்த் தேசியத்தில் பாசிச ஆபத்து இல்லை. அப்படியாக நாம் பயப்படவேண்டிய அவசியமும் இல்லை.

- **தமிழ் தேசியத்தின் திட்டம் மற்றும் அதனது அரசியல் தந்திரோபாயம் என்ன? அதனது நேச சக்திகள் என்று எதனைக் கருதுகிறீர்கள்? அதனது பிரதான எதிரிகள் என எதை வரையறுக்கிறீர்கள்? இந்தியதேசியம் என்பது பல்வேறு அண்டை தேசியங்களைக் கொண்ட அரசாக இருக்கிற சூழலில் இக்கேள்வி மிக முக்கியத்துவமுள்ளது என நான் கருதுகிறேன். ஒரு குறிப்பான சிக்கலான பிரச்சினை இங்கு என்னவென்றால் நாங்கள் தேசியம் என்கிற போது ஒரு மொழியை வரையறுக்கிறோம், ஒரு எல்லையை வரையறுக்கிறோம். ஒரு கலாச்சாரத்தையும் வரையறுக்கிறோம். எனக்கு அதிகம் பரிச்சயமான தென் இந்தியச் சூழலில் இருந்து பிரச்சினையைத் துவங்கலாம் என நினைக்கிறேன். தென்னிந்தியாவில் தமிழ்நாடு கேரளம், கர்நாடகம், ஆந்திரா என (நமது விவாதத்தின பொருட்டு) நான்கு தேசிய இனங்களைப் பிரதிநிதித்துவப்படுத்தக் கூடிய பிரதேசங்கள் இருக்கின்றன. இந்த எல்லா மாநிலங்களிலும் குறிப்பான மொழி பேசுகிறவர்களை மட்டும் கொண்டதாக இம்மாநிலங்கள் இல்லை. தமிழகத்தில் இருக்கிற ஆறுகோடிக்கும் மேலானவர்கள் அனைவருமே தமிழ் பேசுபவர்கள் இல்லை. தெலுங்கு, மலையாளம், கன்னடம் மற்ற பிற மொழி பேசுபவர்களும் உள்ளார்கள். இதே மாதிரியான ஒரு கலப்பான நிலைதான் தென்னிந்திய மாநிலங்கள் அனைத்திலும் நிலவுகிறது. இவ்வாறான சூழலில் கன்னடத் தேசியம், கேரளத் தேசியம், ஆந்திரத் தேசியம், தமிழகத் தேசியம் போன்றன முன்வைக்கப்படக்கூடிய சூழல் இருக்கிறது. எனில் இந்த தேசிய**

இனங்களின் பிரச்சினைகளைப் பிரதிபலிப்பவர்களுக்கிடையிலான உறவுகள் முரண்கள் எவ்வகையில் அமையப்போகிறது?

தமிழ்த் தேசியம் என்று சொல்கிறபோது பிற மொழி பேசுகிறவர்கள் தொடர்பான பிரச்சினையில் இரண்டு விதமான நிலைகள் இருக்கின்றன. ஒன்று வீட்டுத் தாய்மொழியாக மட்டும் பிற மொழிகளைக் கொண்டவர்கள். வாழ்க்கை மொழியாகத் தமிழை ஏற்றுக் கொண்டவர்கள். அது தவிர்க்கமுடியாதது. ஒரு டைனமிக் சொஸைட்டி அப்படித்தான் இயங்கும். அது ஒரு பெரிய கொதிகலன். அதற்குள் வருவதையெல்லாம் அது கலந்து ஒன்று சேர்த்துக் கொள்ளும். அப்படியில்லையெனில் அந்தச் சமூகத்தின இயக்கமே சந்தேகத்திற்குரியதாகிவிடும். அவ்வாறு தமிழ்ச் சமுதாயம் என்பது பலநூறு ஆண்டுகளுக்கு முன்பே வந்து குடியேறிய தெலுங்கர்கள், கன்னடர்கள், மலையாளிகள் மற்ற தேசிய இனத்தவர்களை, மற்ற மொழி பேசுகிற மக்களை உள்வாங்கிவிட்டது. தேசிய இனத்துக்குரிய இலக்கண வரையறையில் பொது மொழி என்று சொல்கிறோமேயொழிய தாய் மொழி என்று சொல்வதில்லை. தாய்மொழியாக இருக்க வேண்டும் என்கிற அவசியமேயில்லை. தென் ஆப்ரிக்க தேசியத்தில் பார்த்தோமெனில் வரலாற்றுப் பரிணாமம் என்பது எவ்வாறு பங்கு வகிக்கிறதெனப் பார்க்கமுடியும். 13 மொழி பேசுகிற மக்கள் அவர்கள். மண்டேலாவின் மொழி வேறு.

புத்லேசியினுடைய மொழி வேறு. ஆனால் அவர்களுடைய மொழிகளெல்லாம் இயல்பாக வளர்ந்து, தேசிய மொழிகளாக வளர்ந்துதனித்த தேசிய இனங்களாகவளரக்கூடிய வளர்ச்சிப்போக்கு என்பது வெள்ளையர்களின் குடியேற்ற காலனியாதிக்கத்தினால் பாதியில் குறுக்கீடுக்குள்ளாகியது. எனவே இந்த மக்களெல்லாம் வளர்ந்து தேசிய இனம் ஆகிய பிறகு நமது விடுதலைக்குப் போராடுவோம் எனப் பார்த்துக் கொண்டிருக்கமுடியாது. எனவே அவசரமாக அவர்கள் ஒன்றுபட்டுப் போராடவேண்டிய கட்டாயம் வந்துவிட்டது. அவர்களுக்கு ஏற்கனவே கல்வித்துறை சார்ந்து ஆங்கிலம் பரிச்சயமாக இருந்தது. ஆங்கிலத்தையே பொது மொழியாக எடுத்துக் கொணடார்கள். மண்டேலா விடுதலையாகி வெளிவந்து ஆங்கிலத்தில்தான் உரையாற்றினார். தென்னாப்பிரிக்க தேசம் என்பது ஒன்று உருவாகி வளர்ந்தபோது, தேசியம் ஏற்கனவே நிற ஒதுக்கலுக்கெதிரான போராட்டத்தில் உருவாகிவிட்டது. தென்னாப்பிரிக்க தேசியத்தின் மொழி ஆங்கிலம். ஸோவெட்டோ கிளர்ச்சி என்பது ஆங்கிலத்துக்கு ஆதரவாக ஆப்ரிக்க மொழித் திணிப்பிற்கு எதிராகத்தான் நடந்தது. ஆகவே பொதுமொழி என்பது

முக்கியமாகிறது. தமிழ்ச் சமுதாயத்தில் பெரும்பகுதியானவர்கள் தமிழைத் தாய்மொழியாகக் கொண்டவர்கள். வீட்டு மொழியைத் தாய்மொழியாகக் கொண்டிருந்தாலும் பொதுமொழியாகத் தமிழைக் கொண்டிருப்பவர்களைத் தமிழர்கள் அல்லாதவர்கள் என்று கருத நியாயமேயில்லை. அவர்களும் தமிழ்த் தேசிய இனத்தினுடைய ஒரு பகுதியேயாவர். ஏற்கனவே ஒன்று கலந்து விட்டார்கள். இன்னும் கலந்துகொண்டே இருக்கிறார்கள். அந்தச் செயல்போக்கு தொடர்ந்து நடந்து கொண்டேயிருக்கிறது.

பிறிதொரு பகுதியினர் இருக்கிறார்கள். இவர்கள் எல்லாத் தேசிய இனங்களிலும் இருப்பார்கள். எல்லையோரத்தில் வாழக்கூடியவர்கள். அவர்கள் தொடர்ந்து எங்கிருந்து வந்தார்களோ அந்தத் தாய்நாட்டோடு பிணைப்புகள், கொடுக்கல் வாங்கல் உறவு வைத்திருப்பார்கள். ரொம்பவும் அண்மைக்காலத்தில் வந்து குடியேறித் தம் அடையாளத்தைக் காத்துக் கொண்டிருக்கிற சிறுபான்மையினரும் இருக்கிறார்கள். இவர்கள் சிறுபான்மையினர். இவர்கள் உலகெங்கிலும் இருப்பவர்கள்தான். நமது நாட்டில் மட்டும் அதிசயமாக இருக்கிறவர்கள் அல்ல. இதற்காக இவர்கள் தேசிய அடையாளத்தைக் கைவிட்டுவிடுகிறார்கள் என்றோ தேசிய மொழியைக் கைவிட்டுவிடுகிறார்கள் என்றோ அல்ல. இந்தப் போக்கும் ஒரு புறம் இருக்கும். தேசிய சிறுபான்மையினர் உரிமை என்பதும் பிறிதொரு பக்கம் இருக்கும். மொழி, மதம், பண்பாடு ஒரு குறிப்பிட்ட பிரதேசத்தில் தொடர்ந்து வாழ்ந்தால் பிரதேச சுயாட்சி — அடாநமி — உள்பட அவர்களுக்கு உத்தரவாதப் படுத்தப்படும்.

- **நீங்கள் சொல்கிற தமிழ்த் தேசியம் ஒரு பல்கலாச்சார மல்ட்டி கல்சுரல் சமுதாயமாக இருக்குமா?**

நோ. ஒரு பகுதி மைனாரிட்டியினர் இருப்பர். ஆனால் பிரதான சமுதாயம் — மெயின்ஸ்ட்ரீம்— என்பது ஒன்று இருக்கும். பல்கலாச்சார சமூகத்தில் மெயின் ஸ்ட்ரீம் என்ற ஒன்று இருக்காது— நெவர். அப்படிப் பார்ப்பது தமிழர் தாயகத்தை நிராகரிப்பதாகும். தமிழர்களின் தாயகம்தான் தமிழ்நாடு. தமிழ் இனத்தின் வாழ்விடம் இது. நமது எல்லைதான் இது.

இதில் சிறுபான்மையினர்க்கு இடம் உண்டு. சிறுபான்மை யினருக்கான உரிமை வேறு. தேசியத்தின் உரிமைகள் வேறு. இரண்டையும் நாம் குழப்பிக் கொள்ளக்கூடாது. மைனாரிட்டிகளின் உரிமைகள் அங்கீகரிக்கப்பட்டு மதிக்கப்படும். அதே நேரத்தில் இது தமிழர்களின் தேசியத் தாயகம்.

• இப்போது மைனாரிட்டிகள் என்று நீங்கள் யாரைக் குறிப்பிடுகிறீர்கள்?

மொழிவழிச் சிறுபான்மையினர், எல்லையோரங்களில் இருப்பவர்கள். கன்னடர்கள் இருக்கிறார்கள். மலையாளிகள் இருக்கிறார்கள்.

• தமிழ்க் கலாச்சாரம் என்று சொல்கிறபோது நீங்கள் பொது மொழி, பொது கலாச்சாரம் போன்றவற்றைக் குறிப்பிடுகிறீர்கள். இவ்வகையில் மதம் இங்கு எந்த இடத்தில் பொருந்துகிறது?

தேசம் என்கிற அமைவில் பல்வேறு கூறுகள் இடம்பெறுகின்றன. அகக் கூறுகள் மற்றும் புறக் கூறுகள். புறக் கூறுகள் என்கிற போது அவர்கள் பேசும் மொழி, அவர்கள் வாழக்கூடிய நிலப் பரப்பு. இதில் அவர்களின் தெரிவென்று ஏதுமில்லை. இனச் சிறுபான்மையினர் என்பது சரியான பிரயோகம் இல்லை. மொழிச் சிறுபான்மையினர் என்று சொல்லாம். நாம் மதம் பற்றிப் பேசிக் கொண்டிருக்கிறோம். மதம் ஒடுக்குமுறைக்கான கருவியாக ஆகிறபோது, பல்வேறு மொழி பேசும் பல தேசிய இனங்களைச் சார்ந்தவராயினும் யூதர்களை மதத்தின் பெயரில் ஒடுக்கியதால் அதுவே அவர்களை இணைக்கக்கூடிய காரணியாகிறது. ஒரே மதத்தில்கூட ஒடுக்கப்பட்டவர்களும், ஒடுக்குபவர்களும் இருப்பர். தென் ஆப்ரிக்க உதாரணத்தைப் பாரக்கலாம். கறுப்பர்களின் கிறித்தவப் பிரிவு என்பது வேறு, வெள்ளையர்களின் கிறித்தவம் என்பது வேறு. அயர்லாந்துப் பிரச்சினையில் கத்தோலிக்கமும், புராதஸ்தாந்துப் பிரச்சினையும் பிரதான பிரச்சினையாக இருக்கிறது. நமது பிரச்சினையில் மதத்தை ஒரு காரணமாக வைத்து ஒடுக்குமுறை அமையவில்லை. இங்கு நமக்கிடையிலுள்ள பிரச்சினை சாதிய வேறுபாடுதான். அது நமக்கு வெளியிலிருந்து வருவது அல்ல.

• மதம் சம்பந்தமாகப் பார்க்கிறபோது மொழியைப் பார்க்க வேண்டியிருக்கிறது. மொழிசார்ந்த பண்பாட்டை நாம் பேசுகிறபோது மொழி மதச்சார்பற்றதாக இல்லாதிருக்கிறதை நாம் கவனம் கொள்ள வேண்டியிருக்கிறது. மொழி சம்பந்தமான ஆய்வுகளிலிருந்து பார்க்கிறபோது மதம் சம்பந்தமான சார்நிலையினின்று மொழியைப் பிரித்துப் பார்க்க முடியாது. உதாரணமாக ஈழத்தில் சைவத்திலிருந்து தமிழ் மொழியைப் பிரித்துப் பார்ப்பது கடினம். அம்மொழி மதச்சார்பற்ற மொழியாக ஆகவில்லை. அதைப் போலவே மொழி நாம் பேசுகிற சமுதாயச் சூழலில் சாதி ஆதிக்கத்தினுடைய கருவியாக இருக்கிறது. அவ்வகையில் மொழி மத ஆதிக்கத்தினுடைய

கருவியாக இருக்கிறது. ஐரோப்பிய மொழிகளுக்கும் நமது மொழிகளுக்கும் இருக்கிற மிகப் பெரிய வித்தியாசங்களில் ஒன்று மேற்கில் மொழிக்குள் மதச்சார்பற்ற, பாலாதிக்கமற்ற மொழிக்கான நிறைய முயற்சிகள் மேற்கொள்ளப்பட்டுள்ளன. நமது மொழிகளில் அவ்வகையிலான முயற்சிகள் பிரக்ஞைபூர்வமாக மேற்கொள்ளப்படவில்லை. கலைஞர் கருணாநிதி பேசுகிற தமிழும், கிருபானந்த வாரியார் பேசுகிற தமிழும், ஒரு தலித் பேசுகிற தமிழும் பல்வேறு வகைகளில வித்தியாசமானது. மொழி மதநீக்கம் அடையாத போது எவ்வாறு மொழியை தேசியத்தின் பொது அலகாக நீங்கள் வரையறுக்கிறீர்கள்?

உங்கள் அபிப்ராயங்களில் இருந்து நான் மாறுபடுகிறேன். தமிழ் மொழி முழுக்க மதநீக்கம் பெற்ற மொழிதான். மொழி அதனளவில் ஒரு வர்க்கக் கருவியோ, சாதியக் கருவியோ, மதக்கருவியோ அல்ல. மொழியை எதற்கும் பயன்படுத்திக் கொள்ள முடியும். தமிழ்ப் பண்பாடு என்பது சமயப் பண்பாடு அல்ல. இன்னும் சமயப் பண்பாடு வெறும் ஆதிக்கப் பண்பாடு கிடையாது. சாதியச் சிந்தனைகள், வைதீகக் கருத்துக்கள், இலக்கியங்கள் எந்த மொழியில் வந்தனவோ, அதே மொழியில்தான் சித்தர் பாடல்களும், வள்ளலார் பாடல்களும் வந்தன. எல்லாவற்றுக்கும் மேலாக திருக்குறள். திருக்குறள் போன்ற மதநீக்கம்பெற்ற இலக்கியம் சாதிய எதிர்ப்பு, பார்ப்பனீய எதிர்ப்பு, சமத்துவக் கருத்துக்கள் நிறைந்த இலக்கியமொன்று வேறொன்று இல்லை. குறளியம் ஈஸ் எ ஸிஸ்டம். நமது தமிழ் சமுதாயத்தில் நடந்திருக்கக்கூடிய சமூக நீதிக்கான, சமத்துவத்துக்கான போராட்டத்துக்கான மிகப் பெரிய வரலாற்றுப் பதிவு திருக்குறள்தான். தமிழில் திருக்குறளுக்குப் பிற்பாடுதான் பிற இலக்கியங்களைச் சொல்லாம். மலையாளம், கன்னடம் போன்ற பிறமொழிகளோடு ஒப்பிட்டுப் பார்ப்போமானால் தமிழ் அதிக அளவில் மதநீக்கம் கொண்டது அதிக அளவில் முற்போக்கு சக்திகளின் பக்கம் நிற்பதாகும். என்னளவில் தமிழ் அனைத்து மக்களுக்குமான மொழிதான்.

• நாம் வரையறுத்திருக்கிற பொதுவான தமிழ்த் தேசியத்திற்கு மொழி, கலாச்சாரம், குறிப்பிட்ட எல்லை இம்மாதிரியான ஒரு வரையறைக்குள் தமிழ்க் கலாச்சாரம் என்பது ஒரு பொதுவான கலாச்சாரமாக இருக்கிறதா? தமிழ்ப்பண்பாடு என்பதும் தமிழ் வாழ்முறை என்பதையும் நீங்கள் எப்படி வரையறுக்கிறீர்கள்?

வர்க்கச் சமுதாயத்தில், பண்பாடு என்பது இரண்டு முனைகளின் போராட்டமாகத்தான் இருக்கும். சமூக நீதிக்கான சக்திகளும்

அதற்கு எதிரான சக்திகளும் காலங்காலமாகப் போராடிவருகிற ஒரு சமூகத்தில் தமிழப் பண்பாடு என்பதும் போராடுகிற இரண்டு முனைகளைக் கொண்ட ஒரு பண்பாடுதான். இந்தத் தமிழ் பண்பாட்டில் சாதியத்திற்கு இடம் இல்லை. இந்தத் தமிழ்ப்பண்பாட்டில் பார்ப்பனியத்திற்கு இடமில்லை. இத் தமிழ்ப்பண்பாட்டில் மானுட சமத்துவத்தை மறுக்கும் கடவுள் கொள்கைக்கு இடம் கிடையாது. ஆத்திகம் ஒரு கூறாக இருந்தால் நாத்திகம் ஒரு கூறாயிருக்கும். இதைத்தான் நாம் தமிழ் தேசத்தின் பண்பாடு என வரையறுக்கிறோம்.

- **பல்கலாச்சாரம், பன்முக வரலாறு என்கிறரீதியில் இங்கு பல விடயங்கள் முன்வந்திருக்கின்றன. உயர்சாதி, தாழ்ந்த சாதி பிற்பாடாக தலித் மக்கள போன்றவர்களின் பண்பாடு என்பது தமிழ்ப்பண்பாட்டுக்குள் வருகிறதா?**

அமெரிக்க தேசிய வளர்ச்சியிலும் அமெரிக்க கலாச்சார வளர்ச்சியிலும் கறுப்பர்களுக்கு ஒரு பங்கு உண்டு. அமெரிக்க தேசிய வரலாறு என்பது வெள்ளையர்கள் சென்று செவ்விந்தியர்களை அழித்தது மட்டுமல்லவே. அவ்வகையில் தமிழ்ப் பண்பாடடிலும் நீங்கள் குறிப்பிடுகிற அனைவரும் உள்ளடங்குவர். ஆப்ராஹாம் லிங்கனுடைய போராட்டத்துக்கும் கறுப்பின மக்களின் போராட்டத்துக்கும் எவ்வாறாக அமெரிக்க வரலாற்றிலும் கலாச்சாரத்திலும் இடமிருக்கிறதோ அவ்வாறே தமிழ்க் கலாச்சாரத்திலும் தலித் மக்களுக்குப் பங்கிருக்கிறது. கலாச்சாரம் என்பதை ஒரு இறுகிய நிலையாகப் பார்க்கமுடியாது. அதை இயங்கியல் முரண்களுக்கிடையிலான போராட்டமாக, டைனமிக்காகப் பார்க்க வேண்டும். நம்மைப் பொருத்த அளவில் எதுவெல்லாம் சமூக மாற்றத்துக்குத் துணை நிற்கக் கூடியதோ எது நேசனல் எக்ஸ்க்ளூஸிவ்னஸ் மற்றும் சாதிய எக்ஸக்ளுசிவ்னஸ்சுக்கு எதிரானதோ, அதுவெல்லாம் தமிழ்த் தேசியக் கலாச்சாரத்தகருள் இயங்கும். இதைத்தான் தமிழ் வரலாறாக நாம் பார்க்கிறோம்.

- **இவ்வாறாகப் பொதுமைப்படுத்தும் போது தலித்துகளினுடைய வரலாற்றில் எந்தவிதமான கூறுகளை நாம் எடுத்துக் கொள்கிறோம் எதனை விலக்குகிறோம்?**

திருக்குறள் என்பது தலித் இலக்கியம். யார் கடைக்கோடியில் அடிமைப்பட்டிருக்கிறார்களோ அவர்களது விடுதலைக்கான இலக்கியம்தான் தலித் இலக்கியம். எல்லாவித ஒடுக்குமுறைகளுக்கும் எதிரானது தலித்தியம். சித்தர்களிடம் இந்த ஆவேசத்தைப் பார்க்கலாம். பாரதியின் சாதிய எதிர்ப்பில் அதைப் பார்க்கலாம்.

இந்திய தேசியப் பண்பாட்டில் எஞ்சி நிற்பது ஆதிக்கப் பண்பாடு மட்டும்தான். முருகன் குறத்தியை மணந்து கொள்கிற தமிழ்க் கடவுளாகத்தான் இருக்கிறான். தேவயானியைக் கொண்டு வந்து அவனோடு இணைக்கும் போதுதான் நமக்குப் பிரச்சினை வருகிறது. இவ்வகையில் தமிழ்த் தேசியப் பண்பாடு என்பது அனைத்து வகையான ஆதிக்கப் பண்பாடுகளுக்கும் எதிரானதாகிறது.

• பொதுவாக மார்க்சியத்தின் தேசியம் தொடர்பான அணுகு முறையை விமர்சிக்கும் போது மார்க்சியம் இரண்டு விசயங்கள் சம்பந்தமாக வரலாற்று ரீதியிலான அடம்பிடித்தபடியிலான தவறைச் செய்திருக்கிறது என ரொனால்ட் மங்க் தனது நூலில் குறிப்பிடுகிறார். பெண்கள் தொடர்பான பிரச்சினையையும் தேசியம் சம்பந்தமான பிரச்சினையையும் மார்க்சியம் அணுகிய விதம் அதனது புரட்சிகரத்தன்மைக்கே அவையிரண்டும் சவாலாக உருவாக வேண்டிய சூழலை உருவாக்கிவிட்டதென அவர் அவதானிக்கிறார். இன்னும் தேசியம் பெண்களின் உயிர் மறு உற்பத்தி சார்ந்த விடயங்களைக் கட்டுப்படுத்தும் பிற்போக்கான கருத்தியலாகவும் வளர்ந்திருக்கிறது எனும் விமர்சனமும் அதன் மீது உணடு. இவ்வகையில் தமிழ்த் தேசியத்தில் ஒரு சமூக சக்தியாகப் பெண்கள் பற்றிக் குறிப்பிடவேயில்லை. அவர்கள் தொடர்பான உங்கள் நிலைப்பாடு என்ன?

சமூகநீதிப்போராட்டத்தின் ஒரு கூறாக ஆணாதிக்கத்திற்கெதிரான பெண்களின் போராட்டத்தை நான் வரவிருக்கும் தலித்தியமும் தேசியமும் நூலில் விரிவாக் குறிப்பிடுகிறேன். நம்முடைய தமிழ்ச் சமூகத்தில் எல்லாவிதமான ஆதிக்கங்களையும் சாதிய ஆதிக்கத்தோடு தொடர்புபடுத்தமுடியும் என நான் அதில் விவாதிக்கிறேன். ஆணாதிக்கத்தைக் கூட சாதிய ஆதிக்கத்தைப் பாதுகாப்பதற்கான கருவியாக விளக்கி அம்பேத்கரை மேற்கோள் காட்டுகிறேன். எவ்வாறாக ராஜபுத்திரர்களின் உடன்கட்டை ஏறும் பழக்கம் கூட அகமணமுறையைப் பாதுகாக்கும் முகமாக ஏற்படுத்தப்பட்டது என அம்பேத்கர் சொல்கிறார். பாரதிராஜாவினுடைய கருத்தம்மா திரைப்பட விமர்சனக் கூட்டத்தில் நான் கலந்து கொண்டு பேசினேன். கருத்தம்மா படத்தில் ஏன் இந்த பெண்சிசுக் கொலைப் பழக்கம் வந்தது என்பதை பாரதிராஜாவினால் சரியாகச் சுட்டிக்காட்ட முடியவில்லை என்று நான் கூறினேன். வரதட்சணைக் கொடுமையால் இச்சிசுக்கொலை நடப்பதாக அந்தப் படத்தில் அவர் சொல்கிறார். வரதட்சணைக் கொடுமையால் பெண் சிசுக் கொலை நடைபெற வேண்டுமானால் எந்தச் சாதியில் வரதட்சணைக் கொடுமை அதிகமாக இருக்கிறதோ, அந்தச் சாதியில்தான் அந்தச்

சிசுக்கொலை நடந்திருக்க வேண்டும். வரதட்சணைக் கொடுமை என்பது பார்ப்பனர்களிடம் மிக அதிகமாக இருக்கிறது. நாட்டுக் கோட்டைச் செட்டியார்களிடமும் மிக அதிகமாக இருக்கிறது. ஆனால் எந்தப் பார்ப்பனக் குடும்பங்களிலும், நாட்டுக் கோட்டைச் செட்டியார் குடும்பங்களிலும் பெண் சிசுக்கொலை நடக்கவில்லை. மாறாக முக்குலத்தோரில், தேவர் குடும்பங்களில் நடக்கிறது.

வரதட்சணை என்பதை ஒப்புக்கொள்ளாத சாதியில் பெண் சிசுக்கொலை இருக்கிறது. வரதட்சணைக் கொடுமை என்பது அவர்களிடம் இல்லை. தற்போது தலித்துகளுக்கிடையில் கூட வரதட்சணைப் பழக்கம் வந்திருக்கிறது. காரணம் பார்ப்பன மயமாதலின் தாக்கமாகத்தான் அது மற்றவர்களிடம் பரவியிருக்கிறது. தாங்களும் அவர்களைப் போல் நடந்து கொள்ளவும் இருக்கவும் மற்ற சாதிகள் முயற்சி செய்வதன் விளைவாகத்தான் வரதட்சணைக் கொடுமை இவர்களிடம் வந்திருக்கிறது. நான் அந்தப் படத்தின் உள்ளிருந்தே உதாரணம் கொடுத்தேன். கருத்தம்மாவை ஒருவன் இரண்டாம் தாரமாக கல்யாணம் செய்யப் போவான். போகும்போது இதோ இந்தச் சீதனத்தை வைத்துக்கொள் என்று கொடுப்பான். மாப்பிள்ளை பெண்ணுக்குச் சீதனம் கொடுத்துக் கல்யாணம் பண்ணிக் கொள்கிற பழக்கம்தான் தேவர் சாதியில் உண்டே தவிர பெண்வீட்டார் அவனுக்கு வரதட்சணைக் கொடுத்துக் கல்யாணம் பண்ணுகிற பழக்கம் கிடையாது. எனில், தேவர் குடும்பத்தில் எப்படி பெண் சிசுக்கொலை நடக்கும்? இது வரதட்சணைக் கொடுமையோடு தொடர்புடையதல்ல. அந்தச் சாதியின் படைத் தொழிலோடு சம்பந்தமுள்ளது. அது மார்ஷல் காஸ்ட் (martial cost). அவர்கள் போர்களுக்குச் செல்கிறபோது இயல்பாகவே ஆண்—பெண் விகிதம் மாறிப்போய் விடுகிறது.

ஆண்களின் எண்ணிக்கை குறைந்து பெண்களின் எண்ணிக்கை அதிகமாகி விடுகிறது. பெண்களின் தொகை அதிகரிக்கிறபோது திருமணம் செய்வதற்கு அவர்கள் சாதியை மீறி வெளியில் போக வேண்டிய கட்டாயம் வருகிறது. இதைத் தடுக்க வேண்டுமெனில், சாதியைக் காப்பாற்ற வேண்டுமெனில், ஆண்களின் எண்ணிக் கைக்குத் தக்கவாறு பெண்களின் எண்ணிக்கையைக் குறைத்துக் கொண்டே இருக்க வேண்டும். ராஜபுத்திரர்களின் மத்தியில் இது உடன்கட்டை ஏறும் பழக்கமாக இருந்தது. தமிழ் நாட்டு மக்கள் மத்தியில், தேவர்களின் மத்தியில், இது பெண் சிசுக்கொலையாக ஆகியது என்று சொன்னேன்.

• தமிழ்த் தேசியததின் புரட்சிகரத்தன்மை அதனது சமூக, வர்க்க சக்திகள் பற்றி இதுவரை பார்த்துக் கொணடு வந்திருக்கிறோம்.

தமிழ்த் தேசியத்தின் எதிரிகளென எவரை வரையறுக்கிறீர்கள்?

தமிழ்த் தேசிய வளர்ச்சிக்கு எது தடை? மனிதத் தன்மை கொண்ட, மனிதநேயம் கொண்ட ஒரு கட்டமைப்பை நோக்கிய சமூகத்திற்கான தடையாக எது இருக்கிறது? சோசலிசம் கம்யூனிசமெல்லாம் நீண்ட கால நோக்கம் என்பதால், அதற்குள் எல்லாம் நாங்கள் இப்போது போகவில்லை. ஒரு ஜனநாயக சமூகத்தை, மனித சமத்துவம் நிலவும் பிறப்பொக்கும் எல்லா உயிர்க்கும் என்ற நிலையைக் கொண்டுவந்தால் போதும் இப்போது. அந்தவொரு சமூகத்திற்கு எது தடையாக இருக்கிறது என நாம் பார்க்கிறோம். இரண்டு தடைகள் இருக்கின்றன. ஒன்று தில்லி ஏகாதிபத்தியம், மற்றது சாதியம். தில்லி ஏகாதிபத்தியம் என்கிறபோது இந்திய அரசைக் குறிப்பிடுகிறேன். இதன் சமூக சக்திகளை மூன்று விதமாக வரையறுக்கிறோம். ஐரோப்பா மாதிரி இந்திய சமூகத்தை வர்க்கப் பகுப்பாய்வுக்குள், வரக்கக் குறுக்கல்வாதத்துக்குள் கொண்டுவர முடியாது. அந்தக் கட்டத்தை நாம் தாண்டிப் போய்விட்டோம். ஆனால் வர்க்கம் இல்லையென்றோ வர்க்க நிராகரணம் என்றோ நாம் சொல்லவில்லை.

அன்னிய நிதி மூலதனத்தோடு இணைந்து செயல்படுகிற சார்ந்திருக்கிற, உலகமயமாதல் மற்றும் ஏகாதிபத்தியப் போக்குகளின் கருவியாகச் செயல்படுகிற இந்தியப் பெருமுதலாளி வர்க்கம், இவர்களை நாம் பன்னாட்டு மூலதனத்தினர் என்று வரையறுக்கிறோம். இந்தியா ஒரு தேசம் அல்ல என்று நாங்கள் சொல்கிறபோது இவர்கள் பன்னாட்டு மூலதனத்தினர்தான். வர்க்கமென்று பார்க்கும்போது இவர்கள்தான் முதல் எதிரிகள்.

சமூக சக்திகள் என்று பார்க்கிறபோது உத்தியோகத் துறை மற்றும் பொருளுற்பத்தியில் இருக்கக்கூடிய மூலதனம் போன்றவற்றில் ஆதிக்கம் செலுத்தக் கூடிய பார்ப்பன—பனியா வர்க்கம். இது சாதிய அடிப்படை கொண்டது.

இந்து தேசியம் என்கிற இந்திய தேசியம், இந்தி மொழி ஆதிக்க சக்திகள், இவர்களைப் பிரதிநிதித்துவப்படுத்துவதைத்தான் இந்திய அரசு அதிகாரம் என்று நாம் வரையறை செய்கிறோம். இவர்களுக்கு எதிராகப் போராடுவதுதான் எமது நோக்கம். இதற்கான புரட்சிகர சக்திகள் யார்? இயல்பாக தமிழ்த் தேசியம் என்பது எந்தெந்த சக்திகளின் வளர்ச்சிக்குத் துணை செய்யுமோ அந்த சக்திகள். அப்படிப் பார்க்கிறபோது, பாட்டாளி வர்க்கம் இன்னும் முழு வளர்ச்சி பெறாத போதும், வளர்ச்சியடைந்துவரும் தொழிலாளி வர்க்கம் என்று கொள்ளலாம். அதே போல சாதி அடிப்படையில்

● தடாகம் வெளியீடு

தாழ்த்தப்பட்ட மக்கள். இவர்கள் தான் பிரதான சக்திகள். இதைப் போலவே பிற்படுத்தப்பட்ட சாதியினர் — இவர்களைப் பொறுத்து இரண்டு விதமான போக்குகளை எதிர்த்து நாம் போராட வேண்டியிருக்கிறது. அவர்கள் ஆதிக்கம் செலுத்துவதற்கு எதிராகப் போராட வேண்டும். அவர்களே அடிமைகள் எனும் அளவில் அவர்களுக்கு மேலிருக்கிற ஆதிக்க சக்திகளுக்கு எதிராகவும் போராட வேணடும். போராட்டப் போக்கில்தான் இந்த சக்திகளை நாம் ஒன்றுபடுத்த முடியும். அடுத்ததாக சமுதாயத்தில் இருக்கும் ஜனநாயக சக்திகள். இதில் எந்த வர்க்கமும் உள்ளடங்கும். எந்தச் சாதியும் இதற்குள் வரலாம் இதற்குப் பிற்பாடு தலைமை சம்பந்தமான கேள்வி வருகிறது. சோசலிசப் புரட்சிக்கு பாடடாளி வர்க்கம் தலைமை தாங்க வேண்டும். குறைந்த பட்சம் ஒரு கருத்தியல் தலைமையாவது வேண்டும். ஆனால் இதற்கு அப்படிக் கிடையாது. இது ஒரு புரட்சிகர ஜனநாயகக் கட்டம் என்பதால் ஒரு பொது புரட்சிகரத் தலைமை வேண்டும். எல்லாச் சக்திகளையும் இணைக்கப்படுத்துவதற்கு புரட்சிகரமான முறையில் ஒன்றுபடுத்துவதற்கு, பொது எதிரிக்கெதிராக இந்த அணிவகுப்பை வளர்த்துச் செல்வதற்கு பொருத்தமான ஒரு பொதுத் தலைமை. அது காலப்போக்கில் போராட்டத்தின் வளர்ச்சிப் போக்கில்தான் உருவாக முடியும். அது ஒரே ஒரு சமூக சக்தியின் பிரதிநிதியாக இருக்காது. ஒரே ஒரு சமூக சக்தி மட்டும் தலைமை தாங்க முடியாது. அது தமிழத் தேசிய சமூக நீதிப் புரட்சிகரத் தலைமை.

நமது தந்திரோபாயம் என்ன? நாம் நீண்ட நாட்களாக அரசு அதிகாரம் என்பது ஒடுக்குமுறைத் தன்மை கொண்டது அதற்கெதிராக நாம் படை கட்டவேண்டும எனப் பார்த்து வந்திருக்கிறோம். அரசு அதிகாரம் பற்றிய பார்வையை இன்னும் கொஞ்சம் ஆழமாக நாம் பார்க்க வேண்டும். ஒரு சமூகப் பிரக்ஞையை அடிப்படையாக வைத்துதான் ஒரு அரசு அதிகாரம் இயங்குகிறது என்பது நமக்குப் புரிகிறது. லெனின் புரட்சிக்கான நிலைமையைப் பற்றிக் குறிப்பிடுகிறபோது, ஆளுகிற வர்க்கங்கள் பழைய முறையில் தொடர்ந்து ஆள முடியாது என்ற நிலைக்கு வரும்போது ஆளப்படும் சக்திகள் பழைய முறையில் தொடர்ந்து வாழ முடியாது என்ற நிலைக்கு வரும்போது இந்நிலை உருவாகிறது, இது மட்டும் நடந்தால் போதாது என அவர் குறிப்பிடுகிறார். ஆளும் வர்க்கங்களின் சமூகப் பிரக்ஞையின் அதே அளவான பிரக்ஞை பொதுமக்களிடமும் இருக்கும்போதுதான் அவர்களை ஆள முடிகிறது. பொதுமக்களிடமுள்ள இந்தப் பிரக்ஞையை மாற்றுவதுதான் புரட்சிகர சக்திகளின் கடமையாகிறது. இது மாறும் போதுதான் பழைய முறையில் ஆள முடியாத ஒரு நிலைவரும்.

இது புரட்சிக்கான புறநிலைத் தேவையை வளர்ப்பதற்கான ஒரு போராட்டம். இதை எவ்வாறு செய்யப் போகிறோம்? வெகுமக்களின் உடனடிக் கோரிக்கைகளின் மீதான வெகுமக்கள் போராட்டங்களின் வாயிலாகத்தான் அரசியல் இலக்கை நோக்கிய அணிவகுப்பை உருவாக்க முடியும். இவ்வகையில் இக்கட்டத்தில் பழைய சமூகப் பிரக்ஞைக்கெதிரான புதிய சமூகப் பிரக்ஞையை உருவாக்குவதற்கான தனித்தனியான உடனடிக் கோரிக்கையடிப்படையிலான போராட்டங்களும், ஒரு பொது அரசியல் இலக்கை நோக்கிய கருத்தியலை உருவாக்குவதும்தான் முக்கியமானது. அதற்கு என்ன தேவை? லெனின் சொன்னது போல அமைப்பு ஒன்றுதான் நமது கையில் இருக்கிற ஒரே ஒரு கருவி. அந்த அமைப்பைக் கட்டுவதுதான் நமது இன்றைய தந்திரோபாயம்.

- **இந்த அரசு அமைப்பைத் தாங்கி நிற்கிறவையாக கருத்தியல் அமைப்பும், கலாச்சாரக் கட்டமைப்பும் இருக்கிறது என்பதால், இந்த அரசமைப்பை மாற்றுவதற்கு கருத்தியல் கலாச்சார அமைப்பு தளத்திலான பேராட்டங்களை மேறகொள்ள வேண்டும் எனச் சொல்கிறீர்கள். எனில் இந்தக் கலாச்சார, கருத்தியல் செயல் பாடுகளின் சமூகச் செயல்பாட்டு உருவாக்கம் நோக்கித்தான் நீங்கள் இடையீடு செய்ய வேண்டும்**

நாம் இந்த அமைப்பின் எல்லைகளை நடைமுறையில் வெகுஜனங்களுக்குப் புரியச் செய்ய வேண்டும். பொதுஜனங்கள் இந்த அமைப்பில் இதுதான் முடியும் என நினைக்கிறார்கள். தமது நலன்களுக்காக அமைப்பை மாற்றுவது, மாற்று அமைப்பை உருவாக்குவது சம்பந்தமான பிரக்ஞையை நிலவும் அமைப்பின் எல்லையைச் சுட்டிக் காட்டுவதன் மூலம்தான் உருவாக்கமுடியும். இவர்கள் இந்திய அரசமைப்புக்குள்தான் இயங்க முடியும் என நினைக்கிறார்கள். இவர்கள் வாஜ்பாயை விட்டால் சோனியா என நினைக்கிறார்கள். கருணாநிதியை விட்டால், ஜெயலலிதா என நினைக்கிறார்கள். வேலைநிறுத்தம் செய்தால் இதுவரைதான் கிடைக்கும் என நினைக்கிறார்கள். இப்போது இருக்கும் அரசியல் அதிகாரத்திற்கு மாற்றாக ஒரு அரசியல் அமைப்பு இருந்தால்தான் தமது சிக்கல்கள் தீரும் என்று மக்கள் வந்துசேர்கிற பிரக்ஞையை நாம் உருவாக்க வேண்டும். இதிலிருந்து அவர்கள் இன்றிருக்கிற அரசியல் அதிகாரம், மாற்று அரசியல் அதிகாரம் பற்றிய பிரக்ஞையைப் பெற முடியும். இந்தப் போராட்டங்கள் பொருளாதாரத் துறையில் இருக்கின்றன. கலாச்சாரத் துறையில் இருக்கின்றன. மொழித் துறையில் இருக்கின்றன. இவ்வாறான மாற்றுப் பிரக்ஞையை

பல்வேறு போராட்டங்களின் மூலமாகத்தான் ஏற்படுத்த முடியும். அவ்வாறு போராடும் போதே ஒரு நீண்டகால அரசியல் இயக்கத்திற்கான முன்னேற்பாடுகளை ஏற்படுத்துகிறீர்கள். அந்த இயக்கம் இந்த எல்லாப் போராட்டச் சிற்றோடைகளையும் ஒரு பொதுப் போராட்ட நோக்கத்தை நோக்கி அழைத்துச் செல்லும்.

• இந்தி மொழி ஆதிக்கம் என்கிற போது இந்திய மொழி பேசுகிற வடநாட்டவர்களைச் சொல்கிறீர்களா அல்லது இந்தி மொழியைப் பிரதிநிதித்துவப்படுத்தும் ஆதிக்கச் சக்திகளைச் சொல்கிறீர்களா?

நாம் தெளிவாக இருக்க வேண்டும். நான் இந்தி மொழி ஆதிக்கச் சக்திகள் என்கிறேன். இது இந்தி மொழி பேசும் மக்கள் என்பதைக் குறிக்காது. அவர்கள் நம் மீது இந்தியைத் திணித்துக் கொண்டிருக்கிற சக்திகள் கிடையாது. அவர்களுக்குள் இருக்கிற ஒரு பகுதிதான் ஆளும் வர்க்கத்தின் ஒரு பகுதியாக இருக்கிறது. இந்தியப் பெருமுதலாளிகள் என்கிறபோது பெரும்பாலும் மார்வாரிகள், சேட்டுகள் தான். மற்ற தேசிய இனத்தவர்களில் முதலாளிகள் மிகக் குறைவு.

இந்தியப் பெருமுதலாளிகளின் வரிசையில் இருக்கிறவர்களில் தொண்ணூறு சதவீதமானவர்கள் அவர்கள்தான். குஜராத்தி சேட்டுக்கு குஜராத்திதான் தாய்மொழி. ஆனால் இந்திதான் அவனது ஆதிக்கக் கருவி. அனைத்திந்தியச் சந்தையைப் பாதுகாப்பதற்கு இந்தியா என்கிற கட்டமைப்பைத் தக்கவைத்துக் கொள்வதற்கு இந்திய தேசத்தைக் கட்டுவதற்கெல்லாம் இந்தி தேவைப்படுகிறது.

இதை ஒரு மொழி பேசும் மக்களென்றோ, ஒரு சமூக சக்தியென்றோ, ஒரு தேசிய இனத்தவரென்றோ பிரிக்க முடியாது. எல்லாமே கலந்ததாகத்தான் இந்தி ஆதிக்க சக்தி இருக்கிறது.

தமிழ்த் தேசிய ஒடுக்குமுறையின் வடிவங்கள் என்று நீங்கள் எதைக் குறிப்பிடுவீர்கள்? உதாரணமாக ஈழத்தை எடுத்துக் கொண்டால் சிங்கள பெருந்தேசியத்தினுடைய ஒடுக்குமுறை வடிவங்கள் மிக ஸ்தூலமாக இருக்கிறது. தரப்படுத்துதல், கோயில்கள் இடிப்பு பாலியல் பலாத்காரம், சிவில் நிறுவனங்களில் புறக்கணிப்பு, தமிழர்கள் மீதான வெளிப்படையான ராணுவ வன்முறை என நிறைய வரையறுத்துச் சொல்லமுடியும். அவ்வகையில் தமிழகத்தில் தமிழ்த் தேசியத்தின் மீதான ஒடுக்குமுறைகளை நீங்கள் எப்படி வரையறுப்பீர்கள்?

முதலாவதாக அடையாள மறுப்பு. தமிழ் தேசிய மொழியாக இங்கு ஏற்றுக்கொள்ளப்படவில்லை. தமிழ்த் தேசிய இனம் என்பதற்கான அங்கீகாரம் இல்லை. இதனுடைய விரிவாக்கமாகத்தான் மற்ற எல்லாவற்றையும் நாங்கள் பார்க்கிறோம். மைய அரசுப் பணிகளில் இந்தி அல்லது ஆங்கிலம் என்ற நிலைதான் இருக்கிறது. தமிழை மட்டும் வைத்துக் கொண்டு ஒருவன் மைய அரசுப்பணிக்குப் போகமுடியாது. இந்தி மொழித்திணிப்பு என்பது தொடர்கிறது. தமிழ்வழிக் கல்வி மறுக்கப்படுகிறது. அரசு உரிமை என்பது கிடையாது. தில்லியிலிருந்து மாநில அரசுகளைக் கலைக்கமுடியும். ஆனால் எல்லா மாநில அரசுகளும் சேர்ந்தால் கூட தில்லி அரசைக் கலைக்கமுடியாது. தமிழ்நாட்டின் ஆட்சிப்பரப்புக்கான உரிமை நமக்குக் கிடையாது. கட்சத்தீவை தமிழக அரசிடம் கேட்டுக் கொள்ளாமலேயே கொடுத்துவிட்டார்கள். தமிழ்நாட்டு எல்லைகளை மாற்றுகிற உரிமை தில்லியிடம்தான் இருக்கிறது. தமிழ்நாட்டின் இயற்கைச் செல்வங்களின் மீது தமிழ்த் தேசியத்திற்கு இறையாண்மை கிடையாது. நமது இயற்கைச் செல்வங்களைப் பயன்படுத்தி நமக்குத் தொழில் தொடங்க உரிமை கிடையாது. நமது சுற்றுச்சூழலைப் பாதுகாக்கிற உரிமை நமக்குக் கிடையாது. சாதி அடிப்படையிலான குலத்தொழில்முறையை உடைத்து யாரும் எந்த வேலையும் பாரக்கலாம் என்பதற்குப் பொருத்தமான வேலைவாய்ப்புக் கொள்கை இல்லை. நமக்குப் பொருத்தமான சட்டமியற்றும் உரிமை இல்லை.

• தமிழ்த்தேசிய இனப் போராட்டத்தினூடே தென்னிந்திய தேசிய இனங்கள் தொடர்பாக தமிழ்த் தேசிய அரசியல் என்ன நிலைபாடு எடுக்கும்?

தேசிய இனங்களில் இரண்டு விதமான போக்குகள் இருக்கிறது. கேரளாவை எடுத்துக் கொள்ளுங்கள். மலையாளி தேசியம் என்று ஒன்று இருக்கிறது. ஆனால் அது இந்திய எதிர்ப்புத் தன்மையயைவிட அதிகமாகத் தமிழ் எதிர்ப்புத் தன்மையயைக் கொண்டிருக்கிறது. அதே போலத்தான் கன்னடத்திலும். அவர்களுக்குத் தமிழ் எதிர்ப்புதான் இந்திய தேசிய எதிர்ப்பை விடவும் பிரதானமாக இருக்கிறது. இது தற்காலிமான ஒரு போக்குதான். இவர்கள் யாரால் பாதிக்கப்பட்டிருக்கிறார்கள் என்பதை அனுபவம் அவர்களுக்கு உணர்த்தும்.

• தேசிய இனப் பிரச்சினையில் உலகமயமான சில கூறுகள் இருக்கின்றன. யுகோஸ்லாவியாவில் ஸெர்பியர்களுக்கும் பிற தேசிய இனங்களுக்குமான பிரச்சினையாக இருந்தது, கொசவா, பொஸ்னியா போன்ற நாடுகளின் பிரிவினைக்குப் பிறகு,

விடுதலையடைந்த பிறகான கொசவா, பொஸ்னியாவில் உள் இருக்கும் சிறுபான்மை இனர்த்தவர்க்கும் தற்போது ஒப்பீட்டளவில் பேரினமாகிவிட்டவர்களுக்குமான ஆயுத மோதல்களாக வெடித்திருக்கிறது. இவை தேசிய இனத்துக்குள் இருக்கிற சிறு சிறு இனக்குழுக்களின் உரிமைகளுக்கான பிரச்சினைகளாக ஆகியிருக்கின்றன. கேரளாவில், கர்நாடகாவில் தமிழர் எதிர்ப்புணர்வு இருக்கிறது போலவே, தமிழகத்திலும் மலையாளி எதிர்ப்புணர்வுக்கான, தெலுங்கர் எதிர்ப்புணர்வுக்கான சான்றுகள் இருக்கின்றன. ஆகவே பரஸ்பரம் துவேஷத்தின் பொருட்டு இந்தத் தேசிய இனப் பிரதேசங்களில் நடக்கிற கலவரங்கள் அல்லது பிரச்சினைகள் பரஸ்பரம் தேசிய இனங்களின் அரசியலின் மீது தாக்கம் தொடுக்கும். ஆகவே நீங்கள் இலட்சிய்பபடுத்திக் கொள்கிற மாதிரி இந்தப் போராட்டங்கள் கலவரம் தவிர்த்ததாகவோ இனத் துவேஷம் தவிர்த்ததாகவோ இருக்க முடியாது.

பெரியாறு அணைச் சிக்கலில் நாம் கேரளத் தேசியத்தை எதிர்த்துப் போராட வேண்டிய கட்டாயத்தில் இருக்கிறோம். அதே போல காவிரிச் சிக்கலில் நாம் கர்நாடகத்தோடுதான் போராட வேண்டியிருக்கிறது. ஆனால் ஜனநாயகபூர்வமான தேசிய இயக்கத்தை நடத்தக்கூடிய தலைமை அந்த மக்களுக்கெதிரான விரோதவுணர்வு கொண்டதாக இப்போராட்டத்தைக் கொண்டு போகக் கூடாது. கொண்டு போகவும் முடியாது. இந்திய தேசியத்தின் அடிமைகளாகத்தான் பரஸ்பரம் இருக்கிறோம் என்பதை இருவருமே உணர்வார்கள். இன்று கன்னடத் தேசியம் பேசுகிறவர்கள் பால்தாக்கரே பேசுகிற மராட்டியத் தேசியம் போல இந்திய தேசியத்தின் ஒரு பகுதியாகத்தான் அதைப் பேசிக் கொண்டிருக்கிறார்கள்.

• தென்னிந்திய தேசிய இனங்களுக்கிடையிலான இந்த முரண்பாடுகள் ஒரு வன்முறையிலான முரண்பாடாக உருவாவதற்கான எல்லாச் சாத்தியங்களும் இருக்கின்றன. தேசியவாதத்தை ஜனநாயக நிலையாகவோ, இலட்சியவாத நிலையாகவோ எல்லாத் தேசிய இனவாதிகளும் பார்க்க அவசியமில்லை. மற்ற மாநிலங்களில் தேசியத்தின் வளர்ச்சி நிலைமைகளைப் பொறுத்து குணா போன்றவர்கள் முன்வைக்கிற கருத்தியலை அடிப்படையாகக் கொண்ட அரசியலின் கை ஓங்கலாம். இவ்வாறான சூழலில் இனங்களுக்கிடையில் இரத்தக்களறியான கலவரம் தோன்றுவதற்கான வாய்ப்பும் இருக்கிறது. இது இவ்வாறிருக்க நான் ஐரோப்பாவின் தேசிய யுத்தங்கள் சம்பந்தமான அனுபவங்களுக்குப் போகிறேன். ஐரோப்பாவில் தேசியம் ஒரு ஜனநாயகத்துக்கான

அவா எனும் அளவில் தேசியத்தை அவர்கள் அங்கீகரிக்கிறார்கள். ஐரோப்பாவில் சமீபத்தில் நிறைய தேசங்கள் தோன்றியிருக்கின்றன. செக்கோஸ்லோவோகியா இரண்டாக ஆகியிருக்கிறது. பொஸ்னியா, கொசவா, மெஸடோனியர், மோன்டிநிக்ரோ போன்றன பழைய யுகோஸ்லாவியாவில் இருந்து உருவாகியிருக்கின்றன. சமவேளையில யூரோப்பியன் யூனியன் எனும் பெயரில் தேசிய இன அடிப்படைகளை நிராகரித்து பொருளியல் ஒருமைக்கான, அரசியல் நிர்வாக ஒருமைக்கான கூட்டமைப்பு உருவாகி வருகிறது. இன்னும் பிரிந்த தேசங்கள் யூரோப்பிய யூனியன் உறுப்பினராவதற்கு விண்ணப்பித்தும் வருகின்றன. பொருளாதாரம் மட்டுமல்லாமல், இவர்களை இணைக்கிற விடயங்களாக வெள்ளை நிறம், கலாச்சாரம் போன்றவையும் இருக்கின்றன.

இவ்வாறான சூழலில் இந்திய நிலைமைகளை எடுத்துக் கொணடு பார்க்கிறபோது இந்தியாவில் தேசிய இனப்பிரச்சினை தோன்றுவதற்கான காரணங்களாக என்னால் இரண்டு பிரதானப் பிரச்சினைகளைப் பார்க்க முடிகிறது. ஒன்று பொருளியல்ரீதியிலானது, அடுத்தது கலாச்சார ரீதியிலானது. பொருளியல் ரீதியிலானது என்கிற போது இந்திய மாநிலங்களுக்கிடையில் நிறைய பொருளாதார அசமத்துவம் நிலவுகிறது. மையப்படுத்தப்பட்ட பொருளாதாரத் திட்டமிடலின் காரணங்களால் வடகிழக்கு மாநிலங்கள் அநியாயமான முறையில் பின் தங்கியிருக்கின்றன. கலாச்சார ரீதியிலான பிரச்சினை என்று வருகிறபோது இந்தி மொழி வளர்ச்சிக்காக அரசு திட்டமிட்டு நிதியை ஒதுக்குகிறது. இந்தியாவின் பிற மொழிகளுக்கு இந்திக்கு அளிக்கும் முக்கியத்துவம் அளிக்கப்படுவதில்லை. புழக்கத்தில் இல்லாத சமஸ்கிருத மொழி வளர்ச்சி பார்ப்பனிய ஆதிக்கத்தோடு பிணைக்கப்பட்டு அரசின் நிதி அதன் வளர்ச்சிக்கு உபயோகப்படுத்தப்படுகிறது. இந்தக் கலாச்சாரப் பொருளியல் அசத்தமத்துவத்திலிருந்துதான் இந்திய தேசிய இனச் சிக்கல் என்பதும் தேசியப் பிரக்ஞை என்பதுவும் உருவாவதாகக் கருத முடிகிறது.

தமிழர்கள் இன்று இந்தியாவின் அனைத்துப் பகுதிகளிலும் பரவி வாழ்கிறார்கள். நாகாலாந்திலும் தமிழர்கள் இருக்கிறார்கள். தில்லியிலும் இருக்கிறார்கள். கல்கத்தாவிலும் இருக்கிறார்கள். திருவனந்தபுரத்திலும் இருக்கிறார்கள். இவ்வாறாக இந்தியாவில் ஒரு குறிப்பிட்ட நிலப்பகுதியை எடுத்துக் கொண்டு தேசியத்தை வரையறுப்பதில் நிறையப் பாரதூரமான எதிர்மறையான

போக்குகளுக்கு வாய்ப்புகள் அதிகம் இருக்கின்றன. இவ்வகையில் நிலவிவரும் ஐரோப்பிய யூனியன் அனுபவங்களை எடுத்துக் கொண்டு ஜனநாயகத்துக்கான, கலாச்சாரத்துக்கான தேசியப் போராட்டத்தையும் நடத்திக் கொண்டு ஏன் ஒரு இந்திய பெடரல் பொலிடிகல் சிஸ்டத்திற்கான முயற்சியையும் மேற்கொள்ளக் கூடாது? ஏனெனில் இந்தியாவில் நம்மைப் பிரிக்கிற அம்சங்கள் இருக்கிறது போலவே இணைக்கிற அம்சங்களும் நிறைய இருக்கின்றன. தென்னிந்திய தேசிய இனங்களுக்கிடையில் கலாச்சாரரீதியில் நிற அடிப்படையில் உணவு, உடை, உறையுள் போன்ற பழக்கங்களில் பெரிய வித்தியாசங்கள் இல்லை. ஞானி போன்றவர்கள் திராவிடப் பண்பாட்டுக் கூறுகள் என்பது இந்தியாவெங்கிலும் பரந்து கிடக்கிறது என்கிறார்கள். எனில் ஏன் இரத்தக் களறியை, இனத் துவேசத்தைத் தவிர்க்கிற மாதிரியான அரசியலை முன்னெடுக்கக்கூடாது? இன்னும் தலித் பிரச்சினை என்பது ஒரு இந்திய தேசம் தழுவிய பிரச்சினையே ஒழிய தமிழ்த் தேசியம் சார்ந்த பிரச்சினை மட்டுமல்ல என்பதையும் நினைவில் கொண்டு, ஏன் அவ்வாறான ஒரு அரசியலை மாற்றரசியலாகத் தேர்ந்து கொள்ளமுடியாமலிருக்கிறது?

ஐரோப்பாவில் ஏற்கனவே தேசிய அரசுகள் உருவாகி விட்டன். ஜனநாயக அரசியல் என்பது தேசங்களுக்கிடையில் உருவாகி விட்டது. அந்தத் தேசிய அரசுகள் நெருங்கி வருகின்றன. அவைகளுக்கிடையில் ஒற்றுமையைப் பேசுகின்றன. தேசிய அரசுகள் உருவாகி வளர்ந்த பிறகுதான் பொதுவான சந்தையை உருவாக்குவது, நிர்வாக அலகுகளை உருவாக்குவது போன்ற வளர்ச்சிகள் வந்திருக்கின்றன.

அயர்லாந்து பற்றி மார்க்ஸ் குறிப்பிடுகிறபோது முதலில் அயர்லாந்து பிரிட்டனிடம் இருந்து விடுதலை பெற வேண்டும. பிற்பாடு அவர்கள் ஒரு பெடரேசனாகக் கூட இணையலாம் என்கிறார். பெடரேசன் என்று சொல்கிறபோது சுதந்திரமாக இருக்கிற தேசிய அரசுகள் தமது விருப்பில் இணைகிற ஒரு முறை அது. பெடரேசனுக்கான முன்நிபந்தனையே தேசிய சுதந்திரம்தான். தேசிய ஒடுக்குமுறை என்று ஒன்று இருந்தால் அந்த ஒடுக்குமுறைக்கெதிரான தீர்வு என்பது தேசிய விடுதலைதான். விடுதலை பெற்ற பின்னால் ஒரு கூட்டமைப்புக்குள் வருவதில் பிரச்சினையில்லை. நான் ஆந்திரா போகும் போது அடிக்கடி யோசிப்பதுண்டு. வாயைத் திறந்து பேசினால் மட்டும்தான் நமக்கிடையில் வித்தியாசம் உண்டு. மற்றபடி வீடு, உணவு, உடை— இன்னும் சினிமா கவர்ச்சி கூட ஆந்திராவைச் சேர்ந்தவனுக்கும்

தமிழகத்தைச் சேர்ந்தவனுக்கும் வித்தியாசமில்லை. தமிழகத்துக்கு எம்.ஜி.ஆர். ஆந்திராவுக்கு என்.டி.ஆர். மொழி தவிர ஒரு வேறுபாடும் இல்லை. ஆனால் நிபந்தனை யாதெனில் விடுதலை பெறுவோம். பிற்பாடு கூட்டரசு பற்றி பரிசீலனை செய்யலாம்.

தென்னிந்திய மாநிலங்களுக்கிடையில் இருக்கிற குறிப்பான சில பிரச்சினைகளால் இனச் சுத்திகரிப்பு போன்றவை நடக்கும் என்று நான் நினைக்கவில்லை. எம்.ஜி.ஆர். எதிர்ப்புக்காகவே கருணாநிதி தமிழர் படை என்று ஒன்றை உருவாக்கி மலையாளி எதிர்ப்பை வளர்க்க முயற்சி செய்தார். ஆனால் அவர் வெற்றி பெறவில்லை. தமிழ்நாட்டு மக்கள் எம்.ஜி.ஆரை ஒரு போதும் அன்னியனாகவோ மலையாளியாகவோ பார்க்கவில்லை. இன்னும் மலையாளியாக இருந்தது அவருக்கு பாஸிடிவ்வாக இருந்தது. காரணம் இந்தத் தமிழ் நாட்டிலிருந்த எந்தச் சாதியாகவும் அவர் பார்க்கப்படவில்லை. இது அவருக்கு ரொம்பவும் சாதகமான அம்சமாக இருந்தது. எம்.ஜி.ஆர்க்குக் கிடைத்த புகழுக்கு முக்கியமான காரணங்களிலொன்று அவர் எந்தச் சாதிக்காரரும் கிடையாது. எல்லோருக்கும் பொதுவான மனிதர் அவர் என்று இந்த மக்கள் அவரைப் பார்த்து விட்டார்கள். ரிசர்வேசனுக்கு பொருளாதார அடிப்படையை வைத்தபோதும் பிற்பாடு இட ஒதுக்கீட்டை ஐம்பது சதவீதமாக உயர்த்தியபோதும் அவருக்கு சாதிய உள்நோக்கம் கற்பிக்க முடியவில்லை. தமிழகத்தில் இவ்வாறான வன்முறைகள் எதுவும் பிற இனத்தவர் மீது நடைபெறவில்லை. அப்படித் தூண்டியவர்களும் மக்களிடம் இருந்து அன்னியமாகிப் போனார்கள். காவிரிப் பிரச்சினயில் கூட தமிழர்கள் கன்னடர்களுக்கெதிரான வன்முறையில் ஈடுபடவில்லை. தமிழக மக்கள் அந்த மரபில் தான் வந்திருக்கிறார்கள். கேரள மக்கள் பற்றியும் நான் அதே நம்பிக்கையைத்தான் கொண்டிருக்கிறேன்.

நான் காவல்துறையில் இருப்பது தற்செயலான ஒரு விஷயம்
நாவலாசிரியை திலகவதி

● **நீங்கள் எப்போது எழுதத் தொடங்கினீர்கள்? பிற்கால வாழ்க்கை இந்தமாதிரி அமைய வேண்டும் என்று பலர் பலவேறு விதமாகத் தேர்ந்து கொள்வார்கள். சிறுகதை மற்றும் பல்வேறு துறைகள் சார்ந்து நீங்கள் ஈடுபடுவதற்கான அந்தப் பின்னணி, அந்த உந்துதல், அதெல்லாம் எங்கிருந்து வந்தது?**

பள்ளிக்கூடத்தில் படிக்கும்போது எழுதவேண்டும் என்று தோன்றியது. ஒன்பது, பத்து வயதாக இருந்தபோது எழுத ஆரம்பித்தேன். அப்போது கவிதைகள்தான் எழுதுவேன். எனக்கு முதலில் பாரதியார் கவிதைகள்தான் அறிமுகமாய் இருந்தன. எனது அம்மா பாரதியார் கவிதைகளைக் கொடுத்துப் படிக்கச் சொன்னார். எங்கள் வீட்டின் பக்கத்தில் ஒரு பள்ளி ஆசிரியர் இருந்தார். ரங்கசாமி அவரது பெயர். அவர் பூங்குன்றன் எனும் புனைபெயரில் கவிதை எழுதுவார் அவருடைய வீட்டுக்கு குயில் பத்திரிகை வரும். அவர் பாரதிதாசனோடு பழக்கமுடையவராக இருந்தார். அவர் கவிதைகள் எழுதி எனக்குப் படித்துக் காண்பிப்பார். அதனால் கவிதை எழுதுவது என்பது ஒரு வாழ்க்கைமுறை மாதிரியும், கவிதைகள் ரொம்பவும் ஈர்ப்புடையனவாகவும் என் மனதில் பட்டது. ஓய்வாக இருக்கும்போதுகூட மனசுக்குள் எப்போதும் படித்த கவிதைகள் ஓடிக்கொண்டே இருக்கும். அந்த வரிகளும், வார்த்தைகளும் மனசுக்குள் ஓடிக்கொண்டே இருக்கும். இப்படியாகத்தான் முதலில் எழுதவேண்டும் எனத் தோன்றிது.

என்னுடைய தொழில் காவல் துறையாக அமைந்தது. இது நான் தேர்ந்தெடுத்த விடயம் கிடையாது. இது நான் திட்டமிட்டு அடைந்த ஒரு விடயமும் கிடையாது. ஒன்று தற்செயலாக நேர்ந்தது. மற்றது பொருளாதார நிர்ப்பந்தத்தினால் தொடர்ந்தது. மற்றபடி இந்த எழுத்து என்பது எனக்கு இயல்பான, எனக்கு ரொம்ப இனிமையான, எனக்கு ரொம்ப நிறைவைத் தருகிற, எனக்கு ரொம்ப மகிழ்வைத் தருகிற விஷயமாக இருந்தது. நான் முதலில் சொன்னதுபோல எழுத்து எனக்குப் பாரதிதான். அதற்குப் பிறகு யாரையும் ஆதர்சமாக நான் இதுவரைக்கும் கொள்ளவில்லை.

அடிப்படையில் ஒரு வாசகி எனும் அளவில் நிறையப் பேருடைய படைப்புகளை நான் படித்திருக்கிறேன்.. பெரும்பாலான ரஷ்ய எழுத்தாளர்கள் — டால்ஸ்டாய், தாஸ்தாவ்ஸ்கி, மாக்ஸிம் கோர்க்கி, மிகைல் ஷோலகோவ் என ஏராளமான எழுத்தாளர்களைப் படித்திருக்கேன். மாப்பசான், பல்ஸாக், டிக்கன்ஸ், மாதிரியான எழுத்துக்கள். இதுமாதிரி ஆரம்பக் கட்டத்தில் நிறைய பேருடைய எழுத்துக்களைப் படித்திருக்கிறேன். அந்தக் காலகட்டத்தில் எனக்கு இந்த எழுத்துக்கள் ரொம்ப கலகம் செய்கிறது மாதிரி இருந்தது. தமிழில் பார்த்தீர்களானால் அன்று வெகுஜனப் பத்திரிகையில் பிரபலமாக அறியப்பட்டிருந்த நா. பார்த்தசாரதி, அகிலன், மு.வ. இப்படியானவர்களுடைய படைப்புகளோடுதான் முதலில் எனக்குப் பரிச்சயம். மெதுவாக கு. அழகிரிசாமி, புதுமைப்பித்தன், ஜானகிராமன், ஜெயகாந்தன் இப்படி நிறையப் பேரைப் படித்தேன். ஆனால் எனக்கு யாரையுமே ஒரு ஆதர்சமாகவோ ஒரு இன்ஸ்பிரேஷன் ஆகவோ நான் கொள்ளவே இல்லை. எல்லோருடைய படைப்புகள் குறித்தும் எனக்கு ஒரு விமர்சனப் பார்வைதான் இருந்தது. இந்த இடத்தில் இப்படிச் செய்திருக்கலாம், இப்படிச் சொல்லி இருக்கலாம் என்று. விமர்சனங்கள் எனக்கு எல்லோரின் மீதும் இருந்ததினால் யாரையுமே ஒரு முடிவான ஆதர்சமாக, ஒரு உச்சமாக நான் கொள்ளவில்லை. எனக்கு சில விஷயங்கள் கேள்விப்படும்போதோ அல்லது அனுபவிக்கும்போதோ அதைப் பதிவு செய்து வைத்துக்கொள்ள வேண்டும் எனத் தோன்றும். அதன் காரணமாக நான் அந்த விஷயங்களை எழுதுவேன், பேசுவேன். அவ்வளவுதானே தவிர மற்றபடி அவர்களைப் போல நானும் செய்ய வேண்டும, இவர்களைப் போல இருக்க வேண்டும் என்கிற எந்தமாதிரியான அடையாளத்தையும் நான் வைத்துக்கொள்ளவில்லை.

• பள்ளிக்கூடம், கல்லூரி என உங்களுடைய ஆரம்பகால வாழ்க்கை பற்றித்தான் நீங்கள் சொன்னீர்கள். இரண்டு விஷயங்கள் நடந்திருக்கின்றன. ஒன்று உங்களுடைய இலக்கியம் சம்பந்தமான ஆர்வங்கள். எழுத்துக்கள் சம்பந்தமான உங்களுடைய இயல்பான ஈடுபாடு இதெல்லாம் சொன்னீர்கள். மற்றது தொழில் ரீதியிலான காவல்துறை சார்ந்த விஷயங்களை தற்செயல் என்றும் பொருளாதார காரணங்களுக்கானது என்றும் சொன்னீர்கள். நான் உங்களுடைய நேர்முகம் ஒன்று வாசித்தேன். நீங்கள் தர்மபுரியில் ஒரு மத்தியதரவர்க்க குடும்பத்திலிருந்து வந்தீர்கள் எனச் சொல்கிறீர்கள். தர்மபுரி அதி அரசியல் விழிப்புக்குப் பெயர் பெற்ற மாவட்டம். தர்மபுரி, வட ஆற்காடு எல்லாம் வறட்சியான

மாவட்டங்கள். ரொம்ப வறுமையில் வாடக்கூடிய மக்கள். ரொம்பப் பின் தங்கிய இடம். நிலவளமில்லாத ஒரு பகுதி. நீர் வளம் குறைந்த இடம். சோவியத் ரஷ்ய இலக்கியங்கள் மற்றும் நீங்கள் சொன்ன டிக்கன்ஸ் மற்றும் இவர்களுடைய எழுத்துக்களைப் பார்த்தீர்களானால், பெரும்பாலும் இங்குள்ள ஐரோப்பாவின் அடித்தட்டுத் தொழிலாளி மக்களுடைய பிரச்சினைகளைத்தான் இவைகள் சொல்கின்றன. இவையெல்லாம் உங்களுக்கு ஆதர்ஷமாகி இருந்திருக்கிறது. இத்தகைய இயல்பான உங்கள் ஈடுபாட்டில் இருந்து, தற்செயலான பொருளாதாரக் காரணங்களுக்காகத்தான் இந்த வேலையைத் தேர்ந்து கொள்ள வேண்டியிருந்தது என்று சொல்கிறீர்கள். இந்த அடிப்படை முரண் எப்படி நேர்ந்தது என்று சொல்வீர்களா? அதாவது, பொருளாதார நிர்பந்தம், தற்செயல் இவைகளைக் கொஞ்சம் விரிவாகச் சொல்வீர்களா?

பொருளாதார நிர்பந்தம் என்று நான் சொல்வது பொதுவாக, பெண்ணின் வாழ்க்கை என்பது யாரையாவது சார்ந்திருக்கிற வாழ்க்கையாகத்தான் இருக்கிறது என்னும் அர்த்தத்தில்தான். பொருளாதாரத்துக்காக ஒரு பெண் வந்து வீட்டைவிட்டு வெளியில் போகிறதென்பது உயர்தர, மத்தியதர குடும்பங்களில் அனுமதிக்கப்பட்ட விடயம் இல்லை. அங்கே அப்பா சம்பாதிப்பார், அம்மா சமைப்பார், தமக்குத் திருமணமாகிற வரைக்கும் வீட்டில் பெண்கள் உதவியாக வீட்டுக் காரியங்களைப் பார்த்துக் கொள்வார்கள்.

திருமணமான உடன் அவர்களுக்கு கணவன் வந்து பொருளாதார வசதியைச் செய்து கொடுக்கிறான். இதுதான் ஒரு அங்கீகரிக்கப்பட்ட மரபாக இருந்தது. அடிப்படையிலேயே அந்த மாதிரி பொருளாதார ரீதியில் யாரையாவது சார்ந்து இருக்கக்கூடாது என்கிற எண்ணம் எனக்குள்ளே இருந்தது. இதற்கிடையில் நான் என்ன செய்தேனெனில், நான் ஒரு தவறான முடிவெடுத்தேன். ரொம்ப சிறிய வயசிலேயே என்னுடைய திருமணத்தைப்பற்றி நான் ஒரு முடிவெடுத்தேன். அந்தத் திருமணம் முறிந்து போயிற்று. அது முறிந்து போனதற்குப் பிறகு என்னுடைய பெற்றோரை அணுகுவதற்கு எனக்கு முகமில்லாமல் ஆயிற்று. அது ஒரு நெருக்கடியான சூழ்நிலையாய் எனக்கு ஆனது. அப்பா கடுமையான மனவருத்தத்தில் இருந்தார். என்னுடைய தேர்வைப் பற்றியும், முறிவைப் பற்றியும் ரொம்பக் கசந்துபோய் இருந்தார். அந்த நேரத்தில் பள்ளியாசிரியையாய் இருந்த என்னுடைய அம்மா, என்னுடைய கல்லூரிப் படிப்புக்கும், மேல்நிலைப் படிப்புக்கும், முதுநிலைப் படிப்புக்கும் பண உதவி செய்தார். இதற்காக அவர்

எனது அப்பாவுடன் தொடர்ந்து விவாதம் செய்ய வேண்டி இருந்தது. இந்தச் சூழ்நிலையில் எவ்வளவு சீக்கிரத்தில் முடியுமோ அவ்வளவு சீக்கிரத்தில் சொந்தக் காலில் நிற்பதற்கு ஒரு வழி செய்து கொள்ள வேண்டும் எனும் ஓர் உந்துதல் எனக்கிருந்தது. அப்படியான ஒரு சூழ்நிலையில நான் நிறைய வேலைகளுக்காக முயற்சி செய்தேன். அப்போது எனக்குக் கிடைத்த ஒரே வேலை காவல்துறை வேலைதான். ஆகவே இதை விட்டுவிட்டால் இந்தியச் சூழ்நிலையில் நீங்கள் வேறு வேலை தேர்ந்தெடுக்க முடியாது. உங்களுக்கு எந்த வேலை கிடைக்கிறதோ அந்த வேலையிலதான் நீங்கள் இருக்க வேண்டும், இல்லை அந்த வேலையை விட்டுவிட்டு நீங்கள் வெளியில் வந்துவிட வேண்டும். இதுதான் உங்களுக்கு விட்டு வைக்கப்பட்ட வழி, தேர்வு. இது பிச்சைக்காரனின் முன் உள்ள வழி போன்றது. எனக்கு வேலை பார்த்தாக வேண்டிய நிர்பந்தம் இருந்தது. அதை விட்டால் வேறு வழியில்லை என்கிற நெருக்கடி இருந்தது. எனக்குக் கிடைத்தது இந்த ஒரு வேலைதான். அதனால் இந்த வேலையில் நான் அப்படியே ஒட்டிக் கொண்டேன்.

இதே காரணங்களுக்காகத்தான் நான் அதே வேலையில் இன்னும் இருந்து கொண்டிருக்கிறேன். இந்த வேலைக்குப் பதிலாக இன்னொரு வேலை கிடைத்தாலும் அதிலும் நான் சேர்ந்திருப்பேன். ஆகவே நான் இந்தக் காவல்துறையில் இருக்கிறதென்பது ரொம்பத் தற்செயலான ஒரு விஷயம் என்று சொல்வது அதனால்தான்.

• உங்களுடைய முதல் படைப்பு எந்த சூழலில் வெளிவந்தது? அதற்குப் பிறகு தொடர்ந்து எழுதுவதற்கான ஒரு மன உந்துதல் அல்லது பின்னணி என்ன மாதிரி உங்களுக்கு அமைந்தது?

முதலாவதாக கவிதைகள்தான் எழுதியிருக்கேன் என்று சொன்னேன். நான் எழுதிய என்னுடைய கவிதைகளை டயரியிலேதான் எழுதி வைத்திருப்பேன். அது பதிப்பிப்பதற்கான கவிதை என்றோ, மற்றவர்கள் படிக்கக்கூடிய கவிதை என்றோ எனக்குள் ஒரு நம்பிக்கை இல்லை. இரண்டாவதாக இந்த பத்திரிகைகாரர்களை அணுகுவது, அதை புத்தகமாக வெளிக்கொண்டு வருவது இது மாதிரியான விஷயங்கள் எல்லாம் எனக்குத் தெரியவும் இல்லை. இந்தக் காரணங்களுக்காக எழுதி எழுதி நானே அப்படியே வைத்துக் கொள்வேன். தற்செயலாக அமுதசுரபி தீபாவளி மலருக்கு 1986 ஆம் வருடத்தில் ஒரு கவிதை எழுதி அனுப்பினேன். ‘தனிமை’ அதுதான் கவிதையினுடைய தலைப்பு. அந்தக் கவிதை வெளிவந்தபோதுதான் நான் கவிதைகள் எழுதுவேன் என்பது ஒரு சிலருக்குத் தெரிய வந்தது. அதுபற்றி அப்போது சில விமர்சனங்கள் சொன்னார்கள். அந்த விமர்சனங்கள்

எழுதுவதற்கான தைரியத்தைக் கொடுத்தது என்று சொல்லலாம். அந்த தைரியத்துக்குப் பிறகு ஏற்கனவே எழுதி வைத்திருந்த கவிதைகள் சிலவற்றை நானாகவே தேர்ந்தெடுத்து அதை அச்சுக்குக் கொடுக்கலாம் என முடிவு செய்தேன்.

திருமகள் நிலையத்தார் ஒரு நண்பர் மூலமாக தகவல் தெரிந்து என்னிடம் கேட்டார்கள். அப்போது அந்தத் தொகுதியை அவர்களிடம் கொடுத்தேன். 'அலை புரளும் கரையோரம்' அதுதான் முதல் கவிதைத் தொகுதி. இலக்கியத்தில் ஆர்வமுடையவர், கவிதை எழுதக்கூடியவர், என்கிற செய்தி தெரிய வந்தது. தெரிய வந்தவுடனே நமது வெகுஜனப் பத்திரிகைகள், நான் தமிழ் நாட்டிலேயே முதல் பெண் ஐபிஎஸ் எனும் முறையில் என் மேல் ஒரு வகையில் தேவைக்கதிகமாகவே ஒரு வெளிச்சத்தைப் பாய்ச்சினார்கள். அவர்கள் பாய்ச்சியபோது, அதை மறுக்கக்கூடிய உரிமையும் சுதந்திரமும் என்னிடம் இருக்கவில்லை. அவர்கள் ஒரு துணுக்காக, செய்தியாக அதைப் பிரசுரிக்கும்போது, அதைச் செய்யக்கூடாது என்று சொல்வதற்கு எனக்கு உரிமை இருக்கிறதாக நான் கருதவில்லை. இன்னொன்றுகூட நான் நினைத்தேன்.

இந்த மாதிரி ஒரு பேட்டியோ அல்லது ஒரு செய்தியோ வெளிவருவது இன்னும்கூட நிறையப் பெண்களுக்குத் தாங்கள் இப்படியான வேலைகளுக்குப் போகலாம், தாங்கள் இப்படித் தனித்துவமாக இயங்கலாம், தங்களுடையப் பொருளாதாரத் தேவைகளைத் தாங்களே கவனித்துக் கொள்ளலாம் என்ற உந்துதல் பெறலாம் — இப்படியான கருத்துக்கள் இன்னும் நிறையப் பெண்கள் மனசில் வந்தால் நல்லதுதானே— அதற்கு இது ஏதாகிலும் ஒரு சிறு பொறியாய் உதவுமாய் இருந்தால் நல்லதுதானே — அந்தமாதிரி ஒரு சமாதானமும் எனக்கு இருந்தது. எனக்கு இதற்கு முன்னாலேயே வெகுஜனப் பத்திரிகையாளர்களோடு ஒரு தொடர்பு இருந்தது. அந்தத் தொடர்பின் காரணமாக அவர்களுக்கு நான் இலக்கிய ஆர்வம் உடையவள் என்று தெரிய வந்தபோது அவர்கள் நீங்கள் சிறுகதை எழுதித் தர வேண்டும், தொடர்கதை எழுதித் தர வேண்டும் என்று கேட்டார்கள். எழுதுவது என்பதில் எனக்கு ஏற்கனவே உள்ளுக்குள் ஓர் ஆர்வம் இருந்ததாலும் அதற்கான தளத்தை அமைத்துக் கொடுக்க அவர்கள் தானாகவே முன்வந்த காரணத்தினாலும் நான் எழுத ஆரம்பித்தேன். 80, 87 ஆம் வருடங்களில் பெண் சிசுக்கொலையைப் பற்றிய செய்திகள் முதல் முறையாக வெளிச்சத்துக்கு வந்தன. அது எல்லோரையும் ரொம்பவும் மனம் கலங்கப்பண்ணி இருந்த நேரம். அப்போது என்னிடம் சிறுகதை கேட்டபோது நான் அதைக் கருப்பொருளாக

வைத்து, 'விதைத்தாலும் ஆண்மக்கள்' என்ற தலைப்பில் ஒரு சிறுகதை எழுதி தினகரன் பத்திரிகைக்குக் கொடுத்தேன். அந்தக் கதைக்கு நிறைய கடிதங்கள் எல்லாம் வந்தது.

இந்த அனுபவம் நிறையப் பேர் இதைப் படிக்கிறார்கள், இது பற்றிச் சிந்திக்கிறார்கள், நாம் ஏதோ ஒரு மூலையில் இருந்துகொண்டு சில கருத்துக்களைப் பெருவாரியான ஜனங்களுக்கு சொல்வதற்கான ஒரு ஊடகமாக இந்தப் பத்திரிக்கை இருக்கிறது எனும் ஒரு உணர்ச்சியையும், ஒரு திருப்தியையும் எனக்கு ஏற்படுத்தியது. நான் இன்னுமோர் முடிவுக்கு வந்தேன். அது என்னவெனில் என்னுடைய சில கவிதைகள் அதற்கு முன்னரே பத்திரிகைகளில் வந்திருந்தாலும்கூட அவைகளுக்கு இப்படியான ஒரு எதிர்வினை இல்லை. அந்தக் கவிதைகள் குறித்து இந்த மாதிரிக் கடிதங்களோ இந்த விசாரணைகளோ இல்லை. இந்தக் கதை வந்த பிறகு நிறையபேர் இந்தக் கதை குறித்து என்னிடம் பேசினார்கள். அப்போது எனக்கு என்ன தோன்றியதெனில் கவிதைகளைக் காட்டிலும் சிறுகதைகள் ஒரு தாக்கத்தை வாசகர்கள் மனசில் ஏற்படுத்துகிறது என்ற எண்ணத்தை என் மனதில் தோற்றுவித்தது. அதைத் தொடர்ந்து நான் பல விஷயங்களைப்பற்றி என்னுடைய மனசில் இருந்த பல கருக்களைப்பற்றி பதிவுபடுத்த ஆரம்பித்தேன். அப்படியாக பதிவுபடுத்திய விஷயங்களை ஒரு தொகுதியாக வெளியிட்டேன்.

அதில் பெரும்பாலான கதைகள் எந்த வெகுஜனப் பத்திரிகை களிலும் வெளிவராதவை. நான் கதைகளாக எழுதி ஒரு தொகுதியாக மட்டும் வெளிவந்தது. 'தேயுமோ சூரியன்' என்ற தலைப்பில் ஒரு சிறிய பதிப்பாளர், சுப்பையா சிறீதர் அதைப் போட்டார். அவர் அதைப் போட்டபோது சிலம்பொலி செல்லப்பா, அன்றைக்கு வெகுஜனப் பத்திரிகையில் எழுதிக் கொண்டிருந்த எழுத்தளர்கள் எல்லோரும்கூட அதைப் படித்துவிட்டு அந்தக் கதைகள், அதனது வடிவம் நன்றாக இருப்பதாகச் சொன்னார்கள். அது எனக்கு இன்னும் கொஞ்சம் நம்பிக்கையையும் தைரியத்தையும் கொடுத்தது. இப்படியாகக் கதைகள் எழுத ஆரம்பித்தேன். தொடர் கேட்டார்கள். தொடர் எழுத ஆரம்பித்தேன். நான் தொடர்ச்சியாக எழுதுவதில் பத்திரிகையாளர்களுக்கு முக்கியமான பங்கு உண்டு, முக்கியமாக வெகுஜனப் பத்திரிகையாளர்களுக்கு என்றுதான் நான் சொல்வேன். நான் இப்பிடி வெகுஜனப் பத்திரிகைகளிலே எழுதுவது குறித்து விமர்சனங்களும் உண்டு. நான் வெகுஜனப் பத்திரிகைகளில் எழுதுகின்ற காரணத்தாலேயே சிலபேர் வந்து எனக்கு எழுத்தில் தீவிரம் இருக்காது எனும் மாதிரியும், அது

ஒரு நேர்மையான எழுத்தாக இருக்குமா — நிச்சயம் கமர்ஷியல் எழுத்தாகத்தான் இருக்கும் — என்கிற மாதிரியும் விமர்சனங்கள் உண்டு. எனக்குள்ள சமாதானம் என்ன என்று சொன்னால் — நான் எழுதும்போது எந்த சமரசத்தையும் செய்வதில்லை. அப்புறம் எந்தப் பத்திரிகையையும் மனசில் வைத்துக் கொண்டு அந்தப் பத்திரிகையின் தேவைக்குத் தகுந்த மாதிரியான படைப்பையும் செய்கிறதில்லை. நான் வந்து கதை எழுதுவதற்கு கருப்பொருள் கிடைத்திருக்கும்போது, நேரம் கிடைக்கும்போது எழுதி வைத்துக் கொள்வேன். அது என் கைவசம் இருக்கும். அதில் அவ்வப்போது மாற்றங்கள் செய்வேன். திருத்துவேன். சிலதை வெட்டுவேன். சிலதைச் சேர்ப்பேன். இந்தப் பயிற்சி ஒரு புறம் நடந்துகொண்டே இருக்கும். இது இப்பிடி நடந்து கொண்டிருக்கும்போது யாராவது ஒரு பத்திரிகைக்காரர் வந்து கேட்டால், அவர்களுக்கு அந்தக் கதை போகும். இதனால் சில வேடிக்கைகள் எல்லாம் கூட நடந்தது.

தாமரை இலக்கிய இதழுக்கு — தொழிற்சங்க இயக்கங்களின் மீது நம்பிக்கையைப் போதிக்கிற கொள்கை உடைய இலட்சியப் பத்திரிகைகள் செம்மலர், தாமரை போன்ற பத்திரிகைகள்— தொழிற்சங்க அமைப்பை விமர்சிக்கிற, அதன்மீது நம்பிக்கையை இழந்துவிட்ட ஒரு பெண்ணைக் குறித்து ஒரு கதையை நான் கொடுத்தேன். கனவுகளைத் தொலைத்தவள் என்பது அந்தக் கதையின் பெயர். கல்லூரிப் பேராசிரியர்களுக்கான ஓர் அமைப்பு. அமைப்பில் தலைமைப் பதவியாக ஒரு பொறுப்பை எடுத்துப் போராட்டம் நடத்தி அதன்மூலமாக பல சிக்கல்களுக்கு ஆளாகிய ஒரு பெண்ணை, அந்தச் சிக்கல்களுக்கு ஆளாகிற வரைக்கும் அவளைக் கொம்பு சீவி விட்டுக் கொண்டிருந்த அந்த இயக்கத்தினுடைய பின்னணித் தலைவர்கள் எல்லாம் அவளுக்கு பெரியதொரு சிக்கல் வந்த பிறகு முற்றாகக் கை கழுவுகிறார்கள் என்பதை நான் எழுதினேன். அப்படி ஒரு அனுபவம் இருக்கிறது. அதனால் அவள் பிற்காலத்தில் திருமணம் முடிந்து கையில் குழந்தையோடு குடும்பம் நடத்துகிற கால கட்டத்தில் கணவனுடன் ஒரு நாள் அவனுடைய தொழிற்சாலைப் பிரச்சினைகள் பற்றி அவர்களது வீட்டில் பேசிக் கொண்டிருக்கிறார்கள். கணவன் வீட்டை விட்டுக் கிளம்பும்பொழுது இவள் அவருக்கு அறிவுரை சொன்னாள். நீங்கள் உங்கள் பாட்டுக்கு நீங்கள் உண்டு உங்கள் வேலையுண்டு என்று இருங்கள். சரிப்பட்டு வரவில்லையானால் நீங்கள் லீவு மாதிரி போட்டுவிட்டு வந்துவிடுங்கள். தொழிற்சங்கத்திலேயெல்லாம் சேர்ந்து கொள்ளாதீர்கள் என்று சொல்லுற மாதிரி ஒரு கதை. இப்படியான ஒரு கதை அப்படியான ஒரு பத்திரிகையில் வரமுடியாது.

அது மாதிரி பிராமணர்களுடைய ஆதிக்கம் மிகுந்த பத்திரிகை என்று கருதப்படுகிற பத்திரிகை அமுதசுரபி. அந்தப் பத்திரிகையில் நான் பைபிள் மொழியில் ஒரு கதை எழுதினேன் அந்தக் கதையினுடைய கருவை நான் பைபிளில் இருந்து எடுத்தேன. பைபிளில் அது ரொம்பப் பேசப்படுகிற ஒரு சின்ன நிகழ்ச்சி. விபச்சாரி ஒருத்தி மீது ஊராட்கள் கல்லெறிவதற்குத் தயாராக இருக்கிறபோது யேசுநாதர் வந்து, உங்களில் தவறு செய்யாதவர் யாராகிலும் அவள் மேல் முதல் கல்லை எறியக் கடவர் என்கிறார் — முதல் கல்லும் இரத்தத்துளியும் — அதுதான் அந்தக் கதையினுடைய பெயர் — உடனே எல்லோரும் அவர்கள் கையில் இருந்த கல்லைக் கீழே போடுகிறார்கள். அதை இப்போது மறுபடியும் படித்தபோது — மீள்பரிசோதனை என்று சொல்வார்கள் — எனக்குத் தோன்றியது, இன்று இருக்கிற காலகட்டத்தில் இன்று இருக்கக்கூடிய சுயநலமே பெரிதாக இருக்கிற ஒரு சமூகத்தில் இந்த யேசுநாதர் வந்து இம்மாதிரி நிகழ்ச்சியைக் கையாளுவாராக இருக்கும் பட்சத்தில் எல்லாருமே அந்தக் கல்லை மிக வேகமாக விட்டெறிவார்கள் என நினைத்தேன். கொஞ்சம் நிதானித்து விட்டெறிந்தாலும்கூட தான் தவறு செய்தவன் என்று அடுத்தவன் நினைத்துக் கொள்வானோ என்பதற்காக வேண்டி, நிச்சயமாக எல்லோரும் கல்லை எடுத்து எறிவார்கள். அப்போது அந்தப் பெண் வந்து அதிகப்படியான கல்லடிகளை வாங்குவதற்கு தான் காரணமாகி விட்டோமோ எனச் சொல்லிட்டு யேசுநாதர்தான் தலைகுனிந்து போவார். அப்படியான ஒரு காலம்தான் இப்போது இருக்கிறது என என் மனதில் பட்டது.

• ஏதோ ஒரு வகையில் நாங்கள் பழகுகிற மனிதர்கள், சொந்த வாழ்க்கை அனுபவங்கள், வேலை செய்கிற இடத்தில் கிடைக்கிற அனுபவங்கள் இவைதான் எங்களை எழுதத் தூண்டுகின்றன. நீங்கள் கவிதைக்கும் சிறுகதைக்கும் உள்ள வித்தியாசத்தைச் சொல்லும்போது பார்த்தேன், கவிதை என்கிறது ஒரு வகையில தன்மயமானது பெர்சனல் பெரும்பாலும் நாங்கள் தனிமனித அனுபவங்களைத்தான் கவிதையில் சொல்லுகிறோம். பெரும்பாலும் சமூக அனுபவங்களைப் பகிர்ந்து கொள்வதில்லை. கவிதை எப்போது சமூக அனுபவங்களைப் பகிர்ந்து கொள்ளத் தொடங்குகிறதோ அப்போதே கவிதை வந்து தன்னுடைய தன்மையை இழந்துவிடுகிறது என்றுதான் சொல்லுவேன். கவிதையைப் பொருத்த அளவில் அது தன்வயமானதுதான். சிறுகதை உங்களுக்குப் பரந்துபட்ட அளவில் போகிறது. தனிநபராக தொழில் என்ற அளவில் உங்களுக்குப் பல விஷயங்கள் நடந்துகொண்டுதான் இருக்குது.

உதாரணமாக நீங்கள் காவல்துறையில் இருந்திருக்கிறீங்கள். காவல்துறையில் பதவி வகித்திருக்கிறீங்கள். உங்களுடைய அனுபவங்கள் என்கிறது வந்து உங்களுடைய சொந்த வாழ்க்கை அனுபவங்கள், உங்களைச் சார்ந்தவர்களுடைய அனுபவங்கள், இப்போது இருக்கிற அனுபவங்கள். எழுத்தாளனுடைய எழுத்துக்கான மிக அடிப்படையான விஷயமே ஒரு தார்மீகக் கோபம்தான், சமூகக் கோபம்தான். நீங்கள் சொன்ன மாதிரி சிசுக்கொலையைக் கண்டு நீங்கள் எழுதுகிறீர்கள். அதேமாதிரி எல்லா அமைப்புகளிலுமே (எந்த அமைப்பென்று வித்தியாசம் இல்லை) மனித உறவுகளானாலும் சரி, அமைப்புகளானாலும் சரி. இதில் வந்து தார்மீகத் தன்மையை இழக்காமல் இருக்கிறதுதான் முக்கியம். நாங்கள் போராட வேண்டும். உங்களுடைய அமைப்பு சார்ந்து தார்மீகக் கோபம் வரக்கூடிய அளவுக்கு விஷயங்கள் இருந்ததா? இதற்கு நீங்கள் எப்படி ரியாக்ட் பண்ணினீர்கள்?

வேலை என்கிற முறையில் கதை எழுதத் தூண்டச் செய்வதான பல விஷயங்கள் வந்து வாய்க்கும். அதை நாம் கதைக் கருவாகக் கையாள்வது உண்டு. நீங்கள் சொல்லுகிற மாதிரியாக துறையின் மீதான கோபம் எனச் சொல்வதற்கு இல்லை. அந்த மாதிரியான ஒரு கோபம் எனக்கு வந்ததே கிடையாது.

முற்போக்குவாதிகள் என்று அறியப்படுகிறவர்கள் இந்தக் காவல்துறையைத் திட்டுவதை ஒரு பொழுதுபோக்காக வைத்துக் கொண்டிருக்கிறார்கள். அவர்களுடைய முற்போக்குத் தன்மைக்கு ஓர் அடையாளமாகக்கூட அதைக் கொள்கிறார்கள். நான் காவல்துறையில் இல்லாமல் இருந்திருந்தால் அவர்களை இவ்வளவு நெருக்கத்தில் அறியக்கூடிய வாய்ப்பு எனக்குக் கிடைத்திருக்கும் என்று நான் நினைக்கவில்லை. அங்கே இருக்கக்கூடியவர்கள் அனுபவிக்கிற துன்பங்களும், அவங்களுடைய சொந்தங்கள் அவர்களை எப்படி நடத்துகிறார்கள், அவர்கள் எவ்வளவு அதிக வேலைப்பளு கொணடவர்களாக இருக்கிறார்கள், அவர்களுடைய சொந்த வாழ்க்கையில் ஏற்படுகிற பாதிப்புகளால் அவர்கள் எவ்வளவு தூரத்திற்கு இயந்திரமாய் இருக்கிறார்கள் என இப்படியான விடயங்கள் எல்லாம் ரொம்பப் பரிதாபத்திற்குரியதாய்த்தான் எனக்கு மனதில் படுகிறது.

எல்லா மட்டங்களிலுமே, அதிகாரிகள் மட்டத்திலும் சரி, கீழ்மட்டத்திலும் சரி. உலகத்தில் எல்லா இடத்திலும் இருக்கிறது மாதிரியாகவே இங்கேயும் சிலபேர் வந்து சந்தர்ப்பவாதிகளாக இருக்கிறார்கள்— இந்தமாதிரி ஆட்கள் எல்லா இடத்திலேயும்

உண்டு. அப்படியான சில நபர்கள் இங்கேயும் இருக்கிறார்கள். அப்படித்தானே தவிர காவல்துறை என்பதை முகமில்லாத ஒரு அமைப்பாக வைத்து அதன்மேல் அப்படியே ஒரு தாங்க முடியாத கோபம் என்கிறமாதிரி எல்லாம் எனக்கு எப்போதும் வந்தது கிடையாது. காவல்துறையில் இருக்கக்கூடிய தனிமனிதர்களுடைய வாழ்க்கைச் சிக்கல்களை என்னுடைய கதைக்குக் கருவாக ஆக்கி இருக்கிறேன். என்னுடைய கதைகளில் ஐந்திலொரு பங்கு கதைகள் என்னுடைய காவல்துறை அனுபவங்களைப் பிரதிபலிப்பதாக இருக்கும். காவல்துறையில் இருக்கிறது என்னுடைய எழுத்தை வேறொரு விதத்திலேயும் பாதிக்கிறது. எங்களுக்கு நிறைய சர்வீஸ் சட்டதிட்டங்கள் இருக்கின்றன. சர்வீஸ் சட்டதிட்டங்களில் நாங்கள் என்னென்ன விஷயங்களைப் பற்றி கருத்துத் தெரிவிக்கக் கூடாது எனச் சொல்லி சட்ட திட்டங்கள் இருக்கிறது. அதனால் நாங்கள் எழுதும்பொழுது மிகச் சுதந்திரமான வெளிப்பாடு என்பது ஓரளவுக்கு மட்டுப்படுத்தப்படுகிறது. காவல்துறையில் இல்லாவிட்டால் நான் இந்த விஷயங்களை இன்னும்கூடக் கொஞ்சம் கூர்மையாக, கொஞ்சம் காத்திரமாகச் சொல்லி இருந்திருக்கக்கூடும். அப்படியான விஷயங்களை நான் தவிர்ப்பதும் உண்டு. அந்தவிதத்தில் அது ஒரு நேர்மையில்லாத செயல்தான்.

● ஆயுதம் தாங்கிய அமைப்பு என்பது புரட்சிகர அமைப்புகளுக்கும் இருக்கிறது. இப்போது அரசு என்று எடுத்துக் கொண்டாலும் அரசை நெறிமுறைப்படுத்துவதற்குத்தான் இந்த அமைப்புகள் இருக்கின்றன. அதன்கீழ் உள்ள பல்வேறு விதமான மக்களைக் கட்டுப்படுத்துவதற்காகத்தான் இந்த ஆயுதம் தாங்கிய அமைப்புகள் எல்லாமே இருக்கின்றன. புரட்சிக்குப் பின்னான சமூகங்களிலேயும் இந்த அமைப்புகள் இருக்கின்றன. எழுத்து, எழுத்தாளன் எனும் அளவில் அது சம்பந்தமாகத்தான் உங்களை ஒரு சிக்கலில் வைத்துப் பார்க்கிறேன் நான். இது அடிப்படையான நெருக்கடி என்றுதான் நான் நினைக்கிறேன். நீங்கள் சரியான வார்த்தைகூட அதற்குப் பாவிக்கிறீர்கள். குற்றமும் தண்டனையும் என்று சொல்கிறேன். எழுத்தாளன் என்கிற முறையில் நாம் எந்த மனிதரையும் குற்றவாளி என்று அடிப்படையில் பார்க்கமாட்டோம். உதாரணமாக நாங்கள் தஸ்தாவேஸ்கியை எடுத்தோமென்றால் அவர் அப்பிடிப் பார்க்கேவேயில்லை. பல்வேறு கிரைம் பிக்ஸன்ஸ் எழுத்தாளர்கள்கூட அதி அற்புதமாக மனித உன்னதங்களை வெளிக்கொண்டு வந்திருக்கிறார்கள். காவல்துறையில் இருக்கும்போது ஒரு காவல்துறை அதிகாரியாக உங்களுக்கிருக்கிற பிரச்சினை என்னவென்றால், குற்றமும் தண்டனையும் சம்பந்தமான

விஷயங்களில் நீங்கள் குற்றவாளியைக் குறைந்த பட்சமாகவாவது அடையாளம் காண வேண்டி இருக்கும். மனித உரிமை அறிக்கைகளை வாசிக்கிறபொழுதும் கூட காவல்துறையில் வன்முறை அதிகமாய் இருப்பது தெரிகிறது. ஒருத்தர் குற்றவாளியா, இல்லையா என்று தீர்மானிக்கப்படுகிறதுக்கு முன்னால்கூட இந்தப் பிரச்சினை ஒன்று இருக்கிறது. இந்தப் பிரச்சினையில் இருந்து, ஒரு தனிநபர் என்ற அளவில், இந்த அமைப்போடு சம்பந்தப்பட்ட எவருக்கும் வன்முறையில் ஈடுபடுவது தவிர்க்க இயலாமல் போகும். ஒரு படைப்பாளி என்றளவில் உங்களுக்கு மிகப் பெரிய நெருக்கடி ஒன்று இதில் இருக்கிறது. எந்த மனிதரையும் அடிப்படையில் நாம் குற்றவாளியாகப் பார்க்க இயலாது. எந்த மனிதர்கள் மீதும் வன்முறை செலுத்த வேண்டுமென்று நாங்கள் நினைக்கக்கூடாது. எழுதுவதற்கான மிக அடிப்படையான விஷயமே தார்மீகக் கோபம், சமூகத்தின் மீதான, எங்கள் மீதான கோபம்தான். அப்படிப் பார்க்கும்போது காவல்துறையைச் சார்ந்து இயங்குகிற ஒரு அதிகாரிக்கும், இலக்கியம் படைக்கிற ஒரு படைப்பாளிக்கும் இடையிலான நெருக்கடி ஒன்று உங்களுக்கு நிச்சயம் வரும். இந்த நெருக்கடியை நீங்கள் எப்படிக் கடந்தீர்கள்?

என்னளவில் நான் விசாரிக்கக்கூடிய குற்றம் என்று இருக்கிறது. நீங்க சொல்வது ரொம்பச் சரியான விஷயம். என்னுடைய பயிற்சிக் காலத்திலேயே இதை நான் யோசித்தேன். அப்போது எங்களுக்கு காவல்துறைப் பயிற்சி ஹைதராபாத்தில் கொடுத்தபோது, அந்தப் பயிற்சிக் கல்லூரியினுடைய தலைவராக இருந்தவர் எஸ். எம். பயஸ். அவர் தமிழ்நாட்டைச் சேர்ந்தவர். அதனால் அவரை அணுகுவது எனக்குக் கொஞ்சம் சுலபமாகக்கூட இருந்தது. அவரிடம் நான் இந்தக் கேள்வியைத்தான் கேட்டேன். எனக்கு வந்து யாருடைய செயலுமே குற்றம் காணக்கூடியதாக இல்லை. தப்பித் தவறிக் குற்றம் நிரூபிக்கப்பட்ட பின்னும் கூட எனக்கு அந்த நபரின்மீது கூடிய அனுதாபம்தான் இருக்கும், இப்படிப் பண்ணும்படி ஆகிவிட்டதே என்றுதான் நான் நினைக்கிறேன் என்று சொன்னேன்.

சிசுக்கொலைக்காக மதுரை கோர்ட்டில் கருப்பாயி என்கின்ற ஒரு அம்மாவுக்குத் தண்டனை கொடுத்தார்கள். இறந்துபோன குழந்தைக்காக எவ்வளவு தூரம் என் மனது கவலைப்பட்டதோ அதே அளவு கருப்பாயியைப் பற்றியும் எனக்கு கவலை இருந்தது. பெற்ற குழந்தையையே கொல்லும்படியான ஒரு சங்கடத்துக்கு ஒரு பெண் ஆளாக்கப்படுகிறாள் என்றால் அவளுடைய மனநிலை எவ்வளவு பரிதாபத்திற்குரியது என்றுதான் எனக்குத் தோன்றியது.

இந்த விஷயமெல்லாவற்றையும் நான் அவரிடம் சொன்னேன். இந்த மாதிரி மனநிலை என்னிடம் இருக்கிறது. நான் ஒரு நல்ல காவல்துறை அதிகாரியாக இயங்க முடியும் என நீங்கள் நினைக்கிறீர்களா எனக் கேட்டேன். நான் இந்தத் துறைக்குத் தகுதியற்றவளாக ஆகிவிடுவேனா என்று நான் அவரிடம் கேட்டபோது அவர் என்ன சொன்னாரெனில், இன்றைக்கு காவல்துறை உங்களைப் போன்ற மனநிலையில் இருக்கிறவர்களைத்தான் அதிகாரிகளாக எதிர்பார்க்கிறது. அதனால் இந்த மனநிலையில் இருக்கிறவர்கள்தான் இன்று எங்களுக்குத் தேவை என்றார்.

இந்த மாதிரியான நெருக்கடி பிற்பாடு எனக்கு வாழ்க்கையிலே வந்ததே கிடையாது. நமக்கு சட்டம் இருக்கிறது. அது திட்டவட்டமாக உங்களுக்கு இது இது குற்றம் என்று சொல்லுகிறது. இப்போது மனித உரிமை பற்றி நீங்கள் பேசுகிறீர்கள். பாதிக்கப்பட்ட ஒரு மனிதன் உதாரணமாக, முகமூடி அணிந்த சில கொள்ளையர்கள் ஒரு வீட்டுக்குள் புகுந்து மது என்கிற 19 வயதுப் பையனைத் தலையில் அடித்துக் கொன்றுவிடுகிறார்கள். அந்தப் பையன் இறந்து போய்விட்டான். இந்த இறந்துபோன பையனுக்கு மனித உரிமை உண்டுதானே? இப்படியான ஒரு கொலையைச் செய்தவன் மனித உரிமை மீறுதல் பண்ணினவன் தானே? அப்போது அவனுக்குரிய தண்டனையைக் கொடுக்கத்தானே வேண்டும்? ஆகவே அவனைத் தேடிக் கண்டுபிடிக்க வேண்டியது எங்களுடைய வேலையாக இருக்கின்றது. நான் சம்பந்தப்பட்ட எந்த ஒரு விசாரணையிலேயும் தவறான நபர்களைக் கொண்டு வந்து, அவர்களை அடித்துத் துன்புறுத்தியோ, வருத்தியோ அடிக்கு பயந்து குற்றத்தை ஒப்புக்கொள்ள வைக்க வேண்டும் என அதுமாதிரியான விஷயங்களை நான் எப்பொழுதும் செய்தது கிடையாது. எனக்கே என்னுடைய விசாரணையின் பிறகு இவர்கள்தான் செய்தார்கள் என்பது தீர்மானமாகத் தெரிந்த பிறகுதான் நான் எவரிடமும் சொல்வேன்.

அதற்கிடையில் அந்தக் குற்றம் செய்த நபரேகூட, இந்த மாதிரி சூழ்நிலையில் நான் செய்யும்படியாக ஆகிவிட்டது எனச் சொல்லும்போது நான் தண்டனை கொடுப்பதில் மாறுபடுவேன் என்கிற சூழ்நிலைதான் அமையும். நீங்கள் சொல்கிற மாதிரி எனக்கு வந்ததே கிடையாது. விசாரணையின்போது மனிதர்களுடைய மனது என்னென்ன மாதிரியெல்லாம் விசித்திரமாக எல்லாம் வேலை செய்கிறது எனும் பெரிய விழிப்புணர்வே எனக்குக் கிடைத்திருக்கிறது. மதுவினுடைய கேஸ் இன்னும் நடந்து கொண்டுதான் இருக்கிறது. அந்த கேஸ் வெற்றிகரமாக முடியுமா

என்பது தெரியவில்லை. எதனாலென்று தெரியுமா? இறந்துபோன பையனுடைய தாயார்தான் அதைக் கண்ணால் கண்ட சாட்சி. நாங்கள் அந்தக் குற்றவாளியை சந்தேகத்துக்கிடமில்லாமல் கண்டுபிடித்த பிறகு, அந்தக் குற்றவாளியே குற்றத்தை ஒப்புக்கொண்ட பிறகு, அந்தத் தாயின் முன்னால் ஒரு அடையாள அணிவகுப்பு வைக்க வேண்டி இருந்துது. அடையாள அணிவகுப்பை நாங்கள் வைத்தபோது அந்தத் தாய் அவரது மகனுடைய தலையைப் பிளந்துவிட்டுப் போனானே அந்தப் பையனைப் பார்க்கிறார்.

நானும் அந்தப் பையனைப் பார்க்கிறேன். அந்த அம்மா அந்தப் பையனைக் கண்டுபிடித்து விட்டார் என்று என் உள்ளுணர்வு சொல்லிவிட்டது. அந்த அம்மாவும் அந்தப் பையனைப் பார்க்கிறார். இதில் யாரும் இல்லை என அந்தத் தாய் சொல்லி விடுகிறாள். அந்த அடையாள அணிவகுப்பு முடிந்த பிறகு அந்த அம்மாவை வந்து சந்திக்கிறேன். அப்போதுதான் என்னுடைய பாத்திரம் மாறுகிறது. நான் ஒரு காவல்துறை அதிகாரியாக மட்டும் இருந்திருந்தால் எனக்கு அந்த அம்மாவின் மீது கோபம் இருந்திருக்கும். ஆத்திரம் வந்திருக்கும். ரொம்பவும் சிரமப்பட்டுப் குற்றவாளியைப் பிடித்த வழக்கு அது. இதை நடத்தி முடிச்சிருந்தால் நம் மகுடத்தில் இன்னொரு சிறகாக அது இருந்திருக்கும். அதற்கு வழியில்லாமல் அந்தப் பெண் கெடுத்துவிட்டாளே என்று கோபம் வந்திருக்கும். ஆனால், எனக்கு ஓரளவுக்குப் பிடிபட்டது, அந்த அம்மாவினுடைய மனநிலை. எல்லாம் முடிந்த பிறகு நான் அந்த அம்மாவைக் கூப்பிட்டுக் கேட்டேன். நிஜமாக உங்களுக்குத் தெரியவில்லையா என்று கேட்டேன். நிச்சயமாக நாங்கள் கொண்டு வந்த ஆளை நீங்கள் கண்டுபிடிக்கவில்லையா? அதற்கு அந்த அம்மா சொன்னார்கள், 'தெரிஞ்சுதுங்க. ஆனா இந்த வயசுல இருக்கக்கூடிய ஒரு மகனை இழக்கிற சோகம் இன்னொரு தாய்க்கு ஏற்படறதுக்கு நான் காரணமா இருக்க விரும்பலை'. அது என்னுடைய மனதை ரொம்பத் தைத்த ஒரு விஷயமாக மனதில் இருந்தது. மனிதம் என்கிற பெயரில் ஒரு சிறுகதை எழுதினேன். இந்தியா டுடேயில் வெளிவந்தது. இப்படியான சந்தர்ப்பங்கள் எனக்கு நிறையக் கிடைக்கும்.

- **தீவிர எழுத்தாளர்கள் இருக்கிறார்கள், இடதுசாரிகள் இருக்கிறார்கள், இவர்களிடமிருந்து உங்களுக்கு எப்படியான விமர்சனங்கள் இருந்து வந்திருக்கிறது? எழுத்தாளர் என்ற அளவில், நான் உங்களுக்கு மதிப்புக் கொடுத்து பேசிக் கொண்டிருக்கிறேன், உங்களுடைய படைப்புகள் சிலவற்றின் மீது எனக்கு மரியாதை ஏற்படுகிறது. உங்களோடு உரையாடக் கூடியதாக இருக்கிறது.**

தீவிரமாக இலக்கியத்தைப் பார்க்கிற ஒரு தன்மையை நான் உங்களிடத்தில் காண்கிறேன். அதனால்தான் இன்றைக்குச் சில விஷயங்களைப் பகிர்ந்து கொள்கிறோம். அப்படிப் பார்க்கும்போது இடதுசாரிகளும் தீவிரமான கலை அக்கறை உள்ளவர்களும் உங்கள் பாலான விமர்சனத்தை என்ன மாதிரி முன் வைக்கிறார்கள்? அந்த விமர்சனத்தை நீங்கள் எப்படி எதிர்கொள்கிறீர்கள்? அதில் உள்ள நியாயங்களைப் பற்றி நீங்கள் என்ன நினைக்கிறீர்கள்?

நீங்கள் கேட்கிற கேள்விக்கு நான் மூன்று தளங்களில் இருந்து பதில் சொல்ல வேண்டும். முதலாவதாக நான் எழுதுகிறேன் என்று சொல்லும்போது நான் ஒரு அதிகாரியாக இருக்கிறேன், ஒரு காவல்துறை அதிகாரியாக இருக்கிறேன் என்கிற விஷயம் இருக்கிறது இல்லையா? இது வந்து ஒரு மிக முக்கியமான இடத்தை வகிக்கிறது. இது ஒரு பூதாகரமான இடத்தை எடுத்துக் கொள்கிறது. நான் ஒரு எழுத்தாளர் என்று சொல்வதைக் காட்டிலும் நான் ஒரு காவல்துறை அதிகாரி என்கிறதைத்தான் என்னுடைய முகவரியாக அவர்கள் புரிந்து கொள்கிறார்கள். விமர்சகர்களில் பலபேர் அப்படித்தான் புரிந்து கொண்டிருக்கிறார்கள். எனது படைப்புகளுக்குள் கூட போகாமல், இவர் எழுத்தாளராக இருக்கிறாரென்றால் என்ன காரணம் எனப் பார்க்கிறார்கள். இவர் பதவியில் இருப்பதால்தான் இவர் எழுதுகிற எதையும் பிரசுரிப்பதற்கு ஆட்கள் தயாராக இருக்கிறார்கள். வெளியிடுவதற்கு ஆட்கள் தயாராக இருக்கிறார்கள். பிரசுரிப்பதற்கும் வெளியிடுவதற்கும் படைப்பு தன்னளவில் இலக்கியமாக இருப்பதில்லை என்ற காரணம். இவர்கள் ஒரு பதவியில் இருக்கிறதுதான் அதற்குக் காரணம். இலக்கியத்தில் பல பிரிவுகள் இருக்கிறதில்லையா, பெண்ணியம், தலித்தியம் என்று அது மாதிரிப் பதவி இலக்கியம் என்று ஒன்று இருக்கிறது. இது முத்திரையிடப்படாத ஒரு பெயர். இவர் பெரிய பதவியில் இருக்கிறார். எழுதினால் சில பக்கங்களை ஒதுக்குகிற பழக்கம் ஒன்று இருக்கிறது. அதனால் இவர் எழுதுகிற எழுத்தும் வெளிவருகிறது. இப்படித்தான் தீவிரமான இலக்கிய விமர்சகர்கள் பலபேர் நினைக்கிறார்கள். நீங்கள் ஒரு கல்லூரிப் பேராசிரியராக இருக்கலாம். நீங்கள் யுனிவர்சிடியில் ஒரு ஆராய்ச்சியாளராக இருக்கலாம். அல்லது நீங்கள் உணவுத்துறையில் வேலை பண்ணலாம். நீங்கள் வருமான வரித்துறை ஆபீசராக இருக்கலாம். நீங்கள் இந்திய நிர்வாகத்துறை அதிகாரியாக, கலெக்டராக இருக்கலாம். அதையெல்லாம் மன்னிக்கத் தயாராக இருக்கிறார்கள். ஆனால் ஒரு காவல்துறை அதிகாரி எழுதுவது என்பதனை மன்னிப்பதற்கு அவர்கள் தயாராக இல்லை. அவர்களுடைய எளிமையான விளக்கம் என்னவென்றால்

காவல்துறை அதிகாரிங்களுக்கு இதயமே கிடையாது என்பதுதான். அப்படி இதயமே இல்லாதவர்கள் எப்படி இலக்கியம் பண்ண முடியும் என்பதை ஒரு விமர்சனமாக வைக்கிறார்கள். இது ஒரு பக்கம் நடந்து கொண்டிருக்கிறது. இன்னொரு பக்கம், எப்படி இவர் காவல்துறை வேலை செய்யும்பொழுது இலக்கியத்துக்கெல்லாம் நேரம் இருக்கும் என்பதுவும் ஒரு விஷயமாக இருந்தது.

சிலபேர் உண்மையாகவே படித்துவிட்டு படைப்பு நன்றாக இருக்கிறது, நல்ல கருத்தைச் சொல்கிறது, நல்ல மொழிநடை உங்களுக்குக் கைவந்திருக்கிறது, உத்தி கைவந்திருக்கிறது, வடிவம் நன்றாக வந்திருக்கிறது என்று சொல்வார்கள். இப்படி எல்லாம் பேசக் கூடியவர்கள் கூட, இந்த மாதிரியான விமர்சனங்களை என்னை எங்காவது தனியே பார்க்கும்போது —கூட்டங்களிலோ, நிகழ்ச்சிகளிலோ — வாய்ச்சொல்லாகச் சொல்லுவார்களே தவிர, இதே நபர்கள் எழுத்து என வரும்போது இந்த விஷயங்களைப் பதிவு செய்வதற்கு முன்வருவதில்லை. இதைச் சொன்னால் என்னிடம் இருந்து சில சலுகைகளைப் பெறுவதற்காகத்தான் இதைச் சொல்லுகிறார்கள் எனத் தங்கள் மீது ஒரு பழி வந்துவிடுமோ என்று கூச்சம் கொள்கிறார்கள். இப்படி ஏதாவது ஒரு காரணத்தினாலேயோ எனத் தெரியவும் இல்லை. தனிப்பட்ட முறையில் எவ்வளவு பாராட்டினாலும் கூட எழுத்தில் அதைப் பதிவு செய்வதற்கு ஒருபொழுதும் முன் வந்ததில்லை. இன்னொரு விமர்சனம், வெகுஜனப் பத்திரிகையில் எழுதுகிறேன் எனும் பெரிய குற்றச்சாட்டு. தீவிரமான ஒரு எழுத்தாளராக இருந்தால் இவர் எப்படி வெகுஜனப் பத்திரிகைகளுக்கு எல்லாம் எழுதப் போகலாம்?

ஒரு முறை ஒரு சிறு பத்திரிகையாளர் ஒரு தொகுதி தயாரித்தார். அந்தத் தொகுதிக்கு ஒரு மொழிபெயர்ப்புத் தேவைப்பட்டது. அதற்கு முன்னாலேயே நான் என்னுடைய மொழிபெயர்ப்புகள் சிலவற்றை வெளியிட்டிருந்தேன். சாகித்ய அகாடமியும் ஒரு மொழிபெயர்ப்பை வெளியிட்டிருந்தது. ஆகவே நான் ஒரு மொழிபெயர்ப்பாளராகவும் அறியப்பட்டிருந்தேன். இந்த சூழ்நிலையில் இந்த ஆசிரியர்குழுக் கூட்டத்தில் இந்த மொழிபெயர்ப்பை நாம் திலகவதியைச் செய்யச் சொல்லலாம் என்று சொல்லி ஒருவர் சொன்னபோது மற்ற நாலுபேரும் அதைக் கடுமையாக எதிர்த்தார்கள். அப்போது அவர்கள் வைத்த ஒரே ஒரு விஷயம் என்னவென்றால், அவர் வெகுஜனப் பத்திரிகையில் எழுதுகிறவர். ஆகவே அவரை நாம் சிறு பத்திரிகை உலகத்துக்குள் கொண்டு வரவே கூடாது. தீவிர இலக்கியவாதி என்கிற கணக்கில்

நாம் அவரை எடுத்துக்கொள்ளவே கூடாது என்கிற மாதிரியான ஒரு விமர்சனம். எல்லாவற்றையும்விட அடிப்படையாகப் பெண்கள் செய்யக்கூடிய எந்த ஒரு விஷயமும் அது எந்த முக்கியத்துவத்தைப் பெறவேண்டுமோ அந்த முக்கியத்துவத்தைப் பெறுவது கிடையாது. இது எழுத்துத்துறையில் மட்டும் கிடையாது. எல்லாத்துறையிலும் இருக்கக்கூடிய எல்லாவிதமான வேலைகளுக்கும் இது பொருந்தும். கொத்தனார், சித்தாள் வேலையில் இருந்து அதிகப்படியான வருமானத்தைப் பெறுகிற சினிமாத்துறைவரை நீங்கள் கவனித்தால், அதே வேலையை ஒரு ஆண் செய்கிறபோது அது பெறுகின்ற மதிப்பும், கவனமும் வேறு. அதையே ஒரு பெண் செய்கிறபோது அது பெறுகிற மதிப்பும், கவனமும் வேறு.

இன்னொன்னறு, இன்று தமிழகத்தில எழுதிக் கொண்டிருக்கிற பல எழுத்தாளர்கள் ஏதாகிலும் ஒரு வட்டத்தைச் சார்ந்தவர்களாக இருப்பார்கள். ஒன்று கொங்கு வட்டம், கரிசல் வட்டம், கணையாழி வட்டம், சிற்றிலக்கிய வட்டம் இப்படி இருக்கும். அல்லது ஜாதியைச் சேர்ந்த வட்டங்களாக இருக்கும். அல்லது கட்சியைச் சேர்ந்த வட்டங்களாக இருக்கும். இந்தமாதிரி எந்த வட்டங்களுக்குமே இணங்காதவள் நான். எந்த வட்டங்களுக்குள்ளேயுமே என்னை இருத்திக் கொள்ள என்னால் முடியவில்லை. அதனால் பரஸ்பரமாக முதுகு சொறிவதற்கான ஒரு ஆளை என்னால் கண்டுபிடிக்க முடியவில்லை. மற்றவர்கள் எல்லாம் என்ன செய்வார்கள் என்றால் ஒரு குழுவாக இருந்துகொண்டு, ஒருத்தர் எழுதுவார் இன்னொருத்தர் பாராட்டுவார்.

இதுமாதிரி ஒரு திட்டமிட்ட சமாச்சாரம் ஒன்று நடந்து கொண்டிருக்கும். அதுமாதிரி எல்லாம் செய்ய என்னால் முடியவில்லை. இவ்வளவையும் தாண்டி பொதுவான விமர்சகர்கள், இந்து பத்திரிகையில், தினமணிக் கதிரில், சுபமங்களாவில் விமர்சனங்கள் வந்தன. அப்படியான விமர்சனங்களை முகம் தெரியாத நபர்கள் செய்தபோது சிலபேர் என்னுடைய கதைகளைச் சரியானபடி விமர்சித்திருக்கிறார்கள், அவ்வளவுதானே தவிர மற்றப்படி என்னுடைய சமகாலத்தில எழுதத் தொடங்கிய எழுத்தாளர்களுக்குக் கிடைத்த ஒரு விமர்சனபூர்வமான வரவேற்பு, தகுதியான ஒரு ஆக்கபூர்வமான விமர்சனம் என்னுடைய எழுத்துக்குக் கிடைக்கவில்லை என்பதுதான் உண்மை. இது சில சமயங்களில் எனக்குச் சங்கடமான விஷயமாக இருந்தாலும்கூட, நான் வந்து இதையெல்லாம் எதிர்பார்த்து நிற்கக் கூடாது. யாருடைய பாராட்டையும் கருதி நான் எழுதக்கூடாது. எழுதுவதென்பது எனக்கு ஒரு பயிற்சி மாதிரியாக இருக்கிறது.

என்னுடைய தனிப்பட்ட வாழ்க்கையில் நான் பல காயங்களைப் பட்டிருக்கிறேன். தனிமை எனக்கு வாய்த்த விஷயமாக ஆகிவிட்டது. அதில் எனக்குத் தெரிந்திருக்கிற ஒரே ஒரு கலை எழுதுவது மட்டும்தான். எழுதுவதும், எழுதுவதற்காக என்னைத் தயார்ப்படுத்திக் கொள்வதும், படிப்பதும், மனிதர்களைச் சந்திப்பதும் இதுதான் என்னுடைய வாழ்க்கை முறையாக இருக்கிறது. அதனால் அவர்கள் பாராட்டினாலும் சரி, கண்டித்தாலும் சரி, அவர்கள் ஏற்றுக்கொண்டாலும் சரி, அவர்கள் அங்கீகரிக்காவிட்டாலும் சரி, என்னுடைய வேலையை நான் செய்கிறேன்.

- **பொதுவான முறையில் காவல்துறை என்பது ஒடுக்குமுறை அமைப்பினுடைய ஓர் உறுப்பாக இருப்பதனால் இப்படிப் பார்க்கிறார்கள் என்று சொல்லலாம். தனிப்பட்ட முறையில் உங்களுக்கு அப்படி ஏதேனும் அனுபவம் இருக்கிறது என்று சொல்ல முடியுமா? நீங்கள் வன்முறையோடு நடந்து கொண்டீர்கள் அல்லது காரணகாரியமில்லாமல் பலவேறு சந்தர்ப்பங்களில் அவ்வாறு நடந்து கொண்டீர்கள் என குறிப்பிட்ட சம்பவங்கள் ஏதேனும் இருக்கிறதா?**

அப்படிச் சொல்லவே முடியாது. அப்படி யாரும் சொன்னதே கிடையாது. அப்படி ஒரு செய்தி என் காதுக்கு வந்ததே கிடையாது. பொதுவாகக் காவல்துறையில் உள்ளவர்களுக்கு இதயமே கிடையாது. இதயமில்லாதவர்கள் எப்படி இலக்கியம் செய்யமுடியும் என்று இப்படியான ஒரு வாதத்தில் இருந்தும், இவர் காவல்துறையில் இருக்கும்போது எப்படி நேரம் கிடைக்கும், இவர் வெகுஜனப் பத்திரிகையில் எழுதுவதால் அந்தப் பத்திரிகையினுடைய பக்க அளவுகளைப் பார்த்து கதை செய்கிறவராக இருப்பார் என இப்படியான விமர்சனங்கள்தான் வந்திருக்கின்றன.

காவல்துறை எழுத்துக்கள் அல்லது காவல்துறை சார்ந்தவர்கள் எழுதுகிற எழுத்துக்கள் என இதுவரை வந்திருக்கிறவைகளைப் பார்க்கிறபோது எம்.ஜி.ஆர். பற்றி எழுதியிருக்கிறார்கள். அரசியல் தொடர்பாக அதையொட்டி வாதப்பிரதிவாதமெல்லாம் வந்தது. காவல்துறை எழுத்து என்பது குற்றக் கதைகள் அல்லது அரசியல் தலைவர்களோடு தங்களுக்கு இருந்த ரகசியங்கள் பற்றி எழுதுவதாகத்தான் இருந்திருக்கிறது. சமூகத்தில் ஏற்பட்ட பல்வேறு அனுபவங்கள், காவல்துறைக்குள்ளேயே ஏற்பட்ட அனுபவங்கள் என இப்படி எதுவும் இருக்காது. உங்களுடைய எழுத்துக்களில் உங்களுடைய துறைக்குள்ளேயே இருந்த அநியாயங்களையும், பல்வேறு விஷயங்களையும் பற்றி நீங்கள் சொல்லி இருக்கிறீர்கள். அப்படியான விமர்சனங்கள் ஆக்கபூர்வமானவை என்றுதான்

நாம் பார்க்க வேண்டும். நீங்கள் சொல்லுகிற மாதிரி பல்வேறு அமைப்புக்கள், காவல்துறை, கல்லூரிகள், இன்னும் பல்வேறு அதிகாரமயமான அமைப்புகள் இருக்கின்றன. இந்த அமைப்புக்கள் எல்லாவற்றிலும் இருக்கிறவர்கள் எல்லாமும் அந்தந்த அமைப்புகளுக்குச் சேவகம் செய்யும்போது வெகுமக்களுக்கு சந்தோஷமான விஷயத்தைத்தான் செய்கிறார்கள் என்று இல்லை. ஆனால் அதே சமயத்தில் தொழில் என்கிற அளவில், அவர்களுக்குத் தங்களுடைய வாழ்க்கையை கொண்டுபோக வேண்டும் என்கிற அளவில் அதைச் செய்துகொண்டு இருக்கிறார்கள். இந்தச் சந்தர்ப்பத்தில் இந்த மாதிரி வேலை செய்கிறவர்கள் தங்களுடைய மனச்சாட்சியைக் காப்பாற்றிக் கொள்வதற்கு ஒன்றே ஒன்று தான் செய்யலாம். அந்தந்தத் துறையில் இருக்கும்போது தங்களுடைய மனச்சாட்சிக்கு விரோதமான விஷயங்களுக்குத் துணைபோகாமல் இருக்க வேண்டும். மற்றப்படி வேறு தளங்கள் சார்ந்த நடவடிக்கைகளில், சந்தோஷமான, விருப்பமான, ஈடுபாடுள்ள, சமுகப் பொறுப்புள்ள விஷயங்களை அவர்கள் செய்யலாம். இது ஒன்றுதான் அவர்களுக்கு முன்னால் இருக்கிற ஒரே மாற்றுவழி என நான் நினைக்கிறேன்.

நீங்கள் உலகம் முழுவதையும் தலைகீழாகப் புரட்டிப் போடமுடியாது. அப்படியான நம்பிக்கை எனக்குக் கிடையாது. ஆனால் அப்படியான ஒரு மாற்றம் ஆரம்பிக்க வேண்டும் என்றால் அதை நீங்கள் உங்களிடத்தில் இருந்து ஆரம்பிக்க வேண்டும். நான் முதலில் இந்த உலகம் பூராவும் ஒரு ஊழலற்ற சமூகம் அமையவேண்டும் என்று நினைக்கிறேன். உலகத்திலுள்ள எல்லா மனிதர்களும் அடுத்தவனை அன்பாகவும் சமமாகவும் நடத்தவேண்டும் என்று நினைக்கிறேன். நான் அப்படி நடந்து கொள்ளலாம் அவ்வளவுதான். அதுதான் என்னால் முடிந்தது. அதைத்தான் காவல்துறையில் நான் செய்து கொண்டிருக்கிறேன்.

• நீங்கள் தமிழ்நாட்டின் முதல் பெண் ஐபிஎஸ் ஆபீசர். உங்களுடைய தலைமையின்கீழ்தான் முதலில் பெண்கள் இயங்கக்கூடிய காவல்துறை இயங்கத் தொடங்கியது. ஆண்கள் நடத்துற காவல்நிலையங்களில் மிருகத்தனமான வன்முறை என்பது ரொம்பவும் இயல்பான விஷயமாக இருக்கிறது. பெண்கள் காவல்துறை சம்பந்தமாகவும் அப்படிப்பட்ட விமர்சனம் ஒன்றிருக்கிறது. ஆண் காவல்துறை அதிகாரிகள் என்னமாதிரி நடந்து கொள்கிறார்களோ, என்னமாதிரி அவர்கள் பயிற்றுவிக்கப்படுகிறார்களோ அதேமாதிரிதான் பெண்களுக்குமான பயிற்சி இருப்பதனால் ஆண்களுக்குரிய பார்வையில்தான் அவர்களும் நடந்துகொள்கிறார்கள் என்று

விமர்சனம் இருக்கிறது. இது சம்பந்தமாக நீங்கள் என்ன சொல்கிறீர்கள்? பெண்கள் மட்டும் இருக்கிற காவல் நிலையத்தில் என்ன பாஸிடிவ் ஆக்ஸன் இருக்கமுடியும்?

பெண்கள் பயிற்சி முதல்முறையாக காவல்துறையைப் பொருத்த அளவில் பல விஷயங்களுக்கு முன்னோடியாக இருக்கிறது. இந்தியக் காவல்துறை அல்லது உலகக் காவல்துறையைப் பொருத்த அளவிலும்கூட பல சமாச்சாரங்களை அறிமுகப்படுத்துகிற பரிசோதனை முயற்சியில் ஈடுபடுகிற முதல் தளமாக தமிழகக் காவல்துறைதான் இருக்கிறது. ஆனால் பெண்களை காவல்துறையில் பயன்படுத்துவதைப் பொருத்த அளவில் தமிழகம் மிகவும் பின்தங்கி இருக்கிறது. 1972 ஆம் ஆண்டுதான் முதலில் பெண்களை அறிமுகப்படுத்தினார்கள். இது கலாச்சாரம் சம்பந்தப்பட்ட விஷயம். ரொம்ப முக்கியமான விஷயம். இதை மேலோட்டமாகப் பார்க்கக் கூடாது. இதில் தமிழர் பண்பாடு என்கிற மாதிரி ஏராளமான சங்கதிகள் பின்னணியில் இருக்கக் கூடும். இதை நீங்கள் யோசிக்கலாம்.

ஹைதராபாத்தில் நிசாம் ஆட்சி நடந்துகொண்டிருக்கிற போது நிசாம் மன்னர் பெண்களைக் காவல்துறையில் பணிக்கு அமர்த்தி இருக்கிறார். தமிழ்நாட்டில் 72 ஆம் ஆண்டு வரைக்கும் அந்த முயற்சியில் ஈடுபடவே இல்லை. காஷ்மீரில் செய்துவிட்டார்கள். வேறு பல மாநிலங்களில் செய்துவிட்டார்கள். உலகத்தில பல நாடுகளில் செய்துவிட்டார்கள். தமிழகம் இந்த ஒரு விஷயத்தில் ரொம்பக் காலம் கடந்துதான் 72வது வருடத்தில் இதைச் செய்தது. எம்.ஜி.ஆர் அவர்களுடைய ஆட்சிக்காலத்தில் இதை ஈடுகட்டுவது மாதிரியாக நமது காவல்துறையில் பெண்கள் மிகவும் குறைவாக இருக்கிறார்கள் என்பதால் அதை அதிகப்படுத்துவதற்காக ஒரேயடியாக 700 பேரை பயிற்சிக்கு அனுப்பினார்கள். அந்தப் பயிற்சியை நடத்துவதில் நிறையச் சிக்கல் இருந்தது. இன்று அது ரொம்பப் பழகின விஷயமாய் இருந்தாலும்கூட, அன்று முதல்முறையாக பாதை போடுகிறவர்களுடைய சிரமத்தை நான் அனுபவிக்க வேண்டியதாக இருந்தது.

பல்வேறு விதமான ஊர்களில் இருந்து வந்தவர்கள், ரொம்பப் பின் தங்கியவர்கள், ரொம்பவும் வறுமையில் இருந்தவர்கள், இப்படியான குடும்பங்களில் இருந்து வந்தவர்கள்தான் அவர்கள். அவர்களுக்கு அவர்களுடைய மனநிலை அமைப்பை மாற்றி — அது ரொம்பக் கடினமான வேலையாகத்தான் இருந்தது — ஓரளவுக்கு எந்த விதமான சிக்கலும் வராமல் சரியானபடி அதை நான் செய்து முடித்தேன். அதை ரொம்பத் திருப்தியான விஷயமாக

நான் நினைக்கிறேன். பிறகு தனித்து பெண்கள் மட்டுமே இயங்குகிற காவல்நிலையம், அனைத்து மகளிர் காவல்நிலையம் ஆரம்பிப்பதா, வேண்டாமா என்கிறதைப் பற்றி சபாநாயகர் அவர்களும், டாக்டர் ராஜகோபால் அவர்களும் தமிழ்நாடு போலிஸ் கமிஷனில் விவாதம் நடத்தினார்கள். அப்போது அது குறித்துக் கருத்துச் சொல்வதற்காக அன்றைக்குப் பணியில் இருந்த பல்வேறு காவல்துறைப் பெண்களை அழைத்து எங்களுடையக் கருத்துக்களைக் கேட்டார்கள். அந்தக் கருத்துக்களைக் கேட்டபோது, கருத்துச் சொல்வதற்காக வந்திருந்த பல நிலைகளில் இருந்த பெண்கள், அனைத்து மகளிர் காவல் நிலையம் ஏற்படுத்துவது நல்லதுதான் எனும் கருத்தைத்தான் சொன்னார்கள். நான் அதற்கு எதிர்க்கருத்துச் சொன்னேன். அது இன்றும் பதிவு செய்யப்பட்டிருக்கிறது, நான் இந்தக் கருத்தை ஏற்றுக் கொள்ளவில்லை என்று சொன்னேன். சபாநாயகரும், டாக்டர் ராஜகோபாலும் அனைத்து மகளிர் காவல்நிலையம் தேவை என்ற எண்ணம் உடையவர்களாக இருந்ததாலேயே அதை ஒட்டியே எல்லோரும் கருத்துச் சொன்னார்கள். நான் ஒரே ஒருத்தி மட்டும் அதை எதிர்த்துக் கருத்துச் சொன்னேன். என்னுடைய கருத்து என்னவாக இருந்தது எனில், சமூகம் என்பது ஆண்களும், பெண்களும் இணைந்து இயங்குகிற ஒரு அமைப்பு. இந்த அமைப்புக்கு, இதற்கு உதவி செய்வதற்கே காவல்துறை இருக்கிறது எனில் அந்தக் காவல்துறையும் ஆண்களும், பெண்களும் இணைந்த ஒரு அமைப்பாகச் செயற்படுவதுதான் சரியானதாக இருக்க முடியும். அது மாதிரி இல்லாமல் நீங்கள் தனியாகப் பெண்களை மட்டும் கொண்டு வந்து ஒரு இடத்தில் வைத்தீர்கள் என்றால், அங்கு பெண்கள் மட்டும்தான் புகார் கொடுக்க வர வேண்டும் என நீங்கள் சொன்னீர்களானால் அதன் மூலம் எதை நீங்கள் தெரிவிக்க விரும்புகிறீர்கள்? பொதுவான காவல்நிலையங்கள் பெண்களுக்குப் பாதுகாப்பற்றவை என்பதை நீங்கள் ஒப்புக் கொள்கிறீர்களா? அல்லது பொதுவான காவல்நிலையங்களில் பணிபுரிகிற காவலர்கள் அணுகத் தகாதவர்கள் என்று சொல்ல வருகிறீர்களா? அல்லது அந்தக் காவலர்களுடைய உதவியே இல்லாமல் இந்தப் பெண் காவல்நிலையங்கள் இயங்கிவிட முடியுமா?

ஒரு பெண் காவல்நிலையத்துக்கு வந்து புகார் கொடுத்துவிட்டுப் போகிறார். விசாரணைக்குப் போகும்போது அந்த விசாரணையைச் செய்கிற பெண் யார்? அந்த புகார் கொடுக்க வருகிற பெண்ணின் சகோதரிதான். அதாவது, இந்தப் புகார் கொடுக்கிற பெண்ணும் அவளுடைய கலாச்சாரச் சூழலும் என்னவோ, கல்வி நிலைமை என்னவோ, அவளுடைய மதிப்பீடு என்னவோ அதே மதிப்பீடுகளை

உடைய இன்னொரு பெண்தான் சீருடைக்குள் இருக்கிறார். அப்போது இவர் விசாரணை செய்வதற்காகப் போகும்போது நிச்சயமாக இவருடைய கணவனை வரதட்சணைக் கொடுமைக்காக விசாரிக்க வேண்டும். அந்த மாமனாரை விசாரிக்க வேண்டும். அதை மட்டும் இந்தப் பெண் செய்ய வேண்டும் என எப்படி எதிர்பார்க்கிறீர்கள்? அதாவது ஒரு பெண் வந்து தன்னுடைய கணவர் தன்னை அடித்துவிட்டார் எனப் புகார் கொடுப்பதற்காக வருவார். காவல்நிலையத்தில் இருக்கிற இந்தப் பெண் அதற்கு என்ன சொல்லுவார்? அதே கலாச்சார மட்டம்தான் இவர்களுக்கும் இருக்கிறது.

அப்போது ஒரு பெண் ஆண்களைச் சந்திக்க முடியாது என்பது பெண்களை அப்படியே தனிமைப்பட வைத்து, அவர்களைத் தனியே கொண்டு வந்து, பெண்கள் விஷயத்தைப் பெண்களே விசாரிக்கட்டும் என்று விடும் பட்சத்தில், விசாரிக்கப் போகிற பெண்கள் மட்டும் எப்படி ஆண்களை அணுகலாம்? ஆண்களை அணுகாமல் எப்படி அவர்கள் விசாரணையை முடிக்க முடியும்? நிச்சயமாகவே ஒரு பெண் தனக்கு நேர்ந்த ஒரு துன்பத்தைச் சொல்லும்போது அது பெரும்பாலும் என்னவாக இருக்கிறதெனில், எங்கள் அனுபவத்தில் குடும்பத்துக்குள் நடக்கிற வன்முறை, கணவன் அடிப்பது, மாமியார் கொடுமைப்படுத்துவது அல்லது மச்சினர் அவரிடம் முறைகேடாக நடந்துகொள்வது அல்லது மாமனார் அவளைப் பலாத்காரப்படுத்தப் பார்ப்பது என இந்த மாதிரியான விஷயங்கள்தான் பெரும்பாலான சமாச்சாரங்களாக இருக்கின்றன. இந்த விஷயங்களை விசாரிப்பதற்கு ஒரு பெண் அதிகாரி போவார். அவர் அப்படிப் போகும்பொழுது அந்தவீட்டு ஆண்களோடு இருக்கவும், விசாரிக்கவும்தானே வேண்டி இருக்கிறது?

● **இதில் நீங்கள் சொல்வது சரி. நீங்கள் ஒரு மாற்று வழி சொல்கிறீர்கள். எனக்கு இங்கு ஆச்சரியமான விஷயம் என்ன வென்றால், இப்படிப் பிரிந்திருக்க வேண்டும் என்று சொல்கிறவர்கள் அதற்கு குறைந்த பட்சம் என்ன காரணம் சொல்கிறார்கள்?**

அவர்கள் சொல்கிற காரணம் நல்ல காரணம்தான். முதன்முதலில் அனைத்து மகளிர் காவல்நிலையத்தை சென்னை ஆயிரம் விளக்குப் பகுதியில், முதல்வர் ஜெயலலிதா ஆட்சிக் காலத்தில் அமைத்தார்கள். திறந்த அன்று ஒரு நோட்டுப் புத்தகமத்தைத் திறந்து வைத்து முதல்வர் ஜெயலலிதா எழுதினார்: பெண்கள் தங்களுடைய உரிமைகளைக் கோரவும் அதைக் கோருவதற்காக தைரியத்தோடு காவல்நிலையங்களை அணுகவும் இத்தகைய அனைத்து மகளிர் காவல்நிலையங்கள் வழிவகுக்கும் என்ற நம்பிக்கையில் இத்தகைய

நிலையங்களை நான் திறந்து வைக்கிறேன் என்று. அப்படித்தான் அவர் முதல் வரியை எழுதினார். அந்த நோக்கத்தோடுதான் அதை ஆரம்பித்தார்கள். ஏனெனில் காவல்துறையின் மீது தவறாக பழி சுமத்தப்பட்டிருக்கிறது. காவல்துறையில் பணிபுரிபவர்கள் எல்லோரும் கற்பழிப்புக்காகக் காத்திருக்கிறார்கள் என்கிற மாதிரி ஒரு பிம்பத்தை நம்முடைய வெகுஜனப் பத்திரிகைகள் உருவாக்கி வைத்திருக்கின்றன. நம்முடைய திரைப்படங்கள் இந்த விஷயத்தை தங்களுடைய வியாபார நோக்கத்திற்காக வைத்திருக்கிறார்கள். இதையே திருப்பித் திருப்பிச் சொல்வதால் காவல்துறையில் பெண்கள் கற்பழிக்கப்பட்டதே இல்லை என்று நான் சொல்ல வரவில்லை. கற்பழிக்கப்பட்டிருக்கிறார்கள்.

உதாரணமாக குறிப்பிட்ட இடத்தில் ஒரு பெண் கற்பழிக்கப்பட்டிருந்தால், அதை ஆயிரம் பத்திரிகைகள் திரும்பத் திரும்பச் சொல்வதன் மூலமாக, வானொலி ஆயிரம் முறை திரும்பத் திரும்பச் சொல்வதன் மூலமாக, ஆயிரம் பெண்கள் கற்பழிக்கப்பட்டது மாதிரியான ஒரு மாயையைத் தோற்றுவித்து அந்தக் காவல்துறைப் பக்கமே நல்ல குடும்பத்துப் பெண்களோ, கௌரவமான பெண்களோ போகக் கூடாது என்கிற மாதிரியான ஒரு எண்ணத்தை ஏற்படுத்துகிறார்கள். அப்போது அந்தப் பெண்கள் வீட்டில் அடிபட்டாலும், உதைபட்டாலும், அவர்களுடைய உரிமைகள் மறுக்கப்பட்டாலும், அவர்களுக்குச் சட்ட உதவிகள் மறுக்கப்பட்டாலும், என்ன நடந்தாலும் அதற்கான ஒரு நிவாரணத்தைக் கோருவதற்காகக் காவல்துறை என்கிற அமைப்பை அணுகுவதற்கான தைரியமே அவர்களுக்கு அற்றுப்போய் விடுகிறது. அப்படி இருக்கிறவர்களை கொண்டு வந்து, உங்களை மாதிரிப் பெண்கள்தான் இங்கேயும் இருக்கிறார்கள், அவர்கள் உங்களுடைய சகோதரிகள், நீங்கள் அவர்களிடம் எதையும் சொல்லலாம் என்கிற நம்பிக்கையை ஏற்படுத்துவதற்காகத்தான் இந்த மாதிரிக் காவல்நிலையங்களை ஆரம்பித்தார்கள்.

மனரீதியான சில மதிப்பீடுகள் இருக்குகின்றன பார்த்தீர்களா? அந்தக் கலாச்சார மதிப்பீடுகளில் இருந்து மனம் மாறாது இருக்கிறது என்பது ஒன்று. இரண்டாவது அந்தப் பெண்களுக்குத் தங்களுடைய வேலையைச் செய்கிற விதத்தில், அறியாமலேகூட அவர்கள் மனதுக்குள் சில மாடல்கள் உருவாகும். ஒரு நல்ல போலிஸ் அதிகாரி என்றால் எப்படி இருக்க வேண்டும் என்று அவர்களுக்கு ஒரு மனச்சித்திரம் உருவாகிறது. அந்த மனச்சித்திரம் யாருடைய மனச்சித்திரமாக இருக்கிறதென்று கேட்டீர்களானால், ஒரு கடுமையான, கர்ணகொடூரமான,

பார்த்தாலே அச்சத்தை விளைவிக்கக்கூடிய வகையில் பேசவும், நடந்து கொள்ளவும் தலைப்படுகிற ஒரு ஆண் அதிகாரிதான். அதுதான் அவர்களுடைய ஆதர்சமாக இருக்கிறது. அதனால் தங்களை காவல்துறை அதிகாரிகளாக நிலை நிறுத்துவதற்கு தாங்களும் அதே மாதிரியான ஒரு நடத்தையைத் தொடர வேண்டும் என்கிற மாதிரியான ஒரு மனப்பதிவு ஏற்படுவது தவிர்க்க முடியாததாக ஆகிவிடுகின்றது. இதனால் அவர்கள் அதே மாதிரி நடந்துகொள்ளத் தலைப்படுகிறார்கள். இன்று வெளிவருகிற விமர்சனம் இதுதான்.

இதுபற்றி நாங்கள் நிறையச் சிந்தித்திருக்கிறோம். இதுபற்றி நிறைய விவாதங்கள் செய்திருக்கிறோம். முக்கியமாக நான் இதை என்னுடைய சொந்த விடயமாகவே எடுத்துக் கொண்டு பெண்கள் தன்னார்வக் குழுவைச் சேர்ந்த பெண்கள், வாசுகி மற்றும் ஜனநாயக மாதர் சங்கத்தைச் சேர்ந்த பெண்கள், சில கல்லூரிப் பேராசிரியைகள், சில மனோதத்துவ அறிஞர்கள், பெண்நல மருத்துவர்கள், இது மாதிரியாக ஐம்பது பேரைச் சேர்த்து நானே ஒரு கூட்டம் போட்டு, அதில் நீண்ட காலம் சேவை செய்த காவல்துறை பெண் அதிகாரிகள், மாவட்டக் காவல்துறை அதிகாரி, கான்ஸ்டபிள், இன்ஸ்பெக்டர் இப்படியானவர்களைக் கூப்பிட்டு என்னுடைய சுயமுயற்சியால் அவர்களிடம் பேசி, மகாராஷ்ராவில் அறிமுகப்படுத்தியிருந்த பெண் காவல்துறை அதிகாரிகளுக்கான பாடத்திட்டத்தை முன்வைத்து, அந்தப் பாடத்திட்டத்தை அமைச்சரோடு கலந்துரையாடல் நிகழ்ச்சியும் செய்து, அதிகாரிகளுக்கும், காவல்துறைப் பயிற்சியாளர்களுக்கும் நானே தனிப்பட்ட கடிதம் எழுதி, இன்னென்ன விஷயங்களில் இந்தப் பெண்கள் பேசுகிறார்கள் என காவல்துறைக்கு அறிவித்தேன்.

முதல்வர் ஜெயலலிதா இந்த அனைத்து மகளிர் காவல்நிலையத்தை ஆரம்பித்து ஏழு வருடங்களாகின்றன. இந்த ஏழாண்டு காலத்தில் இந்த அனைத்து மகளிர் காவல்நிலையங்களின் செயற்பாடுகள் பற்றி வந்திருக்கக்கூடிய விமர்சனங்களைப் பார்க்கிறபொழுது என்னென்ன விஷயத்தை அறிமுகப்படுத்தலாம், எந்தெந்த விஷயங்களுக்கு முக்கியத்துவம் கொடுக்கலாம் என்பது பற்றி ஒரு பெரிய அறிக்கை கொடுத்திருக்கிறேன். நல்ல விஷயம் என்னவென்றால் அந்த அறிக்கை உடனடியாக அங்கீகரிக்கப்பட்டிருக்கிறது. அதன்படி இப்போது அந்தப் பயிற்சி முறைகளில் எல்லாம் மாறுதல்கள் ஏற்படுத்தி இருக்கிறார்கள். எந்த விஷயத்தையும் புதிதாக ஆரம்பிக்கும்போது, நாம் ஒரு மாறுதல் காலகட்டத்தில் இருப்போம். அப்புறம் இந்த மாதிரியான விஷயங்களைச் செய்து பார்த்துப் பழகி, விழுந்து

எழுந்து கற்றுக்கொள்ள வேண்டியதாய்த்தான் இருக்கிறது. இது சமூக வளர்ச்சியில் தவிர்க்கமுடியாத விஷயமாகவும் இருக்கிறது. ஆனால் நிச்சயமாக மாறுதல் வரும் என்கிற நம்பிக்கை எனக்கிருக்கிறது.

● **சமூக மாற்றத்திலேயும் சரி, அல்லது தனிமனித உறவுகள் என்பதிலேயும் சரி, ஒரு சமநிலை கொண்ட சமூகத்தை அமைக்கிறதிலேயும் சரி, வன்முறையின் இடம் என்னவாக இருக்கிறது?**

இது ரொம்பச் சிக்கலான கேள்விதான். வன்முறையை உபயோகப்படுத்துகிறவர்களிடம் இதுபற்றிக் கேட்டிருக்கிறேன். பேசிப்பார்க்கும்பொழுது அவர்கள் என்ன சொல்கிறார்களென்றால், எந்த ஒரு மொழிக்காரரோடும் நீங்கள் பேசும்போது அவர்களுக்குப் புரிகிற மொழியில்தான் நீங்கள் பேச வேண்டும், வன்முறைதான் ஒருவருக்குப் புரிகிற மொழியாய் இருக்கும்பட்சத்தில் அவர் எதிரில் போய் நின்று வீணை வாசித்து எதைச் சொல்லித் தரப்போகிறீர்கள்? அவர்களிடம் நீங்கள் வன்முறையாகத்தான் பேச முடியும் என்று சொல்கிறார்கள்.

இரண்டாவது இந்த வன்முறையைக் கைக்கொள்கிறவர்கள் என்ன ஒரு சமாதானத்தைச் சொல்கிறார்கள் எனக் கேட்டீர்களானால், பகத்சிங் கூட இதைத்தான் எல்லா சுவரிலேயும் எழுதி இருந்தார், மனித இரத்தம் சிந்தப்படுவதை நாங்கள் விரும்பவில்லை. ஆனால் மக்களுடைய கவனத்தை இதன்பால் ஈர்ப்பதற்கு எங்களுக்கு இதைவிட வேறு வழி தெரியவில்லை என்று சமாதானம் சொல்கிறார்கள். தனிப்பட்ட முறையில் வன்முறை மனிதத்தன்மையான விஷயம் என என்னால் ஏற்றுக்கொள்ள முடியவில்லை. ஒரு மனிதன், இன்னொரு மனிதனைக் கொல்வதோ அல்லது இன்னொரு மனிதனுக்குத் திட்டமிட்டுத் துன்பம் விளைவிப்பதோ இதெல்லாம் ரொம்ப அராஜகமான ஒரு போக்கு என்றுதான் நான் நினைக்கிறேன். அதிலும் இன்று இருக்கக்கூடிய விஞ்ஞான முன்னேற்றத்தைக் கணக்கில் எடுத்துப் பார்க்கும்பொழுது இவர்கள் செயற்படுத்துகிற இந்த வன்முறை என்கிறது இடைக்காலத்தில நடந்த வன்முறை மாதிரி இல்லை. கருத்து வேறுபாடு கொண்டிருந்தால் படிப்படியாகக், கட்டம் கட்டமாகப் பேசி ஒரு விஷயத்தைத் தீர்ப்பது கிடையாது. நீங்களும் நானும் ஒரு கருத்து முரண்பாடு கொண்டிருக்கிறோம் எனில் உடனே ஆளுக்கொரு கத்தியை வீசுவது, இந்த வாள் போரில் நீங்கள் ஜெயித்துவிட்டால் அப்போது உங்கள் கருத்தை நான் ஒத்துக்கொள்ள வேண்டும் என்பது மாதிரியான ஒரு முறை இடைக்காலத்தில் கடைப்பிடிக்கப்பட்டு வந்தது. அதையாவது ஒரு மாதிரி மன்னிக்கலாம் என்று தோன்றுகிறது.

இப்போது பார்த்தீர்களானால் வன்முறை செய்கிறோம் என்று சொல்லிவிட்டு ஒரு பாவமும் அறியாத அப்பாவி மக்கள் மீது குண்டு போடுகிறார்கள். பம்பாயில் குண்டு வெடித்தது. சூப்பர் மார்க்கெட்டில் குண்டு வெடித்தது. சினிமாத் தியேட்டரில் குண்டு வெடிக்கிறது. ஓடிக்கொண்டிருக்கிற ட்ரெயினில் குண்டு வெடிக்கிறது. யாரைக் கொன்று எந்த வேறுபட்ட கருத்தையும் அழித்து இதனால் என்ன முன்னேற்றத்தைக் கொண்டு வரப் போகிறார்கள்? இந்த வன்முறையை ஒருபோதும் என்னால் ஒத்துக்கொள்ள முடியவில்லை.

● சிறை எழுத்துக்கள் குறித்துப் பேசலாம். தாஸ்தயேவ்ஸ்கி எழுத்துக் களை எடுக்கலாம், ஜேனேயின் எழுத்துக்களையும் எடுக்கலாம், குற்றம் செய்கிற சமூகத்தைச் சார்ந்தவர்கள் அடிப்படையில் பைத்தியகாரத்தனமாக குற்றவாளிகளாக வருகிறவர்கள் இல்லை. இவர்களைப் பற்றி விளங்கிக் கொள்வதற்கு சிறை எழுத்துக்கள் ஆதாரங்களாக இருக்கின்றன.. இப்போது சிறை எழுத்துக்கள் சம்பந்தமாக கோட்பாட்டு ரீதியல்கூட நிறைய எழுதப்பட்டிருக்கிறது. உங்களுக்குக் கைதிகளுடன் பழகுகிற சந்தர்ப்பங்கள் நிறைய இருந்திருக்கிறதா?

சிறைத்துறை என்கிறது வேறு, காவல்துறை என்பது வேறு. இரண்டு பேருக்கும் தொடர்பு கிடையாது. உண்மையைச் சொல்லப் போனால் நீங்கள் ஒரு சாதாரண குடிமகன் என்ற அளவில் சிறைக்கு விஜயம் செய்ய முடியும். ஆனால் என்னை ஒருபோதும் அனுமதிக்க மாட்டார்கள். காவல்துறை அதிகாரி சிறைச்சாலைக்குள்ளே போகவே முடியாது. இதைச் சிறைச்சாலை விதிகளிலேயே ஒன்றாக வைத்திருக்கிறார்கள். ஏன் இப்படி விதி வைத்திருக்கிறார்கள் என நான் கேட்டேன். நான் ஒரு இலக்கியவாதி, ஒரு பேச்சாளர் என்கின்ற வகையில் வேலூரில் அதிகாரியாக இருந்தபோது, சிறையில் அதிகாரியாக இருந்த குணசேகரன் என்னை ஒரு நிகழ்ச்சிக்கு அழைத்திருந்தார். நானும் போனேன். போய்விட்டு வந்தபிறகுதான் இந்த விதியை நான் தெரிந்து கொண்டேன். நிகழ்ச்சிக்குப் போனேன். நிகழ்ச்சியைக் கேட்பதற்காக சிறைக்குள் எல்லோரும் நிலத்தில் உட்கார்ந்திருந்தார்கள். அதில் இருந்த ஒருவர் என்னை நோக்கித் தாவிப் பாய்ந்து ஓடி வந்தார். கொஞ்சம் ஏமாந்திருந்தால் என் கழுத்தை நெரித்துக் கொன்றிருப்பார் போலத்தான் இருந்தது வந்த வேகத்தைப் பார்த்தால். ஆனால் அவ்வளவு வேகமா வந்து என்ன செய்தாரென்றால், கீழே உட்கார்ந்து என் இரண்டு கால்களையும் கட்டிப் பிடித்துக்கொண்டு என்னை எப்படியாவது இங்கிருந்து மீட்டுவிடுங்கள் என்று பயங்கரமாகக் கத்தினார். நுழையும்போது

நடந்த இந்த விஷயத்தைப்பற்றி நான் அங்கு கேட்டேன். அவர்கள் சொன்னார்கள்: சில கைதிகள் இந்தப் போலீஸ்காரர்கள் நம்மைப் பிடித்துக் கொடுத்ததனால்தான் நீதிபதி தண்டனை விதித்து நம்மை ஜெயிலுக்கு அனுப்பினார் எனத் திடமாக நம்புகிறார்கள். அந்த ஆக்ரோஷத்தில் இருக்கிறதினால் காவற்துறை அதிகாரிக்கு ஆபத்து நேரலாம் என்பது ஒன்று. இரண்டாவது காவல்துறை அதிகாரி குற்றத்தை விசாரிப்பதற்கு இறங்கி நிற்கும்போது குற்றவாளிக்கும், காவல்துறை அதிகாரிக்கும் ஓர் உறவே ஏற்பட்டுவிடுகிறது. அது வெறுப்பாக இருக்கலாம். அன்பாகக்கூட இருக்கலாம். இந்த உறவு சிறைச்சாலை வரைக்கும் தொடர்வது அவ்வளவு நல்லதில்லை என்று அரசாங்கம் நினைக்கிறது. இந்த இரண்டு காரணங்களுக்காகத்தான் போலீஸ் துறையைச் சார்ந்த அதிகாரிகள் சிறைக்குள் நுழைவதற்கு அனுமதி கிடையாது.

கூகிவா தியாங்கோவினுடைய எழுத்துக்களைப் பார்த்துப் பிரமித்துப் போனேன். அவர் மலம் துடைக்கும் தாளில் எழுதினார் எனச் சொல்கிறார்கள். அதுவும் மூன்று முறை திரும்பத் திரும்ப எழுதினார் எனச் சொல்கிறார்கள். ரொம்ப ஆச்சரியமாக இருக்கிறது. குற்றவாளிகள் என்று சொன்னால் குற்றவாளிகளில் பல பிரிவுகள் இருக்கின்றன. நீங்கள் சொல்வது மாதிரியாக மனிதன் ஏன் குற்றவாளியாகிறான் என்பதற்குப் பல்வேறு காரணங்கள் இருக்கின்றன. வறுமையின் காரணமாக சமூகம் அவனைக் குற்றவாளி ஆக்குகிறது, பேராசை அவனைக் குற்றவாளி ஆக்குகிறது. உயிர்க்கூற்று அடிப்படையிலும் சிலபேர் அப்படி இருக்கிறார்கள் என்கிறதும் நிரூபிக்கப்பட்ட ஒரு விடயமாக இருக்கிறது. இது போக குற்றங்களிலும் பல வகை உண்டு. உடல் சாரந்த குற்றங்கள். பொருள் சார்ந்த குற்றங்கள். அரசியல் குற்றங்கள். கொள்கைக்கான குற்றங்கள். இதில் கூகிவா தியாங்கோவைப் போன்றவர்கள் ஒரு கருத்து நிலைப்பாடு சார்ந்து நின்ற காரணத்தினால் அதனை ஏற்றுக்கொள்ள முடியாத அரசு அவர்களைச் சிறைப்படுத்துகிறது. இவர்கள் அரசியல் குற்றவாளிகள். நேருவுக்கு அப்படித்தான் நடந்தது. மகாத்மா காந்திக்கும் அப்படித்தான். பம்பாயில் போய்ப் பார்த்தீர்களானால் மகாத்மா காந்தி சிறையில் இருந்து எழுதியவையும், சிறையில் இருந்து படித்ததுமான புத்தகங்களை மட்டும் வைத்து மணி பவனில் ஒரு கண்காட்சியே நடந்தது. அவர்கள் வெளியில் இருந்தாலும் எழுதி இருப்பார்கள். ஏன் அங்கு போயிருந்து எழுதுகிறார்கள் என்பது வேறு விஷயம். சாதாரணமாகப் பொருளாதாரக் குற்றங்களைச் செய்கிற சாதாரணமான பிக்பாக்கெட் ஒருத்தன் எழுதியிருக்கிறானா இதுவரைக்கும்? யாராவது எழுதி இருப்பார்கள். எனக்குத் தெரியவில்லை. இன்று

தமிழ்நாட்டில் பார்த்தீர்களானால் ஆச்சரியப்பட்டுப் போவீர்கள். நான் திருப்பூரில் ஒரு கூட்டத்தில் இருந்தபோது ஆட்டோ டிரைவர் ஒரு கவிதைத் தொகுதி வெளியிட்டிருக்கிறார். என்னிடம் கொடுத்தார். அந்தக் கவிதைத் தொகுதிக்குப் பெயராக அவருடைய ஆட்டோ எண்ணைத்தான் வைத்திருந்தார். இது என்னுடைய படைப்பு, எனது நேசத்திற்குரியது, இதற்கு எனக்கு மிகவும் நேசத்திற்குரியதும் பிரியமானதுமான ஒரு விஷயத்தைத்தான் தலைப்பாக வைக்க வேண்டும் என நினைத்தேன். அதனால்தான் ஆட்டோ எண்ணைத் தலைப்பாக வைத்தேன் என்று சொல்லி கொடுத்தார். இந்த மாதிரி இடங்களில் இருக்கிறவர்களும் எழுதுகிறார்கள்.

• இது ரொம்ப சந்தோஷமாக இருக்கிறது. இலண்டனில் புக்கர் பரிசுக்குக் கடந்த இரண்டு மூன்று வருடங்களாகவே இந்த ஊர் பஸ் ஓட்டுநர் ஒருவருடைய புத்தகம் கடைசி செலக்ஷன் சுற்று வரைக்கும் போனது. நீங்கள் சொல்கிற மாதிரி எழுத்துக்கள் அமெரிக்காவில் இருந்து நிறைய வருகின்றன. எல்மோர் லியனார்ட் என்று ஒருத்தருடைய எழுத்துக்கள் நிறைய சினிமாக்கள் ஆக வந்திருக்கின்றன. அதுமாதிரி ஸ்டீபன் கிங் என்று ஒரு வெகுஜன எழுத்தாளர். இதிலெல்லாம் இலக்கியத் தன்மைகள் இருக்கிறதைப் பார்க்கலாம்.

அப்படியான எழுத்து தமிழ்நாட்டில் ரொம்ப அருகித்தான் இருக்கிறது. அதோடு மிகச் சரியாகச் சொல்வதென்றால் உழைக்கும் வர்க்கத்தைச் சேர்ந்தவர்கள், அப்புறம் பொருளாதார நிலையில் ஓரளவுக்கு அடிமட்டத்தில் இருக்கிறவர்கள் எழுதுகிறார்கள். உழைப்பாளர்களே எழுதுவது, ஒரு கொத்தனார் எழுதுவது, ஹோட்டல் சமையல்காரர் எழுதுவது போன்ற படைப்புகள் நமக்கு கொஞ்சம் குறைவாகத்தான் இருக்கிறது.

• அரசியல் அபிப்பிராயங்கள் சித்தாந்த ரீதியில் உண்டா? நான் சொல்வது, சித்தாந்தரீதியாகச் சில எங்களை பாதிக்கும் இல்லையா? தத்துவார்த்தரீதியில் சிலபேர் நம்மை பாதிப்பார்கள். நான் சொன்ன சித்தாந்தம் என்பது அரசியல் சித்தாந்தம் கட்சி சார்ந்த சித்தாந்தம் என்று நான் அர்த்தம் கொள்ளவில்லை. அவ்வாறாக உங்களைப் பாதித்த சித்தாந்தம் ஏதேனும் உண்டா?

இப்பிடிச் சொல்லட்டுமா? எனக்கு சே குவேராவை ரொம்பப் பிடிக்கிறது. நான் நினைக்கிறேன், யாராவது ஒருவர் மனிதராக வாழுவதென்றால் சேகுவாராவைப் போலத்தான் வாழ வேண்டும். பகத் சிங் வந்து என்னைச் சிறு வயதில் ரொம்பவும் ஈர்த்த ஒரு

மனிதர். அதே போலவே சுபாஸ் சந்திர போஸையும் சொல்லுவேன். சே குவேராவை ஏன் பிடிக்கிறதெனில் அவர் தொடர்ந்து ஒரு போராளியாகவே இருக்கிறார். நைஜீரியாவில் தூக்கில் போடப்பட்டாரே கென்சரவேவா, அது மாதிரியானவர்களை ரொம்பப் பிடிக்கிறது. அதுதான் என்னுடைய மன இயல்பாக இருக்கிறது.

- இவர்கள் எல்லோரும் ஏதோ ஒரு வகையிலே ஒரு வன்முறைச் சூழலுக்குள் இருக்கிறார்கள். ஒரு கொதிநிலைக்குள் இருக்கிறார்கள். காவல்துறை என்பது உண்மையிலேயே, அது ஒரு வன்முறைச் சூழல். ஒரு மோதல் களம். கொதிநிலை அமைப்புதான். அதுக்குள் நீங்கள் இருக்கிறீர்கள். அதற்குள் ஒரு வகையில் நீங்கள் ஒரு அர்த்தத்தில் கிளர்ச்சி செய்பவராக இருக்க வேண்டும் என்று நினைக்கிறீர்கள் எனச் சொல்கிறேன். பகத்சிங் வன்முறையை நம்பிய கிளர்ச்சியாளர். நீங்கள் சொல்கிற யாரை எடுத்தாலும் எல்லாருமே கிளர்ச்சியான வன்முறையாளர்களாகத்தான் இருந்திருக்கிறார்கள். சே குவேரா வன்முறைச் சூழலில்தான் மரணமுற்றார். கென்சரவேவாவும் வன்முறையாகத்தான் கொல்லப்பட்டார். பகத் சிங்கும் அப்படித்தான். வன்முறைச் சூழலுக்குள்தான் அவர்கள் இருக்கிறார்கள். மற்றது இவர்கள் கிளர்ச்சி ஆளுமைகள். நீங்கள் வன்முறை அமைப்புக்குள் அல்லது சூழலுக்குள் இருக்கிறதனால் உங்களுக்கு அப்படி ஒரு மனநிலை இருக்கலாம்..

எனக்குப் பள்ளியில் படிக்கும்போதே பகத்சிங்கை பிடித்ததே? எனக்கு ஒன்பது அல்லது பத்து வயது இருக்கும்போது எனது அம்மா மகாத்மா காந்தி பற்றிச் சொல்லிக் கொடுத்தார். மகாத்மா காந்தி தேசப்பிதா என்று சொன்னால், நாம் சுபாஸ் சந்திர போஸைப் பற்றிப் பேசுவதேயில்லை. ஆனால் சுபாஸ் சந்திர போஸைத்தான் எனக்குப் பிடிக்கிறது. பகத் சிங்கைப் பற்றி நான் எழுத்தில் படித்தது ரொம்பப் பின்னாடிதான். பகத் சிங்கை எனக்கு 10, 12 வயதில் இருந்தே பிடிக்கிறது. சே குவேராவை ரொம்பப் பின்னாடிதான் நான் வாசித்தேன்.

- உங்களுடைய குடும்பச் சூழல் எப்படி?

அம்மா ஒரு ஸ்கூல் டீச்சர். அப்பா தொழிற்சங்கவாதி.

- அவர் எந்த அரசியல்?

கம்யூனிஸ்ட்.

- உங்களுக்குச் சே குவேராவை, பகத் சிங்கை, கென்சரோவிவாவைப்

பிடிக்கிறதற்கான விதைகள் அங்குதான் இருக்கின்றன.

ஆமாம். எனக்கு ஆரம்பத்தில் இருந்து, மாணவியாக இருந்தபோது, தி.மு.க.விலிருந்து பின்னாடி மார்க்சிய அரசியலைத் தேர்ந்து கொண்டேன். அப்பாவும் கம்யூனிஸ்ட் கட்சியில்தான் இருந்தார். அம்மா ஸ்கூல் டீச்சர். அவர்களுடைய முதல் விஷயம் டிசிப்ளின்.

• நீங்கள் பல விஷயங்களை வாசிக்கிறீர்கள். தாஸ்தாவ்ஸ்கியில் இருந்து கார்சியா மார்க்குயூசில் இருந்து எல்லோரையும் பற்றி அபிப்பிராயம் சொல்கிறீர்கள். நாங்கள் விரும்புகிறோமோ இல்லையோ உலக முதலாளித்துவம் இருக்கிறது. கம்யூனிசம் இருக்கிறது. சோசலிசம் இருக்கிறது. மற்றது சித்தாந்த ரீதியில் பல்வேறு விஷயங்கள் தாக்கம் பண்ணி இருக்கிறது. சே குவேரா இன்ஸ்பயர் பண்ணி இருக்கிறார். அதேமாதிரி எத்தனையோ தத்துவவாதிகள், எல்லோரும் இன்ஸ்பயர் பண்ணி இருப்பார்கள். நீங்கள் உங்களை அடையாளப்படுத்திக் காணக்கூடிய சில கருத்தியல் அமைப்புக்கள் இருக்கும், இல்லையா? அப்படி நீங்கள் பார்க்கிற இலட்சிய அமைப்பு என்ன?

என்னை அடையாளப்படுத்திக்க முடியவில்லை. எந்தக் கட்சியையும், எந்தத் தலைவரையும் என்னால் முழுமையாக அங்கீகரிக்க முடிந்ததே கிடையாது. ரொம்ப அதிகபட்சமாக என்றால் பெரியாரை ஏற்றுக்கொள்ள முடிந்தாற்கூட, என்னால் ஏற்றுக்கொள்ள முடியாத சில விஷயங்களையும் பெரியார் சொல்கிறார். இப்படி ஒவ்வொரு கட்சியும், ஒவ்வொரு அரசியல் தலைவரும் ஒரு குறிப்பிட்ட அளவில்தான் எனக்குத் தோன்றுகிறார்கள். இதனால் யாரோடும் என்னால் அடையாளப்படுத்திக் கொள்ள முடியவில்லை. அதனால் நான் நினைக்கிறேன், நான் ஒரு கனவுலகவாசியாக இருக்கிறேனோ, தெரியவில்லை —அதெல்லாம் நிறைவேற முடியாத விஷயங்களாகக் கூட நீங்க கருதலாம்— ஆனா இது ஒரு ஆசைதான் எனக்கு —ஒரு உலகம்— நமது பழைய சமஸ்கிருத சுலோகத்தில் சொன்னது போல — ரவீந்திரநாத் தாகூருடைய சாந்தி நிகேதன் வாசலில் அதுதான் எழுதி இருக்கிறது— அதாவது வானம் வந்து கூரையாக வானத்திற்குக் கீழே இருக்கக்கூடிய எல்லா நிலப்பரப்பும் ஒரு தேசமாக எல்லா மனிதர்களும் ஒரே குழுவாக இயங்கக்கூடிய ஒரு அமைப்பு. அதுதான் என்னுடைய கனவு.

நீங்கள் வருவதற்கு முன்னால் ஒருவர் என்னிடம் கேட்டார், நாம் தமிழ்க் கலாச்சாரத்தை பாதுகாக்க வேண்டி இருக்கிறது என்று

அவர் சொன்னார். மகன் இடியாப்பம் சாப்பிடுறான், தோசை சாப்பிடுகிறான் என்று சந்தோஷப்படுகிறார், அவன் ஆங்கிலத்தில் பேசும்போது பூரித்துப் போகிறார். ஆனால் அவன் ஒரு ஆங்கிலப் பெண்ணைத் திருமணம் செய்து கொள்ளப் போகிறேன் என்று சொல்லும்போது மனமுடைந்து போகிறார். இதைப் பற்றி நீங்க என்ன சொல்கிறீர்கள் என அவர் கேட்கிறார். நான் சொன்னேன், ஆங்கிலப் பெண்ணும் பெண்தானே? கல்யாணம் பண்ணிக்கிட்டா என்ன பண்ணிக்கிடட்டுமே? எல்லோரும் அப்படிப் பண்ணிக் கொண்டால் பகவத் கீதையில் வர்ண சங்கிரகம் என்று சொல்கிற மாதிரி நிகழட்டுமே, நிகழ்ந்து ஆப்பிரிக்காக்காரரை சீனாக்காரர் கட்டட்டும், ஜப்பான்காரரை அமெரிக்காக்காரர் கட்டட்டும், பிரிப்புகள் இல்லாமல் எல்லோரும் கலந்து ஒரு புதிய, அடையாளம் காண இயலாத மனித இனம் எழுந்து வரட்டுமே என்று நான் சொன்னேன்.

- **எழுத்தாளர்களை நிறைய வாசித்திருக்கிறீர்கள். வேறென்ன நிறைய வாசிக்கிறீர்கள்?**

இன்று எழுத்தாளன் என்கிறவன் வெறும் இலக்கியப் படிப்போடு இருந்தால் கஷ்டம். எனக்கு ஓவியங்களில் ஈடுபாடு உண்டு. நுண்கலைகள் மீது எனக்கு நிறைய ஈடுபாடு உண்டு. சுற்றுச்சூழல் பற்றிய ஒரு அக்கறை எனக்கு நிறைய இருக்கிறது. மனிதர்களையும், மனித சமூகத்தையும் பாதிக்கும் எந்த ஒரு விஷயத்தைப் பற்றியும் அறிந்துகொள்ள வேண்டும் என்கிற ஆர்வம். அந்த ஆர்வமே சினிமாவைப்பற்றி அறிந்து கொள்ளவும் ஒரு தூண்டுதலாக இருந்தது. நம்முடைய சினிமா, உலக சினிமா, இந்திய சினிமா இவற்றினுடைய பெரிய படைப்பாளிகள், அவர்கள் எப்படி விஷயங்களைச் சொல்கிறார்கள் என்பது எல்லாவற்றையும் அறிந்துகொள்ள விருப்பம். சினிமா என்கிறபோதுதான் எனக்கு ஞாபகம் வருகிறது. திலகவதி என்று ஒரு படம் எடுத்திருக்கிறார்கள். அதனால் நான் ஏராளமான விசாரணைக்குள்ளாகி இருக்கிறேன். வேறு வேறு விஷயங்களுக்குள் கால் வைக்கிற தன்மையினால், என்னை ஒரு வழக்கமான போலீஸ் அதிகாரியாக இல்லாமல் இருக்கிறதனால், எல்லோருக்கும் கவலை ஏற்படுத்துகிற ஒரு மனுசியாக நான் இருக்கிறேன். என்னுடைய வீட்டாருக்கும் சரி, என்னுடைய துறை சார்ந்தவர்களுக்கும் சரி, எல்லாருக்கும் ஒரு கலக்கம் தருகிற நபராகவே நான் இருக்கிறேன். நமக்கு தொழில்முறையாகவும் சரி, தனிப்பட்ட வாழ்க்கைமுறையிலும் சரி விரோதிகள் உண்டாகிவிடுகிறார்கள். நான் எந்தக் கருத்துகளையும் ஒளிவு மறைவாக வைத்துக்கொள்வது கிடையாது. நினைத்ததை

நினைத்தபடியே பேசிவிடுவது என் இயல்பு. இப்படிப் பேசுவதன் மூலமாக பல சக்தி வாய்ந்த விரோதிகளைச் சம்பாதித்துக் கொண்டிருக்கிறேன். இது என்னுடைய பொழுதுபோக்கு. இப்படியாக ஒரு கூட்டத்தை நான் சம்பாதித்துக் வைத்திருக்கிறேன். அதில் ஒன்று எனக்கு எதிராக வந்து ஒரு பெட்டிஷன் எழுதிப் போட்டது. என்னவென்றால், இந்த அம்மா வந்து தன்னுடைய பெயரையும் புகழையும் உறுதி செய்வதற்காக திலகவதி ஐபிஎஸ் என ஒரு படத்தை எடுத்து, இவங்க பெயராலேயே விடுறாங்க, அப்ப இப்படியான ஒரு படத்தை எடுக்கிறதுக்கு இவங்களுக்கு முதல்ல எங்கே இருந்து காசு வந்தது? இரண்டாவது, இப்படியான ஒரு பெயரை நான் அனுமதித்ததற்கு இன்னொரு விசாரணை. வக்கீல் நோட்டீஸ் அரசுக்கு அனுப்பினார்கள். அதற்கு நான் உடனடியாக ஒன்றிரண்டு வரிகளில் பதில் போட்டேன். திலகவதி என்னும் பெயருக்கு நான் காபி ரைட் எதுவும் வைத்துக் கொண்டிருக்கவில்லை. ஆகையால் அந்தப் பெயரை யாரும் பாவிப்பதைத் தடைசெய்ய முடியாது. படம் எடுப்பதற்கு முதலீடு செய்வதற்கு என்னிடம் பணவசதியும் கிடையாது. நீங்கள் மேற்கொண்டு விசாரணைகளைச் செய்து கொள்ளலாம். அதற்கு அப்புறம் எனக்கு பதில் எதுவும் வரவில்லை. அப்புறம் நாற்காலியும் நான்கு தலைமுறைகளும் என ஒரு கதை எழுதினேன். ஒரு பெண், அவளுடைய மூன்று தலைமுறையைப்பற்றி பல வேதனைகளை அனுபவித்துக் கடைசியாக நாலாவது தலைமுறையாக வருகிற தன் பேத்தியைப் பார்த்து ஒரு நம்பிக்கை கொள்வதாக இந்தக் கதையை நான் எழுதினேன். இந்த நாற்காலி என்ற பதத்தைப் பார்த்தவுடனேயே ஏதோ அரசியல் சம்பந்தப்பட்டது என நினைத்துவிட்டார்கள் என நினைக்கிறேன். அதனால் விசாரணைக்கு மேல் விசாரணை நடத்தினார்கள். இப்படியான வேடிக்கை எல்லாம்கூட நடக்கும்.

நான் சொன்னேனே என்னுடைய முதல் சிறுகதைத்தொகுதி, சிறந்த சிறுகதை எழுத்தாளருக்கான தமிழக அரசின் விருதை எனக்குப் பெற்றுத் தந்தது. அதற்கு அடுத்து இரண்டாவதாக வந்த சிறுகதைத்தொகுதி 'அரசிகள் அழுவதில்லை'. நீங்கள் மிகச் சரியாகச் சொன்னீர்கள், தங்களுடைய வாழ்க்கை அனுபவங்கள்தான் முதல் கதைகளாக வரும் என்று. அதேபோல நான் வாழ்ந்த தர்மபுரியில் எங்கள் தெருவில் வசித்த சின்னக் கடைகளுக்கு தண்ணீர் சுமந்து ஊற்றுகிற ஒரு வயதான பெண்மணி. அந்தப் பெண்மணியுடைய ஆளுமை. அவளுடைய சுயமரியாதை. அதன் வீச்சு. அதைத்தான் ஒரு கதையாக ஆக்கி இருந்தேன். அதைத்தான் கதைத்தொகுதிக்குத் தலைப்பாகவும் வைத்திருந்தேன். தமிழக

அரசினுடைய இரண்டாவது பரிசு எனது இந்த இரண்டாவது தொகுதிக்குக் கிடைத்தது. அப்போது கலைஞர்தான் ஆட்சியில் இருந்தார். அந்தப் பரிசை நான் போய் ஜனவரி மாசம் 17ம் திகதி அவர் கையில் இருந்து வாங்கி வந்தேன். அன்று திருவள்ளுவர் தினம். அதற்கு முதல் நாள் பொங்கல். நாலு நாள் லீவு வரும். 20 ஆம் திகதி நான் ஆபீசுக்குப் போனால் எனக்கொரு மெமோ வந்திருக்கிறது. ஒரு அரசு அதிகாரியாக இருக்கிற நீங்கள் எப்படி பணமதிப்புள்ள ஒரு பரிசை அரசின் முன் அனுமதி இல்லாமல் பெறலாம்? விளக்கம் கூறுக. ஹோம் செகரட்டரி நாகராஜன் ஒரு கடிதம் எழுதிப் போட்டிருந்தார்.

நான் எப்போதுமே பணச் சிக்கலில்தான் இருப்பேன். ஆனால் அதற்குப் பிறகு எனக்குச் சில அமைப்புகள் வந்து விருதுகள் எல்லாம் தந்திருக்கின்றன. அதோடுகூட ஏதாவது 1000—2000 ரூபாய் பணம் தருவார்கள். நான் உடனேயே பெரிய வள்ளல் மாதிரி யாருக்காவது அதைக் கொடுத்து விடுவேன். அடிப்படையில் பயம்தான். 2000 ரூபாய் கிடைத்தால் அது சமயத்தில் உதவும் என்கிற எண்ணம் உண்டுதான். ஆனால் அதை வாங்கிக்கொண்டு நீங்கள் பதில் சொல்ல முடியாது இல்லையா? அதனால் நான் பெரிய வள்ளல் மாதிரி அந்த அமைப்பாளர்களிடம் சொல்லி விடுவேன், நீங்கள் அந்தப் பரிசுப் பட்டயத்தை தபாலில் அனுப்பி விடுங்கள், இந்த ரூபாயை ஏதாவது அநாதை விடுதிக்குக் கொடுத்து விடுங்கள் எனச் சொல்லி விடுவேன்.

● வெகுஜனப் பத்திரிகையில் எழுதிறவர்களிலிருந்து உங்களை வித்தியாசப்படுத்திப் பார்க்க முடிகிறது. வெகுஜனப் பத்திரிகைகளில் ஜெயகாந்தன் எழுதினாலும்கூட தன்னுடைய தீவிரமான தன்மையை ஒரு காலமும் காம்பரமைஸ் பண்ணி இருப்பாரென்று நான் நினைக்கவில்லை. இப்போது எழுதுகிற பல்வேறு எழுத்துக்கள் அப்படிக் காத்திரமாக இருக்கிறது எனச் சொல்ல முடியாது. ஜெயகாந்தனுக்குப் பல்வேறு நெருக்கடிகள் பிற்பாடு வந்திருக்கலாம். உங்களுக்கும் அப்படி வெகுஜனப் பத்திரிகைகளுக்கு எழுதும்போது நெருக்கடிகள் ஏதாவது வந்ததா? உதாரணமாக ஒரு நாவல் எழுதி முடித்து அது பத்து வாரத்தில் வெளிவர வேண்டும், இன்னும் ஒரு ஆறு வாரத்திற்கு நீட்டி தொடர்ந்து எழுத வேண்டும் என்கிற மாதிரி?

இல்லை. இல்லை. நீங்க சொல்வதற்கு எதிர்விதத்தில்தான் அப்படி நடந்திருக்கிறது. இந்திய சுதந்திரப் போராட்டத்தின் பின்னணியை மனசில் வைத்துக் கொண்டு ஒரு 60 ஆண்டு காலத் தமிழக வாழ்க்கைச் சுற்றிச் சுழன்று வந்து ஆரம்பித்த

இடத்திலேயேதான் நிற்கிறது. மறுபடியும் இந்த ஜாதி அரசியல், அந்த ஊழல், அந்த வாரிசு அரசியல் இப்படியான பல விஷயங்களில் நாம் 60 வருஷங்களுக்கு முன்பு எப்படி இருந்தோமோ அதே இடத்திலேதான் மறுபடியும் வந்து நின்று விட்டோம் எனும் விஷயத்தை ஒரு நாவலின் மூலமாகச் சொல்ல வேண்டும் என எனக்குத் தோன்றியது. இந்திய சுதந்திரப் பொன் விழா ஆண்டு கொண்டாடிக் கொண்டிருந்தார்கள். அந்தச் சுதந்திரப் பொன் விழா ஆண்டின்போது எழுப்பின கூச்சலைப் பார்த்தபோது அதற்கு எதிரான கருத்துத்தான் எனக்குத் தோன்றியது. பொன் விழா ஆண்டுக்கு நாங்கள் வந்திருப்பது உண்மைதான். ஆனால் இது ஒரு பொற்காலமான வாழ்க்கையாக நமக்கு வாய்த்திருக்கிறது என்று சொல்ல முடியாது. இன்னும் சொல்லப் போனால் பின்னடைவைத்தானே நாம் அடைந்திருக்கிறோம் எனச் சொல்ல வேண்டும் என நினைத்தேன்.

இந்த விஷயத்தை மனசில் போட்டு இதற்காக நிறைய ஆராய்ச்சிகள் செய்து, போய் நிறைய விஷயங்களைச் சேகரித்து, பல ஆயிரக்கணக்கான ரூபாய்களைச் செலவு பண்ணி, கிட்டத்தட்ட இந்த ரூமில் அரைவாசிக்குப் புத்தகங்கள் எல்லாம் வாங்கி, நாவல் எழுதுவதற்கு ரொம்பத் தயார் பண்ணி வைத்திருந்தேன். இதை எழுதலாம் என நினைக்கும்போது இந்த விஷயம் தள்ளித் தள்ளிப் போய்க்கொண்டே இருந்தது. அந்த நேரத்தில் குமுதத்தில் மாலன் ஆசிரியராக இருந்தார். அவர் என்னிடம் ஒரு தொடர் எழுதித் தரச் சொல்லிக் கேட்டார்.

தொடர் எழுதுறதாக இருந்தால் இதைத்தான் எழுதப் போகிறேன் என்று சொன்னேன். நீங்கள் 25 வாரங்களுக்கு உரியதாக தலைமுறை இடைவெளி பற்றிப் பேசுவதாக ஒரு தொடர் எழுதினால் நன்றாக இருக்கும் எனச் சொன்னார். அது எனக்கு மிகவும் சரியாகப் படவில்லை. அவருடைய யோசனையை நான் ஏற்றுக்கொள்ளவில்லை. அப்போது கலைமகளில் ரமணி ஆசிரியராக வந்தார். அவர் என்னிடம் தொடர்கதை எழுதக்கேட்டபோது நான் இதைச் சொன்னேன். நீங்கள் எனக்கு விதிமுறையெல்லாம் வைக்கக்கூடாது, எழுத்து இத்தனை பக்கம் என எல்லாம் வைக்கக்கூடாது என்றேன். நான் அப்படி எல்லாம் சொல்ல மாட்டேன். நீங்கள் உங்கள் விருப்பம் போல எழுதுங்கள். முழுச் சுதந்திரமும் கொடுக்கிறேன் எனச் சொன்னார். நான் கலைமகளில் எழுத ஆரம்பித்தேன். எனக்குத் தெரிந்த நிறையப் பேர் சொன்னார்கள், கலைமகள்ல எழுதுகிறீர்கள், கலைமகளை எல்லாம் யார் படிக்கிறார்கள்?

குமுதம் எல்லாம் எவ்வளவு ஸர்குலேஷன் ஆகிறது தெரியுமா? இருந்தாலும் அவர்கள் நான் சொன்னதற்கு ஒத்துக் கொண்டதால் எழுத ஆரம்பித்தேன். கொஞ்ச நாளில் ரமணி பத்திரிகை ஆசிரியர் பதவியிலிருந்து விலகிவிட்டார். அப்புறம் இன்னொருத்தர் வந்தார். அவர் இரண்டாவது இதழிலேயே மேடம் இந்தக் கதை இன்னும் எத்தனை நாளைக்கு வரும் என்று கேட்டார். முதலில் நான் ரமணியிடம் பேசிய எல்லா விஷயத்தையும் அவரிடம் சொன்னேன். எல்லாவற்றையும் கேட்டார். அதுக்கு அடுத்த இதழுக்கு அனுப்பிய அந்த அத்தியாயத்தையே இரண்டாகப் பிளந்து இரண்டு வாரங்களுக்குப் போட்டார். அது எனக்கு சரியாகப்படவில்லை. ஏன் இப்படி செய்தீர்கள் என்பதற்காக அவருக்கு தொலைபேசி எடுத்தபோது, அவர் பதிலுக்கு என்னைக் கேட்டார்: சரி நீங்க எப்போது இந்தக் கதையை முடிப்பீர்கள்? சமயத்தில் எனக்கு ரொம்பக் கடுமையான கோபம் வரும். நான் ரொம்பக் கோபமான மனுஷி. எனக்கு அந்த சமயத்தில் அப்படி ஒரு கோபம் வந்தது. என்ன கேட்டீங்க? அந்தக் கதையை எப்ப முடிப்பேன்னுதானே? அந்தக் கதையை இந்த நிமிஷத்தில முடிக்கிறேன். இனிமேல் என் கதை வராது. 19 ஆவது அத்தியாயத்தோடு அந்தக் கதை நின்று போய்விட்டது. இது கலைமகளோடு நடந்த கதை.

இதேமாதிரி ஒரு அனுபவம் எனக்கு ராஜம் பத்திரிகையிலும் ஏற்பட்டது. 'நான் வீழ்வேன் என்று நினைத்தாயோ?' என்று ஒரு தொடர் எட்டு வாரங்களாக வெளிவந்தது. நான் ஏற்கனவே சொன்ன மாதிரி என்னுடைய விரோதிகள் இருக்கிறார்கள் இல்லையா, அவர்கள் இந்த ராஜம் பத்திரிகையை மிரட்ட ஆரம்பித்தார்கள். நீங்க எப்படி இந்தக் கதையை வெளியிடுகிறீர்கள் என அப்படி இப்படி என்று ஏதோ சொன்னார்களாம். உடனே அவர்கள் எங்களுக்கு வருமான வரிப் பிரச்சனை, அது இது எல்லாம் வந்துவிடும், எங்களை மிரட்டுகிறார்கள். அதனால் நீங்கள் இந்தக் கதையைக் கொஞ்சம் சீக்கிரம் முடித்தால் நல்லது என்றார்கள். கதையை எப்படி முடிப்பது? இந்தக் கதாபாத்திரங்கள் எல்லாம் சேர்ந்து ஒரு டூர் போய் பஸ் ஆக்ஸிடென்ட ஆகி எல்லாரும் செத்துவிட்டார்கள் என்று சொல்வதா?

எப்படி நான் கதையை நிறுத்த முடியும்? கதையை நாங்கள் நிறுத்தி விட்டோம் என நீயே போடு. நீ போட்ட கதையை நீயே நிறுத்திவிட்டேன் அப்படின்னு போடு. நினைச்ச மாதிரி வளைச்சு வளைச்சுக் கதையை முடிக்க எனக்குத் தெரியாது. என்னாலே அது முடியாதுன்னுசொல்லிவிட்டேன். இதுமாதிரி அனுபவங்களெல்லாம் நடக்கும். இதுகள் எல்லாவற்றிலும் கொடுமையான அனுபவங்கள்

● தடாகம் வெளியீடு

என்ன தெரியுமா? பத்திரிகைக்காரர்களோட பேட்டிதான். இந்தப் பத்திரிகைப் பேட்டிக்கு வந்தவர்கள் பெரும்பாலும் இளைஞர்களாக இருப்பார்கள். பத்திரிகைக்குப் பேட்டி கொடுத்தால் அவர்களுக்கு ஏதோ ஒரு சிறிய வருமானம் கிடைக்கும். ரொம்பத் திறமைசாலிகளாக இருப்பார்கள். நல்ல கவிஞர்களாக இருப்பார்கள். சினிமாக் கனவுகளோடு சென்னைக்கு வந்தவர்களாக இருப்பார்கள். ஜீவிதத்துக்காக இந்தப் பத்திரிகைக்கு வேலை செய்வார்கள். மேடம் நீங்க பேட்டி குடுத்தீங்கன்னாக்க எங்களுக்கு ஏதோ ஒரு வருமானம் இருக்கும் என்பார்கள். நாம் கொடுப்போம். நாங்கள் ஒரு கருத்தைச் சொன்னால் அவர் இன்னொரு கருத்தை எழுதிவிடுவார். ரொம்ப தர்மசங்கடமான ஒரு நிலைமை ஆகிவிடும். அந்தப் பத்திரிகையில் வந்த பேட்டி தவறு என்று சொன்னால், திருப்பி அவருக்கு அந்தப் பத்திரிகையில் எழுதுவதற்கு வாய்ப்புக் கொடுப்பார்கள் என்பது சந்தேகம். ஒரு தடவை பத்திரிகையில் வந்ததை அப்படி ஒன்றும் எவரும் பெரிய கல்வெட்டு மாதிரி மனசில் வைத்துக் கொணடிருக்கப் போவது கிடையாது. அதனால் நாங்கள் சீறிப் பாய்ந்து பத்திரிகை ஆசிரியருக்கு மறுப்புக் கடிதம் எழுதி, எழுதிய இளைஞருக்குச் சங்கடம் வந்துவிடக் கூடாது இல்லையா? இதற்காக அந்த விஷயத்தைப் பொருட்படுத்தாமல் நான் விட்டுவிடுவேன். ஆனால் பேட்டி ஒரு சுற்று போய்க் கொண்டிருக்கும். இப்படிச் சொன்னாங்களாம் அந்தம்மா! இப்படிச் சொன்னாங்களாம் அந்தம்மா! என்று. அந்த அம்மா அப்படிச் சொல்லி இருக்க மாட்டார்கள். அது எனக்கும் தெரியும். அதை வெளியிட்டவருக்கும் தெரியும். அவர் தனிப்பட்ட முறையில் எனக்கு போன் பண்ணி நான் இப்படி எழுதிட்டேன் மேடம். பத்திரிகை லே அவுட்ல ஒரு வரியை எடுத்திட்டாங்க மேடம். அது இப்படி அர்த்தம் ஆயிடுச்சு மேடம். இப்படி ஏதாவது ஒரு விளக்கத்தை அவர் எனக்குச் சொல்வார். இப்படியான சிக்கல்கள் வரும் ஒரு புறம்.

• ஒரு அரசியல் கேள்வி : உங்கள் அப்பா ஒரு தொழிற்சங்கவாதி, கம்யூனிஸ்ட் என்கிற அளவில் நீங்கள் போலீஸ் வேலைக்குப் போனது பற்றி என்ன அபிப்பிராயம் கொண்டிருந்தார்.?

அப்பாவுக்கு தொழிற்சங்கவாதி என்கிற அளவில் ஒரு அனுபவம் இருந்திருக்கும். அப்பா அதிகப் படிப்பில்லாதவராக இருந்தபோதிலும்கூட இந்த தனிமனிர்களுக்கான ஸ்பேஸ் என்று ஒன்றிருக்கு இல்லையா? அதை அதிகமாக அவர் அனுமதித்தார். என்னுடைய முடிவுகளில் அவர் தலையிடவில்லை. ஆனால் அவர் எனக்குக் கொடுத்த அட்வைஸ் என்னவென்றால் நான் சட்டம்

படித்து ஒரு வக்கீலாக ஆக வேண்டும் என விரும்பினார். நீதியை நிலை நாட்டுகிற ஒரு மனுஷியாக நான் இருக்க வேண்டும் என விரும்பினார். அப்பாவினுடைய விருப்பத்துக்கு விரோதமாகத்தான் நான் காவல்துறை அதிகாரியாக ஆனேன். காவல்துறை அதிகாரியானதுக்குப் பதிலாக நான் நீதித்துறைக்குப் போயிருந்தேன் என்றால் அவர் மிகவும் சந்தோஷப்பட்டிருப்பார்.

லெனின் சொன்ன மாதிரி, இந்த அரசு இயந்திரத்தினுடைய திருகாணியாக இருந்து கொண்டு அதிகமாக என்னதான் செய்ய முடியும் எனச் சொல்லிக் கொண்டு ஒரு இன்ஆடிக்வேட் ஆக நான் உணர்கிறேன். எழுதுவது இல்லை என்று வந்துவிட்ட பிறகும், பார்த்தால் பழைய காலத்தில் பாட்டிகள் காலகாலமாக எங்களுக்குக் கதை சொன்னார்கள். என் மகளுக்கு கதை சொன்னார்கள். எங்களுடைய பேரன், பேத்திகளுக்கும் அவர்கள் கதை சொல்லுவார்கள். அவர்களுடைய கதைகளில் 100க்கு 99 சதவீதமான கதைகள் ஒரு ஊரில் ஒரு ராஜா இருந்தார், அப்படித்தான் தொடங்கும். அதேபோலத்தான் இன்று கதை எழுதுகிறவர்கள் ஏதோ உத்தியில மாறுபாடு, மாந்திரீகம், தாந்திரீகம் என வித்தைகள் எல்லாம் செயகிறார்களே தவிர, இவர்களிடம் இருக்கிற எழுத்தாற்றலை இவர்கள் மக்களிடம் காட்டி அவர்கள் அதைக் கண்டு பிரமிப்பதன் மூலமாக தங்களுடைய மனஅரிப்பைத் திருப்தி செய்து கொள்கிறார்கள்.

இதற்கு வேறுவிதமான சமூகப் பயன்பாடு இல்லையே என்கிற மாதிரி எனக்குத் தோன்றுகிறது. அதற்காக எழுதின மாதிரியே எழுதிக் கொண்டே இருந்தால் அதுமட்டும் ஒரு பெரிய விஷயமா? ஏதாகிலும் ஒரு மாறுதல் வேண்டும்தானே? புதுமை வேண்டும்தானே? அதனால் இப்படி எல்லாம் எழுத வேண்டித்தானே இருக்கிறது எனத் தோன்றுகிறது. ஆக மொத்தத்தில் இன்றைக்கு எழுதுவதன் மூலமாகச் சமூக மாறுதலைக் கொண்டு வரமுடியுமா என்கிற பெரியதொரு கேள்வி எனக்குள் எழுந்திருக்கிறது. இரண்டாவது வேறு எதுவும் செய்ய முடியாத ஒரு காலகட்டத்தில்தான் நாம் எழுதுவதை கைக்கொண்டிருக்கிறோம், அந்த எழுத்திலாவது நாம் தீர்க்கமாக, தீர்மானமாகக் கூர்மையான, சரியானபடி செய்து கொண்டிருக்கிறோமா? எனக்கும் என்னுடைய சமகால எழுத்தாளர்களுக்காகவும் சேர்த்தே இந்தக் கேள்வியை நான் எனக்கு முன்னால் வைத்துக் கொள்கிறேன். இந்தக் கேள்விக்கான விடையை நான் இன்னும் தேடிக் கொண்டிருக்கிறேன். இளமையில் படிக்கிறவர்கள் எல்லோருமே பொழுது போக்குக்குத்தான் படிக்கிறார்களே தவிர, யாரிடத்தில் மாறுதல் வர வேண்டும்

என நாம் நினைக்கிறோமே அவர்கள் இதையெல்லாம் படிக்கிறதே கிடையாது. யார் மனதில் மாறுதல் வர வேண்டும்? அரசியல் சம்பந்தமான விஷயங்கள் என வைத்துக் கொள்வோம், அரசியல் தலைவர்கள்தான் தேசத்தின் போக்கைத் தீர்மானிக்கிற, வீட்டினுடைய அடுப்பு எரிவதைத் தீர்மானிக்கிற, ஒரு மனிதன் எத்தனை குழந்தைகளைப் பெற்றுக்கொள்ள வேண்டும் என்பதைத் தீர்மானிக்கிற, இப்படியான முடிவுகளை எடுக்கிறார்கள். அந்த அரசியலை வெகுஜனமக்கள் என்பவர்கள் தீர்மானிக்கிறார்கள். அந்த வெகுஜனமக்களுக்கு அரசியல் உணர்வென்கிறதே இல்லாமல் இருக்கிறது. இந்த விஷயங்களை அவர்களிடம் நம்முடைய இந்த மாந்திரீக, தாந்திரீக, எதார்த்தவாத, பழமைவாத, புதுமைவாத, மிதவாத, கற்பனைவாத, எழுத்துக்களின் மூலம் சாதிக்க முடியுமா? எழுத்தினால் எதையும் சாதிக்க முடியாது. எழுத்தினால் இன்ப்ளுயன்ஸ செய்ய முடியுமே தவிர வேறெதுவும் செய்ய முடியாது.

எழுத்தினுடைய பயன்பாடு என்ன தெரியுமா? இந்த பிரக்ஞை ஒரு மெடீரியல் போர்ஸ் ஆகிறது. நாங்கள் சொல்லிக்கொண்டே இருக்க அது வந்து எங்களுடைய அடிமனப் பிரக்ஞையில் போய் நிற்கும். ஆனால் எங்களுடைய வாழ்க்கை அனுபவம், மற்ற விஷயங்கள் எங்களை உந்தித் தள்ளும்போது அதுக்கு ரியாக்ட் பண்ணி எதிர்ப்பு மனநிலையைக் கொடுக்கக்கூடிய ஒரு உந்துதலைத்தான் எழுத்து கொடுக்கும். உடனடியான விளைவுகளை ஒரு நாளுமே உருவாக்காது. இன்னும் சொன்னால் எழுத்தாளனுடைய வாழ்க்கையை ரொம்ப நுணுகி ஆராயப் போனால் அந்த எழுத்துக்குரிய மரியாதை எல்லாமே இல்லாமல் போய்விடும் எங்களுடைய சமூகத்தைப் பொறுத்த அளவில் எழுத்து என்பது ஒரு அலங்காரமாகத்தான், சொகுசாகத்தான் இருக்கிறது. ஐந்தாவது சக்கரம், ஆறாவது சக்கரம் என்கிற மாதிரியாக இருக்குது, இந்த எழுத்து என்பது ஒரு அலங்காரம். லேஸ், ஒரு மாதிரி அலங்காரம். இது ஒரு ஆடையாக இல்லாமல் அங்கவஸ்திரமாக இருக்கிறமாதிரித்தான் தோன்றுகிறது

• இப்போதுதான் நீங்கள் தர்மபுரியில் இருந்து வந்த ஒரு தொழிற்சங்கவாதியினுடைய மகள் மாதிரிப் பேசுகிறீர்கள்

நான் வெறும் சுத்த சுயம்புவான இலக்கியவாதியாக மட்டும் இருக்க வேண்டும் என்கிற நோக்கங்களோடு எழுதுவதற்கு வந்தவள் இல்லை. ஏதோ என்னுடைய எழுத்தில் நான் சில கருத்துக்களைச் சொல்லி, அதை சிலபேர் படித்து, அதைப்பற்றி அவர்கள் சிந்தித்து, அதன் மூலமாக ஒரு மாறுதல் அவர்களுக்குள் ஏற்பட்டு, இப்படியான

ஒரு சமூக மாறுதலுக்கு எப்படியாயினும் ஏதாவது ஒரு விதத்தில் என்னுடைய பங்களிப்பை நாங்கள் செய்ய வேண்டும் எனும் எண்ணங்கள் எல்லாம் எனக்கு இருந்தது. நான் ஏற்கனவே சொன்னது மாதிரி ரொம்பவும் ஒரு கனவுமயமான, பெரிய இலட்சியமான உலகம் வந்து என்னுடைய மனசுக்குள் இருக்கிறது. அத்தகைய ஒரு உலகத்தைச் சமைப்பதற்கான என்னுடைய கை மணலாக என்னுடைய எழுத்தை உபயோகிக்கிறேன். ஆனால் இன்று வந்து திரும்பிப் பார்க்கும்போது இந்த முயற்சிக்கும், இந்த எண்ணத்துக்கும் உட்கார்ந்த இடத்தில் இருந்து எழுதிக்கிட்டிருந்தால் போதுமா என்கிற ஒரு அடிப்படையான கேள்வி எனக்கும் சில காலமாக எழுந்து கொண்டே இருக்கிறது. நல்ல கேள்வி. ஆனால் அதற்கு வேலையெல்லாம் விட்டுட்டு வந்துதான் அதெல்லாம் செய்யலாம். உண்மையிலேயே சமூக மாறுதலைக் கோருபவர்களாக இருந்தால், தரையிறங்கி, களத்தில் இறங்கி, மனிதர்களை நேருக்கு நேராகச் சந்தித்து, அவர்களோடு பேசி, அவர்களோடு கலந்து பழகி, அத்தகைய மாறுதலுக்கு நாம் நம்முடைய பங்களிப்பைச் செய்ய வேண்டும்.

நாம் பாட்டுக்கு சௌகரியமாக ஒரு அறையில உட்கார்ந்து கொண்டு, ஏர்கன்டிசனும் போட்டுவிட்டு, பேனும் போட்டுக் கொண்டு, நம்முடைய மூன்றுவேளைச் சாப்பாட்டுக்கு உத்தரவாதமான ஒரு தொழிலையும் செய்து கொண்டு, சமூக மாறுதலைப் பற்றியும் புரட்சிகரமான விஷயங்களையும், சேகுவேரா போன்ற மனிதர்களைப் பற்றியும் அவ்வப்போது சிந்தித்துக் கொண்டு இருந்தால் மட்டும் போதுமா?

ஓவியத்தை வலிமைமிக்க ஆயுதமாகப் பயன்படுத்த முடியும்

ஓவியர் புகழேந்தி

• புகழேந்தி, நீங்கள் தொடர்ந்து ஓவியத்தில் இயங்கிக் கொண்டிருக்கிற ஒரு கலைஞர். தமிழகத்திலே அறியப்பட்ட ஓவியர்களான ஆதிமூலம், வீரசந்தானம், ட்ராட்ஸ்கி மருது போன்ற அதிகம் தெரியவரப்பெற்ற ஓவியர்களில் ஒருவராக இருக்கிறீர்கள். அவர்களோடு ஒப்பிடும்போது நீங்கள் இவர்களுக்கு அடுத்த தலைமுறையைச் சார்ந்த ஓவியராகவும் இருக்கிறீர்கள். உங்களுடைய ஓவியங்களின் முக்கியத்துவம் என்று நான் காண்பது அதனுடைய சமூகப் பரிமாணம். பெரும்பாலும் ஓவியர்கள் எங்களுடைய மரபு சார்ந்த ஓவியங்கள், அரண்மனைக்குள் இருக்கிற உயர்குடி ஓவியர்களுடைய ஓவியங்கள், மாளிகைகளின் சுவர்களை அலங்காரப்படுத்த என்று இருக்கின்ற பொழுது உங்களுடைய ஓவியங்கள் அநேகமாக மக்களிடம் சென்று சேருகின்றன.

உங்களுடைய ஓவியப் பாணியும் சரி, உங்களுடைய நடவடிக்கைகளும் சரி, இந்த வகையில்தான் அமைந்திருக்கின்றன. இதுவரையிலும் நீங்கள், நானறிந்த வரையில் நான்கு விதமான ஓவியத் தொகுதிகளை, நான்கு விதமான கருப்பொருட்களை எடுத்துக்கொண்டு அதற்குத் தகுந்தமாதிரி ஓவியங்களைத் தீட்டியிருக்கிறீர்கள். அந்த ஓவியங்களைக் கண்காட்சிகளாகவும் வைத்திருக்கிறீர்கள். கால வரிசைப்படி நாங்கள் எடுத்துக் கொண்டால் முதலாவதாக தாமரைச் செல்வி பதிப்பகம் பதிப்பித்த ‘எரியும் வண்ணங்கள்’ என்று நான் சொல்லலாம். அதற்கு அடுத்ததாக ‘உறங்கா நிறங்கள்’’ என்பது இரண்டாவதாக வருகிறது. தமிழ் முழக்கம் பதிப்பகம் அதை வெளியிட்டு இருக்கிறது. அதற்கு அடுத்ததாக ‘சிதைந்த கூடு’ என்ற குஜராத் பூகம்பத்தை முன்வைத்து நீங்கள் தீட்டிய ஓவியங்கள். இறுதியாக தந்தை பெரியார் அவர்களுடைய பன்முக உணர்ச்சிகளை வெளிப்படுத்துகிற மாதிரியான ‘திசைமுகம்’ வந்திருக்கிறது. இந்த கால வரிசைப்படி இந்த ஓவியத் தொகுதிகள் ஒவ்வொன்றும் எந்தச் சமூகச் சூழலில், எந்த உந்துதலில் உங்களுக்குத் தோன்றின, அந்தக் குறிப்பிட்ட காலகட்டங்களில் எந்த ஓவியப் பாணியை நீங்கள் கடைப்பிடித்தீர்கள் என்பதாக இந்த உரையாடலை அமைத்துக்

கொள்ளலாம் என்று நினைக்கிறேன். 'எரியும் வண்ணங்கள்' ஈழத் தமிழர்களுடைய அவலங்களை முன்வைத்துச் செய்த ஓவியங்கள். அநேகமாக உங்களுடைய சமகாலத்தில் அல்லது அதற்குக் கொஞ்சம் முன்னதாக 'முகில்களின் மீது நெருப்பு' என்ற வீரசந்தானத்தினுடைய தொகுப்பும் கூட வெளிவந்தது. இந்த இரண்டு தொகுப்புகளுக்கும் நிறைய இணக்கங்கள் இருக்கின்றன. பாணிகள் என்ற அளவில் நிறைய வித்தியாசம் இருப்பதையும் என்னால் பார்க்கக் முடிகிறது. இந்த 'எரியும் வண்ணங்கள்' தொகுப்பு எந்தக் காலகட்டத்தில், எந்தச் சூழலில், எந்த உந்துதலில் உங்களுக்கு வந்தது. அதில் நீங்கள் கைக்கொண்ட பாணி என்பது ஒரு வகையில் உருவச் சிதைப்புப் பாணி. பிக்காசோவினுடைய குவர்னிக்கா ஓவியத்தில் பாவிக்கப்படுகிற அந்தச் சிதைப்புப் பாணியை நீங்கள் கையாண்டிருந்தீர்கள். இந்த ஓவியப் பாணியில் சீன ஓவியப் பாணியுடன் தென் அமெரிக்க ஓவியப் பாணியினுடைய பாதிப்பும் இருப்பதைப் பார்க்க முடிகிறது. இந்த வகையில் எந்தப் பின்னணியில் எந்த உத்வேகத்தில் இந்த ஓவியங்கள் தோன்றின? இந்த விசயத்தைச் சித்தரிக்க ஏன் அந்த குறிப்பிட்ட ஓவியப் பாணியைத் தேர்ந்தெடுத்தீர்கள்?

'எரியும் வண்ணங்கள்' தொகுப்பு 1984லிருந்து 1994 வரை செய்யப் பட்ட ஓவியங்களின் தொகுப்பு. இதிலிருக்கின்ற ஓவியங்கள் அந்தப் பத்தாண்டுகளில் வெவ்வேறு காலங்களில் செய்யப்பட்டவை. பல்வேறு இடங்களில் கண்காட்சியாக வைத்து, 94 இல் நூலாகத் தொகுக்கப்பட்டது. 'எரியும் வண்ணங்கள்' என்ற தலைப்பில், இதற்குத் தலைப்பு வைத்து ஓவியங்கள் செய்யவில்லை. இதில், முக்கியமன விசயம் என்னவென்றால் நூலாக வரும்போது தான் தலைப்பை "எரியும் வண்ணங்கள்" என்று சூட்டினோம். கவிஞர் பழநிபாரதிதான் இதற்கு 'எரியும் வண்ணங்கள்' என்று தலைப்பு வைத்தார். அதற்கு முன்பு புகழேந்தியின் ஓவியங்கள் என்றுதான் பல்வேறு இடங்களில் கண்காட்சியாக வைக்கப்பட்டது. இது குறித்து ஏற்கெனவே பல்வேறு பேட்டிகளில் நிறையப் பேசியிருக்கிறேன்.

குழந்தைப் பருவத்திலிருந்து எனக்கு இயற்கைக் காட்சிகளும், கிராமத்தில் பிறந்து வளர்ந்ததால் அங்கிருக்கக் கூடிய மரங்கள், செடிகள், கொடிகள் போன்ற இயற்கை சார்ந்த விசயங்களும் என்னை அதிகம் பாதித்திருக்கின்றன. அதைத்தான் நான் ஓவியமாகச் செய்திருக்கிறேன். பள்ளி நாட்களில் அதுதான் எனக்கு ரொம்பவும் தாக்கத்தை ஏற்படுத்தியது. 1983ஆம் ஆண்டு நான் கல்லூரியில் என்னை மாணவனாக ஆக்கிக் கொள்கிறேன். அந்த நேரத்தில் ஈழத்தில் மிகப் பெரிய இனக்

கலவரம் நடைபெற்று அகதிகளாக இலட்சக்கணக்கான ஈழத் தமிழ் மக்கள் தமிழகம் நோக்கி வருகிறார்கள். பல்வேறு போராளிக் குழுக்கள் அங்கு வந்து இயங்குகிற சூழல் இருந்தது. அதற்கு முன்பே வெலிக்கடைச் சிறையில் குட்டிமணி, தங்கத்துரை போன்றோரின் கண்கள் பிடுங்கப்பட்டுச் சிதைக்கப்பட்ட நிகழ்வுகள், பல்வேறு படுகொலைகள் போன்ற செய்திகளைப் பத்திரிகை வாயிலாக அறிந்து, இப்பிரச்சினைகளை அந்த நேரத்தில் ஒரு தமிழின உணர்வாளனாகத்தான் நான் பார்த்தேன். 83இல் நான் கல்லூரியில் இணையும்போது ஓர் ஓவியனாக, கலைஞனாக, சிந்தனையாளனாக இந்த நிகழ்வுகளையெல்லாம் படைப்புக்களாக்க வேண்டும் என்ற உந்துதல் ஏற்பட்டது. அந்த நேரத்தில் இந்த ஓவியத்தை ஒரு வலிமைமிக்க ஆயுதமாகப் பயன்படுத்த முடியும் என்கிற எண்ணமும், அதனுடைய ஆற்றலும், ஆழமும் எனக்குத் தெரியாது.

• இந்தத் தொகுப்பில் என்னென்ன ஓவியங்கள் இடம் பெற்றன?

ஈழத்தில் நடைபெற்ற பெண்களுக்கு எதிரான வன்முறைகள், ஒட்டுமொத்தச் சிதைவுகள், கொலைகள், அந்தக் காலகட்டங்களில் உலகளவில் நடந்த மனிதகுலத்திற்கு எதிரான செயல்கள் அனைத்தையுமே எதிர்க்க ஆரம்பித்தேன். தமிழக அளவில், இந்திய அளவில் நடைபெற்ற மதரீதியான, சாதிரீதியான ஒடுக்கு முறைகள், வன்முறைகள், கொலைகள், பெண்களுக்கு எதிரான ஒடுக்குமுறைகள் அனைத்தும் இந்த ஓவியங்களில் இருக்கின்றன.

• ஒரு அனுபவத்தை எதிர்கொண்டீர்கள். தமிழனாக இருக்கிறீர்கள் என்ற அளவில் சக மனிதர்களுடைய பேரழிவைப் பற்றியும் நினைத்தீர்கள். இந்தப் பேரழிவு என்பது மானுடம் தழுவிய ஒரு பேரழிவுதான். இந்தப் பேரழிவுகள் சம்பந்தமான இதே உணர்வு களோடு வேறு வேறு காலகட்டங்களில் வேறு வேறு ஓவியர்கள் சித்தரித்திருக்கிறார்கள். கோயா சித்திரித்து இருக்கிறார். அதே மாதிரி பிக்காசோ சித்தரித்திருக்கிறார். உங்களுடைய பாணி என்பது இந்த மரபுகளிலிருந்து ஏதேனும் எடுக்கப்பட்டதா?

முக்கியமான ஒரு விசயம் என்னவென்றால் நான் இவ்வோவியங்களைச் செய்யத் துவங்குகிற காலகட்டத்தில் கோயாவை எனக்குத் தெரியாது. பிக்காசோவை எனக்குத் தெரியாது. நான் அந்தக் காலகட்டத்தில் வரலாறும் படிக்கவில்லை. எனக்கு எளிதாக வெளிப்படுத்தக்கூடிய பாணி என்று ஒன்று தெரிந்தது. அது உருவங்களை அடிப்படையாக வைத்துச் செய்வது. உள்ளதை உள்ளபடியே காட்டாமல் கொஞ்சம் உணர்வு ரீதியாகக் காட்ட வேண்டும் என்ற ஓர் உந்துதல் மட்டும் எனக்குக் கிடைத்தது.

• உங்களுடைய ஓவியங்கள் எல்லாவற்றிலுமே ஓவியச் சட்டகத்தைப் பிளந்திருக்கிறீர்கள். அவயங்களை உடைத்தது மாதிரி அந்தச் சட்டகத்தையே உடைத்திருக்கிறீர்கள். பிரக்ஞைப் பூர்வமாக இந்த ஓவியப் பாணியைக் கடைபிடித்தீர்களா?

என்னுடைய இந்தக் குறிப்பிட்ட ஓவியங்களைப் பார்த்த பிறகு சிலர் பிக்காசோ ஓவியங்கள் போல் இருக்கிறது என்கிறார்கள். பிக்காசோவிடமிருந்து ஆதர்ஷம் பெற்றிருக்கிறீர்கள் என்று பிறர் சொல்லும்போதுதான் பிக்காசோ ஓவியங்களை நான் அதிகமாகப் பார்க்க ஆரம்பித்தேன். பிக்காசோ உருவச்சிதைப்பு என்பதை உருவத்தில் மட்டும்தான் செய்தார். ஆனால் நான் என்ன செய்தேன் என்றால், ஒட்டுமொத்த காம்போசிசனையே சிதைத்தேன். இருக்கிற இடத்தை கருப்பொருளுக்குத் தகுந்த மாதிரி உடைத்து எந்த ஒரு சிதைவோடு கொடுக்கிறோமோ அந்த அளவிற்கு ஆழமும், அர்த்தமும் ஓவியத்திற்குக் கிடைக்கும் என்று நினைத்தேன். அதனால்தான் அந்த ஓவியங்களில் இருக்கக்கூடிய கருப்பொருள் அழுத்தத்தைப் பெற்றது, ஆழத்தைப் பெற்றது. அதனால்தான் அந்தப் பாணியை நான் கடைப்பிடித்தேன்.

• உங்களுடைய அடுத்த காலகட்டத்துக்கு வருவோம். ‘உறங்கா நிறங்கள்’ தொகுதியினுடைய காலகட்டம் இது. நீங்கள் ஏற்கெனவே சொன்னபடி எரியும் வண்ணங்கள் செய்தபோது, தலைப்பை அல்லது ஒரு கருத்தாக்கத்தை எடுத்துக்கொண்டு அதற்காகச் செய்யவில்லை என்று சொன்னீர்கள். உறங்கா நிறங்களைப் பார்க்கும்போது மிக முக்கியமாக ஒரு குறிப்பிட்ட கால அளவு எடுத்துக்கொண்டு இருக்கிறீர்கள். குறிப்பாக ஒரு நூற்றாண்டு என்ற விசயத்தை நீங்கள் எடுத்துக் கொண்டிருக்கிறீர்கள். இன்னொன்று, அந்த நுற்றாண்டிலே நடந்த மிக முக்கியமான வரலாற்று நிகழ்வுகள். அது துயரங்களானாலும் சரி, மக்களுடைய எழுச்சியானாலும் சரி இதை ஓவியங்களில் இணைத்திருக்கிறீர்கள்.

தனிநபர் ஆளுமைகள், புரட்சிகரத் தலைவர்கள் என்று சொல்லப்படுகிறவர்களையும் இணைத்திருக்கிறீர்கள். அந்த வகையில் பார்க்கும்போது, இது ரொம்பவும் திட்டமிட்டுச் செய்யப்பட்ட கருத்தாக்கத்தின் அடிப்படையில், குறிப்பிட்ட கால அளவுக்குள் நின்று எடுத்துச் செய்யப்பட்ட ஓர் ஓவியத் தொகுதியாக இருக்கிறது. இந்த ஓவியத் தொகுதியை நீங்கள் ஓவிய உருவாக்கம் எனும் அளவில் எந்த கால அளவுகோலில் செய்தீர்கள். இதில் பொதுவான அம்சங்கள் ஏதேனும் இருக்க வேண்டும் என்று நினைத்தீர்களா? உதாரணமாக நிறம் சம்பந்தமான விசயங்கள்.

ஏனென்றால், பழைய தொகுதியைப் பார்த்தோமென்றால், நீங்கள் சொன்னது மாதிரி முழுச் சட்டகத்தையும் சிதைக்கக் கூடிய ஒரு தன்மை ஒன்றினை எல்லா ஓவியங்களிலும் பார்க்க முடியும்.

எரியும் வண்ணங்களுக்குப் பிறகு எனக்கு இரண்டு மூன்றாண்டுகள் ஓர் இடைவெளி விழுந்தது. அது எனக்கு ஒரு மாற்றுக் காலகட்டம் என்று சொல்லலாம். நான் அதிகமாக ஓவியங்கள் பற்றி, அதனது போக்குகள் பற்றி சிந்தித்திருக்கிறேன். அந்தக் காலகட்டங்களில் இந்த மாதிரிப் போக்குகள் சரியானவையாக இருக்காது என்கிற விமர்சனங்கள் எல்லாம் வந்தன. இந்த விமர்சனங்கள் என்னை எந்த வகையிலும் பாதிக்கவில்லை. நான் அதிகமாக யோசித்தேன். நாம் சரியான வழியில்தான் போகிறோமா என்பது பற்றிய கேள்விகளோடு பார்க்கும்போது உலக அளவில் நிறைய ஓவியங்களைப் பார்க்க ஆரம்பிக்கிறேன். பல்வேறு ஓவியர்களுடைய ஓவியங்கள் குறித்த வரலாறுகள் எல்லாமும் படிக்க ஆரம்பிக்கிறேன். அப்போது நான் செல்கிற பாதையும், கொண்டிருக்கிற கொள்கையும், என்னுடைய ஓவிய வெளிப்பாடும் சரியான திசை நோக்கித்தான் போகிறதான ஒரு நம்பிக்கைக்கு நான் வருகிறேன். இருந்தாலும் உள்ளுக்குள்ளேயே மிகப் பெரிய போராட்டம் நடந்தது. அந்த நேரத்தில்தான் இருபதாம் நூற்றாண்டு முடிந்து இருபத்தோராம் நூற்றாண்டுக்குப் போகிற காலகட்டத்தில் ஒரு கலைஞனின் பார்வையில் உலகத்தை நம் கொள்கை வழி நின்று, சரியாகக் காட்ட வேண்டும் என்று நினைத்தேன். இது பற்றி நான் யோசிக்கும் பொழுதுதான், ஆரம்பத்திலிருந்து நடந்த பல்வேறு வகையான மாற்றங்கள், ஏற்றங்கள், கலை இலக்கியத் துறையானாலும் சரி, அறிவியல் துறையானாலும் சரி, எல்லாத்துறைகளிலும் நேர்ந்த மாற்றங்களுடன் இந்த உலகத்தைப் பார்க்க ஆரம்பித்தேன். மானுட விடுதலை என்பதை முக்கியமாக எடுத்துக்கொண்டேன். முன்பு நான் பல்வேறு நிலைகளிலும் பார்த்து எதை எதைச் செய்வது என்பதைத் தெரிவு செய்து ஒரு சட்டகத்தினுள் வைத்துக் கொண்டேன். எரியும் வண்ணங்களில் அப்படி நான் வைத்துக் கொள்ளவில்லை. உறங்கா நிறங்களில் அப்படி ஒரு நிலைமை வருகிறது. குறுகிய காலகட்டம். ஒரு ஆறு ஏழு மாதங்களுக்குள் முடிக்க வேண்டிய அவசியம் எனக்கு இருந்தது. கண்காட்சியை ஜனவரியில் வைக்கலாம் என்று திட்டமிட்டோம். கடைசியில் காலம் போதாததால் பிப்ரவரியில் வைத்தோம். இப்படிப் பல்வேறு நிலைகளில் அந்த ஓவியங்களைச் செய்ய வேண்டி வந்தது.

- **இந்தத் திட்டமிடல் எவ்வாறு நிகழ்ந்தது? இந்த ஓவியத் தொகுதியை நாம் பார்த்தால் அதில் வரலாற்றுத் தலைவர்கள்**

பல பேரைச் சித்தரிக்கிறீர்கள். நெல்சன் மண்டேலா, சேகுவேரா உட்படச் சித்தரிக்கிறீர்கள். அதேமாதிரி வரலாற்றுச் சம்பவங்கள் என வியட்நாம் மை லாயினுடைய கோரத்தைச் சித்தரிக்கிறீர்கள். வெண்மணியில் 44 தலித் மக்கள் எரித்துக் கொல்லப்பட்ட கொடுமையைச் சித்தரிக்கிறீர்கள். செம்மணி புதைகுழி பற்றியும் சித்தரிக்கிறீர்கள். சில குறிப்பிட்ட பாய்ச்சல்களை நிகழ்த்திய ஐன்ஸ்டீன், தாகூர், ஆம்ஸ்ட்ராங் போன்ற மேதாவிகளை, வல்லுனர்களைச் சித்தரிக்கிறீர்கள்.. இப்படி மூன்று தாரைகளாக ஓவியத் தொகுதி இருக்கிறது. இதை ஒரு கருத்தாக்கமாகவே, முன்பாகவே திட்டமிட்டீர்களா?

ஆரம்பத்திலேயே, அமர்ந்து இதைப்பற்றி யோசித்தேன். நண்பர்களோடு விவாதித்தேன். ஒரு படைப்பாளனாக ஒட்டுமொத்த மானுட விடுதலைக்கான விசயங்களாக இவற்றை நான் பார்த்தேன். இருபதாம் நூற்றாண்டைப் பற்றி எடுக்கும் போது, புரட்சிக்கு வித்திட்ட நாயகர்கள், வரலாற்று நிகழ்வுகள், ஈழத்தில் குட்டிமணி, தங்கதுரை கண்கள் சிதைக்கப்பட்டது, யாழ் நூலக எரிப்பு, யாழ் வெளியேற்றம். செம்மணிப் படுகொலை, மை லாய், சோமாலியா, இப்படிப் பல்வேறு நிலைகளிலும் நிகழ்வுகளைத் தெரிவு செய்து கொண்டு பிறகு அவற்றை எந்த மாதிரியான சட்டகத்தில் வைப்பது என்பது குறித்து யோசித்தேன். அந்த நிலையில் கூட்டமைவு என்று சொல்லக்கூடிய இணைவு இருக்கவில்லை. அதைப் பற்றியான ஒரு கருத்து மட்டும் என்னிடம் ஏற்கெனவே இருந்தது. எடுத்துக்காட்டாக லெனின் ஓவியத்தை எடுத்துக் கொள்ளுங்களேன். லெனின் உருவ ஓவியம் இருக்கும். அதை ஒட்டியே அந்தக் காலத்தில் நடந்த புரட்சியினுடைய காட்சிகளை கொலாஜ் முறையில் வைத்திருப்பேன். சில நேரங்களில் ஓவியத்திற்குப் பின்னணியாக இருக்கக் கூடிய நிறங்களிலேயே அருவமாக அந்தச் செய்தியைச் சொல்லியிருப்பேன். உருவப்படங்கள் என்ற அளவோடு நிற்காமல், அதனை மீறிய வரலாற்று நிகழ்வுகளோடு தொடர்புபடுத்தி அந்த ஓவியத்தை நான் கொண்டுவந்தேன்.

- **நீங்க சொல்கிறபோதுதான் எனக்கு ஞாபகத்திற்கு வருகிறது. நான் பெர்லினுக்குப் போனபோது அங்கு இன்னும் இருந்து கொண்டிருக்கும் கார்ல் மார்க்ஸ் சதுக்கத்தைப் பார்த்தேன். அந்தச் சதுக்கத்தில் கருங்கல்லில் செய்யப்பட்ட மிகப் பெரிய நினைவுச் சின்னம் ஒன்றை வைத்திருக்கிறார்கள். நீங்கள் சொல்வது மாதிரி, லுமும்பா அதிலிருக்கிறார். சேகுவாரா அதில் இருக்கிறார். மூன்றாம் உலக நாடுகளில் நடந்த போராட்டங்கள் அதில் இருக்கின்றன. அந்தப் போராட்டங்களில் கூட, உருவங்களோடு சேர்ந்து அந்த**

நிகழ்வுகள் இருக்கின்றன. மக்கள் கலந்து கொண்ட பெரும் நிகழ்வு களையெல்லாம் அதில் பொறித்து வைத்திருக்கிறார்கள். நீங்கள் சொன்ன மாதிரி, ஒரே சமயத்தில் அந்த வரலாற்று நாயகர்கள் இருக்கிறார்கள். பக்கத்திலேயே அந்த மக்கள் எழுச்சி போன்றனவும் சித்தரிக்கப்பட்டிருக்கின்றன. உங்களுடைய ஓவியங்களிலேயும் நீங்கள் சொன்னமாதிரி லெனினைப் பற்றிப் பார்க்கும்போது லெனின் காலத்தில் நிகழ்ந்தவைகளை கொலாஜ் செய்திருக்கிறீர்கள். அதே மாதிரி மாவோவையும் சித்தரித்திருக்கிறீர்கள்.

சேகுவேரா, பிடல் காஸ்ட்ரோ ஓவியத்தை நீங்கள் பாத்தீர் களானால், அவர்களுக்குக் குறியீடாகப் புரட்சி, புரட்சிக்குக் குறியீடாக இருக்கக்கூடிய துப்பாக்கி, அதை நான் காம்போசிசனில் வைத்திருப்பேன். எரியும் வண்ணங்களில் இருக்கக் கூடிய உருவச் சிதைப்பு, கூடுதலாக அந்தக் காம்போசிசனையே சிதைக்கும். இதிலேயும் அதே பாணியிலான இடைவெளி ஒன்று சட்டகத்தைப் பிரிக்கிறதாக இருக்கும். என்றாலும் அந்தச் சிதைப்பு இருக்காது. பல நிலைகளிலும் பார்த்தீர்களானால், எரியும் வண்ணங்களை விட உறங்கா நிறங்களில் வண்ணங்களைக் கையாண்ட விதத்தில் நான் தேர்ச்சி பெற்றிருப்பதாகப் பலர் குறிப்பிட்டிருக்கிறார்கள்.

என்னைப் பொறுத்தவரை தேர்ச்சி சார்ந்த விசயமாக இதனை நான் பார்க்கவில்லை. ஏனென்றால், நீங்கள் எந்தப் பொருளை எடுத்துக் கொண்டீர்களோ அதற்குத் தகுந்தாற்போல் செய்திருக் கிறீர்கள் என்றுதான் நினைக்கிறேன்.

நாம் பார்க்கிற பார்வை வேறு. அவர்கள் அந்த நிலையில் இருந்து பார்ப்பது கிடையாது. நாம் பார்ப்பது என்னவெனில் எடுத்துக் கொண்ட கருப்பொருளுக்குத் தகுந்தாற்போல் நிறங்களையும் சட்டகத்தையும் கையாள்வது என்பதனைத்தான்.

• ஒரு கலைஞன் எல்லா நேரங்களிலும் திட்டமிட வேண்டிய அவசியம் இல்லை.

கண்டிப்பாகத் தேவையில்லை.

• சாத்தியமும் இல்லை. உருவத்துக்குத் தகுந்த மாதிரி, எடுத்துக் கொண்ட பிரச்சினைகளுக்குத் தகுந்த மாதிரிதான் நிறங்களும் இருக்கும். நீங்கள் உருவச் சிதைப்பு செய்கிறீர்கள் என்றால், ஒரு பேரழிவு நிகழ்ந்து கொண்டிருக்கிற, மனித அவயங்களை வெட்டி வீசுகிற இடத்தில் நீங்கள் காட்சியை ஆக்க இயலாது. முழு சட்டகத்தையும் நீங்கள் சிதைத்திருக்கிறீர்கள் என்றாலே அது முழு மனித வாழ்வினுடைய சிதைவு மாதிரிதான். சட்டகம் என்பது

என்ன? அது ஒரு வெளிதானே? பிற்பாடானது அப்படி இல்லை. ஒரு காலகட்டத்தை எடுத்துச் செய்கிறீர்கள். ஒரு கருத்தாக்கத்தோடு செய்கிறீர்கள்.

உறங்கா நிறங்களில் என்னவெனில் அதனது நோக்கமாக சில விசயங்களைப் பார்த்தோம். அதற்குத் தொடர்புடைய பல்வேறு குறியீடுகளை நான் செய்திருப்பேன். நிறங்களில் குறியீடு இருக்கும். கார்க்கி ஓவியத்தை எடுத்துக் கொண்டால், கார்க்கி உருவம் இருக்கும். அதற்கு அருகில் பேனாவே துப்பாக்கியாகிற சர்ரியலிசத் தன்மையோடு ஒரு குறியீடு இருக்கும். குறியீடு சார்ந்து, நிறங்கள் சார்ந்து, மனித உருவங்கள் சார்ந்து அந்த ஓவியங்கள் பன்முகத் தன்மையோடு இயங்குகின்றன.

- **மூன்றாவது ஓவியத் தொகுதி, மிக மிக நீளமான ஓவியம் என்று நினைக்கிறேன். பிரம்மாண்டமான ஓவியங்களை வரைந்திருக்கிறீர்கள். பிக்காசோவினுடைய குவர்னிக்கா மிகப் பிரம்மாண்டமான ஓவியம். நீங்கள் செய்திருப்பது மிக நீளமான ஓவியம். அந்த ஓவியத்தைப் பாதுகாப்பதற்கு மிகவும் கடினமாக இருந்திருக்கும். மற்றொன்று வேறு வேறு இடங்களில் இந்த ஓவியத்தைக் காண்பிக்க வேண்டியிருக்கும். இதில் உள்ள நடைமுறைச் சிக்கலை நீங்கள் யோசிக்கவில்லையா?**

நானும் யோசித்தேன். என்னுடைய தற்போதைய ஓவியங்களைப் பார்த்தாலே புரியும். வேறு வேறு இடங்களுக்கு எடுத்துப் போவதில் உள்ள சிக்கல்களை எல்லாம் உணர்ந்துதான் ஓவியங்களைச் செய்ய வேண்டியுள்ளது. முன்பு, 8க்கு 10 அடி, 4க்கு 4 அடிகளில் ஓவியங்களைச் செய்து கொண்டிருந்தேன். அதை இன்னொரு இடத்திற்குக் கொண்டு செல்வதில் உள்ள நடைமுறைச் சிக்கல் நிறைய இருக்கிறது. கண்காட்சி நடத்தும் நண்பர்கள் அதிகமாகச் செலவு செய்ய வேண்டியிருக்கிறது.

- **இந்த ஓவியம் எவ்வளது நீள அகலம்?**

ஆறு அடி உயரம். 150 அடி நீளம்.

- **எதில் வரைந்தீர்கள்?**

நீளமான தாள். 50 அடியில் இருக்கிறது.

- **அந்தத் தாள் சிதைந்து போகாதா?**

ஓவியம் செய்வதைவிட அதைப் பாதுகாப்பதற்கு அதிகச் செலவாகிறது. அதைக் காட்சிப்படுத்துவதில் எனக்கு மிகவும் சிரமம் இருந்தது.

• அதை ஏன் நீங்கள் துணியில் செய்திருக்கக் கூடாது?

துணியில் இன்னும் நிறையச் செலவாகும். துணியைக் கேன்வாசாகத் தயார் செய்ய வேண்டும். சட்டம் அடிக்க வேண்டும். இப்படி அதிலும் பல சிக்கல்கள். செய்து முடித்த பிறகு கேன்வாசில் செய்திருக்கலாமோ என்று தோன்றியது. அதற்கு நாளும் எடுக்கும். உடனடியாக அந்நிகழ்வைப் படைப் பாக்கி வெளிப்படுத்த வேண்டிய அவசியம் ஏற்பட்டது. 2001 சனவரி 26 அன்று அந்நிகழ்வு நடந்தது. என்னுள் மிகப் பெரிய பாதிப்பை ஏற்படுத்திய நிகழ்வு அது. அதனால் உடனடியாகப் பல்வேறு முன்தயாரிப்பு ஓவியங்களைச் செய்தேன். அனைத்துத் தொலைக்காட்சி நிகழ்வுகளையும் பத்திரிகைகளையும் பார்த்துப் பார்த்துப் பூகம்பத்தினால் வேதனையடைந்து அனைத்தையும் உள்வாங்கினேன்.

• குறிப்பாகச் சொல்லுங்கள், நீங்கள் குஜராத் பூகம்பத்தைப் பார்க்கிறீர்கள். அந்தச் சிதைவுகளை எப்படி உள்வாங்கிக் கொண்டீர்கள்? நீங்கள் பார்த்ததை அப்படியே வரைந்து விடுவதில்லை. அதை உள்வாங்கி, அதை எப்படி வெளிப்படுத்து கிறோம் என்பதுதான் இந்தப் பூகம்பம். அதனுடைய சிதைவுகளில் என்னென்ன அம்சங்களை உள்வாங்கி வெளிப்படுத்த வேண்டும் என்று நினைத்தீர்கள்?

எப்படி உள்வாங்கினீர்கள் என்று கேட்டீர்கள். முதலில் அந்நிகழ்வு நடக்கும்போது உடனடியாக அதிமாக சிக்கி மக்கள் உயிரிழக்கிறார்கள். எந்த நேரத்தில் நடக்கிறது என்பது தெரியாது. சிலர் குளித்துக் கொண்டிருந்திருப்பார்கள். சிலர் தூங்கிக் கொண்டிருந்திருப்பார்கள். சிலர் சாப்பிட்டுக் கொண்டிருந்திருப் பார்கள். இப்படிப் பல்வேறு நிகழ்வுகள் நடை பெறும் நேரத்தில் இக்கோர நிகழ்வு நடைபெறுகிறது. அந்தச் சிதைவுகளில் அமுங்கி இறந்தவர்கள் அதிகம்.

• நீங்கள் நீளமாக தேர்ந்தெடுத்துக் கொள்வதற்குக் காரணம் இப்படி இருக்கலாமோ? வீடு என்ற ‘வெளி’ தான் ரொம்பவும் சொந்தமும் அந்தரங்கமுமான வெளி. மனிதர்கள் வாழ்வதற்கு ரொம்பப் பாதுகாப்பான இடம் வீடு. இங்கே வீடு என்ற வெளி அழிந்து போகிறது. அதனால் இந்த அனுபவங்கள் எல்லாருக்கும் பொதுவானதாகின்றன. இங்கே ‘வெளி’என்பது வீடு என்ற வெளி அல்ல. அழிவு என்ற வெளியே. அழிவு எந்த அளவிற்கு விரிவாக நிகழ்கிறதோ அந்த அளவிற்கு அந்த வெளி. ஆக, அந்த அழிவு எல்லாவற்றையும் நினைக்கக் கூடியதாக இருக்கிறது.

அதனால்தான் அந்த ஓவியத்தில் பின்புலமாக அந்த அழிவுகள் பொதுத்தன்மையோடு வந்து கொண்டிருக்கும். அந்த ஓவியத்தில் நான்கு பகுதிகள் இருப்பதைக் காண முடியும். ஒன்று, முதலில் சிக்கி உயிரிழப்பது, இரண்டு மீண்டு தப்பித்து ஓடுவது, உயிர் தப்பித்தால் போதும் என்று நிர்வாணமாகக் கூட ஓடுவது, மூன்றாவது பகுதி நிமிர்வு. அந்தச் சிதைவுகளிலிருந்து அழிவிலிருந்து மீண்டு வந்தவர்கள், அடுத்த கட்டத்தை எதிர்கொள்ளத் தயாராவது, நான்காவது பகுதி நீண்ட உதவிக் கரங்கள். எல்லாவற்றையும் விட உயிர்ப்பு. சிதைவுகளிலிருந்து துளிர்விடும் செடியை ஒரு சிறுவன் நிர்வாணமாக நின்று பார்ப்பதனை நம்பிக்கை விதைக்கின்ற குறியீடாக வைத்திருப்பேன். எது நடந்தாலும் மனித இனம் வாழ வேண்டியது அவசியம் என்பதனைச் சுட்ட வேண்டிய கடப்பாடு படைப்பாளர்களாக நமக்கு இருக்கிறது. இப்படித்தான் நான் உள்வாங்கினேன். அதனால்தான் இதனை எனது முக்கியமான ஓவியமாகக் கருதினேன். ‘உறங்கா நிறங்க’ளில் ஒரு திட்டமிடல் இருந்தது. ‘சிதைந்த கூட்டி’ல் தன்னெழுச்சியான வெளிப்பாடு இருந்தது. பூகம்ப நிகழ்வு நடந்து, *25* நாட்களுக்குள் *9* நாள் கண்காட்சிகள் நடந்து முடிந்துவிட்டன. அவ்வளவு வேகமாக என்னை வெளிப்படுத்த வைத்த ஒரு நிகழ்வு அது.

• பொதுவாக இயற்கை சார்ந்த உங்களுடைய பார்வை என்ன? இயற்கை இவ்வளவு பெரிய அழிவை நிகழ்த்தியிருக்கிறது. இந்த இயற்கை மீது உங்களுக்கு விருப்பு உருவாகிறதா? இல்லை வெறுப்பு உருவாகிறதா? அல்லது மானுடக் கூறுதான் இந்த அழிவுக்குக் காரணம் என்று கருதுகிறீர்களா?

நீங்கள் சொன்ன மூன்றாவதுதான், மானுட குலம்தான் இதற்குக் காரணமாக இருக்கிறது. நிகழ்வு நடந்த உடன் இந்த அரசுகள் மீதும், அவர்கள் கையாள்கிற கொள்கைகள் மீதும், அந்த இயற்கையைச் சிதைக்கின்ற செயல்கள் மீதும் எனக்கிருந்த கோபம் வெறுப்பாக வெளிவந்தது. பக்கத்தில் நர்மதா அணைக்கட்டு இருக்கிறது. அதனாலும் அழிவு ஏற்பட்டிருக்கலாம். அணு குண்டு போட்டு பூமியைச் சிதைப்பது...

‘சுற்றுப்புறச் சூழல் பேரழிவு’ சம்பந்தமான விசயங்களை சித்தரிக்கும்போது, இன்றைக்குப் பெரும்பாலான கலைஞர்கள் இந்த விசயத்தைக் கவனத்தில் எடுத்துக் கொள்கிறார்கள். உதாரணமாக, பிரேசிலில் நடந்த இரண்டு மூன்று நிலச்சரிவுகளுக்குக் காரணம் என்னவெனில் அங்குள்ள மரங்களை வெட்டியது. உலகம் வெட்டப்பட்டுக் கொண்டு வருகிறதென்று இயற்கை வளங்களை அழித்ததனைத்தான் சொல்கிறார்கள்.

• அடுத்ததாக உங்களது சமீபத்திய உருவச்சித்தரிப்பு ஓவியங்கள். இது உலக ஓவியப் பாரம்பரியத்தில் மிக முக்கியமான ஒன்றாக இருந்து வருகிறது. மனித உடல் மாதிரிகளை வைத்தெல்லாம் ஓவியர்கள் நிறைய வரைந்திருக்கிறார்கள். பெரிய பெரிய தத்துவவாதிகள், சிந்தனைவாதிகளின் உருவங்களை வரைந்து இருக்கிறார்கள். இன்னும் சொன்னால் ஓர் அளவுக்கு இது எதேச்சதிகாரக் கலை என்றும் சொல்லப்படுகிறது. ஸ்டாலினுடைய ஓவியங்களை எடுத்துக் கொண்டாலும் சரி, மவோவினுடைய ஓவியங்களை எடுத்துக் கொண்டாலும் சரி, சதாம் உசேன் ஓவியங்களை எடுத்துக் கொண்டாலும் சரி, அப்படி ஒரு நாட்டினுடைய உறுதியான தலைவராக வருகிற யாருமே, பிடல் காஸ்ட்ரோ வரைக்கும் அவர்களுடைய ஓவியங்கள் நிலைபேறாக வெற்றி பெற்றுக் கொண்டிருக்கின்றன. இந்த அளவில் உருவச்சித்திரம் வரைவது மிக முக்கியமானதாக இருக்கிறது. இங்கே இலண்டனில் நிரந்தர உருவச்சித்திரக் கண்காட்சியகம் என்றே தனியாக இருக்கிறது.

அந்த வகையில் உருவச்சித்திரத்தை வரைவது என்கிற பண்பாடு தமிழில் ஒரு சீரழிந்த அம்சமாகத்தான் இருக்கிறது. இந்தச் சூழலில், முழு மானுடக் குலத்திற்குமாகச் சிந்தித்த தமிழ்ச் சிந்தனையாளர் என்று தந்தை பெரியாரைச் சொல்லலாம். இன்றைக்கு வெகுமுற் போக்காகப் பெண்ணியம் பேசுகிறவர்கள் பேசாத விசயங்களைக் கூட அவர் தன்னுடையக் கருத்துக்களை, அறுபது எழுபது ஆண்டுகளுக்கு முன்பே சிந்தித்து இருக்கிறார். அதே மாதிரி மதம் சம்பந்தமான விசயங்களில், தத்துவம் சம்பந்தமான விசயங்களில், சமூக மாற்றம், சாதிய ஒழிப்பு சம்பந்தமான விசயங்களில் எல்லாம் அவர் நிறைய முற்போக்காகச் சிந்தித்து இருக்கிறார். இந்த நூற்றாண்டினுடைய மிக முக்கியமான சிந்தனையாளர்களில் ஒருவர் என்று பெரியாரைச் சொல்லலாம். அந்த வகையில் பெரியாரைச் சித்தரிப்பதற்கான உந்துதல் எப்படி உங்களுக்கு வந்தது? நான் அவ்வோவியங்கள் பற்றிய விமர்சனங்களைப் படித்தேன். நீங்கள் பெரியாரைப் பார்த்ததே இல்லை என்று சொல்லியிருக்கிறீர்கள். நான் பெரியாரைப் பார்த்திருக்கிறேன். நீங்கள் பெரியாரைப் பார்க்காமல் இருந்தும் கூட, பெரியாரினுடைய பல்வேறு விதமான பரிமாணங்களைக் கொண்டுவந்து இருக்கிறீர்கள். எப்படி இந்த உந்துதல் வந்தது? ஈரோட்டில் உங்கள் கண்காட்சியைப் பார்த்த உடனேயே நான் கேட்டேன்: இந்த ஓவியங்களைப் பார்க்கும்போதே இதற்குப் பின்னணியாக இருந்த புகைப்படங்கள் இருக்குமல்லவா, அவை எப்படி உங்களுக்குக் கிடைத்தன? எனக்குப் பெரிய ஆச்சரியமாகவும், பிரமிப்பாகவும் இருந்தது. ஏன் என்றால்

இம்மாதிரியான கோணங்களில் பெரியாரை நாங்கள் பார்த்ததே இல்லை.

நான் பெரியாரைப் பார்த்தது இல்லையே தவிர, இன்றைக்குப் பெரியாரால் வாழ்கிறோம் என்பது மட்டும் எனக்கு நிச்சயமாகத் தெரியும். ஒரு கலைஞனாக வெளியில் வந்து சமூக நிகழ்வுகளை ஓவியங்களாகச் செய்யும்போது பலபேர் என்னிடம் பெரியார் இருந்திருந்தால் உங்களைக் கட்டிப்பிடித்துக் கொண்டாடி இருப்பார் என்கிறார்கள். எப்படி ஒரு கலைஞன் இருக்க வேண்டும் என்று பெரியார் நினைத்தாரோ அப்படிப்பட்ட கலைஞனாக நீங்கள் இருக்கிறீர்கள் என்று சொல்லியிருக்கிறார்கள். அது என்னை, பெரியார் என்னதான் சொன்னார் என்பதைப் பற்றி ரொம்பச் சிந்திக்க வைத்தது. அதன் பிறகுதான் பெரியாரை அதிகமாகப் படிக்க ஆரம்பிக்கிறேன். முழுமையாகப் படித்துவிட்டேன் என்று சொல்ல முடியாது. இன்னும் படித்துக் கொண்டிருக்கிறேன்.

இன்னும் ஒவ்வொரு நாளும் அவரைப் பற்றிப் புதிது புதிதாகப் பார்த்து வியந்திருக்கிறேன். அவரைப் பற்றிக் கேள்விப்படும்போது, அவரைப் படிக்கும்போது, அவருடன் இருந்தவர்கள் சொல்லும்பொழுது எனக்கு ஆச்சரியமான பல்வேறு தகவல்கள் கிடைத்தன. எல்லாவற்றுக்கும் மேலாகப், பெரியார் நம் தமிழ்ச் சமூகத்திற்கு ஆற்றிய தொண்டு என்பது மிகப் பெரியது. தமிழ்ச் சமூகம் என்று சொல்வது ஒரு அடையாளத்துக்குத்தான். பெரியார் மானுடச் சமூகத்திற்கு மிகப் பெரிய பங்களிப்புச் செய்திருக்கிறார். இன்றைக்கு உலக அளவில் எந்தப் புரட்சியாளர்களையும், சிந்தனையாளர்களையும் விட பெரியார் குறைந்தவர் அல்ல என்ற கருத்துக்கு நான் வந்தேன். எல்லாவற்றுக்கும் மேலே பெரியார் தான் வாழ்ந்த காலங்களைவிட, இன்றைக்கு இந்தியா முழுவதும் தேவைப்படுகிற ஒருவராக இருக்கிறார். ஏன் என்றால் மதம் அதிகமாக மதம்பிடித்து ஆடுகின்ற ஒரு நிலைக்குத் தள்ளப்பட்டிருக்கிறது. அதே போல் சாதிரீதியான வன்முறைகள், ஒடுக்குமுறைகள், அவலங்கள் இந்தியா முழுமைக்கும் குறிப்பாகத் தமிழ்நாட்டில் அதிகமாக வளர்ந்து கொண்டிருக்கின்றன. பெரியாரைப் பற்றிப் பேசுகின்ற பல்வேறு இயக்கங்கள், இன்றைக்குப் பெரியாருடைய கொள்கைகளைப் புறந்தள்ளிவிட்டுப் போகின்ற அவலத்தை தமிழகத்தில் பார்க்கிறேன். ஒரு கலைஞனாக, எனக்கிருந்த சமூகக் கடமையாக, மானுடச் சமூகத்திற்குப் பாடுபட்ட ஒருவரை, அவர் பெயரைச் சொல்லி பிழைப்பு நடத்துகின்ற பல்வேறு அரசியல் இயக்கங்கள் இன்றைக்கு அவருக்கு எதிராகவே போய்க் கொண்டிருக்கின்ற நிலையைப் பார்த்து வேதனையடைந்தேன்.

இவை எதிர்காலச் சந்ததிக்குப் பெரியார் என்கிற ஒருவர் என்ன செய்தார் என்பதைப் பற்றிய தவறான புரிதலைக் கொடுக்கும் என்ற எண்ணம் எனக்கு வந்தது. அப்பொழுதுதான் பெரியாரைக் குறித்து இன்றைய இளைஞர்களுக்கும், வருங்காலச் சந்ததிக்கும் அழியாத நினைவுகளைக் கொடுக்க வேண்டும் என்று நினைத்தேன். அப்பொழுதுதான் உருவச்சித்தரிப்பு என்ற விசயத்தை எடுத்துக்கொண்டேன். உலக அளவில் பார்த்தோமென்றால் உருவ ஓவியக்கலை என்பது அறிவியல் வளர்ச்சிக்குப் பிறகு மறைந்து போய்விட்டது. ஏனென்றால், ஓவியர்களுக்கு வேலை இல்லாமல் போய், புதிதாகப் படைக்க வேண்டிய அவசியம் அவர்களுக்கு ஏற்பட்டது.

• அதற்குக் காரணம், புகைப்படத்தினுடைய பரவலான அறிமுகம் உருவ ஓவியத்தை மாற்றீடு செய்துவிட்டது என்று சொல்லலாமா?

ஒரு காலத்தில் ஐரோப்பாவில் உருவச்சித்தரிப்பு என்பது தான் மிக முக்கியமான கலைவடிவமாக இருந்தது. பல்வேறு அருங் காட்சியகங்களில் இன்றைக்கும் அது வாழ்ந்து கொண்டிருக்கிறது. அதன் கலைத்தன்மை, அவர்கள் அதை வெளிப்படுத்தியிருக்கும் விதம், கையாண்டிருக்கின்ற உத்தி — இவை எல்லாம் மிக முக்கியமான நிலையை அடைந்திருக்கின்றன. மூக்கை மூக்காகப் போடாமல், மூக்கு மாதிரி இல்லாமல் செய்கிறதுதான் முக்கியமான கலைப்படைப்பாகக் கருதப்படுகிற ஓர் அவலம் தமிழ்நாட்டிலேயும் இந்தியாவிலேயும் நடந்து கொண்டிருக்கிறது.

• நீங்கள் சொல்கிறமாதிரி அருவ நவீனக்கலை எனும் பெயரில் உருவச் சிதைப்புதான் நடந்து கொண்டு இருக்கிறது

பெரியாரின் உருவத்தைச் செய்வது ஒன்று, பெரியாரின் உணர்ச்சி களைச் செய்வது மற்றொன்று. பெரியாரை உருவமாகப் பார்த்து அவர் சிந்தனைகளை உள்வாங்கிக் கொள்வது பிறிதொன்று. நான் என்ன நினைத்தேன் என்றால் பெரியாரையும் அடையாளப்படுத்த வேண்டும், அதே வேளை பெரியாருடைய முகத்தை முதலில் பதியவைக்க வேண்டும் என்று நினைத்தேன். ஏன் என்றால் எந்த ஒரு கொள்கையுமே, எந்த ஒரு சிந்தனையுமே நாம் மக்களிடம் கொண்டுசெல்ல வேண்டும் என்றால் அந்த சிந்தனையாளனுடைய உருவத்தை முதலில் பதிய வைக்க வேண்டும் என்பது உலகளவில் இருக்கக் கூடிய ஒரு விசயம். ஏன் தலைவர்களுடைய உருவப்படங்கள்; அதிகமாக அச்சிடப்பட்டுப் பரவலாக மக்களிடம் கொண்டு செல்லப்படுகின்றன என்றால், முதலில் அந்த உருவம் மக்கள்

மனதிலே பதிய வேண்டும் என்பதுதான் காரணமாக இருக்கிறது. அப்பொழுதுதான் அவர்களுடைய கொள்கைகள் பதியும் என்பது நடைமுறையில் இருக்கக் கூடிய ஒன்று. அதனால்தான் நான் பெரியாரை உருவமாக வெளிப்படுத்தி அந்த உருவத்தோடு உணர்ச்சிகளையும் வெளிப்படுத்த வேண்டும் என்று நினைத்தேன். அவருக்கு இருக்கும் அந்த முடிகள், முகத்தில் இருக்கும் இடங்கள் ஆகியவற்றை வைத்து அவை உணர்ச்சிகளை வெளிப்படுத்தக் கூடியவையாக இருக்க வேண்டும் என்று நினைத்தேன். பல்வேறு சிந்தனைகளை உடையவர் பெரியார். அவரிடம் குழந்தைத்தனமான சிரிப்பு இருக்கிறது. ஆழ்ந்த சிந்தனை இருக்கிறது, ஆவேசம் இருக்கிறது. இப்படிப் பல்வேறு உணர்ச்சிகளை உடையவர் பெரியார், அவருக்குப் பன்முகத் தோற்றம் உண்டு. அப்துல் ரகுமான் சொன்னார்: 'பன்முகத்தோற்றம் என்பது அருமையான சொல்லாட்சி'. இன்னும் வெளிப்படுத்தாத, சிந்திக்காத கோணங்களில் எல்லாமிருந்து அவர் பன்முக ஆளுமையைக் கொண்டிருந்தார். வெவ்வேறு உணர்ச்சிகளை உடைய, பன்முகத் தன்மை உடைய, பன்முகத் தோற்றத்தை உடையவர் பெரியார். அவர் தமிழகத்திற்கு இன்றும் அதிகமாகத் தேவைப்படுகிறார். இன்றைக்கு நூறு பெரியார்கள் இருந்தாலும் இந்தச் சமூகத்தை மாற்ற முடியுமா என்ற சந்தேகம் எனக்குத் 'திசைமுகம்' கண்காட்சிப் பயணத்தில் ஏற்பட்டது.

- நான் ஒன்று கவனித்தேன். பெரியாரின் அந்த 'வேறுபட்ட உணர்ச்சிகள்' நன்றாக வெளிப்பட்டிருக்கின்றன. அதற்குக் காரணம் அந்த முடி. தாடியும் தலையில் ஒரு பத்து இருபது முடியும்தான் பெரியாரிடம் இருக்கிறது. அதை வைத்துதான் இந்த உணர்ச்சிகளைக் கொண்டு வந்து இருக்கிறீர்கள். கோபம் வரும் போது எரிதழல் மாதிரி முடி சிலிர்க்கிறது. சாந்தம் வரும்போது ஒரு முடி எலி தன்னுடைய வாலைச் சுருட்டிக்கிட்டு அமைதியாக இருக்கிற மாதிரி செய்திருக்கிறீர்கள். அப்படி அந்த உணரச்சிகள் முழுக்க அவரது அந்த முடியை வைத்துதான் செய்து இருக்கிறீர்கள். நீங்கள் பிரக்ஞைபூர்வமாக அந்த முடிதான் அந்த உணரச்சிகளை வெளிப்படுத்தக் கூடியதாக இருக்கும் என்று நினைத்தீர்களா?

எந்த ஒன்றையும் வெளிப்படுத்துவதற்கு ஒரு உத்தி தேவை. இங்கு நான் முடியைப் பயன்படுத்திக் கொண்டேன். அவருடைய புருவ முடிகள் கூட சில இடங்களில் பேசும். அவருடைய முடிகளை வைத்தே உணர்ச்சிகளை வெளிப்படுத்த நினைத்தேன். நான் எவ்வளவுதூரம் வெற்றி பெற்றிருக்கிறேன் என்பதெல்லாம் எனக்குத் தெரியாது. இந்த ஓவியத்தின் வழியாகத் தமிழகத்தில் பெரியாரின் உருவம் அதிகமாகப் பதியப்பட்டிருக்கிறது. இருபத்தைந்து

இடங்களுக்கு மேலாகக் கண்காட்சிகள் நடத்தப்பட்டிருக்கின்றன. இலட்சக்கணக்கான மக்கள் பார்த்து இருக்கிறார்கள். பல்வேறு நிலைகளில் இது ஓவியமாகச் சென்றடைந்திருக்கிறது.

● இன்னொன்று, ஓவியம் சம்பந்தமான விமர்சனம் அல்லது ரசனை மரபு வெகுமக்களிடம் கொண்டு செல்லப்படவில்லை என்ற சூழல் தமிழகத்தில் தொடர்ந்து நிலவிக் கொண்டு இருக்கிறது. ஓவியம் என்றால் என்ன நினைக்கிறார்கள் என்றால்; நடனம் என்றால் தமிழ்ச் சினிமாவில் வருகின்ற நடனம் மாதிரி, ஓவியம் என்றால் ஜெயராஜ் போடுற ஓவியம் அல்லது குமுதம், ஆனந்த விகடனில் வருகிற ஓவியம் என்றுதான் நினைக்கிறார்கள்.

அதை நினைத்தால் கூடப் பரவாயில்லை. விளம்பரப்பலகைதான் ஓவியம் என்று நினைக்கிறார்கள். சினிமா ஹோர்டிங் போன்றவை களைத்தான் ஓவியம் என்று நினைக்கிறார்கள். விளம்பர ஹோர்டிங்ஸ் ஒருவகை. அதை எல்லோராலும் செய்ய முடியாது. ஜெயராஜ் போன்றவர்கள் செய்வதை எல்லோராலும் செய்ய முடியாது. அதேபோல நாங்கள் செய்து கொண்டிருக்கிறவைகளையும் எல்லோராலும் செய்ய முடியாது.

● எங்களுடைய உரையாடலின் இறுதிக்கட்டமாகக் கேட்கிறது என்ன என்றால், பெரும்பாலான ஓவியர்கள் அமைப்பு சார்ந்து இருக்கிறார்கள் அல்லது நிறுவனம் சார்ந்து, கல்வி அமைப்புகள் சார்ந்து இருக்கிறார்கள். சோழ மண்டலக் கிராமம் சார்ந்து இருக்கிறார்கள். கலை இலக்கிய அமைப்புகள் சார்ந்து இருக்கிறார்கள். ஆனால், உங்களுடைய ஓவியங்கள் பெரும்பாலும் மக்களுடைய அடிப்படையைச் சார்ந்து இருக்கிறது. மக்களிடம் கொண்டு செல்வது, அவர்களுக்கு முன்பாகக் காட்சிப்படுத்துவது, சமூக உணர்வுகளைச் சித்தரிப்பது என்று செய்து கொண்டிருக்கிறீர்கள். அந்த வகையில் பார்வையாளர்களிடம் இந்த ஓவியங்கள் ஏற்படுத்தின விளைவுகள் ஒரு ஓவியர் எனும் அளவில் உங்களுக்கு சந்தோசமாக இருக்கின்றனவா?

நிச்சயமாக மகிழ்ச்சியாக இருக்கிறது. ஏனென்றால், ஒரு படைப்பு செய்வதே என்னைப் பொருத்தவரை மக்களுக்கான ஒரு விசயமாகத்தான் நான் எடுத்துக் கொள்கிறேன். ஒரு கலைஞனாகப் பல்வேறு விசயங்களைப் பற்றி யோசிக்கும் போது அதனை யாருக்குக் கொடுக்கிறோம் என்கிற ஒரு புரிதல், தெளிவு எனக்கு இருக்கிறது. அதனால்தான் என்னுடைய ஓவியங்களைக் கலைத் தன்மை குறையாமல் எளிமைப்படுத்திக் கொடுக்க வேண்டிய அவசியம் இருக்கிறது. நான் யாருக்காகச் செய்கிறேனோ அவர்கள்

உள்வாங்கிக் கொள்கிறார்கள் என்பது எனக்குச் சந்தோஷமாக இருக்கிறது..

● உங்களது ஓவியங்களை பார்வையாளர்கள் புரிந்து கொள்கிறார்களா? புரிந்து கொண்டு நீங்கள் எந்தத் தளத்தில் வெளிப் படுத்தினீர்களோ அதே தளத்தை அவர்கள் அடையும்போது அது சந்தோசமாக இருக்கும். அப்படியான பரஸ்பரச் செயல்பாடு நடந்திருக்கிறதா?

அப்படித்தான் நிறைய நடந்து இருக்கிறது. அதுதான் எனக்கு மகிழ்ச்சியைத் தருகிறது. 'எரியும் வண்ணங்களி'லிருந்து 'உறங்கா நிறங்களு'க்கு நான் வந்த நிலை எல்லோருக்கும் என்னோடு ஒரு பரிச்சயத்தை ஏற்படுத்தியது. அது ஒரு முக்கிய காரணம். 'உறங்கா நிறங்கள்' எல்லோரிடத்திலும் பேசப்பட்டது. ஏன் என்றால் அந்த வடிவம் மிக எளிதாகப் புரிந்து கொள்ளக் கூடியதாக இருந்தது. நான் எந்த இடத்திலிருந்து பேசுகிறேனோ அந்த இடத்திலிருந்து அவர்கள் பயணிக்கிறார்கள்.

● தடாகம் வெளியீடு

ஈழத்திலிருந்தது போன்ற துடிப்போ தீவிரமோ இருப்பதாகத் தெரியவில்லை

இ.பத்மநாப ஐயர்

● கடந்த இருபது ஆண்டுகளுக்கும் மேலாக நீங்கள் ஈழத்திற்கும் தமிழகத்திற்கும் இடையே ஓர் இலக்கியப் பாலமாகத் திகழ்ந் திருப்பதை நான் அறிவேன். இன்றைக்கு தமிழகம், ஈழத்தை அடுத்து புலம்பெயர்வானது மூன்றாவதொரு தளத்தைத் தோற்றுவித்துள்ளது. இந்த மூன்று பிரதேசங்களுக்குமான கலை இலக்கிய இணைப்புப் பரிவர்த்தனை முன்னை விடவும் அதி அவசியமாகப்படுகிறது. ஏற்கனவே இவ்வகை உறவை வளர்ப்பதில் அனுபவம் பெற்ற நீங்கள் அவ்வனுபவங்களைப் பகிர்ந்து கொள்ள முடியுமா? அதாவது இவ்வகைப் பணியை ஏன், எப்போது தொடங்கினீர்கள்?

கல்லூரி நாட்களிலிருந்தே எனக்கு வாசிப்புப் பழக்கம் இருந்தது. எனக்கு வாய்த்த நண்பர்களும் பெரும்பாலும் அவ்வாறானவர்களே. மேலும் எனது மாமா ஒருவரும் புத்தகப் பிரியர். அத்தகைய நண்பர்களே எனக்குத் தொடர்ந்து அறிமுகமானார்கள். ஆக ஐம்பதுகளின் பிற்பகுதிகளில் இருந்து இலக்கிய ஈடுபாடு வளர்ந்து வந்திருக்கிறது. கல்லூரி நாட்களில் நண்பர் அ.கந்தசாமி (தற்போது கனடாவில் வாழ்கிறார்), அறுபதுகளில் சோவியத் தூதரகத்தில் பணிபுரிந்த கு.ராஜகுலேந்திரன், கே.கணேஷ், அலை யேசுராசா, க.பாலேந்திரா, கே.மகாலிங்கம், தெளிவத்தை ஜோசப் என நண்பர்கள் வட்டம் விரிந்தது. அறுபதுகளின் மத்தியில் சென்னையில் வாசகர் வட்டம் தொடங்கிய காலத்தில் அதன் சந்தாதாரர் ஆனதோடு நண்பர்கள் பலரையும் சந்தாதாரர் ஆக்கினேன். ராஜாஜியின் 'ஆத்மசிந்தனை' நூலுடன் தொடங்கி ஏறத்தாழ ஆறு ஆண்டுகள் முப்பதுக்கும் மேலான நூல்களை வெளியிட்டிருந்தனர். லா.சா.ராவின் புத்ர, தி.ஜானகிராமனின் அம்மா வந்தாள், நீல.பத்மநாபனின் பள்ளிகொண்டபுரம், ஆறு குறுநாவல்களின் தொகுப்பான அறுசுவை என்பன குறிப்பிடத்தக்க நூல்கள். இந்திய மொழிச் சிறுகதைகள் சிலவற்றைத் தொகுத்து தமிழாக்கம் செய்து பிறகதைகள் என்ற தலைப்பில் வெளியிட்டிருந்தனர். அதனை வாசித்தபோது ஏற்பட்ட உந்துதலில் ஈழத்துப் படைப்புகள் சிலவற்றைத் தொகுத்து அவ்வாறானதோர் தொகுப்பினைக்

கொண்டுவந்தால் என்ன என்று கேட்டு வாசகர் வட்டம் லக்ஷ்மி கிருஷ்ணமூர்த்திக்கு ஒரு கடிதம் எழுதினேன். மலேசிய, சிங்கப்பூர், இலங்கை எழுத்துக்களைக் கொண்ட ஒரு தொகுப்பினை வெளியிட ஏற்கெனவே திட்டமிட்டிருப்பதாகவும் தொகுப்பில் சேர்க்கக்கூடிய படைப்புகளை அனுப்பி உதவினால் பரிசீலிக்கலாம் என்றும் லக்ஷ்மி கிருஷ்ணமூர்த்தி பதில் எழுதியிருந்தார். செ.யோகநாதனின் உதவியுடன் கணிசமான படைப்புகளை அனுப்பினேன். 1968 இல் 'அக்கரை இலக்கியம்' என்ற தலைப்பில் 400க்கும் மேற்பட்ட பக்கங்களுடன் வாசகர் வட்டம் ஒரு தொகுப்பினை வெளியிட்டது. அதில் முற்பாதி இலங்கைத் தமிழர் ஆக்கங்களைக் கொண்டிருந்தது. இது எனது பணியின் ஆரம்பம் எனலாம்.

● படைப்பாளியாக இல்லாதபோதும் இலக்கியப் பணியாற்றிவரும் நீங்கள் உங்கள் பணிக்கான இலக்குகளாக எவற்றையேனும் கொண்டிருந்தீர்களா?

எனது அக்கறைகள் இருவகையில் அமைந்தன. முதலாவது, நல்ல நூல்கள், சஞ்சிகைகளை தீவிர வாசகர்களுக்குக் கிடைக்கச் செய்ய வேண்டும். இரண்டாவது, ஈழத்தின் சிறந்த படைப்பாளிகளின் நூல்கள் வெளிவர வேண்டும், அதன் மூலம் அவர்கள் பரவலாக அறியப்பட வேண்டும் என்பது. குறிப்பாக தமிழகத்தில் அவர்கள் அறியப்பட வேண்டும் என்பதுதான் எனது இரண்டாவது அக்கறையாக இருந்தது.

● மேற்கூறிய அக்கறைக்குச் செயல்வடிவம் தரும் முகமாக எவ்வாறு செயல்பட்டார்கள்?

முதலாவது அக்கறை எனது ஈடுபாட்டின் காரணமாக நான் பெற்று வாசிக்கக்கூடிய நூல்கள், சஞ்சிகைகள் பிற நண்பர்களுக்குக் கிடைக்க வேண்டும் என்பதில் எழுந்தது. அதனால் எப்போதுமே ஒரு பிரதி என்றில்லாமல் ஒன்றுக்கு மேற்பட்ட பிரதிகளை வாங்கும் அல்லது தேடிப் பெறும் வழக்கம் எனக்கு நீண்ட காலமாகவே இருந்தது. 1969—70 இல் கணையாழி அறிமுகமானபோது கொழும்பு விஜயலக்ஷ்மி புத்தக சாலையிலும், மாத்தளையில் ஒரு கடையிலும், யாழ் பூபாலசிங்கம் புத்தகச் சாலையிலும் விற்பனைக்கு ஒழுங்கு செய்திருக்கிறேன். பின்னர் கணையாழியை நேரடியாகத் தருவித்து நான்கு ஆண்டுகள் வரையிலும் நண்பர்களுக்குத் தபாலில் அனுப்பி வந்தேன். மாதந்தோறும் இவ்வகையில் கணையாழியை 100 பிரதிகள் விநியோகித்திருக்கிறேன். இதுபோலவே தாமரை, கசடதபற, வைகை, யாத்ரா, படிகள், பரிமாணம், இனி, காலச்சுவடு போன்ற தமிழகச் சிற்றேடுகள் பலவற்றையும் அறிமுகம் செய்தும்

விநியோகித்தும் வந்திருக்கிறேன். நூல்களைப் பொறுத்த அளவில் ஆரம்பத்தில் என்.சி.பி.ஹெச். உடன் தொடர்பு கொண்டு நூல்களைத் தருவித்துள்ளேன். பணம் அனுப்பாமலே கூட என்.சி.பி.எச். அப்போது புத்தகங்களை அனுப்பி வைத்தது. பின்னர் மத்திய வங்கியின் அனுமதி பெற்று காசுக்கட்டளையின் மூலம் பணம் அனுப்பினேன்.

1965 இல் வாசகர் வட்டம் தொடர்பு ஏற்பட்டது. புத்தகத் தயாரிப்பில் புத்தகம் அழகுற வெளியிடப்பட வேண்டும் என்பதும் அவசியமானது என்ற கொள்கையோடு வாசகர் வட்டம் செயல்பட்டது. 1974 இல் க்ரியாவின் முதல் மூன்று நூல்களான சா.கந்தசாமியின் தக்கையின் மீது நான்கு கண்கள், சி.மணியின் வரும் போகும், நா.முத்துச்சாமியின் நாற்காலிக்காரர் வெளியானபோது க்ரியா ராமகிருஷ்ணனுடன் தொடர்புகொண்டு நூல்களைப் பெற்று விநியோகித்தேன். அழகாக அச்சிடுவதில் க்ரியா மேலும் கவனத்தைச் செலுத்தியது குறிப்பிடத்தக்கது. 1980 இல் முதன் முதலாகத் தமிழகம் சென்று திரும்பினேன். மூன்று வாரப் பயணத்தின் போது மதுரை, திருச்சி, சென்னை மட்டுமே செல்ல முடிந்தது. தமிழகம் போகும்போது ஈழத்து நூல்கள், சஞ்சிகைகள் பலவற்றில் பல பிரதிகள் எடுத்துச் சென்றிருந்தேன். திரும்பும்போது தமிழக நூல்கள், சஞ்சிகைகள் பெற்று வந்தேன்.

- **சரி. இவ்வகையில் ஈழத்து எழுத்தாளர்களின் படைப்புக்களை நூலாக்குவது தொடர்பான உங்கள் முயற்சி எப்படித் தொடர்ந்தது ?**

ஈழத்து எழுத்தாளர்களது நூல்களைப் பதிப்பித்தல் என்பது இரு தளங்களில் நிகழ்ந்தது எனலாம். ஒன்று தமிழக எழுத்தாளர்களை நாம் அறிந்த அளவிற்கு ஈழத்து எழுத்தாளர்களைத் தமிழகத்தார் அறிந்திருக்கவில்லையே என்ற ஆதங்கம். மறுபுறம், ஈழத்தில் தமிழ் நூல்களைப் பதிப்பிப்பதில் அரசின் ஆதரவும் இல்லை. வணிக ரீதியிலான பதிப்பகங்களும் உருவாகவில்லை. பாடசாலை நூல்களை வெளியிடுவதற்கு சிறிலங்கா புத்தகசாலை, சுப்பிரமணிய புத்தகசாலை, ஆனந்தா புத்தகசாலை, கலைவாணி புத்தகசாலை, சுன்னாகம் வடஇலங்கை தமிழ் நூற்பதிப்பகம் எனப் பல பதிப்பாளர்கள் இருந்தமை கவனிக்கத்ததக்கது.

இந்த வகையில் 1980 இல் தமிழ்நாடு சென்று வந்ததன் பயனாய் அங்குள்ள பதிப்பாளர்கள் தொடர்பினால் ஈழத்துப் படைப்புகள் சிலவற்றைக் கொண்டுவர முடிந்தது. 1981 இறுதியில் எஸ்.வி.ஆர். பொறுப்பாகவிருந்த பொதுமை வெளியீடு மூலம் ஈழத்து முற்போக்கு எழுத்தாளர்களின் முன்னோடிகளில்

ஒருவரும் மலையகத்தின் மூத்த எழுத்தாளருமான கே.கணேஷ் மொழிபெயர்த்த லூசுனின் போர்க்குரல் சிறுகதைத் தொகுதி வெளிவந்தது. அதே சமயம் சென்னை நர்மதா பதிப்பகம் தி.கந்தையா நரேந்திரன் எழுதிய ஜே.கிருஷ்ணமூர்த்தி பற்றிய நூலான விழிப்புணர்வு பற்றிய விளக்கங்கள் என்ற நூலின் இரண்டாவது பதிப்பினை வெளியிட்டது. தொடர்ந்து எம்.ஏ.நுஹ்மானின் அழியா நிழல்கள் கவிதைத் தொகுதி, குப்பிழான் சண்முகநாதனின் சாதாரணங்களும் அசாதாரணங்களும் சிறுகதைத்தொகுதி, பேராசிரியர் கைலாசநாத குருக்களின் வடமொழி இலக்கிய வரலாறு இரண்டாவது பதிப்பு ஆகிய நூல்களை நர்மதா பதிப்பகம் வெளியிட்டு உதவியது. பதினோரு ஈழத்துக் கவிஞர்கள் தொகுதி, யேசுராசாவின் அறியப்படாதவர்களின் நினைவாகக் கவிதைத் தொகுப்பு, மு.தளையசிங்கத்தின் முற்போக்கு இலக்கியம், ஏழாண்டு இலக்கிய வளர்ச்சி போன்ற தொகுப்புகளை க்ரியா வெளியிட்டது. சி.சிவசேகரத்தின் கவிதை நூலான நதிக்கரை மூங்கில் தொகுதியை பெங்களூர் காவ்யா பதிப்பகமும், மஹாகவி கவிதைகள், எம்.ஏ.நுஹ்மானின் மழைவரும் நாட்கள் கவிதைத் தொகுதி போன்றவற்றை அன்னமும் வெளியிட்டது. இடதுசாரி எழுத்தாளரும், அறிஞருமான எஸ்.ராமகிருஷ்ணனின் உதவியினால் சி.வி.வேலுப்பிள்ளையின் வீடற்றவன் இரண்டாவது பதிப்பினை என்.சி.பி.எச். வெளியிட்டது.

மு.தளையசிங்கத்தை தமிழில் அறிமுகப்படுத்திய பெருமை க்ரியாவுக்கும் கோவை திரு.சி.கோவிந்தனுக்கும் உரியது. கோவை சமுதாயம் பிரசுராலயம் மூலம் திரு.சி.கோவிந்தன், தளையசிங்கத்தின் புதுயுகம் பிறக்கிறது சிறுகதைகள், ஒருதனி வீடு நாவல், போர்ப்பறை, மெய்யுள், கலைஞனின் தாகம் போன்ற நூல்களைப் பிரசுரித்தார். எஸ்.வி.ஆரின் பொதுமை வெளியீடு சேரனின் இரண்டாவது சூரிய உதயம் கவிதைத் தொகுதியின் இரண்டாவது பதிப்பினை வெளியிட்ட சமயம் 1983 ஜூலை இனப் படுகொலை நிகழ்ந்துவிட்டமையினால் அந்நூல் வெளியீட்டு விழா இனப் படுகொலையைக் கண்டிக்கும் நிகழச்சியாக மாறியது. அதன் காரணமாகச் சேரனின் கவிதைகள் அந்த நாட்களில் தமிழகத்தில் பரவலாக அறியப்பட வந்தன. ஏறத்தாழ தமிழகத்தின் அனைத்து சஞ்சிகைகளுமே சேரனின் ஏதாவதொரு கவிதையை வெளியிட்டிருந்தது குறிப்பிடத்தக்கது. இதுபோலவே உதயன் என்ற பெயரில் மு.திருநாவுக்கரசு எழுதிய இந்து சமுத்திரப் பிராந்தியமும் இலங்கை இனப் பிரச்சினையும் என்ற நூலின் இரண்டாவது பதிப்பினை 1988 இல் ரோஸா லக்ஸம்பர்க் படிப்பு வட்டம் வெளியிட்டது.

• தமிழகத்தில் பதிப்பிக்கப்பட்ட நூல்கள் பற்றிக் கூறிக் கொண்டு வந்தீர்கள். ஈழத்தில் பிரசுரிக்கப்பட்ட நூல்கள் பற்றி எதுவும் கூறவில்லையே ?

ஈழத்துப் பதிப்பகத் துறை பற்றிக் கூறுமிடத்து கொழும்பு ரெயின்போ பிரிண்டர்ஸிலிருந்த எம்.ஏ.ரஹ்மான் பற்றிக் குறிப்பிடாதிருக்க முடியாது. தமிழகத்தில் வாசகர் வட்டம் தொடங்குவதற்கு பல வருடங்களுக்கு முன்பாகவே பதிப்புக் கலைக்கு அழகும் சேர வேண்டும் என்பதை உணர்ந்து பல நூல்களை அழகுறப் பதிப்பித்த பெருமை எம்.ஏ.ரஹ்மானுக்கு உரியது. ஏ.ஜே.கனகரட்னாவின் நூலான மத்து கட்டுரைகள், வ.அ.ராசரத்தினத்தின் தோணி சிறுகதைகள், மஹாகவியின் குறும்பா, எஸ்.பொன்னுத்துரையின் வீடு சிறுகதைகள், மு.தளையசிங்கத்தின் புதுயுகம் பிறக்கிறது சிறுகதைகள் ஆகிய நூல்களை உதாரணமாகக் கூறலாம். இந்த வகையில் திரு. சொக்கன், மயிலங்கூடலூர் திரு. பி.நடராசன் ஆகியோர் சார்ந்த முத்தமிழ்க் கழக வெளியீடுகள் பற்றிக் குறிப்பிட வேண்டும். ந.சுப்பிரமணியத்தின் ஈழத்துத் தமிழ் நாவல் இலக்கியம், சொக்கனின் ஈழத் தமிழ் நாடக இலக்கியம், மற்றும் கலாநிதி சண்முகதாசின் இலக்கண நூல் போன்றவை இங்கு சுட்டப்பட வேண்டும்.

எழுபதுகளின் இறுதியில் மு.நித்தியானந்தன் வைகறை வெளியீடு மூலம் மலையக இலக்கிய நூல்களைக் கொண்டு வர முனைந்து மூன்று நூல்களை வெளியிட்டார். தெளிவத்தை ஜோசப்பின் நாமிருக்கும் நாடே சிறுகதைகள், என்.எஸ்.எம்.ராமையாவின் ஒரு கூடைக் கொழுந்து சிறுகதைகள், சி.வி.வேலுப்பிள்ளையின் வீடற்றவன் போன்றன அந்த நூல்களாகும். இந்த ரீதியில் அலை சஞ்சிகையுடன் அலை வெளியீடுகளையும் கொண்டுவர முனைந்தோம். ஏ.ஜே.கனகரட்னாவின் மார்க்சீயமும் இலக்கியமும் கட்டுரைகள், ராஜேஸ்வரி பாலசுப்பிரமணியத்தின் ஒரு கோடை விடுமுறை நாவல், வ.ஐ.ச.ஜெயபாலனின் தேசிய இனப்பிரச்சினையும் முஸ்லீம் மக்களும், நாவல் சு.வில்வரத்தினத்தின் அகங்களும் முகங்களும் கவிதைகள் ஆகியன வெளியாகின.

தமிழ், தமிழர் சார்ந்த நூல்களை வெளியிட உருவானது தமிழியல் அமைப்பு. தமிழியல் மூலம் பத்து நூல்கள் வெளியாகின. இவற்றுள் ஏழு நூல்கள் தமிழகத்திலும் மூன்று நூல்கள் யாழ்ப்பாணத்திலும் வெளியாகின. அவற்றுள் ஈழநாடு தலையங்கங்களைக் கொண்ட ஊரடங்கு வாழ்வு நூல், மரணத்துள் வாழ்வோம் கவிதைத் தொகுதி, சண்முகம் சிவலிங்கத்தின் நீர்வளையங்கள் கவிதைத்தொகுதி, மு.பொன்னம்பலத்தின்

ஆத்மார்த்தமும் யதார்த்தமும் கட்டுரைகள், ஓவியர் மாற்கு அவர்களைக் கௌரவிக்கும் முகமாக வெளியிடப்பட்ட தொகுப்பு ஆகிய நூல்களை வெளியிட முடிந்தமை மிகுந்த மனநிறைவைத் தரும் விஷயமாகும்.

• இவற்றினைச் செயல்படுத்தியதன் மூலம் நீங்கள் எதிர்பார்த்த இலக்கினை அல்லது தாக்கத்தை எய்த முடிந்ததா ?

நூல்கள், சஞ்சிகைகளைப் படிக்கும் வாய்ப்பினைக் கணிசமாகப் பெற முடிந்தமை காலப் போக்கில் பல நூறு பேர்களைச் சென்றடைந்திருக்கிறது என்று கூறலாம். அதன் பலன் நீண்ட காலத்திற்குரியது என்பதே என் எண்ணம். அடுத்து ஈழத்து எழுத்துக்களை பரவலாக்குவது தொடர்பாகத் தமிழக எழுத்தாளர்கள் பதிப்பாளர்களின் தொடர்புகளின் பலனாய் 1987 ஆம் ஆண்டிற்கு முன்பிருந்ததை விடவும் 1987 ஆம் ஆண்டிற்குப்பின் எமது எழுத்துக்கள், எழுத்தாளர்கள் தமிழகத்தில் பரவலாக அறியப்பட்டிருக்கிறார்கள் என்று உறுதியாகச் சொல்வேன். ஒரு உதாரணத்தைக் கூறி விளக்க முயல்கிறேன்.

தமிழகச் சிற்றேடுகள் இணைந்து நடத்திய எழுபதுகளில் கலை இலக்கியம் என்கிற இலக்கு மாநாட்டில் வாசிக்கப்பட்ட கட்டுரைகளின் தொகுப்பு பிற்பாடு காவ்யாவினால் வெளியிடப்பட்டது. அத்தொகுப்பில் ஓரிரு கட்டுரைகள் நீங்கலாக ஏனைய அனைத்திலும் ஈழத்து எழுத்துக்கள் பற்றிப் பேசப்படுவதைப் பார்க்கலாம். தமிழவன் குழுவினர் நடத்திய படிகள் சஞ்சிகையில் சண்முகம் சிவலிங்கம், சிவசேகரம், ஜெயபாலன், சேரன் போன்றோரின் கவிதைகள் வெளியாகியுள்ளன. தவிர, ஈழத்துக் கவிதைகள் தொடர்பாக உயர்வான கருத்துக்களும் தெரிவிக்கப்பட்டுள்ளன. சண்முகம் சிவலிங்கம், மு.தளையசிங்கம், மு.பொன்னம்பலம், சிவசேகரம், ஓவியர் மாற்கு, சு.வில்வரத்தினம் போன்றோரைத் தமிழகத்தில் அறிமுகப்படுத்த முடிந்ததில் எனக்கு மிகுந்த மகிழ்ச்சியே இருக்கிறது.

தமிழ்நாட்டு எழுத்தாளர்களோடு கூடுதலாகத் தொடர்பு கொண்டது 80ற்குப் பிறகுதான். அதற்கு முன்பு பத்திரிகைகளோடும் பதிப்பகங்களோடும்தான் தொடர்பு. 80களில் தமிழ்நாடு போய் 'க்ரியா ' ராமகிருஷ்ணனோடு தங்கினேன். அதிலிருந்து எழுத்தாளர்களோடு தொடர்பு கொண்டேன். குறிப்பாக அசோகமித்திரன், சா.கந்தசாமி, மற்றும் மதுரையில் கொஞ்சம் பேரை அறிமுகப்படுத்திக் கொண்டேன். 81 இல் நானும் யேசுராசாவும் குலசிங்கமும் மதுரை, கோயமுத்தூர், பெங்களூர், நாகர்கோயில் என எல்லா இடங்களும்

போயிருந்தோம். சுந்தரராமசாமி, ஆ.மாதவன், படிகள் சிவராமன், காவ்யா சண்முகசுந்தரம், கோவை ஞானி போன்றோரைச் சந்தித்தோம். சந்தித்த எழுத்தாளர்கள் அனைவருமே எங்களைக் கவர்ந்தவர்கள். அவர்களை நேரில் சந்தித்தது என்பது ஒன்று. மற்றது ஈழத்து இலக்கியம் பற்றி நிறைய அவர்களோடு பேசக்கூடியதாக இருந்தது; ஈழத்து இலக்கியத்தின்பால் ஒரு கவனத்தை அவர்களிடம் ஈர்க்கக்கூடியதாக இருந்தது. இந்தத் தொடர்புகளுக்கூடாக படிப்படியாக எமது புத்தகங்கள், சஞ்சிகைகள் போன்றவற்றை தமிழகத்துக்கு அனுப்பிக் கொண்டிருந்தோம்.

இடையில் இன்னொன்று ஞாபகம் வருகிறது. 1980 இல் நடைபெற்ற இலக்கு மாநாட்டிற்கு யேசுராசாவை நான் அனுப்பி வைத்தேன். அந்த மாநாட்டில் இலங்கைப் படைப்புகள் பற்றி நிறைய பேசப்பட்டது. எங்களது தொடர்புகள் இருந்தபடியால் தான் ஈழத்து இலக்கியம் இந்த அளவு தமிழகத்தில் அறிமுகமாயிருக்கிறது.

• 1986 வரைக்கும் தமிழகத்திற்கும் ஈழத்திற்குமிடையிலான உறவு நல்ல முறையில் பேணப்பட்டது. தற்போது அந்த உறவு தேங்கிவிட்டது போல் எனக்குப் படுகிறது. எமக்கிடையிலான தொடர்பில் ஒரு இடைவெளி விழுந்துவிட்டது. நீங்கள் என்ன நினைக்கிறீர்கள்?

எனக்கும் அப்படித்தான் தோன்றுகிறது. நாங்கள் தொடர்புகள் பேணிய காலத்தில் இலக்கு மாநாட்டில் எழுபதுகளில் கலை இலக்கியம் என்ற விடயம் பற்றிய ஆய்வில் பெரிய அளவில் இலங்கை எழுத்தாளர்களின் ஆக்கங்கள் இடம் பெற்றன. ஆனால் அண்மைக் காலங்களில் நடைபெறும் மகா நாடுகளிலோ, ஒன்று கூடல்களிலோ இலங்கை எழுத்தாளர்கள் பற்றி அதிகம் பேசப்படவில்லை. ஏன் என்று விளங்கவில்லை. கூடுதலாக அரசியல்தான் காரணமாக இருந்திருக்கலாம். மாநாடுகளை நடத்துபவர்கள் இதில் அக்கறை இல்லாதவர்களாகவும் இருந்திருக்கலாம். இதைப் பற்றி அதிகம் சொல்ல நான் ஒரு படைப்பாளி அல்ல. இன்னொரு விடயத்தையும் நான் சொல்லலாம். இந்த இலக்கிய ஈடுபாடுகொண்ட பலர் யாழ்ப்பாணத்தைவிட்டு வெளியேறியிருப்பதும் இத்தகைய இடைவெளிக்குக் காரணமாக இருக்கலாம். புதிய தலைமுறையினர் இதை எப்படி முன்னெடுத்துச் செல்வார்களோ தெரியாது.

• ஐரோப்பாவில் நாங்கள் என்ன செய்யலாம் என நீங்கள் நினைக்கிறீர்கள்?

நாங்கள் நினைத்தால் நல்ல காரியங்கள் நிறையச் செய்யலாம். லண்டனில் 40—50 பேராவது இலக்கிய ஆர்வமுள்ளவர்கள்

இருக்கிறார்கள். மற்றைய ஐரோப்பிய நாடுகளையும் சேர்த்தால் 200 பேராவது தேறுவர். ஆனால் அவர்களுக்கிடையில் பல்வேறு விதமான அரசியல் கருத்து வேறுபாடுகள் இருக்கக்கூடும். நல்ல நெருங்கிய, ஒன்றாகப் பழகிய நண்பர்கள்கூட அரசியல் வேறுபாடுகளினால் ஒற்றுமைப்பட முடியாமல் இருக்கிறது. இலக்கியம் என்று வரும்போது அரசியல் வேறுபாட்டை மறந்து ஒற்றுமையாகச் செயல்பட வேண்டும். அப்போதுதான் நிறையச் சாதிக்கலாம்.

நான் தற்போது பணிபுரியும் நிறுவனமான நியூஹாம் தமிழர் நலன்புரிச் சங்கம் வெளியிட்ட மலர் இந்த அடிப்படையில் வெளியிடப்பட்டபடியால்தான் காத்திரமாக இருக்கிறது. இந்த 200 பேராவது ஆளுக்கு மாதம் அல்லது வருடம் குறிப்பிட்டப் பணத்தைச் சேர்க்கத் தொடங்கினால் வெளியீடுகளை நல்ல முறையில் செய்யலாம். நடைமுறையில் எது சாத்தியம் என்று பார்த்து அப்படிச் செய்ய வேண்டும். பலர் சேர்ந்து உழைக்க வேண்டும். இதை நோக்கிச் செயல்பட்டால் நூல்கள் வெளியிடுவதில், விநியோகிப்பதில் சிக்கல்கள் தோன்றாது.

● பல்வேறு ஐரோப்பிய நாடுகளில் பல்வேறு மொழி தெரிந்த தமிழர்கள் இப்போது வாழ்கிறார்கள். தமிழ் சார்ந்த விஷயங்களைப் பிற மொழிகளுக்கும், பிற மொழி சார்ந்த விஷயங்களைத் தமிழுக்கும் கொண்டு வந்திருக்கலாம். ஆனால் கணிசமான அளவுக்கு எதுவும் தோன்றியதாகத் தெரியவில்லையே இதற்கு என்ன செய்யலாம்?

திட்டமிட வேண்டும். ஆர்வம் இருக்கும் எல்லோராலும் இதைச் செய்ய முடியாது. பின்னால் உந்துதல், அழுத்தம் இருக்க வேண்டும். தனிநபர் செய்ய முடியுமா? ஒருவித சோர்வு வந்துவிடும். ஒரு செயல்திட்டம் வேண்டும். ஒரு அமைப்பு வேண்டும். இதற்கான வாய்ப்பு இருந்தால் எல்லாவற்றையும் வெற்றிகரமாகச் செய்து முடிக்கலாம்.

● ஈழத்தின் இலக்கியச் சஞ்சிகைகளில் குறிப்பிடத்தக்கதான 'அலை'யின் வாழ்வு'டன் எவ்வகையிலான உறவைக் கொண்டிருந்தீர்கள்? அதனுடன் நீங்கள் பணியாற்றுவதற்கு ஏதேனும் இலக்கியக் கொள்கை காரணமாக இருந்ததா? அவை எவ்வகை இலக்கியக் கொள்கைகள் எனக் கூறமுடியுமா?

எழுபதுகளின் ஆரம்பத்தில் நான் மாத்தளையில் இருந்தவேளை யேசுராசா என்னை வந்து சந்தித்தார். அது முதல் 1989 இல் இலங்கையை விட்டு நீங்கும் வரை அவருடன் இறுக்கமான நட்பு இருந்தது. 1990 இல் இலண்டன் வந்த பின்பு கடிதம் எழுதும்

வழக்கம் கைவிட்டுப் போனதில் தொடர்பு குறைந்து, இப்போது யாழ்ப்பாணம் அரசபடைகளின் வசம் ஆன பின் யேசுராசா எங்கிருக்கிறார் என்பதே சரியாகத் தெரியவில்லை. இடையில் சில காலம் பூநகரியில் இருந்ததாகத் தெரிகிறது. யேசுராசாவின் நட்பினால் ஏ.ஜே.கனகரட்னா, மு.நித்தியானந்தன், நிர்மலா, அலை குழுவினரான மு.புஷ்பராஜன், சட்டநாதன், குப்பிழான் சண்முகன், நுஃமான் ஆகியோர் நண்பர்களாயினர்.

அலை 1975 இல் வெளிவரத் தொடங்கி 1990 இல் நின்று போனது என நினைக்கிறேன். 1975 இல் அலை தோன்றுவதற்கு ஈழத்தில் அன்று நிலவிய இலக்கியப் போக்கே காரணமாக அமைந்தது. அப்போதைய இலக்கியத் தலைமை இலக்கியத் திறனாய்வாளர்களான கைலாசபதி, சிவத்தம்பி போன்றோரிடமிருந்தது.

மார்க்சிய சித்தாந்த அடிப்படையில் எந்தவொரு இலக்கியமும் தீர்வுக்கு வழிகோலுவதாக இருக்க வேண்டும் என்ற போக்கில் இருந்தது அன்றைய நிலை. கைலாசபதி, சிவத்தம்பி போன்றோரின் அங்கீகாரத்தை அனைவரும் எதிர்பாக்கும் நிலை.

அவர்களும் தம்மைச் சார்ந்து நின்றவர்களை உயர்த்தியும், அல்லாதவர்களைப் புறக்கணித்தும் வந்த நிலை. இதனால் போலியும், பொய்மையும் கொண்ட இலக்கியம் மேலோங்கும் நிலை. அதற்கு ஓர் எதிர்க் குரலாக வாழ்வு சார்ந்த அனுபவங்களை கலை உணர்வுடன் வெளிப்படுத்தும் இலக்கியத்தினை முன் நிறுத்தும் ஒரு களமாகவே அலை தோன்றியது. முப்பதுக்கும் அதிகமாக வந்த அனைத்து இதழ்களிலும் இந்த அடிநாதத்தினைக் காணலாம். ஆக்கபூர்வமான கட்டுரைகள் விவாதங்கள் பலவும், சிறப்பான கவிதைகள் சிறுகதைகள் பலவும் அலையில் வெளியாகின. ஏம்.எல்.எம்.மன்சூர், உமா வரதராஜன், ஶ்ரீதரன், ரஞ்சகுமார், குந்தவை, ராஜேஸ்வரி, நந்தினி சேவியர், சண்முகம் சிவலிங்கம் ஆகியோரின் சிறுகதைகளை உதாரணமாகச் சொல்லலாம்.

மேலும் இனப் பிரச்சனை கூர்மை அடைந்து வந்த காலம் அது. சுயநிர்ணய உரிமையுடன் கூடிய தமிழ்த் தேசியவாதத்தினை முன்வைத்துச் செயற்பட்டது அலை. இந்த இரு விடயங்களிலும் எனக்கிருந்த உடன்பாடு காரணமாகவே அலையுடன் சேர்ந்து இயங்கினேன்.

- **ஈழத்துள்ளான இலக்கியப் பணியின் போது நீங்கள் ஏதேனும் நெருக்கடிகளைச் சந்திக்க வேண்டியிருந்ததா ? அந்நெருக்கடிகள் எப்படி, எங்கிருந்து தோன்றின ?**

ஈழத்து இலக்கியவாதிகளில் தம்மளவில் முரண்பாடுகளைக் கொண்ட பலரும் கூட அலையின் காத்திரமான கருத்துக்கள், விவாதங்களுக்கு முகங்கொடுக்க முடியாத நிலையில் ஒன்றுபட்டு அலைக்கெதிரான கருத்துக்களைப் பரப்புவதில் அக்கறை கொண்டமை குறிப்பிடத்தக்கது. இதன் காரணமாக அலையின் கருத்து வலுப்பெற்றுவரும் ஒவ்வொரு சந்தர்ப்பத்திலும் அதற்கெதிரான குரலும் ஓங்கியிருந்தது உணரக்கூடியதாக இருந்தது.

அடுத்து அலை போன்ற சிற்றேடுகளை வெளியிடுவதில் உள்ள சிரமங்கள் இரு வகையானவை. அலையில் பிரசுரிக்கத்தக்க விஷயங்களைப் பெறுவதில் உள்ள சிரமம் ஒரு வகை. அச்சிடவாகும் செலவினை ஈடுகட்டுவது மற்றுமொன்று. இதில் அச்சுச் செலவினை ஈடு செய்யும் வகையில் விளம்பரங்கள் பெறுவதில் நான் ஓரளவு உதவ முடிந்தமை குறிப்பிடத்தக்கது. அலை தொடர்பாக மேலும் இரு விவரங்களைக் கூற விரும்புகிறேன். அலையின் ஓர் இதழை (இதழ் 20— தை பங்குனி 1992) க்ரியா ராமகிருஷ்ணன் கவிஞர் சு.மணியன் துணையுடன் சேலத்தில் அச்சிட்டுப் பெற்றோம். இது போலவே தமிழகம் சென்று திரும்பிய வாய்ப்பைப் பயன்படுத்தி 29 வது இதழின் (மார்கழி 1986) அட்டையைச் சென்னையில் அச்சிட்டுப் பெற்றோம். நா.முத்துசாமியின் மகனான நடேஷ் ஓவியத்துடன் அவரே வீட்டில் வைத்து அச்சிட்டுத் தந்தமை குறிப்பிடத்தக்கது. தவிரவும் அலையின் முக்கியத்துவம் கருதியும், பழைய இதழ்கள் கோரி பலர் வந்தமை கருதியும் அலையின் முதல் 12 இதழ்களையும் கொண்ட ஒரு மறுபதிப்பினைக் கொண்டுவந்தோம். ஒரு சஞ்சிகை மறுபிரசுரம் செய்யப்படுவது என்பது முன்பு நிகழ்ந்திருக்கிறதா என்பது உறுதியாகத் தெரியாது. எவ்வாறாயினும் அது ஓர் அரிதான நிகழ்வே.

ஈழம் மற்றும் தமிழகத்தின் படைப்பாளிகள், படைப்புகளுடன் பரிச்சயம் கொண்ட நீங்கள் அவற்றினிடையே காணப்படும் ஒன்றுக்கொன்று வேறுபட்ட சிறப்புத் தன்மைகளை அடையாளம் காண முடிகின்றதா? அவை குறித்துக் கூறுங்கள்.

ஈழ, தமிழகப் படைப்புகளைப் பார்க்குமிடத்து தமிழகத்துக் கவிதைகளை விடவும் சிறப்பான தன்மைகளை ஈழக் கவிதைகள் கொண்டிருப்பதை 15 ஆண்டுகளுக்கும் மேலாகவே நுஃமான், யேசுராசா போன்றோர் நிறையக் கூறியுள்ளனர். சமகாலத் தன்மை, எளிமை, நேரடியாகக் கூறல், ஒவ்வொரு கவிஞனுக்கும் என தனியான பாணி என்று சிறப்பான இயல்புகள் மற்றும் ஈழக் கவிதைகளில் உண்மை குறித்துப் பதினோரு ஈழத்துக்

கவிஞர்கள் தொகுப்பாளர்களான நுஃமானும் யேசுராசாவும் தமது முன்னுரையில் கூறியிருக்கின்றனர். தமிழகத்திலும் படிகள் குழுவினர் குறிப்பாக தமிழவன் ஈழக் கவிதைகளின் சிறப்பு பற்றிக் கூறியுள்ளார்.

தமிழகக் கவிஞர்களின் கவிதைகள் எல்லாம் ஒரே விதமான வையாகவும் சுலோகத் தன்மை கொண்டவையாகவும் அதே வேளை வேறு பலரது கவிதைகள் விளங்காத் தன்மை கொண்டவை யாகவும் இருப்பதை அவதானிக்கலாம். மஹாகவி முருகையன், எம்.ஏ.நுஃமான், மு.பொ., தா.இராமலிங்கம், சண்முகம் சிவலிங்கம், சிவசேகரம், யேசுராசா, வ.ஐ.ச.ஜெயபாலன், சேரன், சு.வில்வரத்தினம், சமீப ஆண்டுகளில் கி.பி.அரவிந்தன், சோலைக்கிளி ஆகியோரது கவிதைகள் தமிழகத்திலும் நன்கு அறிமுகமானவையே. கடந்த சில ஆண்டுகளில் மேலும் பலர் புதிதாக எழுதி வருவதையும் காணலாம்.

சிறுகதை, நாவல் துறைகளில் தமிழகப் படைப்புகள் சிறப்பான இடத்தை எட்டியிருக்கின்றன என்பதே உண்மை. தி.ஜானகிராமன், சுந்தர ராமசாமி, அசோகமித்திரன், நீல பத்மநாபன், கி.ராஜநாராயணன், வண்ணநிலவன், சமீப காலங்களில் ஜெயமோகன், தோப்பில் முகமது மீரான் என நாவல் உலகில் பலரைக் குறிப்பிடலாம். அவர்களது படைப்புத் தரத்தில் நாவல் படைப்பவர்கள் ஈழத்தில் எவரும் இருக்கிறார்கள் எனக் கூற முடியாது. தமிழ் படைப்புகளுக்கு நோபல் பரிசு கிடைத்தால் அது ஈழத்தவனாகத்தான் இருக்க முடியும் என்று மல்லிகை ஜீவா எப்போதோ கூறியுள்ளார். அதற்கான சாத்தியம் இன்றளவும் தென்படவே இல்லை என்பதே உண்மை.

ஜானகிராமனின் மோகமுள், சுந்தர ராமசாமியின் ஒரு புளிய மரத்தின் கதை, ஜே.ஜே. சில குறிப்புகள், நீல பத்மநாபனின் தலைமுறைகள், பள்ளி கொண்டபுரம், கி.ராஜநாராயணனின் கோபல்லகிராமம், அசோகமித்திரனின் கரைந்த நிழல்கள், தண்ணீர் என சிறப்பான நாவல்களின் பட்டியல் நீளும். இவற்றுள் மோகமுள், ஜே.ஜே.சில குறிப்புகள், பள்ளிகொண்டபுரம், கோபல்ல கிராமம் போன்ற நாவல்களில் உள்ள விரிந்த தள அனுபவத்தை எட்ட நமக்கு இன்னும் பல ஆண்டுகள் ஆகலாம்.

சிறுகதைகளைப் பொருத்த அளவில் மேற்கூறியவர்களுடன் ஆதவன், பூமணி, சார்வாகன், சா.கந்தசாமி, அம்பை, சூடாமணி என்று மற்றுமொரு பட்டியல் போடலாம். ஆயினும் இந்தத் தரத்தில் வைக்கப்படக்கூடிய ஒரு சில ஈழப் படைப்பாளிகள்

இல்லாமலும் இல்லை. எம்.எல்.எம்.மன்சூர், ஸ்ரீதரன், உமா வரதராஜன், ரஞ்சகுமார், க.சட்டநாதன், சண்முகம் சிவலிங்கம், 1960 களில் அக்கா என்ற தொகுதி மூலம் அறியப்பட்டு ஏறத்தாழ 30 ஆண்டுகளின் பின் மீண்டும் எழுதி வரும் அ. முத்துலிங்கம் போன்றோர் ஈழத்துக்குப் பெருமை தேடித்தரக் கூடியவர்கள். திறனாய்வுத் துறையிலும் கைலாசபதி, சிவத்தம்பியின் பின்னர், எம்.ஏ.நுஹ்மான், ந.சுப்பிரமணிய ஐயர், சண்முகலிங்கம் போன்றோர் சிறப்பான இடத்தைப் பெறுகிறார்கள். அதிகமாக எழுதாததினால் ஏ.ஜே.கனகரட்னா, சண்முகம் சிவலிங்கம் பரவலாக அறியப்படாதவர்களாக உள்ளனர். அவர்கள் அப்படி எழுதாமலிருப்பது எமக்குப் பேரிழப்பாகும்.

- **உங்கள் அனுபவத்தினூடே புலம்பெயர் இலக்கியச் செயல்பாடுகளை எவ்வாறு காண்கிறீர்கள்? ஆரோக்கியமாக உள்ளதாகப்படுகிறதா?**

புலம்பெயர் வாழ்வின் அவலங்கள், நெருக்கடிகள் மத்தியிலும் கலை இலக்கிய முயற்சிகளில் ஒரு சிலர் ஈடுபட்டு வரவே செய்கிறார்கள். எழுதியும் வருகிறார்கள். ஆயினும் அவற்றுள் ஈழத்திலிருந்தது போன்ற ஒரு துடிப்போ தீவிரமோ இருப்பதாகத் தெரியவில்லை. அதிலும் ஐரோப்பாவிலும் கனடாவிலும் உள்ள அளவிற்குக் கூட லண்டனில் இல்லை. ஐரோப்பிய இலக்கியச் சந்திப்பு சில ஆண்டுகளாக நிகழ்ந்து வருகிறபோதும் அதன் தாக்கம், முன்னெடுத்துச் செல்லும் தன்மை காத்திரமாக இல்லை என்றே தோன்றுகிறது. மேலும் அதன் செயல்பாடு ஒரு குறுகிய வட்டத்திற்குள் அமைந்துவிட்டது போலும் தோன்றுகின்றது. அரசியல் வேறுபாடுகளை மறந்த கலை இலக்கிய மேம்பாடு ஒன்றுதான் குறிக்கோள் என இயங்க முடிந்தால் இந்நிலையில் மாற்றம் ஏற்படலாமோ தெரியவில்லை.

புலம்பெயர் வாழ்வில் கலை இலக்கியச் சிற்றேடுகள் பல தோன்றி மறைந்துள்ளன. 'சுவடுகள்' ஒன்றுதான் நீண்ட காலமாகத் தொடரந்து வந்தது. எனினும் சஞ்சிகைகளின் வெளிப்பாடானது சிறப்பான சிற்றேடுகளைக் கொண்டுவரத்தக்கதான ஆற்றல் உள்ள சிலர் எம்மிடையே உள்ளதையே உணர்த்துகிறது. சஞ் சிகைகளில் வெளிவரும் விஷயங்களின் தேர்வு, வெளிப்படுத்தும் முறை, சொல்லாட்சி, வாழும் நாட்டின் சூழல் பற்றிய அவதானம், வாசிக்கத் தூண்டும் எழுத்து போன்றவற்றால் நான் சமயங்களில் கவரப்பட்டதுண்டு. இங்கும் பல்வேறு கருத்து வேறுபாடுகள் காரணமாக சஞ்சிகைகளின் வளர்ச்சி தடைப்பட்டு தேக்க நிலையை அடைந்துள்ளது. மற்றுமொரு விஷயம் ஈழத்தமிழரின்

புலம்பெயர்வானது தமிழுக்கு — குறிப்பாகத் தமிழக சஞ்சிகைகள், நூல்கள், திரைப்படம், இசைத்துறைகளில்—உலகளாவிய சந்தையை, அந்நியச் செலாவணியைப் பெற்றுத்தரும் வாய்ப்பினை ஏற்படுத்தியுள்ளது. ஆயினும் நடைமுறையில் வணிகரீதியான வெற்றிகளை அளிக்க மட்டுமே இவ்வாய்ப்பு பயன்படுகிறது.

- **புலம்பெயர் இலக்கியம் எனும் பிரிவு, அத்தகைய அடையாளம் பெறும் வகையில் படைப்பாற்றலும் வீச்சும் கொண்டதாய் இருக்கிறது என்று கூறுவீர்களா?**

புலம்பெயர் இலக்கியம் இன்னமும் பெரியளவில் புலம் பெயர்ந்தோர் இலக்கியமாகவே உள்ளது. புலம்பெயர் வாழ்வின் நெருக்கடிகளின், அவலங்களின் தரிசனங்களை மிகவும் குறைவான படைப்புக்களிலேயே காண முடிகிறது. எனினும் இலக்கியத் தளத்தில் பத்து ஆண்டுகள் என்பது ஒரு வகையில் குறுகிய காலமே. பல்வேறு நெருக்கடிகளுக்கு மத்தியில் ஒரு திரிசங்கு சொர்க்க நிலையில் புலம்பெயர் இலக்கியம் என்ற எல்லை வகுப்பதில் சிரமமிருக்கலாம்.

புலம்பெயர் சூழலில் இங்கு நாம் கற்றுணர ஏராளமான விஷயங்கள் உள்ளன. வேற்று மொழிகள், பல்வகைக் கலை இலக்கியங்கள், அறிஞர்கள், படைப்பாளிகள் என்று பட்டியல் இடலாம். புலம்பெயர் வாழ்வின் பயனால் தமிழுக்குப் புதிய பல சிந்தனைகளும், படைப்புகளும் வந்து சேரும் என்ற எதிர்பார்ப்பு நிறையவே உள்ளது. அது வெறும் எதிர்பார்ப்பாக நின்றுவிடக் கூடாது என்பது பலரதும் விருப்பாக இருக்கிறது.

சினிமாவின் ஆதாரசுருதி காட்சி பிம்பம்தான்

தியடோர் பாஸ்கரன்

• பாஸ்கரன் அவர்களே, உங்களது கட்டுரைகளைப் படிப்பது என்பது உங்களோடு நேரடியாக உரையாடுவது போல நெருக்கமாக இருப்பதற்கான காரணம், உங்களது சொந்த வாழ்வின் பகுதியாக, தேடலாக அவை இருப்பதுதான். உங்களது முதல் திரைப்படத்தை அம்மாவின் மடியில் இருந்து பார்த்தேன் என நூலொன்றின் சமர்ப்பணத்தில் எழுதும் நீங்கள், உங்களது பறவைகளின் தேடுதலில் உங்களது புதல்வி உடனிருந்ததையும் எழுதுகிறீர்கள். பால்ய வயது முதல் *75* வயதை அண்மித்துக் கொண்டிருக்கிற இன்று வரை திரைப்படம் குறித்த தீராத தாகத்துடன் எழுதிக் கொணடிருக்கிறீர்கள். உங்களது குடும்ப உறுப்பினர்கள் உங்களது திரைப்பட வேட்கையின் உடன் பயணிகளாக இருந்திருக்கிறார்களா? எனில் அது எவ்வாறு என அறிந்து கொள்ள வேண்டும் போல குறுகுறுப்பாக இருக்கிறது. திரைப்படத்தின் மீது தீராத காதல் கொண்டவனாக இதனை நான் கேட்கிறேன். ஒரு பண்பாட்டை அறிவதில் இதன் சமூகவியல் முக்கியத்துவத்தை நீங்கள் புரிந்து கொள்வீர்கள் என நான் நம்புகிறேன்.

நான் பிறந்து வளர்ந்த தாராபுரத்தில் ஒரே திரையரங்கம் — வசந்தா கொட்டகை. அது ஒரு கலாச்சார மையம். 1927 இல் பேசாப்பட காலத்திலேயே, மௌனப்பட காலத்திலேயே இது ஒரு நிரந்தர கொட்டகையாகக் கட்டப்பட்டது என்று எழும்பூர் ஆவணக் களரியில் ஒரு குறிப்பை பார்த்திருக்கின்றேன். டீசலில் இயங்கும் ஒரு பெரிய ஜெனரேட்டரும் இருந்தது. படம் காட்டும்போது கொட்டகை பீடி, சிகரெட் புகையால் நிறைந்திருக்கும். புரொஜெக்டரிலிருந்து திரைக்கு செல்லும் ஒளிக்கற்றை இந்த புகைமண்டலத்தை ஊடுருவிச் செல்லும். அந்த காலகட்டத்தில் எல்லாத் திரையரங்குகளுமே இம்மாதிரி சுகாதாரமற்ற, நோய்பரப்பும் மையங்களாக இருந்தன. இருந்தாலும் ஆயிரம் ஆயிரம் ஆண்டுகளாக சமத்துவமற்ற ஒரு சமுதாயத்தில், சாதி, மத இன, வகுப்புப் பாகுபாடின்றி எல்லாரும் கூடக்கூடிய ஒரு புதிய தளமாக திரையரங்கு உருவாகியிருந்தது. ஒரு சராசரித் தமிழ்ச் சிறுவனுக்கு சினிமாவின் மேல் இருக்கும் ஈடுபாடுதான் எனக்கும் இருந்தது. டாக்கீஸுக்கு வெகு அருகிலேதான் எங்கள் வீடு. இரண்டாவது ஆட்டத்தின் பாட்டுகளை வீட்டிலிருந்தே

கேட்கலாம். தெய்வநீதி (1947) ஞானசௌந்தரி (1948) போன்ற படங்களை இங்கே பார்த்தது லேசாக நினைவில் இருக்கின்றது. யுத்த காலத்தில் போர்முனை நடப்புகளைச் செய்திப்படமாக 15—20 நிமிடம் காட்டுவார்கள். இதை வார் படம், வார் பிக்சர் என்று மக்கள் குறிப்பிடுவார்கள். ('படம் போட்டாச்சா?' 'இன்னும் இல்லை, வார் பிச்சர் ஓடிக்கிட்டிருக்கு').

அரசுப்பணியில் சேர்ந்த பிறகுதான், சினிமா பற்றிய ஆங்கில நூல்களைப் படிக்க ஆரம்பித்தேன். எனக்கு சினிமாவை அறிமுகப்படுத்திய புத்தகம் பெனலோப் ஹூஸ்டன் எழுதிய 'த கான்டம்பரரி சினிமா' (The Contemporary Cinema, 1963) என்ற நூல். அந்தப் பிரதியை நான் இன்னும் வைத்திருக்கின்றேன். சினிமா என்பது சமூகத்தின் மொழியோடும் கலாச்சாரத்தோடும் நெருங்கிய தொடர்புடையது என்பதும் இந்த புதிய கலை நாடகத்தின் மறுபிறப்பு அல்ல என்பதும் விளங்கியது. அந்தப் புரிதல் எனது ஆய்வுப் பயணத்தின் முக்கியக் கட்டம் என்று சொல்லலாம். 1975 இல் ஒரு வரலாற்று ஆய்வுக்கான ஒரு நல்கை பற்றிய விளம்பரத்தைப் பார்த்தேன். எந்தப் பணியில் இருந்தாலும் இரண்டு வருடங்களுக்கு அந்த ஊதியம் தரப்படும். வரலாற்றுத் துறையில் உங்களுக்குப் பிடித்தமான எதைப்பற்றி வேண்டுமானாலும் ஆய்வு செய்யுங்கள் என்பதுதான் அந்த விளம்பரத்தின் உள்ளடக்கம். அதற்கு விண்ணப்பிக்கும் முன் எந்தத் துறையில் ஆய்வு செய்வது என்பது குறித்து ஒரு தீர்மானத்திற்கு வர இயலாத நிலை. நான் முனைவர் பட்டம் பெற்றவனோ அல்லது ஆய்வுக் கோட்பாடுகளில் தேர்ச்சி பெற்றவனோ இல்லை. அந்தத் தருணத்தில் என் நண்பர் சார்லஸ் ரையர்சன் தமிழ்த் திரைப்படத் துறை பற்றிய ஆய்வை மேற்கொள்ளுமாறு எனக்கு யோசனை கூறினார். மதுரையில் பல ஆண்டுகள் தங்கி 'ரீஜனலிசம் அன்ட் ரிலிஜன் : த தமிழ் ரெனேசன்ஸ் அன்ட் பாபுலர் ஹிண்டுயிசம்' (Regionalism and Religion : The Tamil Renaisance and Popular Hindusim) என்ற முக்கியமான நூலை எழுதியவர் அவர். இப்பொது அவர் அமெரிக்காவில் பிரின்ஸ்டனில் வசிக்கிறார்.

அப்போது யாரும் தொட்டிராத தளமாகத் தமிழ் சினிமா இருந்தது. 1963இல் எரிக் பர்னோவுடன் இணைந்து எஸ். கிருஷ்ணசாமி எழுதிய 'த இன்டியன் சினிமா" என்ற நூலில்தான் தமிழ் சினிமாவைப் பற்றிய சில குறிப்புகள் இருந்தன. இதுவரைக்கும் ஆய்வுக்குட்படுத்தப்படாத பரப்பாக இருந்ததால் முறையியல் (methodology) பற்றிய கேள்விகள் எழுந்தன. சினிமாவைப்பற்றி எனக்கு ஒன்றும் அப்போது தெரியாவிட்டாலும் அந்தத் துறையில்

என்னால் ஒரு தொடக்கப் புள்ளியை ஏற்படுத்த முடியும் என்று சார்லஸ் நம்பிக்கையூட்டினார். நல்கையும் எனக்குக் கிடைத்தது. அஞ்சல் துறையிலிருந்து விடுப்பும் கிடைத்தது. சிவில் சர்வீஸில் மொத்த சர்வீஸில் ஐந்து வருடத்திற்கு விடுப்பில் செல்ல முடியும். இதை வெகு அரிதாகவே அதிகாரிகள் பயன்படுத்துகின்றார்கள். கார், வீடு போன்ற பதவி சார்ந்த வசதிகள் இல்லாமல் போய்விடும், பதவி உயர்வு பாதிக்கப்படும் போன்ற அச்சங்களும் காரணம். அந்த ஆண்டு பிரதமர் இந்திரா காந்தி அதிகாரிகள் கூட்டமொன்றில் பேசும்போது அதிகாரிகள் இந்த நீண்ட விடுப்பு வசதியைப் பயன்படுத்தி ஆய்வு, படிப்பு போன்ற ஆர்வங்களைத் தொடர வேண்டும் என்று கூறினார்.

எனது விடுப்பு விண்ணப்பத்தில் இந்தக் கூற்றைச் சுட்டிக் காட்டியிருந்தேன். விடுமுறையும் கிடைத்தது. நான் ஆய்வுக்கான திட்ட முன்வரைவை அளித்தபோது ஒரு பார்வையாளன் என்பதற்கு மேலாக சினிமாபற்றி வெகுவாக ஒன்றும் அறிந்திருக்கவில்லை. இந்தத் தலைப்பை எடுத்துக் கொண்டதற்காக நிறையப் பேருடைய கேலிக்கும் கிண்டலுக்கும் உரியவனானேன். அப்பொழுது நான் சந்தித்த பேராசிரியர்கூட “இதென்ன ஆய்வு?” என்பது போல்தான் பார்த்தார்கள். கல்விப் புலம் சினிமாவை ஒரு பொருட்டாகக் கருதாத காலம் அது. ஸபால்டர்ன் ஸ்டடீஸ் (subaltern Studies) போன்ற சித்தாந்தங்கள் தோன்றியிருக்கவில்லை. நான் மனச்சோர்வுக்கு ஆளானது மட்டுமல்லாமல் தவறு செய்துவிட்டோமோ என்று கூட நினைக்கத் தொடங்கினேன். இந்த காலகட்டத்தில் திலகா, என் மனைவி, என்னை மிகவும் ஊக்குவித்தார். ‘உனக்கு வரலாற்று ஆய்வு பிடித்திருந்தால், இதைத் தொடர்ந்து செய்” என்றார்.

1975 இல் பில்ம் அப்ரிசியேஷன் கோர்ஸ் ஒன்றில் சேர்ந்தேன். அதை நடத்தியவர்கள் புனே திரைப்படக் கல்லூரி, தேசிய திரைப்பட ஆவணம் சார்ந்த பேராசிரியர்கள் சதீஷ் பகதூரும் பி.கே.நாயரும். அது ஒரு புதிய உலகை எனக்குத் திறந்து வைத்தது. பன்னாட்டுப் படங்களுக்கும், சினிமா அழகியலுக்கும் ஒரு அறிமுகம் கிடைத்தது. நாயர் என்னை தேசிய திரைப்பட ஆவணத்தின் மேலாண்மைக் குழுவில் நியமித்தார். அந்தக்குழுவில் மிருணாள் சென், பகத்சவத்சலா போன்றோரோடு சேர்ந்து பணியாற்றும் வாய்ப்புக் கிடைத்தது. புனேக்கு அடிக்கடி சென்றேன். நிறைய அறிமுகங்கள் கிடைத்தன. பல திரைப்படங்களைப் பார்க்க முடிந்தது. எந்தத் தமிழ்ப் படம் வேண்டுமானாலும் பார்க்கச் சொல்வார் நாயர். அப்பொழுது விசிஆர் எல்லாம் கிடையாது. ஸ்டீன்பெக் எனும் மேசை மாதிரியான ஒரு கருவியில் படச்சுருளை

போட்டுத்தான் பார்க்க வேண்டும். அம்பிகாபதி, தியாகபூமி போன்ற பழைய படங்களைப் பார்த்தேன். சினிமா ஓரளவிற்குப் பிடிபட ஆரம்பித்தது. தமிழ்நாடு ஆவணக் களரியிலும், டில்லி தேசிய ஆவணக் களரியிலும் ஆய்வு செய்தது நல்ல அனுபவம். சென்னையில் பல ஆளுமைகளைப் பார்த்து, (கே.டி.ருக்மணி, கே.பி.சுந்தராம்பாள், எம்.ஆர். ராதா போன்றவர்கள்) அவர்களது அனுபவங்கள் பற்றிப் பேசினேன்.

இரண்டு வருடங்கள் கழித்து மறுபடியும் பணியில் கல்கத்தாவில் சேர்ந்தேன். அங்கு வரலாற்றாசிரியர் பருண் டே அவர்களின் பரிச்சயம் கிடைத்தது. எனது ஆய்வைச் சார்ந்த கட்டுரைகள் எழுதச் சொன்னார். அப்படி எழுதிய கட்டுரைகள் தாம் 'த மெசேஜ் பேரர்ஸ் : நேசனலிஸ்ட் பாலிடிக்ஸ் அன்ட் த என்டர்டெயின்மென்ட் மீடியா இன் சவுத் இன்டியா 1880—1945 (The Message Bearers : National Politics and the Entertainment Politics in South India 1880-1945)' *என்ற நூலாக 1981 இல் கிரியா பதிப்பகத்தாரால் வெளியிடப்பட்டது. இதற்குப் பல ஆண்டுகளுக்குப் பின், சினிமா ஆய்வாளர் அஷீஷ் ராஜ்யத்யக்ஷா, அவரும் பிரிட்டீஷ் பிலிம் இன்ஸ்டிட்யூட்டைச் சேர்ந்த பால் வில்லமெனும் தயாரித்துக் கொண்டிருந்த 'த என்ஸ்சைக்கோபிடியா ஆப் இன்டியன் சினிமா" நூலின் பணியில் உதவுமாறு கேட்டார். சினிமா வரலாற்றில் எனது ஈடுபாட்டைப் புதுப்பித்துக் கொள்ளும் வாய்ப்பாக அது அமைந்தது. பிரிட்டீஷ் கௌன்சில் எனக்கு லண்டனில் உள்ள பிரிட்டீஷ் நூலகத்திற்குச் சென்று அங்குள்ள தமிழ் சினிமா சார்ந்த ஆவணங்களப் பார்க்க ஒரு நல்கை தந்தது. பிரிட்டீஷ் பிலிம் இன்ஸ்டிட்யூட்டிற்கும் சென்றேன். இந்த ஆண்டுகளில் நான் சேகரித்த விவரங்களைக் கொண்டு 'த ஐ ஆப் த செர்பன்ட்'* (The Eye of the Serpant)' *நூலை எழுதினேன். ஈஸ்ட் வெஸ்ட் பதிப்பகத்தார் வெளியிட்டனர். 1997ஆம் ஆண்டு அந்நூலுக்காக எனக்கு ஜனாதிபதியின் தங்கத் தாமரை விருது கிடைத்தது.*

- **தமிழ் சினிமாவைத் தமது அரசியல் பிரச்சாரத்திற்கும், அதிகாரத்திற்கும் பயன்படுத்தியவர்கள் திராவிட இயக்கம் சார்ந்தவர்கள்தான் என்று பொதுப்புத்தி மட்டத்தில் நிலவி வரும் நம்பிக்கைக்கு மாறாக நீங்கள் சத்தியமூர்த்தியை முன்வைத்து காங்கிரஸ் கட்சியே முதலில் தமிழ் சினிமாவைத் தமது அரசியல் பிரச்சாரத்திற்குப் பயன்படுத்தியது என்பதை நிறுவுகிறீர்கள். காங்கிரஸ் சார்பில் சத்தியமூர்த்தியை நீங்கள் குறிப்பிடுகீறீர்கள். திராவிட இயக்கத்தின் சார்பில் சி.என்.அண்ணாதுரையை நீங்கள் குறிப்பிடுகிறீர்கள். சமகாலத்தில் கம்யூனிஸ்ட் இயக்கத்தைச்**

சேர்ந்த பா.ஜீவானந்தம், அவர்கள் சகஸ்ரநாமம், டி.கே. பாலச்சந்திரன், கலைவாணர் என்.எஸ்.கே, ஏ.பி.நாகராஜன், சிவாஜி கணேசன், எம்.ஜி.ஆர். போன்ற சினிமா கலைஞர்களோடு நெருக்கமாக இருந்திருக்கிறார். முக்தா சீனிவாசன், நிமாய்கோஷ், எம்.பி.சீனிவாசன், கே.சி.எஸ்.அருணாலம், ஜெயகாந்தன், பட்டுக்கோட்டை கல்யாணசுந்தரம், மல்லியம் ராஜகோபால், விஜயன் என இடதுசாரி ஆளுமைகளும் இருந்திருக்கிறர்கள். அவன் அமரன், பாதை தெரியுது பார், ஏழாவது மனிதன் மற்றும் அனல் காற்று என கம்யூனிஸ்ட் இயக்கம் சார்ந்தவர்களும், இடதுசாரிகளும், எஸ்.பாலச்சந்தர், ஹரிஹரன், கோமல் சாமிநாதன் மற்றும் ஜெயபாரதி எனப் பலரும் சேர்ந்து 25 திரைப்படங்கள் வரை உருவாக்கியிருக்கிறார்கள். காஙகிரஸ், திமுக போல தமிழ் சினிமாவில் தனது தீர்மானகரமான இடத்தை கம்யூனிஸ்ட் இயக்கம் பெற முடியாமல் போனதற்கு, ஒரு திரைப்பட வரலாற்றாசிரியர் எனும் அளவில், என்ன காரணம் எனக் கருதுகிறீர்கள்?

சுதந்திரப் போராட்ட காலத்தில், 1919 ஜாலியன்வாலாபாக் படுகொலைக்கு எதிர்வினையாக தேசிய உணர்வு பரவி நாடக உலகம் அரசியலால் பாதிக்கப்பட்டது தேசியப் பிரச்சாரத்திற்கு நாடகமேடை பயன்படுத்தப்பட்டது. அரசியல் தாக்கம் இல்லாத நாடகமே இல்லை என்ற நிலை ஏற்பட்டது. நாடகத்தையும் அதைச் சார்ந்த பாடல்களையும் தடை செய்வது எளிதாக இல்லை. தலைப்பை மாற்றி நாடகம் போட்டார்கள். பாணபுரத்து வீரன் போன்ற உருவக நாடகம் போட்டுத் தடையை மீறினார்கள். ஒரு பத்தாண்டுகளில் நாடக உலகம் முழுவதும் அரசியல் பாதிப்பால் நிறைந்திருந்தது எனலாம். நாடகக் கலைஞர்கள் யாவரும் தேசிய இயக்கத்தை ஆதரித்தனர். நேரடி அரசியலிலும் ஈடுபட்டனர். இந்த காலகட்டத்தில் தான் பேசும்படம் வருகின்றது. 1931இல் வந்த முதல் பேசும்படமான காளிதாஸ் படத்தில் டி.பி.ராஜலட்சுமி 'காந்தியின் கைராட்டினமே' என்ற பாட்டை பாடி சினிமா பாட்டு என்ற கலைவடிவத்தை ஆரம்பித்து வைத்தார்.

திரைக்கு ஒலி வந்தவுடன் மேடை உலகிலிருந்து ஸ்டுடியோக்களுக்கு ஒரு பெரிய குடிப்பெயர்வு நடந்தது. நடிகர்கள், பாடலாசிரியர்கள், வாத்தியார்கள் யாவரும் இந்தப் புதிய உலகிற்குள் நுழைந்தனர். அவர்கள் தங்களுடைய அரசியல் நோக்கையும், தேசிய சிந்தாந்தத்தையும், பாடல்களையும் கூடவே கொண்டு வந்து, தமிழ்த் திரையுலகில் அரசியல் தாக்கத்தை ஏற்படுத்தினர். இதுதான் தமிழ்த் திரைக்கும் அரசியலுக்கும் உள்ள ஊடாட்டத்தின் ஆரம்பம் எனலாம். கடுமையான தணிக்கையும், பெரும் பணத்தை முதலீடு

செய்ய வேண்டிய தேவையும் திரையில் அரசியல் பிரச்சாரத்தை கட்டுப்படுத்தியது.

இந்திய அரசு சட்டம் 1935 வந்த பிறகு பொதுத்தேர்தல் நடந்து காங்கிரஸ் அரசு 1937இல் சென்னை ராஜதானியில் பதவி ஏற்ற பின் தணிக்கை முறை கைவிடப்பட்ட்து. 1939இல் உலகப்போரில் இந்தியா ஈடுபடுத்தப்படுவதை கண்டித்து காங்கிரஸ் பதவியைத் துறந்தது. தணிக்கையற்ற இந்த இரண்டு ஆண்டு காங்கிரஸ் ஆட்சியின் போது தியாகபூமி, மாத்ருபூமி, தேச முன்னேற்றம் போன்ற பல பிரச்சாரப் படங்கள் வெளிவந்தன. தமிழகத்தில் சுதந்திர போராட்ட காலத்தில் சினிமாக் கலைஞர்கள் இரண்டு வகையில் தங்களை அரசியலில் ஈடுத்திக் கொண்டார்கள் திரையின் மூலம் தேசியக் கருத்துகளைப் பரப்புவது. இரண்டாவது நேரிடையாக அரசியலில் ஈடுபடுவது. பல நடிகர்களும், தயாரிப்பாளர்களும் சுதந்திரப் போராட்டத்தை ஆதரித்தனர்.

பல நடிகர்கள் சத்தியாக்கிரகம், கள்ளுக்கடை மறியல் போன்ற நேரடி அரசியல் போராட்டங்களில் ஈடுபட்டுச் சிறை சென்றனர். உப்புச் சத்தியாகிரகத்தின் போது இத்தைகைய பிணைப்பை ஊக்குவித்தவர் சத்தியமூர்த்தி. தமிழ் சினிமாவின் சகல பரிமாணங்களையும் அரசியலுக்கு முதலில் பயன்படுத்தியது காங்கிரஸ்தான். கலைஞர்கள் யாவரையும் காங்கிரஸுக்குள் கொண்டு வந்து ஆதரவு காட்டியது. தேர்தலுக்கென்றே சில பிரச்சாரப்படங்களும் தயாரிக்கப்பட்டன. தமிழ்நாட்டில் சினிமா—அரசியல் தொடர்பு இவ்வாறுதான் ஆரம்பித்தது. கே.பி.சுந்தரம்பாள் போன்ற பல சினிமா நடிகர்கள், காங்கிரஸ் கட்சிக்குத் தங்களது ஆதரவைத் தந்து நேரிடை அரசியலில் ஈடுபட்டனர். 1958இல் காங்கிரஸ் ஆதரவில் மேல்சபையில் இடம் பெற்ற கே.பி.சுந்தராம்பாள்தான் நாட்டிலேயே முதன்முதலில் சட்டசபைக்குள் நுழைந்த திரைப்பட நடிகர்.

சத்தியமூர்த்தி 1943இல் மறைகிறார். சினிமாக் கலைஞர்கள் சரியான தலைமையில்லாமல் இருந்தனர். அந்த மாபெரும் சக்தியை அன்றைய தி மு க தலைவர்கள் அண்ணதுரை, கணாநிதி போன்றோர் உணர்ந்து பயன்படுத்தி கொண்டார்கள். அவர்களும் சினிமாவில் வசனகர்த்தாக்களாக இயங்கினர். ஆனால், பெரியார், சினிமாக்காரர்களைத் தொடர்ந்து தாக்கிக் கொண்டிருந்தார். கலைஞர்களை கூத்தாடிகள் என்று இகழ்ந்த காமராஜர் கூட 1967 தேர்தலில் சிவாஜியின் உதவியை நாடவேண்டி வந்தது. திராவிட முன்னேற்றக் கழகம் சினிமாவில் ஈடுபாடு கொண்டபின், பல கலைஞர்கள் கழகத்தில் இணைந்தனர். எஸ்.எஸ்.ஆர், போன்ற

நடிகர்கள் தேர்தலில் நின்று ஜெயித்தனர். எம்.ஜி.ஆர் பெரிய அளவில் தன் பிரபலத்தை தி.மு.க பயன்படுத்திக்கொள்ள அனுமதி கொடுத்தார். கட்சியின் நிழல் போல செயல்பட்ட அவரது ரசிகர்கள் அனைவரும் அரசியல் ரீதியாக ஒரே கருத்துக்களைக் கொண்டிருந்தனர். அதனால்தான் எம்.ஜி.ஆர் தனிக்கட்சி ஆரம்பித்தபோது அவரை ஒருமுகமாக ஆதரித்தனர். ஆனால் சிவாஜி கணேசன் 3000 ரசிகர் மன்றத்துடன் ஈடுபட்டபோதும் அரசியலில் எந்த தாக்கத்தையும் ஏற்படுத்த முடியவில்லை. எனினும் சினிமா நடிகர்கள் அரசியலில் செயல்படுவதும், திரையைப் பிரச்சாரத்திற்குப் பயன்படுத்துவதும் தொடர்ந்தது.

அரசியல் சினிமாவிற்கும் அரசியல் நோக்கங்களுக்காக தயாரிக்கப்படும் சினிமாவிற்கும் வேறுபாடு உண்டு. இதை நாம் மனதில் கொள்ள வேண்டும். அரசியல் சினிமாவின் உள்ளடக்கத்தில் அரசியல் சித்தாந்தம் அடங்கியிருக்கும். சினிமாவின் இயல்புகள் மூலம், கதைப்போக்கின் மூலம் அது வெளிப்படும். அதன் அழுத்தம் பொழுது போக்கு அம்சங்களில் இருக்காது, அரசியலில் இருக்கும். அதில் பாத்திரப் பேச்சு மூலம் பிரசங்கம் செய்யத் தேவையில்லை. இதற்கு உதாரணமாக அவன் அமரன் (1955), காலம் மாறிப்போச்சு (1956), அக்கிரகாரத்தில் கழுதை (1977), தண்ணீர் தண்ணீர் (1981) போன்ற படங்களைக் கூறலாம். சினிமாவின் இயல்புகளை நன்கு உணர்ந்து அதைப் பயன்படுத்துபவர்களால்தான் அரசியல் சினிமாவை உருவாக்க முடியும். பல படங்களை இயக்கிய ஏ.பி. நாகராஜன் தமிழரசுக் கழகத்தில் மிக்க ஈடுபாடுடையவர். சாட்டை என்ற இதழையும் நடத்தினார். இவரது படங்களை நான் கூர்ந்து கவனித்ததில்லை என்றாலும் புராணப் படங்கள், பக்திப் படங்கள் இவைகளுக்கு மறுபடியும் ஒரு இடத்தைப் பிடித்துத் தந்தார் என்பதை நினைவில் கொள்ள வேண்டும்.

நீங்கள் குறிப்பிட்ட பொதுவுடமைக் கருத்தியல் கொண்ட படைப்பாளிகளின் படங்களில் நான் கவனம் செலுத்தவில்லை. அவைகளைப்பற்றி (அவன் அமரன் தவிர) எதுவும் எழுதவுமில்லை. நிச்சயமாக அது ஆய்வுக்குரிய ஒரு தளம். தமிழ்ச் சினிமாவிற்கு பட்டுக்கோட்டை கல்யாணசுந்தரத்தின் பங்களிப்பு இன்னும் சரியாகப் பதிவு செய்யப்படவில்லை. அண்மையில் இக்கவிஞரைப்பற்றி ஒரு ஆவணப் படத்தை சாரோன் என்பவர் தயாரித்திருக்கின்றார்.

● **தமிழ்ப் பண்பாட்டில் வாழ்ந்துபெற்ற அனுபவங்களுடன், அந்தக் கலாச்சாரத்தின் பிம்ப நுட்பங்களுடன் தமிழ்த் திரைப்பட வரலாற்றை அதனது மௌனப்படக் காலம் தொட்டுப் பதிவு**

செய்ததில்தான் உங்களது முக்கியத்துவம் இருக்கிறது. உங்களது ஆய்வு என்பது இரண்டு சமதாரைகள் கொண்டது. மௌனப்படம் ஒலியைச் சேர்த்துக் கொண்டது'. பின்னர் திரை பாடல்களால் நிறைந்தது, பேச்சினால் நிறைந்தது என்பதனை மேடை நாடக மரபு, பொருளாதாரக் காரணங்களால் மேட்டுக் குடியினர் சங்கீதத்துடன் திரைப்படத்தினுள் நுழைந்தது என தொடர்புபடுத்திக்கொண்டு செல்லும்போது, திரைப்பட வடிவத்தினுள் சாதி, வர்க்கம், இனம், தேசியம் போன்ற கருத்துப்போக்குகளோடு திரைப்படம் எனும் கலைவடிவம் இன்று வந்து அடைந்திருக்கிற காட்சிரூப அழகியல் சாத்தியங்களை அதீதமான பாடல்கள் அதீதமான உரை வடிவிலான பேச்சு போன்றன பின்னடையச் செய்தன என்பதனை நிறுவுகிறீர்கள். இதனைச் சொல்லும்போது பராசக்தி போன்ற திராவிட இயக்கப் படங்கள், அவன் அமரன் போன்ற கம்யூனிசப் படங்கள் என இரண்டும் குறித்துப் பேசிவிட்டு, இரண்டுமே பேச்சை முன்னிறுத்திய படங்கள் என்றுதான் குறிப்பிடுகிறீர்கள். இன்னும் அரசியல் சினிமா என்பது உள்ளார்ந்து கருத்தியல் கொண்டிருக்குமேயொழிய அது பிரச்சாரமாவதில்லை என்பதையும் தெளிவுபடுத்துகிறீர்கள். இவ்வாறு பிம்பத்தின் மொழியையே நீங்கள் வலியுறுத்துகீறீர்கள். இதனைப் புரிந்து கொள்ளாமல் திராவிடத் திரை மரபையே நீங்கள் எதிர்மறையாகப் பார்க்கிறீர்கள் என்பது மாதிரியிலான விமர்சனங்களை நீங்கள் எவ்வாறு பார்க்கிறீர்கள்?

சினிமாவின் அழகியல் பற்றி பேசாமல் அதன் உள்ளடக்கத்தைப் பற்றி மட்டும் பேசுவது சரியில்லை என்று நான் கருதுகின்றேன். ஒரு திரைப் படத்தில் இயக்குனர் என்ன சொல்கிறார் என்பதை விட அதை எப்படிச் சொல்கிறார் என்பது முக்கியம். அதுதான் சினிமா. அதாவது எந்த முறையில் அதைச் சொல்கிறார் என்பது. எந்த ஒரு நிகழ்கலையும் அதன் அடிப்படை இயல்பால்தான் சிறப்படைகின்றது. தனித்தன்மை அடைகின்றது. எடுத்துக்காட்டாக நடனம். உடல் அசைவுகள் இல்லாமல் நடனம் இல்லை. மனித உணர்வுகளைக் காட்சிப் படிமங்கள் மூலம் சித்தரிக்கும் திறன், சினிமாவின் மேன்மையான ஒரு தனிப் பண்பு. எந்த ஒரு கலையும் அதனுடைய அடிப்படை இயல்பில், சாத்தியக்கூறுகளால் இயங்கினால்தான் அதன் தாக்கம் அதிகமாக இருக்கும். அது போல காட்சிப் பிம்பங்கள்தான் சினிமாவின் அடிப்படை. பாத்திரப் பேச்சு அல்ல. ஒரு கலைவடிவத்தின் அடிப்படை இயல்புகளுக்குச் சிறப்பிடம் அளிக்காமல் இருந்தால் அதன் தாக்கம் குறையும். மக்களிடையே நல்ல வரவேற்பு பெற்ற நாடகம்

பாவலர் பாலசுந்தரத்தின் பராசக்தி. இந்த வரவேற்பே இதைப் படமாக்கலாம் என்ற எண்ணத்தை; தயாரிப்பாளருக்கு கொடுத்தது. காட்சியமைப்பு நாடகம் போலவே அமைந்திருந்தது. திராவிட இயக்கத்தைச் சேர்ந்த தலைவர்கள் சினிமாவிற்கு வசனம் எழுதிய போது பாத்திரப் பேச்சை அதிகமாகப் பயன்படுத்தினார்கள். அவ்வப்போது படத்தில் பாட்டு வருவது போல நீண்ட அடுக்கு மொழி வசனங்களைப் பயன்படுத்தினார்கள். படத்தில் நீண்ட வசனம் வரும் காட்சிகளை வலிந்து புகுத்தினார்கள். பல படங்களில் சம்பந்தமில்லாத சிறு நாடகங்கள் திணிக்கப்பட்டன — இல்லற ஜோதியில் அனார்கலி நாடகம், ராஜாராணியில் சாக்ரடீஸ் நாடகம் போல. அல்லது நீண்ட பாத்திரப் பேச்சு அடங்கிய நீதிமன்றக் காட்சிகள் சேர்க்கப்பட்டன. பராசக்தி, வேலைக்காரி, மந்திரிகுமாரி, மனோகரா படங்களில் நீதிமன்றக் காட்சிகளில் வசனப்பொழிவைக் கேட்கலாம். சீர்திருத்தக் கருத்துகளும் கதையோடு சேர்த்துப் பின்னப்படாமல் கதைமாந்தர்களின் வாயிலிருந்து வரும் ஆவேசப் பேச்சுகளாகவே இருந்தன. அங்கே சினிமா மலரவில்லை.

மேடைப்பேச்சை ஒரு தனிக் கலையாக அரசியல் தலைவர்கள் உருவாக்கி வைத்திருந்த காலம் இது. நீண்ட வசனம் பேசும் கதாபாத்திரத்தின் உடல் மொழி, சைகைகள் ஒரு மேடைப் பேச்சாளருடையது போலவே அமைந்திருந்தன. வாய்ப்பேச்சிற்கு அளிக்கப்பட்ட முக்கியத்துவம் காமிராவின் அசைவைக் கட்டிப் போட்டது. ஒரு கதாபாத்திரம் நீண்ட வசனம் ஒன்றைப் பேசும் போது நிலையாக வைக்கப்பட்டிருக்கும் காமிரா முன்கோணத்தில் படம் பிடிக்கின்றது. பல கோணங்களிலிருந்தும், தூரத்திலிருந்தும் படமெடுக்கக்கூடிய சாத்தியக்கூறுகள் நீண்ட வாய்ப்பேச்சால் குறைக்கப்பட்டது.

சினிமா ஏறக்குறைய ஒரு இலக்கிய வடிவமாக பார்க்கப்பட்டது. சொல்லப்போனால் இந்தப் படங்களின் வசனங்கள் புத்தக வடிவில் அச்சிடப்பட்டு வெளியாகி, நன்கு விற்பனை ஆயின. சினிமா என்ற கலைவடிவம் தன் பன்முக ஆளுமைகளுக்கு பதிலாக, இலக்கியத்தின் நீட்சியாக மாறிப் போயிற்று.

● கிரியா வெளியிட்ட உங்களது முதல் நூலான 'த மெசேஜ் பேரர்ஸ்', பிற்பாடு வெளியான 'ஐ ஆப் த செர்பன்ட்' துவங்கி, இப்போது வரை 'ஹிஸ்டரி த்ரு த லென்ஸ் (History Through the Lens)', சிவாஜி கணேசன் குறித்த நூல் உள்ளிட்டு ஆங்கிலத்தில் 4 நூல்களும் தமிழில் ஐந்து நூல்களும் வெளியாகிவிட்டன. இதுவன்றி சர்வதேச அளவில் இந்திய, தமிழ் சினிமா குறித்து வெளியான பல தொகுப்பு

நுல்களில் உங்களது கட்டுரைகள் இடம்பெற்றிருக்கின்றன. காலனிய வரலாறு எழுதியலுக்கு மாற்றாக இந்திய சுதந்திரப் போராட்டத்தில் தமிழகத்தின் பங்கை சிற்றிலக்கியங்கள், நாடகங்கள், திரைப்படங்கள் போன்றவற்றை வரலாற்றுச் சான்றாக முன்வைத்து நீங்கள் நிறுவுகிறீர்கள். மேட்டுக்குடியினருக்கு மாற்றானவர்களாலேயே இது முன்னெடுக்கப்பட்டது என்றும் சொல்கிறீர்கள். உங்களது தொடர்ந்த திரைப்பட ஆய்வுகளிலும் இந்த முறையியல் செயல்படுகிறது. இந்தப் பார்வையிலிருந்து இப்போதைய மேற்கத்திய அமெரிக்கத் திரைப்பட ஆய்வுகளில் செயல்படும் குறிப்பான தமிழ் கலாச்சார நுண்ணுணர்வு அல்லாமல் பிரதி சார்ந்த ஆய்வுகள் தமிழ் சினிமாவைத் தட்டையாகப் பார்க்கின்றன என்பதை ஒரு வாசகனாக என்னால் சொல்ல முடியும். இந்த மேற்கத்திய ஆய்வுகள், நிலவும் தமிழ் சினிமாவின் அடுத்த கட்டத்திற்கு எந்த வகையில் உதவும் என நீங்கள் நினைக்கிறீர்கள்?

மேலை நாட்டு அறிஞர்கள் அமெரிக்காவில் இந்தியாவைப்பற்றி ஆராய்வதில் அறுபதுகளில் இருந்த ஆர்வம்,சீனா தனது கதவுகளைத் திறந்து வைத்தபின் ஓய ஆரம்பித்தது. பின்னர் கல்விப்புலத்தில் எண்பதுகளில் ஸபால்டர்ன் ஸ்டடிஸ் முன்னுக்கு வந்தபின் சாமானிய மக்களின் பொழுதுபோக்கான சினிமாவின் மேல் பலர் கவனம் சென்றது. அதிலும் தமிழ்நாட்டில் சினிமாவிற்கும் அரசியலுக்கும் இருக்கும் ஊடாட்டம் இவர்களது கவனத்தை ஈர்த்தது.

சினிமா ஆய்வில் ஆர்வம் அதிகரித்தவுடன் மேலைநாட்டுக் கல்விப்புலத்தில் ஒரு புலப்பெயர்வு நடந்தது. இலக்கியம், மானுடவியல் போன்ற தளங்களிலிருந்து ஆய்வாளர்கள் சினிமாவை ஆராய்ச்சிப் பொருளாக எடுத்துக் கொண்டார்கள். இவர்கள் தத்தம் துறைகளில் தேர்ச்சி பெற்றவர்கள். ஆனால் முற்றிலும் புதிய சினிமாத் துறைக்கு ஆயத்தமே எதுவுமில்லாமல் நுழைந்தனர்.

தமிழ் சினிமாவை ஆராய, அறிந்து கொள்ள அழகியல் ரீதியாகவோ, ரசனைக் கண்ணுடனோ அணுகத் தேவையில்லை என்ற அவர்கள், இதை நியாயப்படுத்த சினிமா பற்றிய ஆய்விற்கு, அந்தக் கலையில் பரிச்சயம் தேவையில்லை என்றும், சினிமா அழகியலைப்பற்றி பேசத் தேவையில்லை என்றும் வாதிட்டனர்.

இவர்கள் தங்களுக்குப் பரிச்சயமாகி இருந்த கோட்பாடு களையே, அதாவது இலக்கியக் கோட்பாடுகளை, மானுட வியல் கோட்பாடுகளை உபயோகித்தனர். சினிமா அழகியல் ஒதுக்கப்பட்டது. சினிமா ரசனை பற்றிய பேச்சே எடுக்கப்பட

வில்லை. தமிழ் சினிமாவில் ஆர்வம் காட்டிய மேலைநாட்டு ஆய்வாளர் பலருக்கும் தமிழ்மொழியில் பரிச்சயம் இல்லாமல் இருந்தது. மொழி சார்ந்த பண்பாட்டுடனும் பரிச்சயம் இல்லை. அவர்களது ஆய்விற்கு இது ஒரு குறையாக அமைந்தது. ஓரளவு மொழி அறிவை மட்டும் அடிப்படையாகக் கொண்டு ஒரு சமுதாயத்தின் சினிமாவை ஆராயப் புகுவது கடினம் என்று நினைக்கின்றேன். ஏனென்றால், கட்புல ஊடகமான சினிமாவில் நாம் பிம்பங்களை எதிர் கொள்கிறோம். இவை மொழி சார்ந்த கலாச்சாரத்துடன் இணைந்திருக்கின்றன.

மனித நாகரிகத்தின் வரலாற்றில் மொழி, எழுத்து இவை உருவானதற்கு அடுத்த மைல்கல்லாக நிழற்படத்தின் வருகை அமைந்தது என்கிறார்கள் கட்புல வல்லுனர்கள். பிம்பங்கள் மூலம், அதிலும் அசையும் பிம்பங்கள் மூலமாக பல நுணுக்கமான சமிக்ஞைகளைக் கொடுக்கலாம். இதையெல்லாம் பேச்சு மொழியை எதிர்கொள்வது போல மொழிபெயர்ப்பாளரின் உதவியால் புரிந்து கொள்வது கடினம். இந்தப் பிரச்னைகளைச் சமாளிக்க திரைப்படங்களைப் பற்றி, அதன் உள்ளடக்கத்தைப் பற்றி ஆராயாமல், அதன் தாக்கத்தைப் பற்றியும், பார்வையாளர்களைப் பற்றியும் சிலர் ஆராய்ந்தனர். திரைப்படங்களில் தலித்துகள் எவ்வாறு சித்தரிக்கப்படுகிறார்கள் என்றோ, சாதிப் பிரச்சினைகள் எவ்வாறு கையாளப்படுகின்றன என்றோ மேலை நாட்டு ஆய்வாளர்களின் கவனம் செல்லவில்லை. ரசிகர் மன்றம், திரையரங்குகள், விளம்பர போஸ்டர்கள் இவை பற்றி சில தீர்க்கமான ஆய்வுகள் மேலைநாட்டு ஆய்வாளர்களால் எழுதப்பட்டுள்ளன.

மேலை நாட்டு ஆய்வுகளில் மற்றொரு அம்சத்தையும் காணலாம். வெகுசன இதழ்களையும், பிரசுரங்களையும் அவர்கள் கவனிப்பில் எடுத்துக் கொள்ளாமல் இருப்பது. தமிழ் சினிமா பற்றிய விவரங்கள் பெருவாரியாக இத்தகைய இதழ்களில்தான் வெளியாகின்றன. அவற்றை கணிப்பில் சேர்க்காமல் விட்டால் அந்த ஆய்வு முக்கியப் பரிமாணத்தை இழந்துவிடும்.

பல இந்திய ஆய்வாளர்கள், அதிலும் தமிழ் மொழியுடன் பரிச்சயம் குறைவாக உடையவர்கள், ஆனால் தமிழ் சினிமாவை கவனிக்க முற்படுபவர்கள் அந்த மேலை நாட்டு ஆய்வாளர்களின் அணுகுமுறை, ஆய்வுப் பாணியை பின்பற்றுகிறார்கள். சினிமா மொழியின் பொது இலக்கணத்தை வைத்து தமிழ் ஜனரஞ் சகத் திரைப்படங்களை எடை போடக்கூடாது என்கின்றனர். இத்தகைய வாதம் தமிழ் சினிமா பற்றிய நம் புரிதலுக்குத் தடையாக இருக்கின்றது என்பது என் நிலைப்பாடு. ஜனரஞ்சகப் படங்களை

உற்று நோக்க சினிமா இலக்கணத்தைக் கற்றுக் கொள்வது ஒரு முக்கியப் பயிற்சி என நான் கருதுகின்றேன். திரைப்படத்தைக் கட்புல ஊடகமாகத்தான் நாம் சீர்தூக்கிப் பார்க்க வேண்டும். அதற்கு சினிமாவின் ஆதாரப் பண்புகள், இயல்புகள், சாத்தியக்கூறுகள், நியமங்கள் இவற்றுடன் ஆய்வாளருக்குப் பரிச்சயம் தேவை. அப்போதுதான் திரையில் சூசகமாகக் கூறப்படும் கருத்துக்களை அடையாளம் கண்டுகொள்ள முடியும். சினிமா இலக்கணம் அல்லது தர்க்கம் என்பது காட்சியமைப்பு, ஒலியமைப்பு, காமிரா கோணம், சினிமாவின் படக்கோர்வை போன்ற சில அம்சங்களால் ஆனது. இவற்றில் கவனம் செலுத்தினால்தான் படத்தின் உட்பொருளைப்பற்றி அறிய முடியும். அந்த அணுகுமுறையிலிருந்து ஆய்வு செய்தால்தான் ஒரு சினிமாவைப்பற்றி நாம் சரியாகப் புரிந்துகொள்ள முடியும்.

• தமிழ் சினிமா குறித்த எழுத்தாளர்களின் பார்வைகளை மணிக்கொடி காலம் முதல் இன்று வரை தொகுத்திருக்கிறீர்கள். மேட்டிக்குடிப் பார்வை, இலக்கிய மேன்மை அல்லது இலக்கிய முதன்மைவாதம், பிம்ப மொழி, இலக்கியப்பிரதி மொழி, மேட்டிமைக்கு எதிரான நோக்கு என நீங்கள் தொகுத்திருக்கிறீர்கள். புதுமைப்பித்தன், ஜெயகாந்தன், தர்மூ ஜீவராமு, சுந்தர ராமசாமி போன்றோர் திரைப்படத்தில் பிம்ப மொழியின் முக்கியத்துவத்தை உணர்ந்திருந்தார்கள் என்றும் சொல்கிறீர்கள்.

தமிழ் இலக்கியவாதிகளில் தமிழ் சினிமா குறித்து அதிகம் எழுதியவர்கள் என அசோகமித்திரனையும் ஜெயகாந்தனையும் மட்டுமே நாங்கள் குறிப்பிட முடியும். இவையும் திரைப்பட உலகுடனான தமது அனுபவங்கள் என்பதல்லாமல் திரைப்படங்கள் குறித்த பார்வை அனுபவங்களில் விளைந்தவை அல்ல. பார்வை அனுபவங்களுடன் இன்று தொடர்ந்து எழுதுகிறவர்கள் விரல்விட்டு எண்ணத்தக்க எழுத்தாளர்கள்தான். இன்றைய எழுத்தாளர்களில் பெரும்பாலானவர்கள் நிலவும் தமிழ் சினிமாவுடன் ஏதோ ஒரு வகையில் பொருளாதார அளவிலான உறவுகளைக் கொண்டிருக்கும்போது நிலவும் சினிமா அமைப்பு குறித்த காத்திரமான சுயாதீனமான விமர்சனங்கள் வருவது அருகி வருகிறது. அநேகமாக மறைந்தும் வருகிறது. இந்த நிலைமையில், நிலவும் தமிழ் சினிமாவின் மீது இலக்கியவாதிகள் என்ன விதமான தாக்கத்தை உருவாக்கிவிட முடியும் என நினைக்கிறீர்கள்?

சினிமா — எழுத்தாளர் ஊடாட்டம் இரண்டு தளங்களில் நடைபெறலாம். முதலாவது சினிமாவைப்பற்றி எழுதுவது.

இரண்டாவது சினிமாவிற்காக எழுதுவது. அதாவது கதை, வசனம், பாட்டு எழுதுவது. உலகின் பல சினிமாக்களில் திரை பற்றி விமர்சனக் கட்டுரைகள் எழுதி ஸ்டுடியோவிற்குள் நுழைந்து பின்னர் திரைக்கதை, வசனம் எழுத ஆரம்பித்திருக்கின்றனர். பிரான்ஸில் இத்தகைய ஈடுபாடுதான் பிரெஞ்சு புதிய அலை சினிமா உருவாகக் காரணமாயிருந்தது. தமிழ்நாட்டில் அலை ஏதும் வரவில்லை என்றாலும், பத்திரிகை உலகிலிருந்து சில எழுத்தாளர்கள் சினிமாவிற்குள் வந்தனர். இளங்கோவன், பி.எஸ். ராமையா, ச.து.ச. யோகி என இவர்களைக் குறிப்பிடலாம். இவர்களுக்குப் பின்னால் வந்த புதுமைப்பித்தன் ஒருபடி மேலே போய் சினிமா தயாரிப்பு முயற்சியிலும் ஈடுபட்டார். அன்றிலிருந்து இன்று எஸ்.ராமகிருஷ்ணன், ஜெயமோகன் வரை இந்த ஈடுபாடு தொடர்கின்றது. இந்தப் பொருளுக்குள் நுழையுமுன் நாம் மனதில் கொள்ள வேண்டியது என்னவென்றால் சினிமாவிற்காக எழுதியவர்கள் வசனமும், பாடல்களும் எழுதினார்கள். இரண்டு விதமான மொழி வடிவங்கள். இதில் பாத்திரப் பேச்சு (வசனம்) இலக்கியக் கோட்பாடுகளுக்கு உட்பட்டதல்ல. அதை நாம் இலக்கிய ரீதியாக அணுக முடியாது. அது கதைப்பாங்கிற்கேற்ப, திரையில் தோன்றும் பிம்பங்களுக்கேற்ப பாத்திரங்கள் பேசுவதாக எழுதப்படுவது. தனி வாசிப்பிற்காக அல்ல. பாடல்களும் காட்சிப் படிமங்களுக்குத் துணைபோகத்தான் எழுதப்படுகின்றன. திரைக்கதையில் ஒரு குறிப்பிட்ட கட்டத்திற்காக எழுதப்படுகின்றன. ஆனால் இசை ரூபத்தில் இருப்பதால் பாடலுக்கு திரைக்காட்சியிலிருந்து தனித்து ஒரு வரவேற்பு மக்களிடையே இருக்கின்றது.

ஆரம்ப காலத்தில் பெருவாரியான எழுத்தாளர்கள், சினிமாவைத் தாக்கி எழுதியவர்களும், திரைப்படங்களை விமர்சனம் செய்ய முற்பட்ட கல்கி போன்ற எழுத்தாளர்களும், சினிமாவை இலக்கிய ரீதியாகவே அணுகினார்கள். சினிமா அழகியல் அடிப்படையில் திரைப்படங்களை மதிப்பிடாமல் படத்தின் உள்ளடக்கமான கதை, வசனம், பாட்டு என்று இலக்கிய மதிப்பீடு போல எடை போட்டனர். அரிய ஒரு கலை வடிவை விமர்சனங்கள் மூலம் செறிவாக்க முடியும் என்ற பொறுப்புணர்ச்சி காணப்படவில்லை.

சினிமாவின் தனித்துவத்தை புதுமைப்பித்தன் அறிந்திருந்தார். 1938அம் ஆண்டு ஈழகேசரியில் எழுதிய கட்டுரையில் பிம்பங்கள் மூலமல்லாமல் பாத்திரப் பேச்சு மூலம் தமிழ் சினிமாவின் கதையை நகர்த்தும் வழக்கத்தைப்பற்றி எழுதுகின்றார். 1943 இல் மாயா பஜார்

என்ற தெலுங்குப் படத்தை விமர்சிக்கையில், "இதை சினிமா என்று சொல்ல முடியாது; 'படமாக்கப்பட்ட நாடகம்' என்கிறார். ஆரம்ப காலத்தில் கம்பெனி நாடகங்களை முன்கோணத்தில் படமாக்கி திரைப்படமென்று வெளியிட்டனர்.

1947இல் அவர் சினிமா உலகில் நுழைந்து காமவல்லி (1948) என்ற படத்திற்கும் ராஜமுக்திக்கும் (1948) வசனம் எழுதினார். ஔவையார் (1953) படத்திற்கு திரைக்கதை எழுதினார். திரைக்கு எழுதுவதில் உள்ள பிரச்னைகளை புதுமைப்பித்தன் நன்கு அறிந்திருந்தார். "பழைய புலவர்களுக்கு வெண்பா புலி என்பது போல, இன்றைய கதை எழுத்தாளர்களுக்கு சினிமா என்ற துறை ஒரு புலி". ஆனால் தமிழ் சினிமாவில் அவரது பங்களிப்பு எந்த தாக்கத்தையும் ஏற்படுத்தியதாகத் தெரியவில்லை. சிற்றிதழ்கள் காலத்தில் சினிமாவிற்கு இடம் சிறிது இடம் தரப்பட்டது. 1955 இல் துவக்கப்பட்ட சரஸ்வதி, 1960ல் செல்லப்பா ஆரம்பித்த எழுத்து, எழுபதுகளில் வெளிவந்த பிரக்ஞை, ஜீவா அவர்களின் தாமரை இவைகளில் சினிமா பற்றிய கட்டுரைகள் வெளிவந்தன. ஐரோப்பிய சினிமாவால் கவரப்பட்டவர்களும், இந்திய சினிமாவின் இணை சினிமாவைக் கவனித்த சில தமிழ் எழுத்தாளர்களும் இவ்விதழ்களில் எழுதினார்கள். எனினும் அந்த இதழ்களில் எழுதிய பலருக்கு சினிமாவின் இயல்புகள், நியதிகள் இவற்றுடன் பரிச்சயமே இல்லை என்பது அவர்கள் கட்டுரைகளிலிருந்து தெரிகிறது.

இன்றும் சினிமா எனும் ஊடகத்தைப் பற்றிய அக்கறையின்மையை எல்லாத் தளத்திலும் நாம் காண முடிகின்றது. வெகுமக்கள் பத்திரிகைகளில் நடிகர்களைப் பற்றித்தான், அதிலும் அவர்கள் நடிப்பை பற்றியல்லாமல் சொந்த வாழ்க்கையைப் பற்றி அதிகம் எழுதுகின்றார்கள். சினிமாவிற்கு இயக்குனர், தயாரிப்பாளர் மட்டும் பொறுப்பல்ல. திரைப்படங்களைப் பற்றி எழுதுபவர்கள், சிந்திப்பவர்கள் இவர்களுக்கும் பொறுப்பிருக்கின்றது. சினிமா என்ற கலைவடிவின் நியாயங்கள், தனித் தன்மைகள் பற்றி வெகு சிலரே எழுதும் வேளையில் சினிமாவிற்கென்றே, காட்சிப்பிழை, நிழல் போன்ற தனி இதழ்கள் வர ஆரம்பித்திருப்பதும் உயிர்மை, காலச்சுவடு, தீராநதி போன்ற இதழ்களில் சினிமா பற்றி தீர்க்கமான கட்டுரைகள் வருவதும் ஒரு நல்ல அறிகுறி. பல எழுத்தாளர்கள் சினிமா அழகியல் பற்றியும், சினிமாவின் நியாயங்கள் பற்றியும், வரன்முறைகள் பற்றியும் எழுதுகின்றார்கள். சினிமாவை இவர்கள் ஒரு காட்சி ரூப சாதனமாக அணுகுவதைக் காணலாம்.

ஜுநூன் (இந்தி, 1978) போன்ற பல சிறந்த படங்கள் இலக்கியத்தை முன்வைத்து எடுக்கப்பட்டவையே. மலையாள, கன்னட

சினிமாக்களில் இருக்கும் அத்தகைய ஆழமான ஊடாட்டம் தமிழ் சினிமாவில் கிட்டத்தட்ட இல்லையென்றே சொல்லலாம். தமிழில் மிகச் சில படங்கள் மட்டுமே இம்முறையில் உருவாக்கப்பட்டுள்ளன. அவ்வகையில் ஜெயகாந்தனின் உன்னைப்போல் ஒருவன் (1964) படமும், புதுமைப்பித்தனின் சிறுகதை சிற்றன்னையை ஆதாரமாகக் கொண்டு மகேந்திரன் இயக்கிய உதிரிப்பூக்கள் (1979), லெனின் இயக்கிய ஜெயகாந்தனின் குறுநாவலான ஊருக்கு நூறுபேர் படமும் சட்டென்று நினைவுக்கு வருகின்றன. இலக்கியம் சார்ந்த திரைப்படத்தை உருவாக்க சினிமாவிலும், இலக்கியத்திலும் நல்ல பரிச்சயம் இருக்க வேண்டும். இத்தகுதி மிகவும் இன்றியமையாதது. அதை லெனின் மிக நன்றாக நிரூபித்திருக்கிறார். சினிமா எனும் கட்புல ஊடகத்தின் வலிமையையும் இயல்பையும் உணர்ந்து இந்தப் படைப்பை உருவாக்கியுள்ளார்.

• கலைப் படம் மற்றும் வெகுஜனப் படம் எனும் பிரிவினை குறித்து உலக சினிமா குறித்த பரிச்சயமுள்ளவர்கள் அநேகமாக ஒரு முடிவுக்கே வந்துசேரலாம். இப்படியான பிரிவுக்கு இன்று அர்த்தம் இல்லை. இன்று படங்கள் சமூகப் பிரச்சினைகள் குறித்த யதார்த்தப் படங்கள், விஞ்ஞானக் கற்பனைகள், கார்ட்டூன், அனிமேஷன், மோஷன் கேப்சரிங் என வளர்ச்சியுற்றிருக்கிறது. இந்திய சினிமாவின் காத்திரமான அரசியல் சினிமா இயக்குனர் கோவிந்த் நிஹ்லானி அனிமேஷன் படத்தை உருவாக்கும் அதே வேளையில், ரஜினியின் மோஷன் கேப்சரிங் கோச்சடையானும் வருகிறது. ஆக, இங்கே கெட்ட அல்லது நல்ல படங்கள்தான் உண்டேயொழிய, முழுமையான கலைப் படம் அல்லது வெகுஜனப் படம் என ஏதுமில்லை.

கதைக்கருவுக்கான நேர்மை, தொழில்நுட்ப நேர்த்தி, எளிமையின் அழகு, சமூகக் கடப்பாடு போன்றனதான் இன்று திரைப்படத்தை அளவிடுவதற்கான மதிப்பீடு என்று தோன்றுகிறது. தீவிரமான சமூக ஓர்மை கொண்ட படங்களுக்குக் கலைப்படம் என்று முத்திரை குத்தி அதனை ஒதுக்கிவிடுவதை மேட்டுக்குடி சார்ந்த வெகுஜன சினிமா தயாரிப்பாளர்கள், விநியோகஸ்தர்கள், இயக்குனர்கள், பொருளாதார இலாபம் மட்டுமே குறிக்கோளாகக் கொண்ட நட்சத்திர நடிகர்கள் ஒரு சதித்திட்டம் போலச் செயல்படுத்துகிறார்களோ என்று தோன்றுகிறது. மாற்றுச் சினிமா சார்ந்தவர்களும் தமது படங்களை கலைச் சினிமா என்று கோரிக்கொள்வதன் மூலம் இதற்கு இரையாகிறார்களோ என்று தோன்றுகிறது. திரைப்படத்தை வடிவ அளவில் இப்படி இரு கூறாகப் பிரிப்பது குறித்த உங்களது பார்வை என்ன?

இலக்கியத்தைப் பற்றி பேசும்போது நாம் இந்த மாதிரியான வேறுபாடு செய்வதில்லை. இசையைப் பற்றிய சொல்லாடலிலும் இத்தகையான பாகுபாடு கிடையாது. நாடக உலகில் இல்லை. பன்னாட்டளவில் சினிமா விற்பன்னர்கள் எவரும் இவ்வாறு வேறுபடுத்திப் பேசுவதில்லை. நம் நாட்டிலும் சினிமாவைப் பற்றி தீர்க்கமாக எழுதும் எழுத்தாளர் எவரும் இந்தப் பிரிவை ஏற்பதில்லை. உலகத் திரைப்பட விழாக்களில் இப்படியோரு ரகம் கிடையாது. ஏன், நம் நாட்டு சினிமாவில் மட்டும் இப்படி ஒரு பிரிவு? திரைப்படம் என்றாலே, அது ஒரு வெறும் கேளிக்கை சாதனம்தான். அதைப்பற்றித் தீர்க்கமாகச் சிந்திக்க வேண்டியதில்லை என்று நம் மனதில் ஆழப் பதிந்து விட்ட கண்ணோக்குதான் இந்தப் பாகுபாட்டிற்கு ஆதாரம். இந்த வேறுபாட்டிற்கு ஒரு வரலாற்றுப் பின்னணியும் உண்டு. 1955 ஆம் ஆண்டு வங்காளத் திரைப்படம் "பதேர் பாஞ்சாலி" வெளிவந்து உலகின் கவனத்தை ஈர்த்தது. ராஜ்கபூர், மெஹ்பூப் கான் போன்ற மும்பைத் திரைப்படச் சக்கரவர்த்திகள் பாட்டு, காதல், நடனம் என்ற கலவையில் கேளிக்கைப் படங்கள் எடுத்து இதுதான் சினிமா என்று கோலோச்சிக் கொண்டிருந்த காலம் அது. அதுவரை எந்த இந்தியத் திரைப்படத்திற்கும் இல்லாத மரியாதை, அங்கீகரிப்பு, மேற்கு வங்க அரசால் தயாரிக்கப்பட்டு ரே இயக்கிய பதேர் பாஞ் சாலிக்குக் கிடைத்தது. அகில உலக அளவில் இந்திய சினிமா ஏற்றுக்கொள்ளப்பட்டது.

இதனை ஜனரஞ்ஜக சினிமா சார்ந்தவர்கள் எப்படி எதிர் கொண்டார்கள்? இத்தனை வருடங்களாக படமெடுத்துக் கொண்டிருந்தாலும் தாங்கள் செய்ய முடியாததை, சினிமா தொழிலுலகத்திற்கு வெளியே இயங்கிக் கொண்டிருந்த ஊர் பேர் தெரியாத ஒருவர் செய்து காட்டியதையும், அதனால் ஏற்பட்ட தர்மசங்கடமான நிலையையும் மும்பை திரைப்பட உலகத்தால் செரிக்க முடியவில்லை. இது மாதிரியான படங்கள் ஒரு தனி ரகத்தைச் சேர்ந்தவை என்ற ஒரு கற்பிதத்தை நிறுவ முற்பட்டனர். 1936 இல் பெர்லின் ஒலிம்பிக்ஸில் அமெரிக்க கறுப்பரான ஜெஸ்ஸி ஓவென்ஸ் ஓட்டப் பந்தயங்களில் பல ஜெர்மானியர்களை வென்று தங்கப் பதக்கங்கள் பெற்றார். அப்போது, ஆரிய இனம்தான் உயர்ந்தது என்ற கூற்றை நிலைநிறுத்த முயற்சித்துக் கொண்டிருந்த ஹிட்லர், ஓவன்ஸ் மனிதரல்ல, மனிதக் குரங்கினத்திற்கான சில உடற்கூறுகளை உடைய ஓர் இனத்தைச் சேர்ந்தவர் என்ற கருத்தைப் பரப்ப முற்பட்டார். வடிவமைப்பிலும், உள்ளடக்கத்திலும் சிறந்த படங்கள் வெளிவர ஆரம்பித்து, சினிமா பற்றிய ஆரோக்கியமான சுரணை மக்களிடையே ஏற்பட்டுவிட்டால், உணர்வுகளை

மழுங்கடிக்கும் ஆட்டபாட்டம், துரத்தல், அடிதடி, பெண்ணுடல் காட்டல் ஆகியவை அடங்கிய படங்களெடுத்து பணம் பண்ணிக் கொண்டிருக்கும் தங்கள் பாடு திண்டாட்டம் என்பதை உணர இவர்கள் ஆரம்பித்தனர். சீரிய திரைப்படங்களின் வருகையை எதிர்கொள்ளும் ஒரு உத்திதான் இந்த கலைப் படம் — வர்த்தகப் படம் என்னும் இருமையை நிறுவ எடுக்கப்பட்ட முயற்சிகள்.

இதுபோன்று வடிவமைப்பிலும், உள்ளடக்கத்திலும் சிறந்த சமூகப் பிரக்ஞை ஊட்டும் படங்களுக்கு நம் நாட்டின் பாரம்பரிய சினிமாத் தொழில் ஒரு தனிப்பெயர் சூட்டியது — அது "கலைப்படம்" என்பது. அது ஒரு தனி ரகமான சினிமா என்ற அர்த்தத்தில் இந்தச் சொல் பயன்படுத்தப்பட்டது. அவர்கள் சொல்லாமல் சொன்னது என்னவென்றால், நாங்கள் எடுக்கும் படங்களுக்கு ஒரு தனி அளவுகோல் இருக்கின்றது, அது பன்னாட்டளவில் போற்றப்படும் படங்களின் அளவுகோலிலிருந்து வேறுபட்டது என்பதுதான். இந்நிலைப்பாட்டின் எதிரொலிதான் இந்தியப் படங்களுக்கு, தமிழ்ப் படங்களுக்குத் தனி மொழி, தனி இலக்கணம் உண்டு என்று வாதிடுவதும். அது மட்டுமல்ல, சினிமாவைப்பற்றி சீரிய சொல்லாடல் தேவையில்லை என்பதும் இந்த நிலைப்பாட்டின் உள்ளர்த்தம்தான். இந்த இருமையை பத்திரிகைகளும் ஏற்று, கலைப் படம், வணிகப் படம் என்ற பதங்களைக் கையாள ஆரம்பித்து அவை புழக்கத்தில் வந்தன.

சினிமா ரசனை வளராமலிருப்பதும், சீரிய திரைப்படங்களை எதிர்கொள்ள இயலாமையும் இந்த இருமை ஏற்றுக் கொள்ளப்படுவதற்கு உதவின. சீரிய சினிமாவிற்கு ஒரு தனிப்பெயர் கொடுத்து, அதை ஒரு தனி அடுக்கில் வைத்தது மட்டுமன்றி, ரே போன்ற இயக்குனர்களையும் அவர்களது படைப்புக்களையும் தாக்க ஆரம்பித்தனர். அந்த வேலை இன்றும் தொடர்கின்றது. நர்கீஸ் மேலவை உறுப்பினராக 1980 இல் தெரிந்தெடுக்கப்பட்ட பின், அவர் அவையில் ஆற்றிய முதல் உரையில் சத்யஜித் ரேயின் படங்களைச் சாடினார். தன் படங்களில் ரே இந்தியாவின் வறுமையை அயல் நாட்டினருக்கு கோடிட்டுக் காட்டுகிறார் என்றும, அதனால் நம் நாட்டிற்கு கெட்ட பெயர் என்றும் பேசினார். பொருளீட்டக்கூடிய ஒரு தொழில் என்றளவில் மட்டுமே அதைப் பயன்படுத்திக் கொண்டிருந்தவர்களுக்கு, சமுதாய விழிப்புணர்வைத் தூண்டக்கூடிய ஊடகமாக, ஒடுக்கப்பட்டோரின் வாழ்நிலையைப்பற்றிய பிரக்ஞையை உருவாக்கக்கூடிய ஓர் உபகரணமாகச் சினிமாவானது சிலர் கைகளில் மாறுவது பிடிக்கவில்லை.

நல்ல படங்கள் வெகுமக்களை அடைவதை இந்தச் சக்திகள் தடுத்தன. ஜான் ஆபிரகாமின் அக்கிரகாரத்தில் கழுதை (1977) தேசிய விருது பெற்ற படம். ஒளிபரப்பபடும் என்று மூன்று முறை அறிவிக்கப்பட்டும் கடைசி நிமிடத்தில் காட்டப் படவில்லை. கலைப்படம் — வணிகப்படம் இருமைக்கு பல பரிமாணங்கள் உண்டு. தமிழ்ச் சினிமா சூழலில் தன் திரைப்படத்தைப் பற்றி பேச வரும் இயக்குனர் "இது முழுக்க முழுக்க கமர்ஷியல் படம்" என்று தொடங்குவதைக் கேட்கிறோம்.

அதாவது, இந்தப் படம் எல்லா தர்க்கத்திற்கும் அப்பாற்பட்டது. ஆகவே சமுதாயப் பொறுப்பு, சித்தாந்த உள்ளடக்கம், அழகியல், இலக்கணம், நம்பகத் தன்மை போன்ற கேள்வி எதுவும் எழுப்ப வேண்டாம் என்று சொல்வது போல. சினிமா பற்றி நிறுவப்பட்ட இந்த இருமை ஒரு பாதுகாப்புக் கவசமாக பயன்படுத்தப்படுவதை கவனிக்கத் தவற வேண்டாம். இந்தப் பொய்யான பாகுபாடு சினிமாவைப் பற்றிய ஓர் ஆழமான சொல்லாடலுக்கு, இவ்வூடகம் பற்றிய புரிதலுக்கு தடையாக இருக்கின்றது. ஜனரஞ்சக சினிமாவின் வளர்ச்சியை இந்தப் பாகுபாடு தடுக்கின்றது. "சினிமா பற்றிய புரிதல் வளர்ந்து கொண்டே போவதால், இம்மாதிரியான பாகுபாடு வெகு நாளைக்கு நீடிக்க முடியாது" என்கிறார் அம்ஷன் குமார்.

பார்க்கலாம். சினிமா அழகியல் பற்றிப் பேசினால் வெகுஜன சினிமாவை உதாசீனப்படுத்துவதாக புரிந்து கொள்ளக்கூடாது. ஜனரஞ்சகமான, முழுக்க முழுக்க கேளிக்கைத் திரைப்படமும் நல்ல வடிவமைப்பு கொண்ட படைப்பாக இருக்க முடியும். தரமான சினிமாவை வெகுமக்கள் ஏற்றுக்கொள்வார்கள் என்பதற்கு தமிழ் சினிமா வரலாற்றிலிருந்து, ராம்நாத்தின் மனிதன் (1953) மகேந்திரனின் உதிரிப்பூக்கள் (1979) போல பல எடுத்துக்காட்டுக்களைக் காட்டலாம். "ஜாதியிரண்டொழிய வேறில்லை" என்று ஔவை கூறியது போல, சீரிய சினிமா, சீரழிந்த சினிமா என்ற இரு பிரிவுகள்தான் உண்டு. எல்லா திரைப்படங்களும் இந்த இரு புள்ளிகளுக்கிடையில் எங்கோதான். எந்தப் புள்ளிக்கு அருகே எந்தப்படம் இருக்கிறது என்றறிய சினிமா ரசனையை வளர்த்துக்கொள்ள வேண்டும்.

• தமிழ் சினிமா வரலாற்றை மௌனப்பட காலம் தொட்டு ஆவணப்படுத்தியிருக்கிறீர்கள். எந்த விதமான நிரந்தரமான நிறுவனம் சார்ந்த நிதி ஆதாரங்களும் இல்லாமல், ஆய்வின்போது வாழ்க்கைக்கான உத்தரவாதங்களை வழங்குகிற கல்விப்புலம் சார்ந்தவராகவும் இல்லாமல் இதனை நீங்கள் வரலாற்றின் மீதும், தமிழ்ப் பண்பாட்டின் மீதும் கொண்ட பேரன்பினால்தான்

சாத்தியப்படுத்தியிருக்கிறீர்கள். காலனியம் என்பது நமது மூளைகளில் இன்னும் ஆதிக்கம் கொண்டிருப்பதற்கான காரணங்களில் பிரதானமானது நமது வரலாறு குறித்து நாம் ஆவணப்படுத்துவது இல்லை எனபதுதான். நமக்கு இன்று கிடைக்கும் தமிழ் சினிமா பாட்டுப் புத்தக விவரங்களிலிருந்து அதனைச் சான்றாகக் கொண்டு சில படங்களை நீங்கள் வரலாறாக நிலைநிறுத்தியிருக்கிறீர்கள். சினிமா பாட்டுப் புத்தகங்களைப் பிரசுரிக்கும் வழமை தமிழ் போல வேறு பண்பாடுகளில் இருந்திருக்குமா என்பது தெரியவில்லை. இந்த நிலைமையில் ஆவணப்படுத்துதலின் முக்கியத்துவம் குறித்து, ஆவணப்படுத்தலுக்கான ஆதாரங்களை அவற்றில் எல்லாம் தேடலாம் என்பது குறித்து உங்களது அனுபவங்களில் இருந்து இனிவரும் தலைமுறைக்கு நீங்கள் என்ன சொல்ல விரும்புகிறீர்கள்?

தமிழ் சினிமாவிற்கு ஒலி வருவதற்கு முன், பதினாறு ஆண்டுகளாக மௌன சினிமா இங்கு இயங்கி வந்திருக்கின்றது. பல ஊர்களில் இந்தக் காலகட்டத்திலேயே நிரந்தர சினிமா கொட்டகைகள் கட்டப்பட்டு விட்டன. நடராஜ முதலியாரின் கீசகவதம் தமிழ் விவரண அட்டைகளுடன் 1916இல் வெளிவந்துவிட்டதை நாம் நினைவுகூர வேண்டும். நூற்றுக்கும் மேற்பட்ட மௌனத் திரைப்படங்கள் சென்னையில் உருவாக்கப்பட்டன. 1931இல் முதல் தமிழ் பேசும்படம் காளிதாஸ் தயாரிக்கப்பட்ட்து. முதல் நான்கு வருடங்கள் தமிழ்ப்படங்கள் கொல்கத்தா, மும்பாய், சோலாப்பூர் முதலிய இடங்களில் உள்ள ஸ்டுடியோக்களில் உருவாயின. 1934இல் முதல் ஒலி ஸ்டுடியோ சென்னையில் நிறுவப்பட்டது. முற்றிலும் தொழில் நுட்பத்தைச் சார்ந்து உருவாகிய இந்த காட்சிப்புல நிகழ்வின் உள்ளடக்கம், கூறுகள் எதிலிருந்து உருவாகின, அன்றைய சமகால கலைகளின் பாதிப்பு என்ன என்ற கேள்விகளுக்கு பதில் கூற நம்மிடம் சென்னையில் தயாரான சலனப் படங்கள் ஒன்று கூட இல்லை. அன்றைய அச்சுப் பிரதிகளிலிருந்தும் அன்று ஸ்டுடியோக்களில் பணியாற்றிய சிலரது நேர்காணல்களிலிருந்தும் கிடைக்கும் விவரங்களிலிருந்து தான் புரிந்துகொள்ள வேண்டியிருக்கின்றது.

மேலை நாடுகளான அமெரிக்கா, பிரிட்டனிலிருந்து இறக்குமதி யான சலனப் படங்களுடன் போட்டியிட வேண்டியிருந்த நிலை மாறி ஒரு நிலையான சந்தை சென்னையில் தயாரிக்கப்படும் பேசும் படங்களுக்குக் கிடைத்தது. ஒலி வந்த காலத்தில் தென்னிந்தியாவில் வெகுமக்கள் பொழுதுபோக்காக கம்பெனி நாடகங்கள் பிரபலமாக இருந்தன. முப்பதுகளின் இயக்குனர்களுக்கு இந்த நாடக வடிவில்

ரெடிமேட் திரைக்கதை, வசனம், பாடல்கள் தயாராக இருக்க, அப்படியே ஒரு நாடகக் குழுவை வைத்து படமாக்கினார்கள்.

திரை சார்ந்த அச்சுப் பிரதிகளையும் நாம் ஆவணப்படுத்த வேண்டியது அவசியம். திரைப்படங்கள் இல்லாதபோது அப்படங்களைப் பற்றிய விமர்சனங்கள், விளம்பரங்கள், நேர்காணல்கள், நிலைப்படங்கள் இவை தாம் ஆய்வாளருக்கு மூலப்பொருளாக அமைகின்றன. தமிழ்நாட்டில் தயாரிக்கப்பட்ட 124 மௌனப் படங்களில் ஒன்று கூட எஞ்சவில்லை. அதே போல முதல் ஆறு வருடங்களில் வந்த பேசும் படங்களில் ஒன்று கூட நம்மிடம் இல்லை. 6000 படங்களுக்கு மேல் தயாரித்திருந்தாலும் தமிழ் நாட்டில் திரைப்படங்களுக்கென ஒரு ஆவணக் களரி இல்லாதது பெருங்குறையே. இன்னும் நாம் இந்த பொருளைப் பற்றி யோசிக்கவில்லை. ஆரம்பகாலம் முதலே சினிமா எனும் கலைவடிவத்தின் மீது அரசும், கல்விப்புலமும் கொண்ட உதாசீன அணுகுமுறையே இதற்கு காரணம். இது இன்னும் தொடருகின்றது. பல்கலைக்கழகங்களில் இசைக்கென்று ஒரு துறை இருக்கின்றது. சினிமாவை யார் பொருட்படுத்துகின்றார்கள். கல்லூரி நூலகங்களில் சினிமா சார்ந்த புத்தகங்கள் வெகு குறைவாகவே இருக்கின்றன. நல்ல புரொஜக்டர்களும், குறுந்தட்டுகளும் வந்த பிறகும் பெருவாரியான கல்லூரிகளில் மாணவர்கள் உலகின் உன்னத திரைப்படங்களைப் பார்க்க வசதி இல்லை

இந்த உதாசீனத்திற்கு சமூகவியல் ரீதியான காரணம் ஒன்றிருந்தது. ஒன்றன் கீழ் ஒன்றாய், அடுக்கடுக்காய் அமைந்திருந்த நம் சமுதாயக் கட்டமைப்பிற்கு ஒவ்வொரு தளத்திற்கும் பிரத்தியேகமான சில பொழுதுபோக்குச் சாதனங்கள் இருந்தன. கீழ்த்தட்டிலிருந்தவன் ரசித்த கலை அமைப்பை மேல் தளத்திலிருந்தவர் கண்டுகொள்ளவே மாட்டார். ஆனால் சலனப்படம் யாவரும் பாகுபாடின்றி பார்க்கக் கூடிய, அனுபவிக்கக் கூடிய ஒரு வெகுசன ஊடகமாகப் பரிணமித்தது. இது அந்தக் காலத்து மேட்டுக்குடியினருக்கு சகிக்கவில்லை. கூலிக்காரனும், ரிக்ஷாக்காரனும் கண்டு மகிழும் ஓர் ஊடகத்தை ஊக்குவிப்பதா என்ற மனோபாவம் வளர்ந்தது.

சினிமாவை, அதன் சாத்தியக் கூறுகளை அவர்கள் உணரவேயில்லை. ஆகவே படித்தவர்களும், எழுத்தாளர்களும் சினிமாவின் வரவையோ, வளர்ச்சியையோ கண்டுகொள்ளவே இல்லை. இப்போது டிஜிட்டல் முறை வந்த பின்னர், ஆவணப்படுத்துவது எளிதாகப் படலாம். தட்பவெப்ப நிலைக்கு அவ்வளவு அஞ்ச வேண்டியதில்லை. அதிக இடமும் தேவையில்லை. ஆனால் டிஜிட்டல் காட்சிப் படிமங்கள் எவ்வளவு நாட்கள்

குறுந்தட்டிலோ அல்லது நிலைத்தட்டிலோ உருக்குலையாமல் இருக்கும் என்று சொல்வது சிரமம்.

● **தமிழ் திரைப்பட வரலாறு குறித்த உங்கது ஆய்வு முறையியலில் தமிழ் சினிமா மீது ஒவ்வாமை காட்டிய மேட்டிமை உணர்வு குறித்து நீங்கள் தொடர்ந்து வலியுறுத்தி வருகிறீர்கள். இந்த மேட்டிமையின் கருத்தியலில் சாதியம் என்பது மிக முக்கியமான அம்சம். தமிழ்ச் சினிமா வரலாற்றாசிரியராக தமிழ் சினிமாவின் துவக்க காலம்தொட்டு சாதி எவ்வாறு திரைப்படங்களில் சித்தரிக்கப் பட்டிருக்கிறது எனச் சொல்வீர்களா? தமிழ் சினிமா குறித்த மேட்டிமைப் பார்வை தளர்வுற்றது போலத் தோன்றினாலும் இன்று இடைநிலைச் சாதிகளின் ஆதிக்கமாக நிலைபெற்றிருப்பதனால்தான் சாதிய எதிர்ப்பு தமிழக சமூக வெளியில் மிகப்பெரும் அரசியலாக உருவான சூழலிலும், தலித்தியம் ஒரு கலாச்சாரப் போக்காக வலிமை பெற்ற சூழலிலும், காத்திரமான பிரதநிதித்துவத்தை அது திரையில் கொண்டிருக்கவில்லை என்று நாம் கருத முடியும் இல்லையா?**

சினிமா வரலாற்றாசிரியன் என்ற முறையில் தமிழ் சினிமாவின் சரித்திரத்தில் ஒரு அம்சம் என்னைக் கவர்கின்றது. ஆரம்பம் முதலே எல்லா சாதியினரும் இந்த சினிமாவுலகில் புகுந்து, ஒருவரோடொருவர் இணைந்து பணியாற்றினர். இருபதுகளிலும் முப்பதுகளிலும் தமிழ்ச் சமுதாயம் சாதியில் உறைந்து கிடந்த போதிலும் சினிமாவில் நிலைமை வேறுமாதிரி இருந்தது. தலித்துகளும், இசை வேளாளர்களும், நகரத்தார்களும், பிராமணர்களும் ஒன்றாகப் பணிசெய்து படங்கள் தயாரித்தனர். துவக்க காலத்தில் திரைப்பட உலகம் உண்மையிலேயே ஒரு கிரேட் லெவல்லர் ஆக செயல்பட்டது. அதே போல எல்லா மதத்தவரும் ஒன்றுபட்டு சில நிறுவனங்களை நடத்தினர். ஒரு இஸ்லாமியரும், ஒரு இந்துவும் சேர்ந்து உருவாக்கியது ஜூபிடர் ஸ்டுடியோ. வின்செண்ட் சாமிக்கண்ணுவும் ஸ்ரீராமுலு நாயுடுவும் சென்ட்ரல் ஸ்டுடியோவைத் தோற்றுவித்தனர்.

ஆனால் படங்களில் சாதிப் பிரச்சினை எவ்வாறு கையாளப்பட்டது என்று பார்த்தால் அங்கு ஏமாற்றமே மிஞ்சுகின்றது. காலனி ஆட்சியின் போது இருந்த இறுக்கமான தணிக்கை ஒரு காரணமாக இருக்கலாம். சில இயக்குனர்கள், அரிதாக, இப்பொருளைக் கையாண்டார்கள். தணிக்கை தளர்ந்தபோது கே.சுப்ரமணியம் எடுத்த தியாகபூமியில்(1939) தலித்துகளுக்கு புயலிலிருந்து தப்ப கோவில் குருக்கள் கதவுகளைத் திறந்து இடம் கொடுக்கும் காட்சி

இருந்தது. கோயில் திறப்பு இயக்கம் நடந்து கொண்டிருந்த காலம் அது. ஆனால் தீண்டாமை பற்றிய படம் என்று போற்றப்பட்ட நந்தனாரில் (1942) காமிராக் கோணங்களும், பாத்திரங்களின் உடல்மொழியும் சாதி அடுக்கை உறுதி செய்தன. பெருவாரியான படங்கள் மக்களின் மனதில் உறைந்து போய்க்கிடக்கும் சாதிபற்றிய நம்பிக்கைகளுக்கு வலுவூட்டின. அரங்கேற்றம் (1973) படத்தில் முதலியார் பையனைக் காதலிக்கும் பிராமணப் பெண்ணுக்குப் பைத்தியம் பிடித்து விடுகின்றது. இதில் இன்னொரு சிரமமும் இருக்கின்றது. ஒரு சாதியையும் குறிப்பிட்டுச் சொல்லாமல் சாதிக் கொடுமை பற்றி ஒரு கதை எழுதி அதை படமாக்குவது என்பது பெரிய பிரச்சினை. அவன் அமரன் (1955) படத்தில் கதாநாயகன் அருள் கொடுக்கும் வாக்குமூலத்தில் சாதிப் பிரச்சினை பற்றிய பகுதி தணிக்கையின் போது நீக்கப்பட்டது. சில படங்களில் சாதி வேறுபாடுகளை விமர்சித்து வசனம் வந்தாலும், அண்ணாத்துரையின் வேலைக்காரி (1949) போல, சாதி எதிர்ப்பை அடிப்படையாகக் கொண்டு அரிதாகவே படங்கள் வந்தன. அண்மையில் வந்த சில படங்கள் அடுத்த முனைக்குப் போய் சுயசாதிப் பெருமையைப் போற்றி வருவதைக் காண்கின்றோம். இதில் நாம் மனதில் கொள்ள வேண்டியது என்னவென்றால், தமிழ் சினிமா பெருவாரியாக பொழுதுபோக்கு தளத்திலேயே இருக்கின்றது என்பதுதான்.

• யதார்த்தவாதம் என்பதற்கு நாம் டீ சிக்காவின் பைசைக்கிள் தீவ்சையும், சத்யஜித்ரேயின் பதேர் பாஞ்சாலியையும் எடுத்துக் காட்டாகச் சொல்கிறோம். இந்த இரு படங்களும் ஒருவகையில் மறுமுறை நிகழ்த்திக் காட்டப்பட்ட யதார்த்தம் போலக் கட்டமைக்கப்பட்ட யதார்த்தம்தான். கென்லோச்சின் லேன்ட் அன்ட் ஃபிரீடம் படத்தில் நிலத்தைப் பொதுவில் வைப்பது என ஒரு தலைப்பை மட்டும் கொடுத்து, வந்திருந்தவர்களை உரையாட வைத்து ஒரு நீண்ட காட்சியைப் படம்பிடித்து அதனைப் படத்தில் இணைக்கிறார். ஆவணப் படங்கள் நிகழ்வைப் படம் பிடிக்கின்றன. சில ஒளிப்பதிவாளர்களின் மரணமும் கூட படமாகிறது. ஆக, இன்றைய யதார்த்தம் என்பது இந்த ஆவணப்பட அனுபவமும், மறுகட்டமைக்கப்பட்ட புனைவும் எவவாறு ஒரு புள்ளியில் முயங்குகிறது என்பதில்தான் இருக்கிறது என்று தோன்றுகிறது. இன்று தமிழ் சினிமா மேற்கொள்ள வேண்டிய யதார்த்தம் எதுவென நீங்கள் கருதுகிறீர்கள்? தமிழ் சினிமா வரலாற்றாசிரியராக குறைந்தபட்சம் யதார்த்தம் குறித்த மரபு எமக்கு இருக்கிறது என நினைக்கிறீர்களா?

பாரம்பரியமாக தமிழ் சினிமா யதார்த்த பாணியிலிருந்து விலகியே இருந்திருக்கின்றது. இதற்கு வரலாற்று ரீதியான காரணம் இருக்கின்றது. பல ஆரம்பகாலத் தமிழ்ப் படங்கள் புராணக் கதைகள்தாம். அதிலும் கம்பெனி நாடகமாக மக்களிடையே பிரபலமாகி இருந்த கதைகளே படமாக்கப்பட்டன. சினிமாவின் சாத்தியக்கூறுகள் பயன்படுத்தப்படாமல், ஒரு மேடை நாடகத்தின் சாத்தியக்கூறுகளே திரையில் காட்டப்பட்டது. அதே பாணியில் அவ்வப்போது சில சமகால கதைகளும், நாம் இருவர் போன்று (1947) சமூகப் படம் என்ற பெயரில் படமாக்கப்பட்டன. பாத்திரப்பேச்சு, காட்சியமைப்பு, கதையமைப்பு எல்லாமே நாடகப்பாணியில் இருந்தன. நடிப்பும் கூட. இவை யாவுமே யதார்த்தத்தை விட்டு வெகுதூரம் விலகி இருந்தன. தமிழ் சினிமாவின் இரு கூறுகள் யதார்த்த நிலையை குலைக்கின்றன. முன்கோணக் காட்சிகள், பாத்திரப்பேச்சு மட்டுமல்லாமல் நம் திரைப்படங்களில் பாட்டு, நடனம் போன்ற கூறுகளும் யதார்த்த அம்சத்தைச் சிதைத்தன.

தமிழ்த் திரைப்படங்களில் யதார்த்த தன்மைக்கு எதிராகச் செயல்படும் மற்றொரு கூறு ஒலியை நாம் கையாளும் விதம். தமிழ் சினிமாவில் (இந்திய சினிமாவில்) பாத்திரப்பேச்சு, தனியாக ஒலிப்பதிவு அல்லது டப்பிங் செய்யப்படுகின்றது. நடிக்கும் போது நடிகர் பேசுவது நேரடியாகப் பதிவு செய்யப்பட்டு ஒலித்தடத்தில் ஏற்றப்படுவது இல்லை. பல படங்களில் நடிப்பவர் வேறு, குரல் கொடுப்பவர் வேறு. இதற்கென்று ஒலிக்கூடங்கள் அல்லது டப்பிங் ஸ்டுடியோக்கள் இயங்குகின்றன. இப்பழக்கம் யதார்த்தத்தை குலைக்கின்றது. அதிலும் அண்மைக் காட்சிகளில் இது நன்றாகத் தெரியும். வெளிநாடுகளில், படமெடுக்கும் போதே பாத்திரப் பேச்சும் பதிவாகின்றது. இது நிஜத் தன்மையை கூட்டுகின்றது. அதுமட்டுமல்ல, நடிக்கும் போதே பேசும் வசனம் உணர்ச்சி பொதிந்து இருக்கும். பாத்திரப்பேச்சை உணர்ச்சியுடன் பேசுவது நடிப்பின் ஒரு முக்கிய பரிமாணம். இதனால் தான் நம் நாட்டில் தேசிய விருதுகளுக்குப் போட்டியிட நடிப்பவரே வசனங்களைப் பேசியிருக்க வேண்டும் என்று ஒரு அடிப்படை விதி இருக்கின்றது. படம் முழுவதும் பின்னணி இசை ஒலித்துக் கொண்டிருப்பதும் நம்பகத் தன்மையைக் குலைக்கின்றது. ஆனால் பன்னாட்டளவில் ஆரம்பகாலத்திலேயே யதார்த்த பாணியில் தான் சினிமா வளர்ந்தது. இத்தாலிய சினிமாவின் யதார்த்த அலை மூலம் தான். ஐரோப்பிய சினிமா உலகின் மற்ற நாடுகளுக்குப் பரிச்சயமானது. இரண்டாம் உலகப்போர் இந்த அலை உருவாவதற்கு ஒரு காரணமாய் அமைந்தது. ஐரோப்பாவின் பெரிய ஸ்டுடியோக்கள், அவைகளிலிருந்த விலையுயர்ந்த உபகரணங்கள் குண்டுவீச்சில்

அழிந்துபட்டபின், இயக்குனர்கள் நிஜ தளங்களில், கிராமங்களில், நகர வெளிகளில், எளிமையாகப் படமெடுக்க வேண்டிய நிலை வந்தது. இம்மாதிரியான படமாக்கல் முறை அவர்களை யதார்த்த பாணிக்கு இட்டுச் சென்றது. அது மட்டுமல்ல. இருபெரும் சர்வாதிகாரிகள் வெறுப்புக் கொள்கைகளையும், பொய்களையும் ஊடகங்கள் மூலம் பல ஆண்டுகள் மக்கள் மீது திணித்துக் கொண்டிருந்த அந்த காலம் முடிந்த பின், உண்மையைத் திரை மூலம் சொல்ல யதார்த்த பாணி வசதியாக உருவானது.

அறுபதுகளில் தான் யதார்த்தவாதம் லேசாகத் தமிழ்ச் சினிமாவில் தோன்றுகின்றது. யதார்த்த சினிமாவை அழுத்தமாக அறிமுகப்படுத்தியவர் ஜெயகாந்தன். உன்னைப்போல் ஒருவன் (1964) என்ற தனது குறுநாவலைப் படமாக்கினார். (நாவலாசிரியரே தனது படைப்பை படமாக்குவது ஓர் அபூர்வ நிகழ்வு.) யதார்த்தத்திலிருந்து வெகு தூரம் விலகியிருந்த தமிழ்த்திரைக்கு உன்னைப்போல் ஒருவன் உள்ளடக்கத்திலும், வடிவமைப்பிலும் ஒரு புதுமையாக வந்தது. விளிம்புநிலை மக்களை கதாமாந்தர்களாக கொண்டிருந்ததே ஒரு புதுமையாக அமைந்திருந்தது. இதை அடுத்து அவர் இயக்கிய, அவரது கதையான யாருக்காக அழுதான்? (1966) படத்திலும் யதார்த்த தன்மை அழுத்தமாக இருந்தது. இந்தப்படத்தை ஒளிப் பதிவு செய்த நிமாய் கோஷின் பங்களிப்பும் இதற்கு முக்கியமான காரணம். அதிலும் அவரது ஒளியூட்டல் உத்திகள் இந்த யதார்தத் திற்கு கைகொடுத்தன. எழுபதுகளில் தமிழ்த்திரையுலகில் நட்சத்திரங்களின் ஆதிக்கம் மறைய ஆரம்பித்தபோது பல புதிய இளம் இயக்குனர்கள் யதார்த்தபாணியை நோக்கி நகர்வது மிகவும் அழுத்தமாக வெளிப்பட்டது. பாரதிராஜா, ருத்ரையா, பாலு மகேந்திரா, மகேந்திரன், துரை, ஜெயபாரதி போன்றோரின் படைப்புகளைச் சுட்டிக்காட்டலாம். படங்களின் உள்ளடக்கத்தில் சில சமரசங்களைச் செய்து கொண்டார்கள் எனினும் இவர்கள் படப்பிடிப்பு அரங்குகளை விட்டு, நிஜ தெருக்கள், கிராமப்புற வீடுகள் இவைகளில் படம் பிடித்து நம்பகத் தன்மையைக் கூட்டினார்கள்.

பத்தாண்டுகளுக்கு முன் தமிழ்த் திரையில் பல படங்கள், யதார்த்த பாணி காட்சிகளுடன் உருவாக்கப்பட்டன. பல திரைப்பட விழாக்கள் நாட்டில் நடக்க ஆரம்பித்ததும், பன்னாட்டு படங்கள் டிவிடி உருவில் கிடைக்க ஆரம்பித்ததும் காரணங்களாக இருக்கலாம். சுப்ரமணியபுரம் இந்த யதார்த்த பாணி அலையின் உச்சகட்டமென்று கூறலாம். ஸ்டாண்டில் பொருத்தாமல் காமிராவை கையில் பிடித்துக் கொண்டு படம் பிடிக்கப்பட்ட

பல காட்சிகள் இந்த யதார்த்த அணுகுமுறைக்கு அழுத்தம் கொடுக்கின்றன. அழகர்சாமியின் குதிரை (2011) யதார்த்ததில் துல்லிய கவனம் செலுத்தியதுடன் மத நம்பிக்கை பற்றிய ஒரு நோக்கை அடக்கமாகக் கூறியது ஒரு சீரிய கலையனுபவமாக அமைந்தது. தமிழ்ச் சினிமாவின் ஒரு முக்கிய நிகழ்வு பாலாஜி சக்திவேலின் வழக்கு எண் 18/9 நகர்ப்புற பின்புலத்தில் ஒரு யதார்த்தபாணிக் கதையாக வெளிவந்து கவனிக்கப்பட்டது. சம்பந்தமில்லாத குறுக்கீடுகள் ஏதுமின்றி, சக்திமிக்க காட்சிப் படிமங்களுடன் கூடிய கதைசொல்லலில் உள்ள தரம் மட்டுமே பார்வையாளர்களின் கவனத்தை ஈர்த்துப் பிடிக்கின்றது. இம்முறையில் கதை சொல்லப்படும்போது அப்படத்தின் உள்ளடக்கமாக இருக்கும் சிந்தாந்தம் நீர்த்துப் போகாமல் பார்வையாளரை அடைகின்றது.

• திரைப்படங்களில் பாடல்கள் இடம்பெறுவது இந்திய அல்லது தமிழ் சினிமாவின் தனித்தன்மை மற்றும் சினிமாக் கலைக்கு இந்திய, தமிழ் சினிமாவின் பங்களிப்பு எனச் சொல்லப்படுவதை அடிக்கடி கேட்கக் கூடியதாக இருக்கிறது. ஹாலிவுட் மெலோ டிராமா படங்களில் நிறைய நடனங்களையும், வாயசைக்கும் பாடல் களையும் நான் பார்த்திருக்கிறேன். இலத்தீனமெரிக்க, ஆப்ரிக்க, ஸ்பானிய மெலோ டிராமா படங்களிலும் இவ்வாறான பாடல்கள் இருக்கின்றன. உலகின் ஒவ்வொரு சமூகமும் அதற்கென நாடக மரபையும், நாட்டுப்புறக் கலைமரபையும் கொண்டிருக்கின்றன.

துவக்ககாலத் திரைப்படங்களில் இதன் பாதிப்புகள் கட்டாயம் இருந்தே தீரும். திரைப்படத்தின் காட்சிரூப சாத்தியங்கள் உணரப்படும்போது இந்தப்பாடல்களின் அவசியம் குறைந்து கொண்டே போகிறது. வெகுஜனப் பாடகர்கள், பாடல்கள் இப்போது தனித்த வகையினமாக ஒரு தொழிலாக ஆகிறது. இந்தியா அல்லாத நாடுகளில் ஆல்பங்களின் கலாச்சாரம் தனித்துறையாக நிலைத்துவிட்டது. இந்தியா மற்றும் தமிழகத்தில் அது நிகழவில்லை. திரைப்படத்தின் பகுதியாகவே பாடல்கள் இன்னும் இருக்கின்றன. அதனைக் கட்டாயமாகக் காட்சிப்படுத்த வேண்டிய தேவையும் வந்துவிடுகிறது. பாடல்கள் இங்கு கதைத் தர்க்கம் மற்றும் யதார்த்தம் என்பதற்கு மாறாக ஒரு ஒட்டுப்போடப்பட்ட சமாச்சாரமாக ஆகிவிடுகிறது. இதனால் திரைப்படத்தின் ஒருமை குலைகிறது. இந்த நிலையில் தமிழ்த் திரைப்படத்திற்குப் பாடல்கள் தேவையா, தேவையில்லையா எனும் இருதுருவக் கேள்வி பொருத்தம் எனக் கருதுகிறீர்களா?

நல்ல சினிமாவிற்கு பாட்டு தேவையில்லை என்பது என் நிலைப்பாடு. இது உலகெங்கும் — அர்ஜென்டினாவிலிருந்து ஜப்பான் வரை — நிருபிக்கப்பட்டிருக்கின்றது. தமிழ்ச் சினிமாவிலேயே பல படங்களை எடுத்துக்காட்டாகக் காட்டலாம் — உன்னைப்போல் ஒருவனிலிருந்து (1965) வழக்கு எண் 18/9 (2012) வரை. ஒரு படத்தில் பாட்டு இருந்தால் அது கதையுடன் ஒத்து, இணைந்து போக வேண்டும். இல்லையென்றால் கதைசொல்லலில் அது ஒரு குறுக்கீடாக, இடையூறாக வருகின்றது. (திரைப்பட இசை வேறு, பாடல் வேறு. நான் இங்கு பாடல்களைப் பற்றி மட்டும் பேசுகின்றேன்) ஏதாவது ஒரு கருத்தை. சிந்தாந்தத்தை முன்னிறுத்தும் படங்கள் வந்தாலும், பாடல்களின் குறுக்கீட்டினால் படத்தின் தாக்கம் நீர்த்துப் போகின்றது. படத்தில் தொய்வு ஏற்படுவது மட்டுமல்ல படத்தில் மையக் கருத்திலிருந்து பார்வையாளர்களை விலக்குகின்றது. பாடல்களும் அத்துடன் வரும் நடனங்களும் ரசிகர்களின் கவனத்தைத் திசை திருப்புவதால், ஒரு படம் சொல்லவரும் நல்ல கருத்துக்கள் ரசிகர்களைச் சென்றடைவதில்லை. பல பாடல்கள், குழு நடனங்கள், தனியானதொரு காட்சியாக, கதையுடன் சேராமல், கதை நகர்விலிருந்து முற்றிலும் விலகியதாக அமைகின்றன. ஒரு திரைப்படத்தில் பாட்டு என்பது கதை சொல்லலைக் குலைக்கின்றதா அல்லது கதைக்கு ஆழத்தை கொடுக்கின்றதா, பிம்பங்களின் தாக்கத்தை அதிகரிக்கின்றதா இல்லை குறைக்கின்றதா, படத்தின் தாக்கத்தை குறைக்கின்றதா, கதை சொல்லலில் குறுக்கீடாக வருகின்றதா போன்ற கேள்விகள் எழுப்பப்பட வேண்டும்.

படம் பார்க்கும்போது பார்வையாளர்கள் இப்பாடல்களை கேட்டு அதில் ஈடுபடும்போது, படத்தின் உள்ளடக்கம் பின்னுக்குத் தள்ளப்படுகின்றது. சினிமாவின் அடிப்படைக் கூறான காட்சிப் படுத்துதல் முற்றிலுமாக ஒதுக்கப்படுகின்றது. இதனால் சினிமாவின் இலக்கணம் பாதிக்கப்படுகின்றது. நாம் சினிமாவைப் பார்க்கப் போகின்றோம், கேட்க அல்ல. ஒரு பாட்டு படத்தின் ஓட்டத்திலிருந்து வேறுபட்டுத் தனிக் கேளிக்கையாகி விடுகிறது. படத்தின் பாதிப்பைச் சிதைத்து அதை மேற்பூச்சான பொழுதுபோக்குத் தளத்திலேயே நிறுத்திவிடுகிறது. ஒரு திரைக்கதையின் நகர்வில் இம்மாதிரி அடிக்கடி தொய்வு ஏற்பட்டால், பார்ப்போர் மனதில் அது எந்தத் தாக்கமும் ஏற்படுத்தாது. வெளிநாட்டுத் திரைப்பட விழாக்களுக்குத் தமிழ்ப் படங்களை அனுப்பும்போது அவற்றின் பாடல் காட்சிகளை வெட்டிவிட்டு அனுப்புவதும் இதனால்தான். சினிமாவிற்கே உரித்தான குணாதிசயங்களை மட்டுப்படுத்துவதன் மூலம், சமூகப் பிரக்ஞையற்ற பொழுதுபோக்கு சாதனம் என்ற அளவிலேயே

திரைப்படங்களை இந்தப் பாடல்கள் நிறுத்தி விடுகின்றன. தமிழ்த் திரைப்பட்ங்களில் பாட்டு காட்சி பிம்பங்களுடன் தோன்றுகின்றன. அவற்றை தனித்துக் கேட்டல் கூடும் என்றாலும், அவற்றின்தோற்றம் பிம்பங்களுடன்தான் என்பதை நாம் நினைவில் கொள்ள வேண்டும். அதாவது திரையிசை என்பது ஒரு அப்ளைட் ஆர்ட். இது சினிமாப் பாட்டுகளைப் பற்றி பேசும்போது மனதில் கொள்ள வேண்டிய ஓர் அடிப்படையான கூறு. "பறவையைக் கண்டான், விமானம் படைத்தான். எதனைக் கண்டான், மதங்களைப் படைத்தான்?" என்ற பாட்டு வேற்றுமதப் பெண்ணொருத்தியிடம் மனதைக் கொடுத்துவிட்ட ஒரு முஸ்லிம் இளைஞனால் பாடப்படுகிறது என்று தெரிந்தால் அதன் முக்கியத்துவம் புரிகின்றது.

சினிமாப் பாட்டு தமிழரின் வாழ்வில் ஒரு சிறப்பு இடத்தைக் கொண்டிருக்கிறது என்பதில் சந்தேகமேயில்லை. நாடு சுதந்திரம் அடைந்த காலகட்டத்தில் நாம் இருவர் (1947) படத்தில் வந்த கருணாமூர்த்தி காந்தி மகாத்மா பாடலும், பாரதியின் கொட்டு முரசே பாடலும் பள்ளிகளில் பாடப்பட்டன. உடுமலை நாராயண கவி எழுதிய ஆகும் நெறி எது? ஆகா நெறி எது? என்ற பாடல் (சொர்க்கவாசல் 1954) திராவிட இயக்கத்தின் நாத்திகக் கொள்கையைப் பறை சாற்றியது. கவிராயர் எண்பதுகள் வரை தமிழ்த் திரையுலகில் திராவிட இயக்கத்தின் குரலாக விளங்கினார். பட்டுக்கோட்டை கல்யாணசுந்தரம் பொதுவுடமைக் கருத்துகளைப் பாடல்களில் பொதித்து வைத்தார். அரசிளங்குமரி (1961) படத்தில் வரும் சின்னப் பயலே பாடலில் தனியுடமைக் கொடுமைகள் தீர தொண்டு செய்யடா என்று எழுதினார். 1982இல் முதலமைச்சராக இருந்த எம்.ஜி.ஆர் ஒரு பேட்டியில் "எனது முதலமைச்சர் நாற்காலியின் மூன்று கால்கள் எவற்றால் ஆனவை என்று எனக்கு தெரியாது. ஆனால், நான்காவது கால் பட்டுக்கோட்டை கல்யாணசுந்தரம் பாடல்களால் ஆனது" என்று கூறி தமிழக அரசியல்—கலாச்சார வாழ்வில் திரைப்படப் பாடலின் இடத்தை கோடிட்டுக் காட்டினாரர. தமிழ் மக்களிடையே மிகுந்த தாக்கம் உடையது திரைப்பாடல்கள் என்பதில் சந்தேகமே இல்லை. அதுமட்டுமல்ல, மேலை நாடுகளில் பாப் இசை கொண்டுள்ள இடத்தை இங்கு சினிமா பாட்டு நிரப்பி இருக்கின்றது. சினிமாப்பாடல்தான் மக்கள் இசையாக தமிழ் நாட்டில் முன்னிலையில் இருக்கின்றது.

- **பிரித்தானிய அரசின் கீழ் உருவாக்கப்பட்ட தணிக்கை அமைப்பு, இரண்டாம் உலகப்போரின்போது அது தமிழக சினிமாவில் செலுத்திய பாதிப்பு, போருக்கு ஆதரவாக பிரித்தானியாவை**

ஆதரித்து உருவாக்கப்பட்ட தமிழ் படங்கள் எனத் தணிக்கையின் அரசியல் பரிமாணங்கள் குறித்து நீங்கள் ஆய்வு செய்திருக்கிறீர்கள். ஐரோப்பியத் திரைப்பட வரலாற்றை எடுத்துக் கொண்டால் நூற்றாண்டை அது கடந்து விட்டது. தமிழ் சினிமா தனது நூற்றாண்டை நெருங்கிக் கொண்டிருக்கிறது. ஐரோப்பிய தணிக்கை மரபில் மிகமுக்கியமான காலகட்டமாக இருந்தது ரஸ்யப் புரட்சியும், பாசிசத்திற்கு எதிரான அரசியல் காலகட்டமும் எனச் சொல்லலாம். பிரிட்டனிலும் அமெரிக்காவிலும் அரசியல் காரணங் களுக்காக ரஷ்ய இயக்குனரான ஐஸன்ஸ்டீனின் பேட்டல்ஷிப் போதம் கின் தடைசெய்யப்பட்டது. பாசிசக் கருத்தியலை முன்வைத்த காரணத்திற்காக லெனீ ரிப்சந்தாலின் The Will தடை செய்யப்பட்டது. இது இரண்டாம் உலகப் போர் முடியும் வரையிலான நிலைமை. அதன்பின்பாக ஜப்பானிய இயக்குனரான நகிசா ஒஸிமாவின் அய்னோ கோரா, பசோலனியின் ஸலோ (Salo), பெர்ட்டுலூசியின் த லாஸ்ட் டாங்கோ இன் பாரிஸ் (The Last Tango in Paris) போன்ற படங்கள் பாலுறவுச் சித்தரிப்புக்காக அமெரிக்காவிலும் ஐரோப்பிய நாடுகளிலும் தடைக்கும் பல்வேறு வாதப் பிரதிவாதங்களுக்கும் உள்ளாயின.

அறம்/ஒழுக்கம், அது சார்ந்த நம்பிக்கைகள் எனும் அடிப் படைகளுக்கு மாற்றாக, துறைசார் வளர்ச்சி, குறிப்பாகத் திரைத்துறைசார் வளர்ச்சிக்கு ஒப்ப, காட்சி ஊடக வளர்ச்சிக்கு ஒப்ப, புதிய நிலைமைகளுக்கு முகம் கொடுக்கும் வகையிலான திரைப்படத் தணிக்கை முறைகளை இப்போது உலகெங்கிலும் கைக்கொள்ளத் துவங்கியிருக்கிறார்கள். அரசியல், வன்முறை, பாலுறவு சார்ந்த விஷயங்களை குடிமக்கள் புரிந்து கொள்ளும் வயதும், அந்த வயது தரும் முதிர்ச்சியும் மனநிலையும் சார்ந்து, எவரெவர் எப்போது எதனை எங்கு பார்க்கலாம் எனத் தரப்படுத்தவும், வகைப்படுத்தவும் செய்கிறார்கள். மத நல்லிணக்கம், சாதிய நல்லிணக்கம், இன நல்லிணக்கம், பெண் புனிதம் போன்றவற்றை முன்வைத்த தணிக்கைமுறை இந்திய, தமிழக அரசியல் அமைப்பு மதம், இனம், சாதி, பெண் எனும் எல்லா அடிப்படைகளிலும் மேட்டிமைச் சமூகத்தவர்களால் நிர்வகிக்கப்படுகிற, விளிம்புநிலை மக்களை ஒடுக்குகிற அமைப்பாகத்தான் இருக்கிறது. தனது கண்களுக்கு முன்னால், பாசிசம், நிறவாதம், இனவாதம், சாதியம், பெண்வெறுப்பு என்பதன் பெயரால் படுகொலைகளும், வார்த்தைகளில் சொல்ல முடியாத வன்முறைகளும், பாலியல் வல்லுறவுகளும் நடந்து வருவதைக் காணும் ஒரு கலைஞனிடம், ஒடுக்கப்பட்ட மனிதரின்பால் நின்று அவர்களுக்காகப் பரிந்து பேசும்

கலைஞனிடம் வன்முறையையும் பாலுறவையும் சித்திரிக்காதே என்று சொல்வது என்ன நியாயம்? அதுவும் வன்முறையைச் செலுத்துகிறவன் ஒடுக்குமுறையாளனாகவும், வன்முறைக்கு உள்ளாகிறவர்கள் ஒடுக்குமுறைக்கு உள்ளாகிறவர்களாகவும் இருக்கும்போது, அவனிடம் அதனைக் கோருவது என்ன நியாயம்?

பார்வையாளர் கலாச்சாரம் என எடுத்துக் கொண்டால் நமது திரைப்படக் கலாச்சாரம் என்பது, திரைப்படங்கள் அனைத்தும் முழுக் குடும்பத்துடன் மகிழ்ச்சியாக் கண்டுகளிப்பதற்கானதாக, தாத்தாபாட்டி முதல் பேரன்பேத்தி வரை ஒரே இடத்தில் அமர்ந்து பார்க்கத்தக்கதாக இருக்க வேண்டும் என நினைக்கிறோம். சமூக நோக்கும், வரலாற்று இருப்பும், படைப்பு நோக்கும் கொண்ட வன்முறை/பாலுறவு சார் திரைப்படங்களை நாம் நிராகரிக்கக் கூடாது. அது எமது துன்புற்ற மக்களுக்கு நாம் செய்யும் அநீதியாகக் கூட ஆகிவிடும். நம்மளவில் குடும்பத்தை அடிப்படையாகக் கொண்ட திரைப்படப் பார்வையாளர் கலாச்சாரம் என்பதிலிருந்து நாம் மீள வேண்டும். தணிக்கையின் பரிமாணங்கள் இன்று அரசு என்பதையும் தாண்டி அரசியல் செல்வாக்கு கொண்டவர்கள் அதனைத் தமது கையில் எடுத்துக் கொள்ளும் சூழல் உருவாகி விட்டது. இது கருத்துச் சுதந்திரத்திற்கு மிகப்பெரிய அச்சுறுத்தலாக இருக்கிறது. இந்த நிலைமையில் தணிக்கை என்பது எவ்வாறு சாதகமானதாக உருவாக முடியும், அதனை எவ்வாறு முறைப்படுத்த முடியும் என நீங்கள் கருதுகிறீர்கள்?

1920முதல் சினிமா தணிக்கை வாரியம், போலீஸ் கமிஷனரின் தலைமையில் பெரு நகரங்களில் செயல்பட ஆரம்பித்த போது அதன் முக்கிய குறிக்கோள், திரை மூலம் தேசியக் கருத்துக்களை பரப்புவதைத் தடுப்பதுதான். காலனி ஆட்சி இந்த புதிய ஊடகத்தை அச்சத்துடனேயே பார்த்தது. வெள்ளையனே வெளியேறு இயக்கம் நடந்திருந்த காலகட்டம் அது. காந்தியக் கொள்கைகள், பொதுவுடமைக் கருத்துகள், தொழிலாளர் பிரச்சினை, இந்து—முஸ்லிம் உறவு போன்ற கருத்துக்கள் குறித்துத் திரைப்படங்களில் விவாதத்தை தடை செய்தனர். எந்தவொரு சமூகப் பிரச்சினையும் திரைப்படத்தில் கையாளப்படக் கூடாது என்ற அளவிற்கு பிரிட்டீஷ் அரசின் தணிக்கை முறை இறுக்கமாகச் செயல்பட்டது. ராட்டையைக்கூட காட்ட முடியாது. இந்த அணுகுமுறை அப்போதைய திரைப்படங்களில் உள்ளடக்கத்தை பாதித்தது. சினிமா தயாரிப்பளார்கள் தகராறு ஏதும் இல்லாமல் இருக்க வெறும் பொழுது போக்குப் படங்களையே தயாரித்தனர்.

இது தணிக்கையால் உருவாக்கப்பட்ட ஒரு வகையான தப்பித்தல்வாதம் எனலாம். வெளிவந்த படங்கள் பெருவாரியாகப் புராணப்படங்கள்தாம். 1000 தலைவாங்கிய அபூர்வ சிந்தாமணி, சந்திரலேகா போன்ற கற்பனைகளுக்குள் தமிழ் சினிமா தஞ்சம் புகுந்தது. நேரம்கொல்லிப் படங்கள் உருவாக்கப்பட்டன. இதுதான் சினிமா என்பது போல ஒரு தோற்றம் உருவாக்கப்பட்டது. பொழுதுபோக்கு எனும் கருத்தாக்கத்தில் தமிழ் சினிமா நிலைகொண்டது. அரசுடன் பிரச்சினையில் சிக்கிக்கொள்ள விரும்பாத தயாரிப்பாளர்கள் புராணப்படங்கள், ராஜா—ராணி படங்கள் என எடுத்தனர். இந்திய சினிமா இந்த காலகட்டத்தில் தான் வெறும் பொழுதுபோக்கு சாதனமாக உருவெடுத்தது. இதே போல 1975 அமல்படுத்தப்பட்ட நெருக்கடிநிலை காலத்திலும் கடுமையான தணிக்கை முறையைத் திணித்தது. இரண்டு ஆண்டுகள் இயக்குநர்கள் படாதபாடுபட்டனர். எனினும் எமர்ஜன்சி என்ற அந்த அரசியல் அனுபவத்தைச் சார்ந்த படங்கள் ஏதும் தமிழில் வரவில்லை..

சுதந்திரம் வந்த பிறகு அமைப்பு ரீதியில் தணிக்கை வாரியத்தின் செயல்பாட்டில் பல மாற்றங்கள் கொண்டுவரப்பட்டன. சினிமாவின் தரத்தை உயர்த்துவதும் தணிக்கை வாரியத்தின் ஒரு குறிக்கோளாகச் சேர்க்கப்பட்டது. ஆனால் அந்தக் குழுக்களில் இடம் பெறுபவர்களில் எத்தனை பேருக்கு சினிமா பற்றிய புரிதல் இருக்கின்றது என்று பார்த்தால் ஏமாற்றமே மிஞ்சுகின்றது. ஆனால் இன்று வரை சினிமாவின் அழகியல் பற்றிய பரிச்சயம் இல்லாமலேதான் இந்த வாரியம் இயங்கிக்கொண்டிருக்கின்றது. தணிக்கையாளர்களுக்கு சினிமாவின் இயல்புகளில் பரிச்சயம் இல்லாததால், கதையின் கருவைப் பார்க்காமல், தனித்தனிக் காட்சிப் படிமங்களைப் பாலியல் ஒழுக்கரீதியில் கண்காணித்து மையக் கருத்தைக் கோட்டைவிட்டு விடுகிறார்கள். படத்தின் தாக்கம் பற்றிய சுரணையேயில்லை. ரத்தக்கண்ணீரில் (1954) பாலியல் தொழிலாளியுடன் உறவு கொண்ட கதாநாயகனுக்குத் தொழுநோய் வருகின்றது. தொழுநோய் பாலியல் நோயல்ல. கணிகையரையும், தொழுநோயாளிகளையும் இப்படம் இழிவுபடுத்துகின்றது. இந்தியத் தொழுநோய்ச் சங்கத்தின் எதிர்ப்பு உதாசீனப்படுத்தப்பட்டது. இன்றும் இப்படம் பத்தாண்டுகளுக்கு ஒரு முறை சிரமமின்றி சான்றிதழ் பெறுகின்றது. வாரியத்தின் அணுகுமுறை இன்றும் ஒரு எதிர்மறை அணுகுமுறையாகத்தான் இருக்கின்றது. ஒழுக்கரீதி எனும் ஒற்றைக்கண் பார்வையில் வன்முறையும் ரத்தகளரிக் காட்சிகளும் அவற்றின் பாதிப்புகளும் கண்ணில் படாமல் போய்விடுகின்றன. பெண்களை, மனைவியை, காதலியை அடிப்பது தமிழ்ப் படங்களில்,

அதிலும் 70, 80களில், சாதாரணமாக வருவது. அதை நாம் கவனிப்பதுகூட இல்லை. கல்யாணப்பரிசு (1959), சம்சாரம் ஒரு மின்சாரம் (1980) இரு படங்களிலும் கணவன் மனைவியை அறைவான். இதில் அவலம் என்னவென்றால் அடிப்பதை நியாயப்படுத்தியே இந்தக் காட்சிகள் அமைக்கப்பட்டுள்ளன. படம் சூசகமாக உறுதிப்படுத்தும் கருத்துக்கள் என்ன என்பது போன்ற கேள்விகளை எழுப்பக்கூட சினிமாவில் இயல்பு பற்றிய அறிவு தேவையாகின்றது. பெண்களை இழிவு படுத்தும் காட்சிகள் வசனங்கள், ஊனமுற்றோரை நகைச்சுவைக்காகப் பயன்படுத்துவது (திக்குவாய், காது கேளாதவர், அரவாணிகள், குள்ளர்கள், மனநலம் குன்றினோர்) போன்ற காட்சிகள் தடையின்றி வருகின்றன.

பாலியல் சார்ந்த காட்சிகளைவிட வன்முறைக் காட்சிகளின் தாக்கம் அதிக தீமை பயக்கக்கூடியது என்று நான் நினைக்கின்றேன். செக்ஸி காட்சிகளை பார்க்கும் சிறுவர்கள் அதிகமாக பாதிக்கப்படுவதில்லை. ஏனென்றால் குழந்தைகளுக்கு அந்த உணர்வு தீவிரமாக இருப்பதில்லை. ஆனால், வன்முறையும் அதன் வலியும் குழந்தைகளுக்குத் தெரியும். தலையைத் துண்டிப்பது போலவும், குடலை உருவுவது போலவும் காட்சிகள் வருகின்றன. பாலியல் காட்சிகள் கூடாது என்பதை நாம் வன்முறைக் காட்சிகள் கூடாது என்பதிலும் காட்ட வேண்டும். பாலியல் உணர்வு இயற்கையான ஒன்று. வன்முறை அவ்வாறல்ல. அண்மையில் வந்த பல படங்களில் ரத்தமும், கொலையும், அடிதடியும் நிறைந்திருக்கின்றது. இவை கொடூர சினிமா (cruel cinema) என்று குறிப்பிடப்படுகின்றது. 'தமிழில் கொடூர சினிமா' என்ற கருத்தரங்கு ஒன்று இரண்டு ஆண்டுகளுக்கு முன் அமெரிக்காவில் நடந்தது. தணிக்கை வாரியத்தால் சான்றிதழ் அளிக்கப்பட்டும் ஆராக்ஷன் போன்ற படங்கள் இடஒதுக்கீட்டை விமர்சிக்கின்றன என்ற காரணம் காட்டி மாநில அரசுகளால் தடை செய்யப்படுகின்றன. நடுவண் அரசின் தணிக்கை வாரியம் அனுமதித்த பின் ஒரு படத்தை தடை செய்வது சரியல்ல. சட்ட ஒழுங்கு கெடும் என்ற காரணம் காட்டி சர்ச்சைக்குள்ளாகும் படத்தை மாநில அரசு தடை செய்கின்றது. ஆனால் அதன் உண்மையான காரணம் வேறாகவே இருக்கின்றது. இது போல முன்னர் ஒரே ஒரு கிராமத்திலே (1989) படத்திற்கு இடைக்காலத்தடை விதிக்கப்பட்டது. சமூக, அரசியல் பிரச்சினைகளைப் பேசும் படங்களுக்குத் தொல்லை கொடுப்பதால், சர்ச்சைக்குள்ளாவதைத் தவிர்த்து, வெறும் நேரம்கொல்லிப் படங்களே உருவாக்கப்படும் சூழலை அரசுசாரா தணிக்கை முறைகள் படைப்பாள்கள் மீது சுமத்துகின்றன. அவ்வப்போது இந்தப் பிரச்சினை தலைதூக்குவதைக் காணலாம்.

சிறை, அக்கிரகாரத்தில் கழுதை, பம்பாய், விருமாண்டி, ஒரே ஒரு கிராமத்திலே என்று பல எடுத்துக்காட்டுகள் தரலாம். அண்மையில் இனம் படமும் தணிக்கைச் சான்றிதழ் பெற்ற பின்னரும் திரையிட முடியாமல் போயிற்று. திரைப்படத்தில் மாற்றுக் கருத்துகளைப் பேசுவதற்கு நாம் இன்னும் கற்றுக் கொள்ளவில்லை.

● தமிழ்ச் சினிமா தொழில்நுட்ப ரீதியில் வளர்ந்திருக்கிறது, அது இந்திய சினிமாவுக்கு முனனோடியாக இருக்கிறது என்னும் குரல்களையும் நாம் கேட்கிறோம். இந்தத் தொழில்நுட்பம் என்பதை பிரம்மாண்டம் என்பதோடு வைத்துப் பார்ப்பதாகவே ஷங்கர், மணிரத்னம், கமல்ஹாசன் போன்றோரது பார்வைகள் இருக்கின்றன. பிரம்மாண்டமான செட்டுகள் போட்டுப் படமெடுக்கிற ஹாலிவுட் ரியாலிசமே இவர்கள் முன்வைக்கும் தொழில்நுட்பம். மறுதலையில் டிஜிட்டல் காமெரா போன்றவை குறைந்த செலவினத்தில் படங்களை உருவாக்கக் கூடிய சாத்தியத்தையும் திறந்துவிட்டிருக்கிறது. எடுத்துக் காட்டாக பாலுமகேந்திராவின் தலைமுறைகள் மிக எளிமையான டிஜிட்டல் காமிராவினால் எடுக்கப்பட்டிருக்கிறது. மிக நல்ல ஐரோப்பியப் படங்கள் இவ்வாறு உருவாக்கப்படுகின்றன. தமிழ்ச் சூழலில் தொழில்நுட்பத்திற்கும் நல்ல சினிமா உருவாக்கத்திற்குமான உறவு எத்தகையதாக அமைவது உசிதம் எனக் கருதுகிறீர்கள்?

இசை, நடனம், நாடகம் போன்ற பாரம்பரிய நிகழ்த்து கலைகளைப் போலல்லாமல், சினிமா முழுக்க முழுக்க தொழில்நுட்பத்தை அடிப்படையாகக் கொண்ட ஒரு கலைவடிவம். முன்னர் கூறிய கலைகளின் தோற்றம் பற்றி நமக்குத் தெரியாது. ஆனால் சினிமா நம் கண்முன் தோன்றி, அறிவியலின் அடிப்படையில் வளர்ந்தது; வளர்ந்து கொண்டிருக்கின்றது. இன்று பல தொழில்நுட்ப உபகரணங்கள் நம் கையில் இருக்கின்றன. மோஷன் கண்ட்ரோல், (தனித்தனியாக படம் பிடிக்கப்பட்ட இரு காட்சிகளை ஒரு காட்சியாக மாற்றும் உத்தி) அகிலா கிரேன், (காமிராவை பள்ளத்தாக்கின் மேலேகூட எடுத்துச்செல்லும் உபகரணம்) வெப்பமில்லா மின்விளக்குகள், கணிணி மூலம் செய்யக்கூடிய படத்தொகுப்பு, படமாக்கப்பட்ட காட்சியை உடனே பார்க்கக்கூடிய வசதியான வீடியோ அசிஸ்ட் முதலியன படமெடுக்கும் முறையையே மாற்றி விட்டன. ஒவ்வொரு தொழில்நுட்ப உத்தியும் சினிமாவின் எல்லைகளை விரிவாக்கும் சாத்தியத்தை அளிக்கின்றது. ஆனால் அதே சமயம் ஒவ்வொரு தொழில்நுட்பமும் அதற்கே உரிய அழகியலையும் உள்ளடக்கி இருக்கின்றது. அது நம் கையில் இருக்கிறதே என்பதால் அதை புதிதாக கிடைத்த ஒரு பொம்மை போல தேவையில்லாமல் பயன்படுத்தக் கூடாது. எடுத்துக்காட்டாக படப்பிடிப்பில் ஸூம்

லென்ஸ் அல்லது கிரேன் பயன்பாடு. சினிமாவின் எல்லைகள் விரிவடைய தொழில் நுட்பமும், அழகியலும் ஒன்றுசேர வேண்டும். முதலில் சலனப்படம். பின் ஒலி வந்தது. ஒலியைத் தனியாகவும் படத்தைத் தனியாகவும் பதிவு செய்யும் கருவிகள் வந்த பின்னர் பின்னணி பாடகர் என்ற ஒரு புதிய கலைஞர் சினிமா உலகத்திற்கு வந்தார். பாடும் நடிகர்களின் காலம் முடிந்தது. பிறகு வண்ணம் வந்தது. திரைப்பட அழகியல் வளர்ந்தது. இவ்வாறு தொழில்நுட்ப வளர்ச்சியைச் சார்ந்து சினிமாவின் அழகியலும் வளர்கின்றது.

ஆனால் தொழில்நுட்பத்தை மட்டுமே சார்ந்து உன்னத சினிமாவை உருவாக்கிவிட முடியாது. சிறந்த இலக்கியத்தைப் படைக்க நல்ல பேனா மட்டும் போதுமா? உலகின் சிறந்த திரைப்படங்கள் பல மிகவும் எளிய உபகரணங்களை வைத்து உருவாக்கப்பட்டவை என்பதை மனதில் கொள்ள வேண்டும். கருப்பு வெள்ளைப் படமான 'யாருக்காக அழுதான்?' ஒரு நல்ல எடுத்துக்காட்டு. ஜெயகாந்தனின் இயக்கத்துடன், நிமாய் கோஷின் ஒளியூட்டம், படப்பிடிப்பு அப்படத்தை ஒரு உன்னத தளத்திற்கு இட்டுச் செல்கிறது. ஆனால் மிக எளிமையான தொழில்நுட்பம். நம் நாட்டு, பன்னாட்டு சினிமாக்களிலிருந்து பல எடுத்துக்காட்டுக்களைச் சுட்டிக்காட்ட முடியும்.

அண்மையில் கிடைத்தது டிஜிட்டல் முறை படமாக்கல். காமிரா சிறியதாக இருப்பது மட்டுமல்ல, இதனால் பிம்பங்களைத் துல்லியமாக படமாக்க முடியும். பிலிம் சுருள் வீணாவதைப் பற்றிக் கவலைப்படத் தேவையில்லை. முந்தைய கலர் பிலிம் சுருள், வெள்ளைத் தோல் நடிகர்களை துல்லியமாக அழகாக காட்டுவதற்கேற்ப உருவாக்கப்பட்டிருந்தது. பிலிம் உருவாக்கப்பட்டதே அங்கேதானே? ஆனால் டிஜிட்டல் முறை படமாக்கல் கறுப்பு அல்லது கபில நிறத் தோல் கொண்டவர்களையும் துல்லியமாகக் காட்டும். (இதை விளக்கி சசிகுமார் பிரன்ட்லைன் இதழில் ஒரு அருமையான கட்டுரை எழுதியிருக்கின்றார்) படங்காட்டுதலிலும் வியக்கத்தக்க முன்னேற்றம் ஏற்பட்டுள்ளது. இணையத்திலிருந்து தரவிறக்கம் செய்து படங்களைக் காட்ட முடியும்.

பள்ளிகளிலும் கல்லூரிகளிலும் உன்னதத் திரைப்படங்களை இப்போது எளிதாகக் காட்டலாம். எத்தகைய தொழில்நுட்ப முன்னேற்றம் ஏற்பட்டாலும், சினிமாவின் ஆதாரசுருதி காட்சி பிம்பங்கள்தான். அதில் கவனம் செலுத்தப்பட வேண்டும். லியனார்டோ டா வின்ச்சி கூறியது போல "இயற்கையின் அளப்பரிய அழகை ஆன்மாவின் சாளரம் எனும் கண் மூலம்தான்

நாம் உணர முடியும். இரண்டாவதுதான் செவி. ஏனென்றால் கண் பார்த்துவிட்டதை அது கேட்பதனால்தான் காதிற்கு முக்கியத்துவம் கிடைக்கின்றது".

• 'த லைப் ஆப் பை (The Life of Pie)' படம் தொடர்பான ஒரு அனுபவத்தை நீங்கள் பதிவு செய்கிறீர்கள். இடைவேளை என்பது எவ்வாறு படம் பார்க்கும் அனுபவத்தின் ஒருமையைக் குலைக்கிறது என்றும் பதிவு செய்கிறீர்கள். அப்படத்தின் நீளம் இரண்டு மணி நேரங்கள். பெரும்பாலான ஆங்கிலப் படங்களை வைத்துப் பார்க்கும்போது இது ஒரு இந்தியப் படத்தின் நீளம். சாதாரணமாக ஒரு இந்திப் படத்தின் அல்லது தமிழ் படத்தின் கால அளவு இரண்டே முக்கால் மணி நேரம் முதல் மூன்று மணி நேரம் என வருகிறது. கதைகளைக் கூட இடைவேளைக்குத் தக்கவாறு இரண்டாகப் பிரித்துக் கொள்கிறார்கள். டீ, காபி, சோடா, கலர், முறுக்கு, ஐஸ்கிரீம் உடன் கதையும் இணைந்து போகிறது. மணிரத்னம் இடைவேளையுடன் ஒத்துப்போகிறார். திரைப்படம் வெறுமனே பொழுதுபோக்கு எனக் கருதும் மனப்போக்கின் பகுதி இது. மேற்கில் எந்தப் படங்களுக்கும் இடைவேளை கிடையாது. அதே தியேட்டரில் திரையிடப்படும் தமிழ்ப் படத்திற்கு இடைவேளையும் பாப்கார்ன், வடை, மட்டன் ரோல்ஸ், ஐஸ்கிரீமும் உண்டு. திரைப்படத்தை ஒரு சீரிய அனுபவமாகப் பார்க்கும் மரபு எமக்கு இல்லை. திரைப்படத்தை ஒரு சீரிய அனுபவமாகப் புரிந்துகொள்ளும் அறிவை அதை உருவாக்குபவர்கள் பெறும்போது, இடைவேளைகள் மறையலாம் என்றுதான் தோன்றுகிறது. இதற்கான வேறு ஏதேனும் காரணங்களை அல்லது தவிர்ப்பதற்கான சாத்தியங்களை நீங்கள் காண்கிறீர்களா?

மேலை நாட்டுப் படங்களில் மட்டுமல்லாது, ஜப்பான், தென்கொரியா, இரான், பிரேசில் போன்ற சினிமாவிற்கு பேர்போன நாடுகளிலும் இடைவேளை கிடையாது என்பதை மனதில் கொள்ள வேண்டும். நம் நாட்டில் இடைவேளை என்னும் அம்சம் நாடக உலகிலிருந்து வந்தது என்பது என் அவதானிப்பு. ஐந்தாறு மணி நேரம் நடக்கக்கூடிய நாடகங்களுக்கு மேடை காட்சியமைப்பை மாற்றவும் நடிகர்கள் இளைப்பாறவும் இடைவேளை தேவையாயிருந்தது. ஆரம்பகாலத் திரைப்படங்களும் ஏறக்குறைய மூன்று மணி நேரம் இருந்தன. சினிமாக் காட்சி என்றால் இரண்டரை அல்லது மூன்று மணி நேரம் இருக்க வேண்டுமென்று மக்களும் எதிர்பார்த்தனர். இரண்டாம் உலகப்போரின் போது இந்தியாவில் பிரிட்டீஷ் அரசு, கச்சா பிலிம் வேண்டுமென்றால் படத்தின் நீளத்தை 11 ஆயிரம் அடிகளுக்குள் எடுக்க வேண்டும் என்று சொன்னபோது அந்த

நீளத்தில் படமே எடுக்க முடியாது என எஸ்.எஸ்.வாசன் போன்ற படத் தயாரிப்பாளர்கள் பெருங்குரலெழுப்பினார்கள்.

இடைவேளை நேரத்தை சார்ந்து ஒரு சிறிய வணிக உலகமே இயங்க ஆரம்பித்தது. சலனப்பட காலத்தில் எலக்ட்ரிக் தியேட்டர், எல்பின்ஸ்டன் போன்ற அரங்குகளில் ஒரு சிறிய மதுக்கடை, ஸ்னூக்கர் மேஜை போன்ற அம்சங்களும் இருந்தன. தேனீர் கடைகள் எல்லா அரங்குகளிலும் இருந்தன. இடைவேளை சார்ந்து ஒரு பெரிய வணிக உலகமே இயங்குகின்றது. பெருமாள் முருகன் இந்த உலகை தனது நிழல் முற்றம் நாவலில் விவரிக்கின்றார். இவை மட்டுமல்லாமல், ஸ்லைடு விளம்பரம், ட்ரைலர் இவைகளுக்கும் நேரம் இடைவேளையில் ஒதுக்கப்பட்டது.. இந்திய சினிமாவில், திரைப்படத்தின் ஒரு கூறாக இடைவேளை ஆனதினால், அது ஒரு படத்தின் வடிவமைப்பை பாதிக்க ஆரம்பித்தது. படத்தின் நடுவில் இப்படி ஒரு குறுக்க்கீடு வருவது படம் பார்க்கும் அனுபவத்தைக் குலைக்கின்றது. திரைப்பட விழாக்களிலும் ஜுரிகளுக்கு படங்கள் திரையிடப்படும் போதும் இடைவேளை கிடையாது என்பதை மனதில் கொள்ள வேண்டும். ஒரு திரைப்படத்தின் தாக்கத்தை முழுமையாக உள்வாங்க எந்த ஒரு நிறுத்தலும் இல்லாமல், குறுக்கீடும் இல்லாமல், அமைதியில், எந்த இடைஞ் சலும் இல்லாமல் ஆழ்ந்து பார்க்க வேண்டும். நம் நாட்டிலேயே திரைப்பட விழாக்களில் காட்டப்படும் எல்லாப் படங்களும் இடைவெளி இல்லாமல்தான் திரையிடப்படுகின்றன. தேசிய விருதுகளுக்காகப் படம் நடுவர்களுக்குக் காட்டப்படும் போதும் இடைவேளை கிடையாது என்பதைக் கவனத்தில் கொள்ள வேண்டும். ஒரு படத்தை நாம் பார்க்கும் போது நிறுத்தங்கள் ஏற்பட்டால் மையக் கருத்து நீர்த்துப்போய் அதன் தாக்கம் புலனளவில் மட்டும் நின்றுவிடும் ஆபத்து இருக்கின்றது.

• தியடோர் பாஸ்கரன் அவர்களே, நமது உரையாடலின் இறுதிக் கேள்விக்கு இப்போது வந்துவிட்டோம் எனக் கருதுகிறேன். தமிழ் சினிமா குறித்து எழுதுவதற்கான, சினிமாவின் அழகியல் கருத்தாக்கங்களைச் சுட்டுவதற்கான விமர்சன மொழி தமிழில் உருவாகவில்லை என்பதனை நீங்கள் உங்களது கட்டுரைகளிலும் உங்களது முன்னைய உரையாடல்களிலும் வலியுறுத்தி இருக்கிறீர்கள். தமிழில் முன்னெப்போதையும் விட இதற்கான முயற்சிகள் தற்போது நடந்து வருவதாகவே தெரிகிறது. திரைப்படக் கூட்டமைப்புக்கள், பட்டறைகள், இதழ்கள் போன்றன விமர்சகர்களை இப்போது உருவாக்கியிருக்கின்றன. திரைப்படம் சார்ந்த அனுபவங்களை விரிவாக எழுதுபவர்கள் இருக்கிறார்கள். ஆக, தமிழ் சினிமா

விமர்சன மொழி தொடர்பான உங்களுடைய மனப் பதிவுகள் எத்தகையவையாக இருக்கின்றன?

நிச்சயமாக இப்போது ஓரளவிற்கு நிலைமை மாறி இருக்கின்றது. பயிலரங்குகள் மட்டுமல்ல திரைப்படத்திற்கெனத் தனியாக இதழ்களும் தமிழில் வெளிவருகின்றன. திரைப்படம் பற்றி நூல்களும் வெளிவருகின்றன. இவை மகிழ்ச்சி தரும் செய்திதான். எனினும் விமர்சன மொழியிலோ அல்லது துறைச்சொற்களிலோ தேவையான முன்னேற்றம் இல்லை. இன்னும் ஒரு சிறுகதையை விமர்சிப்பது போல்தான் கட்டுரைகள் எழுதப்படுகின்றன. நடிகர்களைப் பற்றி நிறைய எழுதப்படுகிறது. அது மட்டுமல்ல, கல்விப்புலம் இன்னும் சினிமாவின் பக்கம் தன் கவனத்தைத் திருப்பவில்லை. தமிழ்நாட்டு பள்ளி/கல்லூரிகளில் இலக்கியம் அறிமுகப்படுத்தப்படுகின்றது. சிறந்த இலக்கியம் பாடமாக வைக்கப்படுகின்றது. அதனால் இலக்கியத்திற்கு பரிச்சயமான ஒரு பெரிய மக்கள் திரள் உருவாகி இருக்கின்றது. இசை பற்றிக்கூட போதிக்கப்படுகின்றது. இசைக்கும் நடனத்திற்கும் பள்ளிகளிலும் கல்லூரிகளிலும் இடம் தரும் நாம், திரைப்படத்திற்கு இடம் தருவதில்லை. ஆனால், பல்கலைக்கழகங்களில் ஓவியம், நிழற்படம், திரைப்படம் போன்ற கட்புல ஊடகங்களைப்பற்றி எந்தவித புரிதலையும் பாடத்திட்டம் தருவதில்லை. நல்ல ஓவியம் ஒன்றைப் பார்க்காமலேயே பட்டப்படிப்பை முடித்துவிட முடியும். ஆகவே காட்சி பிம்பங்களை எதிர்கொள்ளும் திறன் மாணவர்களிடையே வளர்க்கப்படுவதில்லை. நாமாகவே தேடி ரசனையை வளர்க்க வேண்டியிருக்கின்றது. அது மட்டுமல்ல. சினிமாவை எதிர்கொள்ள எந்த முயற்சியும் தேவையில்லை என்று நினைக்கின்றோம். இந்த ரசனைக்குறைவு எந்த வகையிலெல்லாம் வெளிப்படுகின்றது? திரைப்பட விமர்சனங்கள் சினிமா ரீதியாக எழுதப்படுவதில்லை. அதாவது சினிமாவின் இயல்புகளை, நியாயங்களை, பண்புகளை மனதில் வைத்து எழுதப்படுவதில்லை. கதையை மட்டுமே அடிப்படையாக வைத்து எழுதுகின்றோம்.

சினிமா பற்றிய தவறான அணுகுமுறை, ஒரு வித அசூயை இன்னும் இருக்கின்றது. கல்லூரி நூலகங்களில் சினிமா பற்றிய புத்தகங்கள் அரிதாகவே இருக்கின்றன. நான் கல்லூரியில் படித்த நாட்களிலாவது 16 எம்எம் புரொஜெக்டர்களை வைத்து படம் காட்டுவார்கள். பாளையங்கோட்டை ஜான்ஸ் கல்லூரியில் மார்லன் பிராண்டோ அந்தோணியாக நடித்த ஜூலியஸ் சீசர் படம் பார்ந்து வியந்து போயிருந்தது நினைவிற்கு வருகின்றது. இப்போது டிவிடி, நவீன புரொஜக்டர்கள் என வந்து விட்ட பின்னும் கல்லூரிகளிலும்

பள்ளிகளிலும் திரையிடல் வெகு குறைவாகவே நடக்கின்றது. சினிமா எனும் ஊடகத்தைப் பற்றிய அக்கறையின்மையை எல்லா தளத்திலும் நாம் காணலாம். வெகுமக்கள், பத்திரிகைகள் நடிகர்களைப் பற்றித்தான் அதிகம் எழுதுகின்றார்கள். சினிமா பற்றிய கட்டுரைகள் அரிதாகவே வருகின்றன. இசை கற்றுத்தர ஆசிரியர்கள் இருக்கிறார்கள். நடனம் போன்ற கவின்கலைகளுக்கு இடமுண்டு. ஆனால் சினிமா கலையின் சிறப்பியல்புகளைப் பற்றி, தலைசிறந்த திரைப்படங்களைப் பற்றி எந்தஅறிமுகமும் கிடையாது. ஓவியம், புகைப்படம், திரைப்படம் போன்ற கட்புல ஊடகங்களைப் பற்றிய எந்தப் புரிதலையும் நமது பாடத்திட்டங்கள் தருவதில்லை. ஆகவே காட்சி பிம்பங்களை எதிர்கொள்ளும் திறன் மாணவர்களிடையே வளர்க்கப்படுவதில்லை. கல்லூரிக்கு வந்த பிறகும் சிறந்த சினிமாவை அடையாளம் காட்டுவதில்லை. திரைப்படம் ஒரு வெகுமக்கள் பொழுதுபோக்குத்தானே; ஆகவே இப்பொருளைப் படிக்கத் தேவையில்லை என்று வாதிடுபவர்களும் உண்டு. விமர்சன இலக்கியம் இங்கு வளராமல் இருப்பதற்கு இதுவும் ஒரு காரணம். திரைப்படம் போன்ற ஊடகங்களைப் பற்றிய ஒரு புரிதல் அவசியம் என்ற கோட்பாட்டை அடிப்படையாகக் கொண்ட பண்பாட்டியல் என்ற துறை இன்னும் நமது உயர்கல்வி நிலையங்களில் தோன்றவில்லை.

சினிமா மீது பரவலாக இருக்கும் உதாசீன நோக்கின் பின்னணியில், அந்தக் கலைவடிவின் நியாயங்கள், தனித்தன்மைகள் பற்றி வெகு சிலரே எழுதும் வேளையில், சினிமாவிற்கென்றே தனி இதழ்கள் வர ஆரம்பித்திருப்பது ஒரு நல்ல அறிகுறி. பல ஆண்டுகளாக வெளிவந்து கொண்டிருக்கும் நிழல், திரை , படப்பெட்டி, காட்சிப்பிழை போன்ற இதழ்கள் சீரிய படைப்புகளைத் தாங்கி வந்திருக்கின்றன. சென்னையில் தமிழ் ஸ்டுடியோ நடத்தும் பயிலரங்குகள், அவர்களது இணையதளம் சினிமா பற்றிய ஆரோக்கியமான அக்கறையைப் பரப்புகின்றது. இது தவிர, காலச்சுவடு, உயிர்மை போன்ற இலக்கியப் பத்திரிகைகளும் சினிமா பற்றிய படைப்புகளை அவ்வப்போது தாங்கி வருகின்றன. திரைப்படங்கள் பற்றி சினிமா ரீதியாக எழுதும் தமிழ் ஸ்டுடியோ அருண், செழியன், ஜே.பி. சாணக்யா போன்ற சில இளைய எழுத்தாளர்களின் கட்டுரைகள் நம்பிக்கையூட்டுகின்றன.

யதார்த்த நாவலில் நீங்கள் வாழ்வின் உண்மையைத் தரிசிக்கலாம்

மு. புஷ்பராஜன்

• இப்போது தெற்காசிய இலக்கியம் என்பது சர்வதேசிய இலக்கிய வெளியில் அங்கீகரிக்கப்பட்ட ஒரு வகையினமாக ஆகியிருக்கிறது. இந்த தெற்காசிய இலக்கியம் என்பதற்கு மேற்கத்தியர்கள் கொள்ளும் அர்த்தம் நாம அர்த்தப்படுத்திக் கொள்வதிலிருந்து மிக மிக வித்தியாசமானது. நாம் தெற்காசிய நாடுகளில் அந்தந்த பிராந்திய மொழிகளில் எழுதப்படும் இலக்கியம், மொழிபெயர்ப்பின் வழியாக நாம் அறிந்திருக்கிற இந்த நாடுகளின் இலக்கியம் போன்ற வற்றைத்தான் இவ்வகையில் புரிந்து கொள்கிறோம். ஆதாரமாக பங்களாதேஷிலிருந்து நமக்குத் தெரிய வருகிற தஸ்லீமா நஸ்ரினின் நாவலான லஜ்ஜா, பாகிஸ்தானிலிருந்து நமக்குத் தெரிய வருகிற கிஷ்வர் நஹீத்தின் கவிதைகள், இந்தியன் நேஷனல் புக்ஸ் டிரஸ்ட் வழி தமிழில் மொழிபெயர்க்கப்பட்ட மஹாஸ்வேதா தேவியின் எழுதுத்துக்கள், பரஸ்பரமாக தமிழில் நாம் பகிர்ந்து கொள்ளும் ஈழ, தமிழக நாவல்கள் போன்றவற்றை நாம் தெற்காசிய இலக்கியம் எனப் புரிந்து கொண்டிருக்கிறோம். ஆனால் மேற்குலகைப் பொருத்தவரை, அமெரிக்காவுக்கும் கனடாவுக்கும் இங்கிலாந்துக்கும் சென்று அங்கேயே நிரந்தரமாக வாழ்கிற ஆசியர்களால் நேரடியாக ஆங்கிலத்தில் எழுதப்பட்டவற்றையே தெற்காசிய இலக்கியம் என்று குறிப்பிடுகிறார்கள். ஸல்மன் ருஸ்டி, அமிதவ் கோஷ், மைக்கேல் ஒன்டாஜி, மீனா அலெக்ஸாண்டர் போன்றவங்களால் எழுதப்படும் இலக்கியத்தை இப்படிக் குறிப்பிடுகிறார்கள்.

சமீப காலத்தில் இந்த வரையறையில் ஒரு மாற்றம் நிகழ்ந் திருக்கிறது. அருந்ததி ராய், பங்கஜ் மிஸ்ரா, ரோஹிந்தன் மிஸ்த்ரி போன்றவங்களின் எழுத்துக்களும் தற்போது இவ்வகையினத்துக்குள் சேர்க்கப்படுகின்றன. தெற்காசிய இலக்கியம் என்பதற்கான மேற்கத்தியர்களின் வரையறை மாறியதற்கான காரணங்கள் மூன்று. முதலாவதாக அரசியல் ரீதியான காரணம். முன்னைய காலனியாதிக்க நாடுகள் தமது இலக்கிய சமூக மதிப்பீடுகளைக் காலனிய நாடுகளுடன் ஒரு வகையில் தொடரந்து பேணுவதற்கான நோக்கத்தில் காலனிய இலக்கிய நிறுவனங்களை அமைத்திருக்கிறது.

புக்கர் விருது இவ்வகையில் ஆங்கிலத்தில் எங்கும் எழுதப்படும் இலக்கியங்களுக்குப் பரிசளிக்கிறது. பிரிட்டீஷ் காலனியாதிக்க நினைவுகளை ஞாபகப்படுத்தும் காமென்வெல்த் இலக்கியப் பரிசும் இருக்கிறது. இப்பரிசுகளைப் பொருத்தளவில், நிலவும் உலக நிலைமைக்கேற்ப பரிசளிப்பிலும் அரசியல் செயல்படும். நிறவெறி ஆதரவு நாவலான தென்னாப்பிரிக்க நாவல் டிஸ்கிரேசும் பரிசு பெறும், இந்திய ஜாதிய எதிர்பபு நாவலான 'காட் ஆப் ஸ்மால் திங்க்ஸ்'சும் பரிசு பெறும். சிவானந்தனின் 'நினைவு மரணிக்கும்போது' நாவலும் இவ்வகையில் காமன் வெல்த் இலக்கிய விருதான யூரோ ஆசிய இலக்கிய விருது பெற்றிருக்கிறது. இரண்டாவதாக கல்வித்துறை சார்ந்த காரணம். இப்போது அநேகமாக தென் ஆசிய ஆய்வு மையங்கள் இல்லாத பல்கலைக் கழகங்கள் என்பது அமெரிக்காவிலும் இல்லை, மேற்கிலும் இல்லை. அதைப் போலத்தான் தென் ஆசிய இலக்கிய மையங்களும். இதில் நிறையக் கல்வித்துறை சார்ந்த கல்வியாளர்கள் படிப்பாளர்கள் உருவாகி விட்டார்கள்.

நிலவும் பல்கலைக்கழக நிறுவன ஒழுங்குகளின் அடிப்படையில் இந்தக் கல்வித் துறை சார்ந்தவர்கள் ஆய்வு நூல்களை வெளியிடு வதோடு, படைப்பு நுட்பப் பள்ளிகளில் படித்தவர்கள் படைப்பிலக் கியங்களிலும் ஈடுபடுகிறார்கள். அநேகமாக ருஸ்டி, ஒன்டாஜி, சிவானந்தன் போன்ற ஒரு சிலரைத் தவிர இன்று ஆங்கிலத்தில் எழுதுகிற தென்னாசியர்கள் பெரும்பாலானவர்கள் கல்வித்துறை சார்ந்தவர்கள் அல்லது படைப்பு நுட்பப் பள்ளிகளில் படித்து வெளியேறியவர்கள். இப்படி படைப்பாளர்கள், வாசகர்கள், உற்பத்தியாளர்கள், நுகர்வாளர்களைப் பல்கலைக்கழகங்கள் உருவாக்கியிருக்கின்றன. மூன்றாவதாக வணிக நோக்கம் சார்ந்த காரணம். நிறுவன ரீதியில் தென் ஆசிய உற்பத்தியாளர்களும் நுகர்வாளர்களும் இருக்க, அவர்களுக்கான புத்தக உற்பத்தி என்பதற்கான காரணங்கள் அமைந்துவிட்டபடியினால் பல்கலைக் கழகங்களும் பதிப்பகங்களும் இங்கு ஆசியப் புத்தகங்களை வெளியிடப் போட்டி போடுகின்றன. வாசகர்கள் பல்கலைக்கழகம் சார்ந்தவர்கள் மட்டுமல்ல. மேற்கில் வாழ்கிற ஆசிய சமூகத்தவர் களின் ஜனத் தொகை என்பது இன்று கணிசமான புத்தகச் சந்தைக்கான வாய்ப்பாக இருக்கிறது.. இங்கிலாந்தில் மட்டும் பதினைந்து சதவீதமான மக்கள் தொகை ஆசியர்களாகும். இதுவன்றி நவ காலனிய மனோபாவம் கொண்ட ஆசிய ஜனத் தொகை என்பது ஆதாரமான ஆசிய நாடுகளிலும் தெற்காசிய ஆங்கில இலக்கியத்துக்கு ஒரு மாபெரும் சந்தையையும் வாசகப்

பரப்பையும் உருவாக்கியிருக்கிறது. வாசகப் பரப்புக்கும் விற்பனைச் சந்தைக்குமான இந்தக் காரணங்களையும் தாண்டி தெற்கு ஆசிய இலக்கியம் மேற்கில் கொடி கட்டிப் பறப்பதற்கான இன்னும் இரண்டு இலக்கியக் காரணங்கள் உண்டு.

ஒன்று நமது நாடுகளில் பிரச்சினைகள் குவிந்து கிடக்கின்றன. மேற்கில் ஒரு படைப்பு வெற்றிடமும் ஆன்மீக வெற்றிடமும் உருவாகியிருக்கிறது. இவ்வகையில் பௌத்த நெறி, இந்துத்துவம் போன்றவை குறித்த ஆய்வில் மேற்கத்தியர்கள் அதிக ஆர்வம் காட்டுகிறார்கள். இந்தப் பிரச்சினைகளைத்தான் ஆங்கிலத்தில் எழுதும் பெரும்பாலான தெற்காசிய எழுத்தாளர்கள் கையாள்கிறார்கள். ஜாதியம், வறுமை, பாலுறவு, காமசூத்ரா, இனப்பிரச்சினை, மத வன்முறை, அடிப்படைவாதம் போன்றவற்றை இவங்களுடைய நாவல்கள் பேசுகின்றன. இரண்டாவதாக, மேற்கத்தியர்களின் அனுபவத்துக்கு மாறாக புதிய அனுபவத்தைக ஆசிய எழுத்தாளர்கள் கற்றுக்கொண்ட செய்நேர்த்தியுடன் முன்வைக்கிறார்கள். மேலதிகமாக ஒரே சமயத்தில் மேற்கத்தியன், அதே சமயம் மேற்குக்கு அன்னியன் எனும் புலம்பெயர் அனுபவத்தையும் இவர்கள் படைப்புகளில் முன்வைக்கிறபோது பிற புலம்பெயர் மக்களான ஆப்ரிக்க, மத்தியகிழக்கு, இலத்தீனமெரிக்கர்களும் இவர்களது எழுத்தில் தமது முகங்களைக் காண்கிறார்கள். இப்படியெல்லாம் ஆசியஆங்கில எழுத்தாளர்கள்தான் இன்று உலக அளவில் வெற்றிகரமான, வணிகரீதியிலும் வெற்றிகரமான எழுத்தாளர்களாக இருக்கிறார்கள்.

பல்கலைக்கழகங்களில் பின்காலனிய ஆய்வுகள் படிப்புகள் போன்றதெல்லாம் இதையொட்டித்தான் நடந்து கொண்டிருக் கின்றன. இவ்வகையிலயே காயத்திரி ஸ்பீவக், எட்வர்ட் சையித் போன்றவர்கள் இதன் கோட்பாட்டாளர்களாக இருக்கிறார்கள். பாரதி முகர்ஜி ஒரே சமயத்தில் கோட்பாட்டாளராகவும் படைப்பாளியாகவும் இருக்கிறார். இவ்வகையிலான கல்வியாளர்கள் சிலர் படைப்பாளிகளாகவும் நடவடிக்கையாளர்களாகவும் இருக்கிறார்கள். இவர்கள்பாலான ஆதார ஆசிய நாட்டுப் படைப்பாளிகளிகள் மற்றும் விமர்சகர்களது அணுகுமுறைகள் கடுமையானவையாக உள்ளன. அதற்கான காரணம், இத்தகைய மேற்கத்தியப் பல்கலைக்கழகங்களில் வாழ்கிறவர்கள் ஆதார நாட்டைத் தாங்கள் பிரதிநிதித்துவப்படுத்துவதாகக் கோரிக்கொள்வதால் எழுகிறது. இத்தகைய மேற்கத்திய ஆசிய படைப்பாளிகளும் கல்வித்துறையாளர்களும் கோட்பாட்டாளர்களும் ஆதார

நாடுகளின் மக்களின் பிரச்சனைகளை ஆழமாக அறிந்தவர்கள் அல்ல. இதற்கான காரணங்கள் பல்வகையானவை. இவர்கள் அந்தந்த ஆசிய சமூகங்களின் மேல்தட்டு வர்க்கத்திலிருந்து வந்தவர்கள். இன்னும் இந்திய சமூகம் என்கிறபோது பிராமண சமூகத்திலிருந்தும் இலங்கை என்கிறபோது அவர்கள் கொழும்பு சமூகத்திலிருந்தும் யாழ்ப்பாணம் என்கிறபோது அவர்கள் வேளாள சமூகத்திலிருந்தும் வந்தவர்களாகவும் இருக்கிறார்கள்.

இவர்கள் தமது சமூக நோக்கு, வர்க்க அனுபவம் போன்ற வற்றோடுதான் மேற்குக்கு குடிபெயர்கிறார்கள். இவர்கள் தமது மதிப்பீடுகளைத்தான் மேற்குக்கும் காவிச் செல்கிறார்கள். மேற்கு கிழக்கு ஊடாட்டத்தை இவர்கள் சித்தரித்தாலும் இவர்களது படைப்புகளில் இடம் பெறுவது இவர்களது வர்க்கம் சார்ந்த உலகப் பார்வைதான். மேலாக இவர்களுக்கு வாழ்ந்துபட்ட அனுபவமும் விளிம்பு நிலை மக்கள பற்றிய பிரச்சினைகளும் அந்நியமாகவே இருக்கிறது. இவ்வகையில்தான் காயத்ரி ஸ்பீவக், எட்வர்ட் சைத், பாரதி முகர்ஜி போன்றவர்களின் ஆய்வு மற்றும் படைப்புக் கண்ணோட்டங்களின் மீது, ஸபால்ட்டன் ஆய்வாளர்களும் அய்ஜாஸ் அகமது போன்ற இந்திய இடதுசாரி ஆய்வாளர்களும் கடுமையான தாக்குதலை முன்வைக்கிறார்கள். காயத்ரி ஸ்பீவக்கின் பார்வையின் மீதான கடுமையான தாக்குதல் இங்கிலாந்து மார்க்சிய இலக்கிய விமர்சகரான டெரி ஈகிள்டனிடமிருந்தும் வருகிறது.

மேற்கில் இவ்வகையில் இயங்கும் கோட்பாட்டாளர்களை இரு வகையில பிரிக்கலாம். சில படைப்பாளிகள் நேரடியாகவே மேல்வர்க்க வாழ்க்கையின் மதிப்பீடுகளை முன்வைப்பவர்கள். அரசியலற்ற படைப்பாளிகள். மற்றவர்கள் அரசியல் கொண்டவர்கள். மேற்கில் நடைபெறும் பல்வேறு எதிர்ப்பியக்கஙகளில் பங்கு கொள்கிறவர்கள். முதல் வகைக்குத் திறன் வாய்ந்த படைப்பாளியான ஒன்டாஜியைக் குறிப்பிட முடியுமானால் இரண்டாம் வகைக்கு பாரதி முகர்ஜியைக் குறிப்பிடலாம். ஆனால் பாரதி முகர்ஜி போன்றவர்கள் ஆதாரமான நாடுகளின் பிரச்சினையாக மேற்கில் முன்வைக்கும் பிரச்சினைகள் ஆதாரமான எமது நாடுகள் பற்றிய திரிவுபட்ட, விளிம்புநிலை மக்களின் வாழ்நிலை தவிர்த்த முன்வைப்புகள்தான் என்பதில் சந்தேகமில்லை.

இந்தப் பின்னணியிலிருந்துதான் நாம் இலங்கைப் பிரச்சினை பற்றி வந்திருக்கிற மூன்று நாவல்களைப் பார்க்க முடியும் என்று நினைக்கிறேன். ஒன்டாஜி இலங்கை கலப்பினமான பர்கர் சமூகத்தைச் சேர்ந்தவர். ஷியாம் செல்வதுரை கொழும்புத் தமிழர்.

தமிழ் சிங்கள கலப்பினத்தவர். சிவானந்தன் யாழ்ப்பாணத்தில் பிறந்து கொழும்பில் வாழ்ந்து 1958 இல் இங்கிலாந்துக்குப் புலம் பெயர்ந்து 1982 வரை நாட்டுடன் நேரடியாகத் தொடர்பு கொண்டு தற்போது இங்கிலாந்தில் நிரந்தரமாக வாழ்ந்து வருபவர். மைக்கேல் ஒன்டாஜி தொழில் முறை எழுத்தாளர். ஷியாம் செல்வதுரை சமப்பாலுறவு எழுத்தாளராகவும் சமப்பாலுறவுக்காகக் குரல் கொடுப்பவராகவும் அறியப்படுபவர். சிவானந்தன் நிறவெறி எதிர்ப்பு நடவடிக்கையாளர். மூன்றாம் உலகப் போராளிகளோடு நேரடியான உறவுகள் கொண்டவர். தனது ரேஸ் அன்ட் கிளாஸ் பத்திரிகையின் மூலம் தொடர்ந்து மூன்றாம் உலகின் விடுதலை குறித்துப் பதிந்தும் எழுதியும் அக்கறை காட்டியும் வருபவர்.

இத்தகைய உலக இலக்கியம் மற்றும் தென்னாசிய இலக்கியம் பற்றிய அவதானங்களுடன் இந்த உரையாடலைத் துவங்கலாம் என நினைக்கிறேன்.

நீங்கள் குறிப்பிட்ட இந்த மூன்று நாவல்களிலும் இலங்கையின் தேசிய இனப் பிரச்சினை பேசப்பட்டிருக்கிறது. முதலில் தேசியம் எனும்போது இரண்டு விதமான தேசியங்கள் இருந்தது பற்றிச் சொல்ல வேண்டும். நாங்கள் இலக்கியத் துறையில் ஆர்வமாக இருந்த எழுபதுகளில், 56 ஆம் ஆண்டுக்குப் பின்னர் எஸ்.டபிள்யூ.ஆர்.டி. பண்டாரநாயகா ஆட்சியுடன் எழுந்த அரசியல் மாற்றத்துடன் முழு இலங்கைக்குமான தேசியம் பேசப்பட்டது. ஆனால் 80களின் பின்னர் தமிழ்த் தேசியம் என்றொரு புதிய முனைப்பு உருவாகியது. அந்த் தமிழர்களுக்கான விடுதலையுணர்வின் முனைப்பு என்று நான் அர்த்தப்படுத்துகிறேன்.

தமிழர்களின் போராட்டம் என்பது இன்று உலக அளவில் கவனத்தைப் பெற்றிருக்கிறது. இன்று வடக்கு கிழக்கில் உக்கிரம் அடைந்திருக்கும் போராட்டத்தைப் பற்றி பல்வேறு பார்வைகள் இருப்பதைப் போலவே 80 களிலும் அதன் பின்னரும் கொழும்பு வாழ் தமிழர்களிடம்— குறிப்பாக கொழும்பை நிரந்தரமாகக் கொண்டு வாழ்ந்த உயர் மத்தியதர வர்க்க மக்களிடமும் ஒரு பார்வை இருந்தது. பொதுவாக கடந்த காலங்களில் தமிழர்களின் தலைமைத்துவம் என்பது கொழும்பிலேயே மையம் கொணடிருந்தது. அவர்கள்தான் எல்லாத் தமிழர்களுக்குமாகப் பேசியிருக்கிறார்கள். ஆனால் அவர்களது சமூகப் பொருளாதார வாழ்நிலை உணர்வுகளுக்கும் வடக்கு கிழக்கில் வாழ்ந்த சாதாரண மக்களின் சமூகப் பொருளாதார வாழ்நிலைக்கும் இடையில் என்றும் இணக்கம் இருந்ததில்லை. இனப்பிரச்சினை அடக்குமுறை

சார்ந்து கூர்மையடைந்து எதிர்வலு அதிகரித்த பொழுது தமிழரின் பிரச்சினைக்கான தலைமைத்துவம் போராடும் மக்களிடமிருந்து வெளிக்கிளம்பத் தொடங்கியது. தமிழர் தலைமை கொழும்பிலிருந்து பறித்தெடுக்கப்பட்டு யாழ்ப்பாணத்தில் நிரந்தரமாக்கப்பட்து. இன்று கொந்தளித்த நிலைக்கு மக்கள் போராட்டம் அகிம்சை வழிமுறை நீங்கிய ஆயுதப் போராட்டமாக உருவெடுத்த காலங்களில் கொழும்பு உயர் மத்தியதர வர்க்கத்தவர்கள் அதைத் தமக்கான ஒரு அசௌகரியமாகத்தான் கருதினார்கள். அது மட்டுமல்ல யாழ்ப்பாணத்திலுள்ள படித்த கல்விமான்கள பலரும் அவ்வாறான மன நிலையிலேதான் இருந்தார்கள். இந்த மனோபாவத்தின் நிழல்தான் ஷியாம் செல்வதுரையின் ஃபன்னி போய் (Funny Boy) நாவலில் படிந்திருக்கிறது. போராட்டம் பற்றிய விவரங்கள் ஈடுபாடற்ற தகவல்களாகத்தான் இத்தகைய நாவல்களில் வரும். அந்த நாவல் பற்றி ஒன்றை நாங்கள் விளங்கிக் கொள்ள வேண்டும். அது சிறுகதைகளாக எழுதப்பட்டு பின்னர் நாவலாக உருவாக்கப்பட்டது. அதை ஷியாம் சொல்வதுரையே புத்தகத்தில் குறிப்பிட்டுள்ளார். ஒரு படைப்பு என்ற வகையில் அது நல்ல முறையில் எழுதப்பட்ட நாவல்தான். ஆனால் அது பற்றி நான் இங்கு பேசவில்லை. ஒரு போராட்டத்தைப் பற்றிய கூர்மையான பார்வை இந்த நாவலில் அதிகம் இல்லை என்பதுதான் எனது அக்கறை. தமிழர்களுக்கெதிரான கலவரங்கள் கொழும்பில் நடந்தபோதுதான் இந்த மனோபாவத்திறகும் பலமான அடி விழுந்தது.

• நாவலில் இந்த நீங்கள் சொல்கிற மனோபாவம் இருக்கிறதென எப்படி நீங்கள் சொல்கிறீர்கள்.? அந்த நாவலில் அர்ஜியின் தந்தை ஹோட்டல் நடத்திக் கொண்டிருப்பவர் ஒரு பாத்திரம் எனும் அளவில் நீங்கள் சொல்கிற கொழும்புத் தமிழர் மனோபாவத்தைக் கொண்டுதான் அவர் இருக்கிறார். ஆனால் அர்ஜியின் பாட்டியும் அவனது தாயும் ஆரம்ப முதல் இறுதி வரை தமிழ் தேசியவாதிகளாகத்தான் இருக்கிறார்கள். இன்னும் இருவரும் தமிழர்களுக்கு என ஒரு நாடு அமைய வேண்டும் என்கிறார்கள். இன்னும் அர்ஜியின் அம்மா தனது காதலனின் மரணத்திற்கு எதிராக போலீஸ் ஸ்டேஷன் சென்று போராடவும் செய்கிறார்.

அர்ஜி என்கிற பாத்திரம் தொடர்பாகவும் இன்று நாங்கள் அதை இரு வகையில் பார்க்க வேண்டியிருக்கிறது. அர்ஜியின் அனுபவங்களை நாம் ஷியாம் செல்வதுரையின் அனுபவங் களோடு வைத்துப் பார்க்க முடியும். நாவல் பற்றிய தோற்றம் சம்பந்தமான குறிப்புகளில் கூட தமிழர் மீதான துவேஷம்

கலப்பினக் குழந்தைகளின் சிறப்பு போன்றவை பற்றித்தான் அவர் குறிப்பிடுகிறார். இன்னும் நாவலில் இந்த சமப்பாலுறவு அம்சம் என்பது நாவலுக்கு ஒரு பின்னணிச் செய்தியாகத் தான் அமைகிறதேயொழிய சமப்பாலுறவின் அரசியல் பற்றியதாக இந்த நாவல் இல்லை.

ஆனால் ஷியாம் செல்வதுரையின் தமிழ் மக்களின் பாலான நேர்மறையான பார்வையை இரண்டாம் பட்சமாக்கி இந்நாவல் இன்று சமப்பாலறவு நாவலாகவும், கலப்பின் அழகியலை முன்வைக்கும் நாவலாகவும் மேற்கத்திய சூழலில் அறியப்படுகிறது. ஷியாம் செல்வதுரையின் நாவல் ஒரு வகையில் மேற்கத்திய வகை வியாக்கியானத்திற்கு உட்பட்டிருக்கிறது. ஸன்டே அப்சர்வர் நேர்முகம் ஒன்றில் கூட இலங்கையில் சமப்பாலுறவு ஒடுக்கமுறைக்கு எதிராகக் குரல் கொடுப்பவராகவே அவர் அறியப்படுகிறார்.

இந்த நாவலில் கொழும்பில் வாழ்கிற தமிழர்களின மனோநிலையோடு யாழ்ப்பாணத்தில் தலைமறைவாக வாழ்கிறவர்கள் மற்றும் போராடுபவர்களிலிருந்து ஒரு விலகிய மனநிலை இருக்கிறது. அந்த மனநிலை பற்றித்தான் நான் பேசுகிறேன். குறிப்பாக ஜெகன் என்கிற பாத்திரம் சம்பந்தமான அபிப்பிராயம். போராட்டம் சார்ந்த அபிப்பராயம் என்பது நாவலில் எந்தப் பாத்திரத்தின் மூலமும் வரவில்லை என்பதைச் சுட்டிக் காட்டுகிறேன். கொழும்புத் தமிழர்களின் ஊசலாட்டத்தின் ஒரு குறியீடாகத்தான் நான் இதைப் பார்க்கிறேன். இனிமேல் இலங்கையில் வாழ முடியாது எனும் முடிவுக்கு வருகிற கொழும்பு சார்ந்த தமிழர்கள் தமது சொந்த வாழ்வின் நெருக்கடி சார்ந்த பிரச்சனையாகத்தான் இதைப் பார்த்திருக்கிறார்களே ஒழிய இனப்பிரச்சினையாக அவர்கள் பார்க்கவேயில்லை. அவர்களைப் பொருத்து, இனப்பிரச்சினை பற்றிய பார்வை என்பது எப்போதுமே இரண்டாம் பட்சமாகவே இருந்திருக்கிறது. அந்த பிரச்சினையிலிருந்து ஆரம்பித்த நாவல் குறிப்பிட்ட வாழ்வியல் அனுபவங்களுக்குப் பிறகு இங்கு வாழ முடியாது எனும் நிலையில் அவர்கள் வெளியேறும் ஒரு கட்டத்துக்கு வருகிறது

• மைக்கேல் ஒன்டாஜியின் நாவல் பெரும்பாலும் ஜனதா விமுக்தி பெரமுனாவின் போராட்டம் பற்றியும் அரசின் எதிர் நடவடிக்கைகள் பற்றியுமே பேசுகிறது. இடையிடையே தெறியலாக ஆயுதம் தாங்கிய தமிழ் இளைஞர்கள் பற்றி வருகிறது. இன்னும் தமிழர் பிரச்சனையைப் பற்றி சில வெளிநாட்டவர்கள் மேலோட்டமாகப் பார்க்கும் போக்கு ஒன்று இருக்கிறது. உண்மையில் இலங்கையில் என்ன நடக்கிறது என்பதை அவர்களால் புரிந்து கொள்ளவே

முடியாமலிருக்கிறது. இங்கு பலரிடம் பேசும்போது, "ஏன் சும்மா சண்டை பிடித்துக் கொண்டிருக்கிறீரகள்? சமாதானமாகப் போகலாம்தானே?" எனக் கேட்கிறார்கள். இன்னும் சிலர் "நீங்க இந்தியாவிலிருந்து போனவர்கள்தானே? உங்களுக்கென்ன தனிநாடு?" என்று கேட்கிறார்கள். பிரச்சினையின் வேரைப் புரிந்து கொள்ளாத மேம்போக்கான பார்வை இது. சில சிங்கள புத்திஜீவிகளின் பார்வையும் இவ்வாறாகத்தான் இருக்கிறது. பலர் இந்தப் பிரச்சினையின் வேர்களைப் புரிந்து கொள்ள அக்கறைப்படவில்லை. ஆங்கிலப் பத்திரிகைகளுக்கு ஊடாகவும் கொழும்பு வாழ் அரசியல்வாதிகளுக்கு ஊடாகவும்தான் அவர்கள் விஷயங்களை அறிந்து கொளகிறார்கள். எமது போராட்டம் சார்ந்து ஒன்டாஜியின் நாவலில் வெளிப்படும் அணுகுமுறையும் இத்தகையதுதான். ஒரு கலைஞன் என்ற முறையில் காணாமல் போனவர்கள் பற்றிய அனுதாபம் அவரிடம் உண்டுதான் என்பதை நான் இங்கு ஒப்புக் கொள்கிறேன்.

மைக்கேல் ஒன்டாஜி அடிப்படையில் அரசியலில் இருந்து விஷயங்களைத் தொடங்குவது இல்லை. நடைமுறை அரசியல் சம்பந்தமான அவருடைய வெறுப்பை அவர் பல சந்தர்ப்பங்களில் சொல்லியிருக்கிறார். அவர் நம்முடைய காலத்தில் மனிதனுக்கு நேர்கிற சில அடிப்படையான மானுட அவலங்களில் இருந்துதான் பிரச்சினையைத் தொடங்குகிறார். ஒரு வகையில் இங்கிலீஷ் பேஷண்டில் தொடங்கின கேள்வியைத்தான் அவர் இந்த நாவலிலும் நீட்டியிருக்கிறார் என்று நினைக்கிறேன். இங்கிலீஷ் பேஷன்ட் நாவலில் கதாநாயகன் அல்மாஸியை எல்லோரும் இங்கிலீஷ் பேஷன்ட் என்கிறார்கள். சிலர் ஒற்றன் என்று சொல்கிறார்கள். அவன் இரண்டுமே இல்லை. ஹங்கேரியிலிருந்து வந்தவன் அவன்.

கடைசியில் உலகப் போர்கள் உள்நாட்டுப் போர்களினால் மட்டுமல்ல இப்போது பொருளியல் காரணங்களால் கூட இடப்பெயர்வு நடந்து கொண்டிருக்கிறது. இந்த இடப்பெயர்வினால் மூன்று நான்கு தலைமுறைக்கு முன்பே இங்கு வந்தவனுக்கு தன்னுடைய சொந்தத் தாய்நாட்டுக்கான கடமை அல்லது பொறுப்பு என்பதுதான் என்ன? அவனுடைய மதிப்பீடுகள் தனது சொந்த தேசம் சார்ந்த தேசபக்த மதிப்பீடுகளா? அல்லது தனது புதிய வாழ்நிலை அனுபவங்கள் சார்ந்து தனது சொந்த தேசத்துக்கு துரோகம் செய்கிற மதிப்பீடுகளா? இப்படி நிறைய மனிதர்கள் நம் காலத்தில் உருவாகிவிட்டார்கள். ஒன்டாஜியும்

அவர்களில் ஒருத்தர்தான். நம் காலத்திலிருக்கிற இந்த அறிவியல் பிரச்சினையை ஜேவிபி பிரச்சினையின் காலகட்டத்தை எடுத்துக் கொண்டு அனில்ஸ் கோஸ்டடில் சித்திரிக்க அவர் முயல்கிறார். ஒரு வகையில் கலைஞர்கள் பெரும்பாலும் தேசத் துரோகம் எனப்படுகிற இந்த நிலைபாட்டிலிருந்துதான் அதிகமான நிலைமைகளில் பேச வேண்டியிருக்கிறது. அனிலினுடைய பிரச்சினையை நாம் எடுத்துக் கொண்டால் ஒரே சமயத்தில அனிலினுடைய சொந்த நாடு இலங்கை ஆனால் இப்போது இலங்கைக்கு அவள் அன்னியமானவள். இந்த மனநிலை நம்காலத்தின் மனநிலை என்கிறார் ஒன்டாஜி.

ஒன்டாஜியோடு நடைமுறையில் நாம் எங்கு முரண்பட வேண்டியிருக்கிறதெனில், உலக ரீதியிலான மதிப்பீடுகள் இருப்பது உண்மைதான், அவற்றுள்தான் நாம் வாழ்கிறோம், ஆனால் நம் காலத்துக்கான மதிப்பீடு என்பதுதான் என்ன? மனித உரிமை ஒரு முழுமைதான். ஆனால் அதற்கு நம் காலத்துக்கான சார்புத் தன்மையும் இருக்கிறது. இந்த சார்புத் தன்மை என்பது அந்தப் பிரச்சினையினுடைய சமகால அரசியல் பரிமாணம் என்று நான் நினைக்கிறேன். ஆக இப்படியான அரசியல் மற்றும் அறவியல் என்கிற இரண்டு பிரச்சினைகளுக்குள்ளேயும் போகாமல் வெறுமனே அறவியல் என்கிற அளவில் மட்டும் இந்தப் பிரச்சனைக்குள் போக முடியாது என்று நினைக்கிறேன்.

அனில் அவளுடைய தொழில் சார்ந்து இலங்கைக்கு அன்னியள் தான். அரசு தனக்கு மாறான அபிப்பிராயம் கொண்டிருக்கிற எல்லோரையும் அரசு விரோதிகளாத்தான் பார்க்கும். ஒன்டாஜி ஜேவிபியினுடைய காலகட்டத்தில் காணாமல் போனவர்கள் பிரச்சினையை எடுத்துக் கொள்வதாகச் சொல்கிறார். ஆனால் அதில் தமிழர்களுடைய பிரச்சினைகளும் வருகிறது தமிழர்களினுடைய பிரச்சினை குறித்து அவருடைய பார்வை என்ன என்கிறதுதான் எனக்குப் பிரச்சினையாக இருக்கிறது. அந்த நாவலினுடய முடிவில் பிரேமாதாசா எவ்வாறு கொல்லப்பட்டார் என்கிற விவரமெல்லாம் வருகிறது. இப்படித்தான் அவருடைய நாவல் முடிகிறது.

இந்த நாவலில் ஒரு சிங்கள இனத்தினுடைய மேன்மையைச் சொல்லக் கூடிய ஒரு கலாச்சாரக் குரல் இருக்கிறது. காணாமல் போனவர்கள் பற்றி இவருக்கு அனுதாபம் இருந்தாலும் காணாமல் போனதுக்கான காரணங்களை இவர் விளங்கிக் கொள்ளவில்லை என்றுதான் நான் நினைக்கிறேன். இவர் கிழக்கு மாகாணம் சார்ந்து சொல்லும்போது வெறும் சம்பவங்கள் சில சொல்கிறார்.

அரசியல் பின்னணியையோ காரணகாரிய தொடர்பையோ அவர் சொல்வதில்ல. இந்தப் பிரச்சினை எவ்வாறு தோற்றம் பெற்றது, அதற்கான காரணங்கள் என்ன என்கிறது பற்றி இவர் சொல்வதேயில்லை. தமிழ்ப் போராளிகள் பற்றிச் சொல்லும்போது டெரரிஸ்ட் என்று பாவிக்கப்பட்டிருக்கிறது. வார்த்தைகளை கவனமாகப் பாவிக்க வேண்டும். இங்கே மேற்கில் பொறுப்புள்ள எழுத்தாளன் ஐ.ஆர்.ஏவை டெரரிஸ்ட் என்று சொல்ல மாட்டான். ஏனெனில் எழுதுகிறவனுக்கு பிரச்சினையுடைய ஆழம் தெரிகிறது. அந்தப் போராளிகளுடைய அடையாளமும் அவர்களுக்குத் தெரிகிறது. இந்த நாவலில போராளிகளைப் பார்த்து அதிகாரபூர்வ வார்த்தையாக ஒன்டாஜி இதைப் பாவிக்கிறார். இது யோசனையுள்ள சரியான பிரயோகம் இல்ல. நாவலினுடைய சிருஷ்டிகரமான விஷயங்கள் விட்டுவிட்டு நான் பார்த்தால் இந்தப் பிரச்சினையிலிருந்து ஒரு அன்னியத் தன்மை கொண்ட தொனி இந்த நாவலில் இருக்கிறது. இந்தப் பிரச்சினையிலிருந்து பட்டுக்கொள்ளாத ஒரு விலகிய தன்மை இருக்கிறது. இவர் ஒரு கட்டம் வரைக்கும் இலங்கையில் வாழ்ந்தவர். இவருக்குத் தெரிந்த வாழ்க்கையெல்லாம் கொழும்புவாழ் அறிவுஜீவிகளினுடைய வாழக்கைதான்.

உதாரணமாக நாம் தேசிய இனப் பிரச்சனை பற்றிப் பேசும்போது தமிழ்ப் பிரதேசங்களில் சிங்களவர்களுடைய பலவந்தமான குடியேறறங்களைப் பற்றிப் பேசினால், உடனே அவர்கள் கொழும்பில் இருக்கிற தமிழர்கள் பற்றி நீங்கள் என்ன சொல்கிறீர்கள் என்று கேட்கிறார்கள். மார்க்சிஸ்ட்டுகள் என்பவர்கள் கூட இம்மாதிரிக் கேள்வியை முன்வைக்கிறார்கள். இது பெரிய ஆச்சிரியமான விஷயம். நாங்கள் வந்து திட்டவட்டமான பலவந்தமான குடியேற்றம் பற்றிப் பேசுகிறோம். கொழும்பிலிருக்கிற தமிழர்களை தமிழ்த் தரப்பிலிருந்து யாரும் பலவந்தமாகக் குடியேற்றம் செய்யவில்லை. பலாத்காரமாக அரசினுடைய மேல்பார்வையோடு குடியேற்றப்பட இல்லை.

• அன்னியனாக இருந்து நாட்டுக்குத் திரும்பிப் போவதைப் பற்றிப் பார்ப்போம். இந்த நாட்டிலிருக்கிற நிறுவனங்களில் வேலை செய்து கொண்டு நமது நாட்டுக்குப் போகும்போது நிறுவன நடைமுறைகள் சார்ந்து இந்த நாட்டு மதிப்பீடுகளுக்கும் நமது நாட்டு மதிப்பீடுகளுக்கும் இருக்கிற வித்தியாசத்தை நாம் எதிர்கொள்கிறோம். உதாரணமாக இலங்கைக்குப் போகிற போரன்சிக் சைன்ஸ் படித்த அனில் யுனைடெட் நேஷனுடைய மனித உரிமை மதிப்பீடுகளோடு பேசுகிறாள். மனித உரிமை

சம்பந்தமான விஷயங்களை நாம இரண்டு விதமாகப் பார்க்கிறோம். இன்றைக்கு மனித உரிமை என்கிற விஷயம் அவசியமாகப் பேசப்பட வேண்டும் என்பதை பொதுவாக நாம் அங்கீகரிக்கிறோம். அதே வேளையில் அதில் இருக்கிற பக்கச் சார்பான முன் மதிப்பீடுகள் கொண்ட அமெரிக்க ஐரோப்பிய மதிப்பீடுகளையும் நாம் விமர்சனப்பூர்வமாப் பார்க்கிறோம். இந்த மதிப்பீடுகளின் வித்தியாசம் என்பது அமெரிக்க ஐரோப்பிய மதிப்பீடுகளுக்கும், நமது நாட்டு மதிப்பீடுகளுக்கும் இடையிலானது மட்டுமல்ல. இன்றைய உலக நிலைமைகளில் இருந்து விமர்சனப்பூர்வமாக நாம் கற்றுக்கொண்ட விஷயங்களுக்கும் நமது நாட்டு மதிப்பீடுகளுக்கும் இடையிலேயும் இருக்கிறது. உதாரணமாக தமிழ்நாட்டுக்கோ அல்லது வடகிழக்குக்கோ ஆப்பிரிக்காவில் ருவாண்டாவுக்கோ போகும்போது இந்த அந்நிய மனநிலை வரும். இதுவும் ஒரு வகையில் உலக அளவில் இருக்கிற ஒரு மனநிலைதான். இந்நிலை வந்து நாட்டிலிருந்து புலம்பெயர்ந்ததால் வருகிற மனநிலை அல்ல மாறாக நமது கருத்தியல் மனநிலை என்று இதைச் சொல்லலாம். ஆகவே இந்த அன்னியத்தன்மை வந்து இன்றைக்கு ஒரு கலைஞனுக்கு உரிய அன்னியத்தன்மைதான். மற்றது புத்தமதம் சம்பந்தமான மேன்மையை நாவல் பேசுவது பற்றி: இன்று புத்த மதத்தக்கு ஆதாரவான ஹாலிவுட் சினிமாக்காரர்கள் நடிகர்கள் டைரக்டர்கள் இருக்கிறார்கள். மேற்கில பௌத்தம் ஒரு கவர்ச்சிகரமான மதமாக இருக்கிறது. திபெத் ஆதரவுக் குழுக்கள் நிறைய இருக்கிறது. அது மட்டுமல்ல அதற்கு அமெரிக்க அரசினுடைய முழு ஆசியும் இருக்கிறது.

ஆக அரசியல் அடிப்படையில் ஆன்மீக அளவில் புத்த மதத்துக்கு அனுசரனையான பார்வை இங்கு இருக்கிறது. இந்த வகையில் ‘செவன் டேஸ் இன் திபெத்’ படம் வருகிறது. ‘குன்டன் (Kundan)’ படம் வருகிறது. பிராட்பிட், ஹரிசன் போர்ட், ரிசர்ட்கீர் மார்ட்டின் ஸ்கோரசிஸ் போன்ற பெரிய ஹாலிவுட் பட்டாளம் புத்தமதம் பின்னாடி இருக்கிற இன்றைய சூழலில் இந்த பௌத்தம் சம்பந்தமான சித்தரிப்பு புத்தக வியாபாரத்துக்கு இங்கு பயன்படக் கூடிய விஷயம் என்பதில் யாதொரு சந்தேகமுமில்லை.

ஆனால் எந்த மதமும் போலவே புத்த மதமும் பாசிசத்துக்குத் துணைபோகும் என்கிற விஷயத்தைச் சொல்லத்தான் இன்று கலைஞர்கள் தேவை என்று சொல்லத் தோன்றுகிறது. வாசகர்கள் என்று எடுத்துக் கொண்டாலும் புத்தமதம் பற்றி பெருமிதமாகப் பேசுவது என்பது தற்போது ஐரோப்பியர்களினுடைய மனத்

தளத்திற்குப் போவதற்கு உடனடியான நுழைவுச் சீட்டாக இருக்கிறது. சமகாலத்தில் புத்தமதம் சம்பந்தமாக மிக நுணுக்கமான ஆய்வுகள் ஸ்டான்லி தம்பையா போன்றவர்களால் வைக்கப் பட்டிருக்கின்றன. இந்த நாவல் இந்த மாதிரியான தளங்களில் எல்லாம் தன்னுடைய உரையாடலைக் கொண்டு போகவே இல்லை.

ஒரு படைப்பாளி எல்லா வகையிலான விஷயங்களையும் பேச வேண்டுமென்று சொல்ல முடியாது. ஆனால் பாத்திரங்கள் வந்து பல்வேறு பரிமாணங்களை உரையாடலுக்குள் கொண்டு வரலாம். உதாரணமாக தாஸ்தாயேவ்ஸ்கி, தோல்ஸ்த்தாய் நாவல்களினுடைய பாத்திரங்கள். அதில் எதிர் நிலையான கருத்துக்கள் எப்போதுமே மோதிக் கொண்டே இருக்கும் அல்லவா. அதற்குள் இருந்து வாசகன் முடிவெடுக்கிறதுக்கான வாய்ப்புக்கள் இருக்கிறது. நீங்கள் முடிவுகளை பிரச்சினைக்கு அனுசரனையாகக் கூட எடுக்கலாம் இல்லை எதிராகவும் எடுக்கலாம். இப்படியான எதிரெதிர் தன்மைகள் இந்த நாவலில் இல்லை. இந்த நாவலில் மூன்று விதமான பார்வைகள் இருக்கின்றன. ஒன்று அரசு சார்ந்த பார்வை. இரண்டாவது ஜேவிபியுனுடைய பார்வை. மூன்றாவது விடுதலைப் போராட்டத்தைப் பார்க்கிற பார்வை. இந்த மூன்றுக்கும் மூன்று விதான நியாயங்கள் இருக்கிறது. இந்த நாவலில் இந்த மூன்று விதமான நியாயங்களும் அலசப்படவில்லை.

இப்படிச் சொல்லும் போது ஒரு அடிப்படையான பிரச்சினை இங்கு வருகிறது. படைப்புக்கும் எழுத்தாளனுக்கும் இருக்கிற உறவு, எழுத்துருவாக்கம் என்கிற இயக்கம் எப்படி இன்வால்வ் ஆகிறது என்கிற மாதிரியான பிரச்சினை இங்கு ஆதாரமாகப் பேசப்பட வேண்டும் என்று நினைக்கிறேன். இது சம்பந்தமான நிறையப் பிரமைகள் நம்முடைய எழுத்தாளர்கள் மத்தியில் நிலைநாட்டப்பட்டிருக்கின்றன. இதற்கு கலை என்பதை தத்துவத்தின் ஓர் அம்சமாக, ஆன்மீகத் தேட்டத்துக்கான ஓர் ஊடகமாகப் பாரக்கிற இந்துத்துவ மரபுப் பார்வையும் ஒரு காரணம் என்று நான் நினைக்கிறேன். நாம் பேசுகிற இந்த மூன்று நாவல்களினுடைய தோற்றம், வளர்ச்சி சம்பந்தமாக இந்த ஆசிரியர்களின் நேர்முகங்களையும் அபிப்பிராயங்களையும் பார்க்கிறபோது, நம்முடைய விமர்சன அடிப்படைகளில் நிறைய தகர்க்கப்பட வேண்டிய அம்சங்கள் இருக்கின்றனவென நான் நினைக்கிறேன். படைப்பு இயக்கம் ரொம்ப சிக்கலானது என்கிறார்கள். அது திறமை என்கிறார்கள். அது கடவுள் அம்சம் என்கிறார்கள். இப்படி நிறைய புனிதப்படுத்தி வைத்திருக்கிறார்கள். அதோடு செவ்வியல் அழகியல்

விமர்சனம் என்பது. இதுதான் இன்று வரைக்கும் நமக்கிடையில் விமர்சன மரபாகச் செயல்படுகிறது. படைப்பு முழுமையான பிறகு படைப்பினுடைய பாத்திரங்கள் சம்பவங்களுக்கிடையிலான உறவைப் பற்றி அலசி, அந்தப் படைப்புக்குள்ளேயே அந்தப் பிரதிக்குள்ளேயே பாத்திர முரண்களையும் சம்பவ முரண்களையும் தீர்த்துக் கொள்ள இந்த விமர்சகர்கள் நினைக்கிறார்கள். இதில் நீங்கள் ஆழ்ந்து போகும்போது இந்தச் சமூகம் இந்த நாவலினுடைய தோற்றம் இதனுடைய சமூகப் பின்னணி பிரச்சினைகளில் இருக்கிற முரண் எல்லாவற்றையும் மறந்து ஒரு போதையில் போகிற மாதிரி போய்க் கொண்டிருக்கலாம். கருத்தியல் மொழியில் சொன்னால் இது ஓர் இலக்கியப் பம்மாத்து பிரச்சினையின் தோற்றங்களை திசை திருப்புகிற ஒரு விளையாட்டு. வெறுமனே இலக்கியம் பேசிக்கொண்டே தங்களை இலக்கியவாதியாகவும் நிலைநாட்டிக் கொண்டு சமூக அளவில் படு பிற்போக்காளர்களாக இருந்து கொண்டு மரியாதை பெறுகிற ஒரு முயற்சி.

மாறாக நாவலில் அடிப்படையான பாத்திரங்கள் எப்படித் தேர்வு பெறுகின்றன? இந்தப் பாத்திரத் தேர்வில் செயல்படுகிற தீர்மானகரமான பிரக்ஞைப்பூர்வமான அம்சம் என்ன? வரலாற்றுக் காலங்களைத் தீர்மானிப்பதில் பிரச்சினையினுடைய ஆதார மையங்களைத் தீர்மானிப்பதில் படைப்பாளியின் பிரக்ஞைபூர்வமான பங்கு என்ன? பிற்பாடு அவன் அடிப்படைப் பிரதியில் மாற்றம் பண்ணும்போது அவனுக்குள் செயல்படுகிற தெரிவுகள், தவிர்ப்புகள் என்ன? இது போன்ற விஷயங்களை நாம் இன்று ஆய்வு செய்ய வேண்டியிருக்கிறது. இந்த அடிப்படையான தெரிவு மிகவும் பிரக்ஞைப்பூர்வமான கருத்தியல் தெரிவு என்று நான் நினைக்கிறேன். கதையின் காலம், அடிப்படைப் பாத்திரங்கள், பிரச்சினைகள் சம்பந்தான தேர்வு என்பது சமகால அரசியல் தெரிவிலிருந்துதான் வருகிறது என உறுதியாகச் சொல்ல முடியும். பிற்பாடு மொழிவழி நாவல் உருவாகிறது. ஆசிரியனுடைய கட்டுப்பாட்டிலிருந்து இங்கு பாத்திரங்கள் இன்வால்வ் ஆகிறபோது சுதந்திரச் செயல்பாடு வருகிறது. இது நேரேடிவ் டீவியேஷன்தானே ஒழிய நிச்சயமாக ஐடியாலாஜிகல் டீவியேஷன் இல்லை. ஆகவே படைப்பு உருவான பிறகு அதற்குள்ளேயே அதனுடைய தோற்றப் பிரச்சினைகள் சம்பந்தமான பிரச்சினைகளத் தீர்த்துக் கொள்ள நினைக்கிற அழகியல் படைப்பமைதி என்கிற விஷயத்தை முன்னிறுத்துவதை நாம் உடைக்க வேண்டும். படைப்பினுடைய ஆதாரமான கருத்தியல் அடிப்படையிலான பாத்திரக் கட்டமைப்புகளினுடைய ஆதாரமான ஆசிரியனுடைய பாத்திரத் தெரிவில்தான் இப்போது

நாம் கவனம் குவிக்க வேண்டுமெனத் தோன்றுகிறது. பலகுரல்கள் படைப்பில் இடம் பெறுவது பற்றிப் பேசுகிறோம். அனில்ஸ் கோஸ்ட் முப்பரிமாண நாவல் என ஒன்டாஜி சொல்கிறார்.

ஆனால் இந்த முப்பரிமாண நாவலில் பாலிபானாவினுடைய சிங்களக் கலாச்சாரப் பார்வை, அரசினுடைய பார்வை, மற்றது இலங்கை அரசினுடைய மனித உரிமை மீறலைப் பார்க்கிற ஜேவிபிக்கு அனுசரனையான அனில் மற்றும் சரத்தினுடைய பார்வை. ஆனால் இந்தப் பிரச்சினையில் தமிழர்களின் பரிமாணமோ பார்வையோ இல்லை. இந்த மிகப் பிரதானமான பரிமாணங்கள் தவிர இன்று இலங்கைப் பிரச்சினையில் எண்ணிலடங்காத பரிமாணங்கள் இருக்கின்றன. ஆகவே இந்நாவல் முப்பரிமாண நாவலாக இயங்க வேண்டும் என்பதை ஒன்டாஜி படைப்பு உருவாகும் முன்னமேயே முடிவு கட்டிவிடுகிறார் என்கிறது நமக்கு முன்னமேயே தெரிகிறது. இதை அவருடைய நேர்முகத்தில் அவர் தெளிவாகச் சொல்லவும் சொல்கிறார். ஆகவே படைப்பாளியென்பவன் ஆரம்பத்தில் படைப்பைக் கட்டமைக்கிறபோதே பல்வேறு பரிமாணங்களைத் தவிர்த்துவிட்டுத்தான் கதையைக் கட்டமைக்கிறான். நாம் இன்று நம்முடைய இலக்கிய விமர்சன அடிப்படைகளை அங்கேதான் தொடங்க வேண்டும். ஆகவே படைப்பை உருவாக்குகிற அடிப்படைச் செயல் என்பது அடிப்படையில் படைப்பாளியின் வரலாற்று, அரசியல், கருத்தியல் பிரக்ஞை கொண்ட செயல் என்று நான் சொல்கிறேன்.

அறுதியாக்கப்பட்ட படைப்பு என்பது ஒரு மூடுண்ட அமைப்பு. இந்த மூடுண்ட அமைப்புக்குள் நீங்கள் தேர்ந்து கொள்கிற பாத்திரம் ஒன்றை ஒரு எக்ஸ்ட்ரீம் வரைக்கும் நீங்கள் கொண்டு போவீர்களானால் அதற்கு பேரலல்லாக ரியாக்ட் செய்து செயல்படுகிற பாத்திரமும் குறிப்பிட்ட கால இடத்தில் அந்த எக்ஸ்ட்ரீம் வரைக்கும் போய்த்தான் தீரும். இந்த வகையில் படைப்பு என்பது ஒரு நுட்பமான செயல்பாடு. ஆனால் சில குறிப்பிட்ட கேரக்டர்களை ஒரு எக்ஸ்ட்ரீம் வரைக்கும் கொண்டு போவது படைப்பாளனுடைய கான்ஷியஸ் ஆக்ட் என்பதைத்தான் நான் மறுபடி வலியுறுத்திச் சொல்கிறேன்.

அனில்ஸ் கோஸ்ட் நாவலில் நான் பிரதானமான பிரச்சினையாகப் பார்ப்பது என்னவெனில், நீங்கள் பல்வேறு பாத்திரங்களை அந்த நாவலுக்குள் கொண்டு வருவதற்கு அந்த பாத்திரங்களினுடைய வாழ்வு சார்ந்த பிரச்சினைகள் உங்களுக்குத் தெரிய வேண்டும். அப்படி இல்லையெனில் அந்தப்

பிரச்சினைகளை நீங்கள் கொண்டுவர முடியாது. இந்த நாவலில் எனக்குத் தெரிகிற மிகப் பெரிய குறைபாடு அதுதான். எழுதப்பட்ட முறையிலும் வாசிப்பு எனும் அளவிலும் அது வாசிப்பு அனுபவம் தருகிற ஒரு நாவல் எனபதில் எனக்கு இரண்டு கருத்தில்லை. இரண்டாயிரத்தி ஒன்றாம் வருடம் எடின் பரக் உலகப் புத்தகக் கண்காட்சியில ஆங்கிலச் சிறுகதை நாவலாசிரியரான எல்.கே. கென்னடி சொன்ன ஒரு அபிப்பிராயம் உங்களுக்குத் தெரியும். இப்போது நாவல்களில் கற்பனைப் பாங்கான விஷயங்களெல்லாம் பின்போய் யதார்த்தவாதம் வரவேண்டிய தேவை இருக்கிறது எனும் விஷயத்தை அவர் முன் வைக்கிறார். ஒன்டாஜி மாதிரிப் படைப்பாளிகளுக்கு ஆட்டோபயோகிராபிகல் நாவலுக்குள் போக வேண்டிய ஒரு தேவை வந்திருப்பதை அவர் குறிப்பிடுகிறார். பேசுகிற பிரச்சினைகள் சார்ந்து இவர்களுக்கு முழுவிதமான தரவுகளும் தேவைப்படுகின்றன. இந்தச் சூழல் பலரை அசௌகரியப்படுத்துவது போன்றதாகவும் அவர் குறிப்பிடுகிறார். கென்னடியின் உரையிலிருந்து, இருந்த இருப்பில் இனி நாவல் எழுத முடியாது, கதை நிகழும் இடங்களுக்குச் சென்று முற்றும் அறிந்து உள்வாங்கி எழுத வேண்டிய தேவை உருவாகியிருக்கிறது என்பது தெரிகிறது.

- **நீங்கள் சொல்கிற இந்த ஆட்டோபயாகிராபிகல் விஷயங்களை முன்வைத்து எழுதுகிற விஷயங்கள் பற்றி கென்னடி மட்டுமல்ல அமெரிக்காவில் 'நேஷன்' பத்திரிகையில் எழுதுகிற டோம் கிளார் மாதிரியானவர்களும் குறிப்பிடுகிறார்கள். கியூபாவில் இப்போது எழுதப்படுகிற நாவல்கள் அரசை விமர்சிக்கிற யதார்த்தவாத நாவல்கள்தானே அல்லாமல் மேஜிக் ரியாலிஸ்ட் நாவல்கள் அல்ல. மரியா வர்கஸ் லோஸா கூட இந்த மாஜிகல் ரியாலிஸ்ட் மோஸ்தர் குறித்துக் கடுமையாக விமர்சிக்கிறார். இப்போது உலகெங்கிலும் தமிழ்ச் சூழலில் கூட அதனுடைய விகாரமான வடிவங்கள் வந்திருக்கின்றன சில புதிய எழுத்து வகைகள் உருவாகியிருக்கின்றன. இவற்றில் இரண்டு முக்கியமான வகைகள் பற்றிப் பேசலாம் என்று நினைக்கிறேன்.**

முதலாவதாக, உலகெங்கும் கொந்தளிப்பாக இருக்கிற பிரச்சினைகளை வைத்து எழுதப்படுகிற மேற்கத்திய வாழ்க்கைப் பார்வையை ஒப்புக்கொள்கிற மேற்கத்தியர்களால் மேற்கத்திய மூளை கொண்ட மூன்றாம் உலக வாசகர்களுக்காக எழுதப்படுகிற படைப்புகள். இதில் மூன்றாம் உலக நாடுகளுடைய அரசியல், இன, ஜாதிய வன்முறைகள் சித்தரிக்கப்படும். அடுத்ததாக, பாலியல் சார்ந்த பிரச்சினைகள் இருக்கும். மேற்கத்தியர்களும் மூன்றாம்

உலகைச் சாரந்தவர்களும் உடலுறவு கொள்கிற அனுபவங்கள் நிறைய இந்த நாவல்களில் இருக்கும். இந்த வகைக்கு முழுதான உதாரணமாகச் சொல்லாவிட்டால் கூட 'ஃபன்னி போய்', 'அனில்ஸ் கோஸ்ட்', 'ரொமான்டிக்ஸ்' போன்ற நாவல்களில் இந்தக் கூறுகள் இருக்கின்றன எனச் சொல்லமுடியும் பங்கஜ் மிஸ்ராவின் 'ரொமான்டிக்ஸ்' நாவலில் பிராமணன், இடஒதுக்கீடு, தலித் பிரச்சினை, உடல் உறவுச் சம்பவங்கள் நிறைய இருக்கிறது. 'அனில்ஸ்ட் கோஸ்ட்'டில் இனப்பிரச்சினை, வன்முறை இருக்கிறது. பன்னி போயில் சமப்பாலுறவு இருக்கிறது. இந்த நாவல்கள் அதனுடைய ஆதாரத்தன்மையில் இந்தியாவிலிருக்கிற பிராமணன், தலித் முரண்பாட்டையோ இலங்கையினுடைய இனப்பிரச்சினையையோ சித்தரிப்பது இல்லை என்பது நமக்கு நன்றாகத் தெரிகிறது. இந்த நாவல்கள் ஒரு வகையில் நமது நாடுகளைப் பற்றிய மேற்கத்தியப் பசிக்கு தீனி போடுவதற்கான படைப்புகள் என்றும் சொல்லலாம்.

இன்னொரு வகை நாவல் இருக்கிறது. இது பற்றித்தான் கென்னடி எச்சரிக்கை செய்கிறார். எழுத்தாளர்கள் தங்களுடைய அந்தரங்கமான ஆண்—பெண் உறவு சார்ந்த விஷயங்களை தங்களுடைய சுயவாழ்க்கை சார்ந்த விஷயங்களை முன்வைத்து நாவலில் ஒரு பரபரப்பை உருவாக்குவது. இந்தப் போக்கை கென்னடி இப்போது ஐரோப்பாவிலேயும் அமெரிக்காவிலேயும் வருகிற ரியாலிடி டிவி நிகழ்ச்சிகளோடு ஒப்பிட்டுப் பேசுகிறார். இந்த நிகழ்ச்சிகள் ஆண் பெண்களுடைய ஆதாரமான பாலியல் மற்றும் அன்றாட மானுட உறவுகளை வெளிப்படையாக அள்ளிக் கொண்டு வருகிறதாக கோரிக்கொள்கிறது. பொய், களவு, மட்டுமீறிய பாலுறவு போன்றவற்றை இது காட்சியாக முன்வைக்கிறது. இந்தக் காட்சிகளில் கடைசியில் மக்களுக்குப் பிடித்தவர்களுக்கு தொலைக்காட்சிகள் பரிசுப் பணமும் தருகிறது. இந்த நல்ல ஆணை அல்லது பெண்ணைத் தேர்ந்தெடுக்க மக்கள் ஓட்டுப் போடுகிறார்கள். சமீபத்தில் நடந்த பிரிட்டிஷ் பாராளுமன்றத் தேர்தலுக்குப் பதிவான வாக்குகளைவிட இந்தத் தொலைக்காட்சி நிகழ்ச்சிக்கு அதிக வாக்குகள் பதிவானதை கென்னடி குறிப்பிட்டுச் சொல்கிறார்.

• இப்படி ஹனீப் குரேசியினுடைய 'இன்டிமசி (Intimacy)' என்ற நாவலும் சமீபத்தில் ருஸ்டியினுடைய 'ஃப்யூரி' (Fury) நாவலும் எழுதப்பட்டிருக்கின்றன. நாவலில் எப்படி ஹனிப் குரேசி தன்னுடைய மனைவியையும் குழந்தைகளையும் விட்டுவிட்டு அவருடைய மனைவியை விடவும் குறைந்த வயசுள்ள பெண்ணோடு

போனார் என்கிற விஷயத்தை எழுதுகிறார். இந்த நாவலில் நிறைய முஷ்டி மைதுனங்கள் பாலுறவு அவஸ்தைகள் எல்லாம் வருகின்றன. ருஸ்டியினுடைய நாவலில் அவர் அமெரிக்காவுக்குப் போனது, அவரைவிட மிகக் குறைந்த வயதுள்ள பத்மலட்சுமியோடு வாழ்வது போன்ற விஷயங்கள் பேசப்படுகின்றன. ருஸ்டியினுடைய விவாகரத்துகள், குழந்தைப் பிரச்சினை எல்லாம் நாவலில் வருகின்றன. குரேசியினுடைய நாவல் வந்தபோது அந்த நாவல் தங்களை மிகக் கேவலமாச் சித்தரித்திருக்கிறதாக அவருடைய அம்மாவும் சகோதரியும் சொன்னார்கள். இப்போது நாவல் அதனோடு அவருடைய சில சிறுகதைகளையும் சேர்த்து வந்திருக்கிற இன்டிமசி என்கிற படத்தில் கூட அர்த்தமற்ற பாலுறவுக் காட்சிகள் இருக்கிறதாக விமர்சகர்கள் நிறையச் சொல்கிறார்கள். இந்த மாதிரி அதிர்ச்சி தருவது தங்களுடைய சொந்த வாழ்க்கையில் ஏற்பட்ட ஆண்பெண் உறவு அனுபவங்களைச் சித்தரிப்பது என்பது படைப்பு வறுமையில் இருந்து வருவது என்று கென்னடி சொல்கிறார். பல்வேறு வரலாற்றுத் துயர்கள், பிரச்சினைகள் இருக்க, அந்தப் பிரச்சினைகளின்பால் மனிதனுக்குத் தரிசனம் தேவைப்படுகிற காலத்தில் நாம் வாழுகிறோம். அதற்கு மாறாக இங்கு தனிநபர்களின் விகாரங்களுக்கும் எதிர்பார்ப்புகளுக்கும் தீனி போடுவதாக உறவுகளை விகாரப்படுத்துகிற எழுத்துக்கள் வருகின்றன என்பதை கென்னடி கவலையோடு சுட்டிக் காட்டுகிறார்.

இம்மாதிரியான பிரச்சினைகள் இப்போது நமது சூழலிலேயும் இருப்பதை நாம் பார்க்கிறோம். தமிழில் இந்த வகையிலான மிகக் கொச்சைப்படுத்தப்பட்ட எழுத்துக்களையும் நாம் பார்க்கக் கூடியதாக இருக்கிறது. ஒரு வகையில் முதலாளித்துவ சமூகத்தின் நுகர்வுக் கலாச்சாரத்தின் தனிநபர் மூப்பின் வெளிப்பாட்டு வகையாக இதை நாம் பார்க்கலாம். இதற்கு எதிராக சமூகப் பின்னணியுடன் மனிதர்களை வைத்துப் பார்க்கிற யதார்த்த நாவல்களை கென்னடி விழைகிறார். சிவானந்தன்கூட இவ்வகையில் பின் நவீனத்தவம் மாஜிகல் ரியாலிசம் போன்றவற்றை முற்றிலும் நிராகரிக்கிறார்.

ஒன்டாஜியினுடைய நாவலின் எழுத்து முறையிலும் அவருடைய எழுத்து ஆளுமையிலும் ஒருவர் மனதைப் பறிகொடுக்கவே வேண்டும். நாம் இப்போது படைப்பு நுட்பங்கள் என்பதை விடவும் படைப்பின் அறிவாதாரம் சம்பந்தமான விஷயங்கள் குறித்துத்தான் பேசிக் கொண்டிருக்கிறோம். இங்கே இன்னொரு பிரச்சினை வருகிறது. அறிவுசார்ந்த விஷயங்களில் மிகுந்த மேதமை

இருந்தாலும்கூட அதை எல்லோராலும் நாவலாக்க முடியுமா என்கிற கேள்வியொன்று இருக்கிறது. உதாரணமாக தஸ்லீமா நஸரீனுடைய 'லஜ்ஜா' நாவலை எடுத்துக் கொள்ளலாம். லஜ்ஜா நாவல் தஸ்லீமா நஸ்ரின் வாழந்த பூமியில் நடந்த பிரச்சனைகளை, சம்பவங்களை வைத்து எழுதப்பட்டதுதான். ஆனால் படைப்பு எனும் அளவில் லஜ்ஜா நாவலாகவில்லை. அனில்ஸ் கோஸ்ட் நாவலாகி இருக்கிறது. லஜ்ஜா பேசப்பட்டதற்கான காரணம் பரபரப்பான முக்கியமான வரலாற்றுச் சம்பவம் குறித்த அந்தத் தருணத்தில் எழுதப்பட்ட நாவல் என்பதுதான். அதில் எரிகின்ற தீம் இருக்கிறதேயொழிய அது நாவலாக உருப்பெறவில்லை என்றுதான் நான் நினைக்கிறேன்.

இந்தப் பிரச்சினைகள் சம்பந்தமாக இந்தத் தருணத்தில் நாம நிறைய யோசிக்க வேண்டியிருக்கிறதென நினக்கிறேன். நாவல்களில் நேர்த்தி செழுமை என்கிற விஷயமெல்லாம் நாவல் எழுதப்பட்டு முதல் பிரதியாக இருக்கும்போது உருவாவதில்லை. தாஸ்தயாவ்ஸ்கிகூட தனக்கு இன்னும் அவகாசம் இருந்திருந்தால் இன்னும் திருத்தமாக எழுத முடிந்திருக்கும் என்று சொல்லியிருக்கிறார். இன்றைக்கு நாவல் வெளியாகிற செயல் போக்கென்பது ஒரு சுவாரசியமான காரியமாக கூட்டுழைப்பு மிக்க செயலாக ஆகியிருக்கிறது. சிவானந்தனுடைய நாவல் வெளியாவதற்கு முன்பான விளம்பரத்தில் ஒரு விஷயத்தை நான் இங்கு குறிப்பிட விரும்புகிறேன். சிவானந்தனின் நாவலை புக்கர் விருது பெற்ற பிரபல நாவலாசிரியர், கலை விமர்சகர் ஜான் பெர்ஜர் எடிட் பண்ணிக் கொண்டிருக்கிறார் என்பதுதான அந்தச் செய்தி. இன்னும் குரேஸி, ருஸ்டி, ஒன்டாஜி போன்றவர்களின் நூல்கள் திறன் வாய்ந்த தொழில் முறை எடிட்டர்களால்தான் எடிட் செய்யப்படுகின்றன. இன்னும் ஒன்டாஜியினுடைய நேர்முகத்தில் நாவலின் நேர்த்தி, தர்க்கம் சம்பந்தமான பல்வேறு விஷயங்கள் எடிட்டிங்கில்தான் உருவாகிறது என்று சொல்கிறார்.

இங்க இடையீடாக ஒரு விஷயத்தைச் சொல்ல வேண்டும். ரவ்லிங்கினுடைய ஹாரி போட்டர் நாலாவது நாவலில் ஒரு பாத்திரத்தினுடைய செயல்பாட்டுக்கான தர்க்கம் இல்லை என்பதை ஒரு குழந்தை கண்டுபிடித்துச் சொன்னபோது ரவுலிங்கினால் அது பாராட்டப்பட்டதாக ஒரு செய்தி இங்கிலாந்துப் பத்திரிகைகளில் வந்தது. நாவலில் நேர்த்தி, கதைத் தர்க்கம், காரணகாரியத் தொடர்பு போன்றவற்றில் மேற்கத்தியர்கள் எவ்வளவு விழிப்போடு இருக்கிறார்கள் என்பதற்கு இது ஒரு சாட்சி. மேற்கில் நாவல் நேர்த்தி என்பது தொழில்துறையாக வளர்ச்சியடைந்து விட்டது. எழுதிய

பின்னால் ஒரு நல்ல எடிட்டோரியல் டீம் அமைந்ததென்றால் நாவலில் பல குறைகள் களையப்பட்டு அதை நல்ல நாவலாக உருவாக்க முடியும். இதை நீங்கள் தொழில் சார்ந்ததாகப பார்க்கிறதை விடவும் இதில் பங்குகொள்கிற பல்வேறு மனிதர்கள் இதில் மொழி, நாவல் கட்டமைப்பு, தர்க்கம், சொல்லும் முறை, தொடர்பு கொள்தல் சம்பந்தமாகப் போடுகிற உழைப்பைப் பாருங்கள். நான் சொல்கிற இந்த விஷயமெல்லாம் நாவலினுடைய தொடர்பு கொள்ளும் கெபாசிடி பற்றியது. அதனால் இந்தச் செயல்போக்கு காத்திரமான கதைக்களத்தையும் பாத்திரத் தேர்வையும் தராது அது எழுத்தாளனுடைய தெரிவில்தான் இருக்கிறது என்பதையும் மனதில வைத்துக் கொண்டுதான் இதைச் சொல்கிறேன்.

தமிழ்ச் சூழலில்கூட இது செயல்படுகிறதென நான் சொல்வேன். நல்ல புத்தகங்கள் என்று சொல்லப்படுகிற புத்தகங்களில் முதல் படி எழுதப்பட்டு பல்வேறு நபர்கள் படித்துப் பார்த்து நிறைய மொழியமைப்பு, கதைக் காலவகுப்பு, கதைத் தர்க்கம் போன்ற விஷயங்கள் விவாதிக்கப்பட்டு மறுபடி மறுபடி திருத்தப்பட்டு வெளியாகியிருக்கிறதை சில எழுத்தாளர்கள் பதிவு செய்திருக்கிறார்கள். நான் சொல்கிற இந்த விஷயங்கள் கதையின் தொடர்பு கொள்தல் சம்பந்தமானது என்று சொல்கிறேன். இந்த வகையில் கதாசிரியனுடைய கதையை அவன் ஆதாரத்தில் கட்டமைக்கிற ஆளுமையை நான் குறைத்து மதிப்பிடவில்லை. இந்த பிராஸஸை சுந்தர ராமசாமியினுடைய பலவேறு முன்னுரைகளைப் படிக்கிறதன் மூலம் நாம் அவதானிக்க முடியும். எழுதுவதற்க்கு உதவியாளர்கள் வைத்து எழுதிய பல்வேறு நாவலாசிரியரகள் உரைநடையாசிரியர்கள் இந்த மற்றவர்களுடைய உழைப்பையும் தங்களுடைய எழுத்துகளில் அந்த சம்பந்தப்பட்டவர்கள் குறித்த நேர்த்தியையும் அங்கீகரிக்கவில்லை, வெளியில் சொல்லபடவில்லை என்பது நமது சூழலினுடைய துரதிரஷ்டம் என்றுதான் நான் சொல்வேன். இந்த வகையில் லஜ்ஜா நாவலுக்கும் இத்தகைய கூட்டுழைப்பையும், ஆலோசனையையும் கொடுத்திருக்கக் கூடிய அரசியல் பொருளியல் இலக்கியச் சூழல் அமைந்திருக்குமானால் நேர்த்தியான நாவலாக லஜ்ஜா உருவாகியிருக்க முடியும் என்று சொல்கிறேன். ஏனெனில் தஸ்லீமா நஸ்ரினுடைய கவிதைகள் ரொம்பவும் நுட்பமாக, அற்புதமான கவித்துவமும், ஆளுமையும் கொண்டனவாக இருக்கிறதைப் பார்க்க முடிகிறது. இன்னும் லஜ்ஜா நாவல் முதலில் எழுதப்பட்டு இந்துத்துவவாதிகள் அதை முஸ்லீம்களுக்கு எதிராகப் பயன்படுத்தத் தொடங்கினபோது

நஸ்ரின் மறுபடி அதை ரீரைட் பண்ணினார் என்பதை நான் இங்கு ஞாபகப்படுத்திக் கொள்ள விரும்புகிறேன். அவர் ரீரைட் பண்ணின காரணம், அந்த நாவல் முஸ்லீம் எதிர்ப்பு நாவலாகப் புரிந்து கொள்ளப்படுவதில் அவருக்கு விருப்பமில்லை. அவர் செய்த மாற்றம் இந்து அடிப்படைவாதிகள் பற்றின விமர்சனங்கள் என்பதையும் இங்கு ஞாபகப்படுத்த விரும்புகிறேன்.

நீங்க சொல்கிற படைப்பை முற்றுமுழுதாக மாற்றி செழுமைப்படுத்துகிற போக்குடன் எமது சூழல் சார்ந்து என்னால் உடன்படமுடியாது என்று குறிப்பிடுவதுடன் இன்னுமொன்றையும் குறிப்பிட வேண்டும். நல்ல கவிதை எழுதுபவர்கள் நல்ல நாவலாசிரியர்களாக இருக்க வேண்டும் என்பதும் இல்லைதானே. மற்றது சிவானந்தனுடைய நாவல். அந்த மண்ணிலிருந்து அந்த பிரச்சினையைப் பார்த்தால் எப்படியிருக்கும் என்பதற்கு சிவானந்தன் நாவலைத்தான் சொல்ல முடியும். ஏனெனில் யாழ்ப்பாணத்து மக்களுடைய வாழ்க்கையினுடைய உயிர் சிவானந்தனுடைய நாவலில்தான் இருக்கிறது. சிவானந்தன் யாழ் மண்ணுக்குச் சொந்தமானவர் என்றபடியால் இந்த மாதிரியான வீரியத்தோடு இந்தப் பிரச்சினையை அணுகியிருக்கிறார். மூன்றாவது பாகம் சில வலிந்த தன்மைகளைக் கொண்டதோடு முதலாம் இரண்டாம் பாகங்களின் வீரியத்தன்மையை இழந்துமிருக்கிறது. மூன்றாவது பாகத்தில் சில முடிவுகள் இருக்கிறதுதானே— மார்க்சியம் சார்ந்து இந்தப் பிரச்சினையைத் தீர்க்கலாம் என்ற சில முடிவுகள். அது இன்றைய சூழலுக்குப் பொருத்தமில்லாததாகும்.

• இலக்கியப் படைப்புகளில் முழுக்க முழுக்க இருக்கிற நிலைமைகளை அப்படியே இருக்கிறபடிதான் பார்க்க வேண்டும் என்பதில் எனக்கு உடன்பாடில்லை. எழுத்தாளனுக்கு எதிர்காலத்தைப் பற்றிய ஒரு தரிசனத்தோடு கடந்தகால அனுபவங்களிலிருந்து எதிர்காலத்தைப் பாரக்கக்கூடிய தகைமை இருக்கிறதென நான் நினைக்கிறேன். இதை படைப்பாளியின் வாழ்க்கைத் தரிசனம் என்று நான் சொல்வேன். ஒரு வகையில் வரலாற்று ரீதியிலான மீள் பார்வைதான். இந்தப் பார்வையில் அவரவர்களின் கருத்தியல் கட்டமைப்பு பாதிப்புச் செலுத்தத்தான் செய்கிறது. யதார்த்தத்துக்கு முற்றிலும் பொருந்தாத பார்வையென்றால் மட்டுமே இந்தத் தரிசனத்தை நாம் நிராகரிக்கலாம். உதாரணமாக, தொழிற்சாலைகள் இல்லாத யாழ்ப்பாணத்தில் தொழிலாளி வர்க்க எழுச்சி பற்றிப் பேசுவதும் அது பற்றி ஒரு தரிசனத்தை முன் வைக்கிறதும் அபத்தமாக இருக்கும். சிவானந்தனில் அப்படியான அபத்தம் இல்லை.

அவர் தமிழ் மக்களுடைய பிரச்சினைகளை அங்கீகரிக்கிறார். சிங்கள பெருந்தேசியத்தை விமர்சிக்கிறார். இயக்கங்களுக்கிடையிலான பிரச்சினையில் தமிழ்த் தேசியம் ஜேவிபி தேசியம் மாதிரி ஆபத்தான பாதையில போகிறதாகச் சொல்கிறார். சிங்களத் தேசியம் வலதுசாரிமயமானதாகச் சொல்கிறார். நாவலில் அவர் எதையும் ஐடியல் சொசைட்டியாகத் தீர்வு சொல்லவில்லை. அப்படி யதார்த்தமற்ற எதையும் அவர் பிரடிக்ட் பண்ணவில்லை. அந்த நாவலில் நான் தெரிந்துகொண்ட செய்தி என்னவெனில், தமிழர் போராட்டத்தில் ஜனநாயக மறுப்பு தவிர்க்கப்பட வேண்டும். தமிழர் போராட்டம் சார்பாகப் பரிவாக இருக்கிற சிங்கள மனித உரிமையாளர்கள்பால் வெறுப்பு வேண்டாம் என்று அவர் சொல்கிறார். வெறுப்பு வேண்டும் துவேஷம் வேண்டும் என்று சொல்வதற்குக் கலைஞனோ தரிசனமோ தேவையில்லை என்றுதான் நான் சொல்வேன்.

அப்படிப் பார்ப்பதற்கான அவர் உரிமையை நான் மறுக்கவில்லை. அந்த நாவலில் முதல் இரண்டு பாகங்களையும் அழகாகக் கட்டமைத்துக் கொண்டு வருகிறார். எவ்வாறு வரலாற்று ரீதியில் ஓர் இனம் தொடர்ந்து பிழைவிட்டுக் கொண்டு வந்து ஒரு கட்டத்தில் ஐக்கிய இலங்கைக்குள் வாழ முடியாது என்ற நிலைமைக்கு எவ்வாறு வந்திருக்கிறது என்பதை அழகாகச் சொல்லியிருக்கிறார். இதை அவர் தெளிவாகச் சொல்லியிருக்கிறார். அது அவர் அந்த மண்ணில் வாழந்தபடியினாலும் அந்த இனத்தினுடைய பிரச்சினைகளைத் தெரிந்தபடியினாலும் அவ்வாறு சித்தரிக்க முடிந்திருக்கிறது. அவர் இந்த நாவலில் எல்லோரும் ஒற்றுமையாக இருக்க வேண்டும் என்கிற கருத்தை முன் வைக்கிறார். அப்படியான சாத்தியம் இன்றைய யதார்த்தத்தில் அங்கு இல்லை. இப்படியான சூழலில் அவர் வந்து சேர்கிற நாவல் முடிவு பொருத்தமானதாக இல்லை.

• அந்த நாவலில் வந்த கேரக்டர்ஸ் என்கிற அளவில் கான் ப்ளிக்டிங் சிச்சுவேஷன்ஸை அவர் ரொம்ப அழகாக எக்ஸ்போஸ் பண்ணியிருக்கிறார். நாவலில் அவர் முன்வைக்கிற பிரச்சினைக்குரிய அம்சம் என்னவென்றால், எதிர்கால தரிசனம் என்ற அளவில் அவர் சில விஷயங்களை முன்வைக்கிறார். மூன்றாம் உலக தேசியத்துக்கு இப்போது பார்க்கும் போது ஐம்பதாண்டு கால வரலாறு இருக்கிறது. ஒரு தேசிய இன சமூகம் எனும் அளவில் நடைமுறையில் நாம் இலட்சியமாக்கி சுட்டிக் காட்டுவதற்கென எந்த நாடும் இல்லை. இந்த இனப் பிரச்சினை உச்சத்துக்குப் போய் பத்து பதினைந்து வருடங்கள் அனுபவங்கள் கொண்ட

சமூகங்கள் என்பதும் நம்மிடையில் இல்லை. நமக்கு முன்னால் சோவியத் யூனியனின் வீழ்ச்சி, கிழக்கு ஐரோப்பிய வீழ்ச்சி, பின் புரட்சிகர சமூகங்களின் அனுபவம் போன்றவைதான் இருக்கின்றன. ஆகவே எமது சமூகம் பற்றிய எதிர்காலம் என்பதை கடந்தகால அனுபவங்களை எடுத்துக் கொண்டு ஒரு உடோப்பியாவாக ஒரு தரிசனமாகத்தான் கட்டமைக்க முடியும். தனது நாவல் குறித்துச் சொல்லும்போது இந்த தரிசனத்தைத்தான் தான் முன்வைக்கிறேன் என்கிறார் சிவானந்தன்.

ஆனால் இந்தப் பிரச்சினையை யதார்த்தமாக அணுகுவது எனில் அதற்கான கூறுகள் நடைமுறையில் இருக்கிறதா எனத்தான் பார்க்க வேண்டும். பிரச்சினையை உண்மையாக அணுகுகிறவர்களுக்கு இதை உணரக்கூடிய விதமாக இருக்க வேண்டும். ஐக்கிய இலங்கையாக இருப்பது, இயக்கங்கள் ஒன்றுபடுவது, சிங்கள இடதுசாரிகளோடு ஐக்கியப்படுவது போன்ற கருத்துக்கள் இந்த நாவலில் இருப்பதாக நான் உணர்கிறேன். அதற்கான காலம் கடந்துவிட்டது என்றே நான் கருதுகிறேன். இந்த நாவலில் முழுக்கவும் நான் உடன்பட முடியாத அம்சம் இதுதான். இத்துடன் ஒரு சிங்கள நாவல் பற்றிய கருத்தையும் இங்கு சொல்லாம் என்று நினைக்கிறேன். 'உத்தர குரு சட்டன' என்பது அந்நாவல். இந்நாவல் தமிழில் மொழி பெயர்க்கப்பட்டுள்ளது. சிங்களவர் தரப்பிலிருந்து இப்போராட்டத்தை எப்படிப் பார்க்கிறார்கள் என்பதற்காகவே நான் அந்நாவலை வாசித்தேன். அவர்களுக்கும் அவர்களளவில் இப்பிரச்சினைக்கு சில அரசியல் பொருளாதாரக் காரணங்கள் இருக்குமல்லவா? ஆனால் நாவலில் அவ்வாறான காரணங்கள் எதுவும் இல்லை. இனப் பிரச்சினை இருப்பதையே அந்நாவலாசிரியர் கண்டுகொள்ளவில்லை. போராட்டத்தை கொலைவெறி உணர்வு என்றும் போராடுபவர்களை பேய்கள் என்று விளிப்பதையும் அந்நாவலில் காணலாம். ஆனால் தமிழ்—சிங்கள ஒற்றுமைக்காக இந்நாவல் மொழிபெயர்க்கப்பட்டிருப்பதாக குறிப்பிடப்படுகிறது. அவர்களின் அர்த்தத்தில் ஒற்றுமை என்பது அவர்களுக்கு என்றும் நாம் அடிபணிந்து இருப்பதைத்தான் குறிக்கிறது.

● சிவானந்தனின் நாவலில் விஜய்யினுடைய கேரக்டர் ஒரு இன்ரஸ்டிங் கேரக்டர். 'அனில்ஸ் கோஸ்ட்'டில் எப்படி அனில் அன்னியளாக உணர்கிறாளோ அதைப் போல ஒரு வகையில் தமிழர் சிங்களவர் என இரண்டு தரப்பிலும் இருக்கிற அர்த்தமற்ற வன்முறை ஜனநாயக மறுப்பு போன்றவை குறித்துத்தான் விஜய் சம தூரத்தைக் கடைபிடிக்கிறான். அவனுடைய சிங்களப்

பெருந்தேசிய எதிர்ப்பும் தமிழர் சார்பு நிலையும் நாவலில் தெளிவாக இருக்கிறதென நான் நினைக்கிறேன். அமையப் போகிற தமிழர்களின் நாட்டில் நிறுவனங்கள், ஜனநாயக அவாக்கள் போன்றவை பற்றியெல்லாம் அவனுடைய யாழ்ப்பாணத்துப் பயணத்தின்போது போராளிகளோடு விவாதிக்கும்போது அவன் தெளிவாகச் சொல்கிறான். சிங்கள இன உணர்வை அவனுக்கெதிராக அவன் நேரடியாக உணர்கிறான்.

அவனது மனைவி அவனுடைய ஆசிரிய நண்பர்கள் போன்றவர்களின் வெறுப்பு இப்படித்தான் உருவாகிறது. அவன் நேசம் பாராட்டுவதெல்லாம் சிங்களத் தரப்பிலிருக்கிற மனித உரிமையாளர்ளோடுதானே அல்லாது சிங்கள அரசியல் கட்சிகளோடோ அல்லது இனவாதம் ஏறிய சிங்கள இடதுசாரிகளோடோ அல்ல. எந்தச் சமூகத்திலும் மனித உரிமையாளர்கள் இன வெறுப்பைத் தாண்டி இருக்க முடியு மென்றுதான் நான் நினக்கிறேன். இவர்கள் மீதான வெறுப்பு தமிழ்த் தரப்பில் வேண்டாம் என்கிற செய்தி மட்டும்தான் இந்த நாவலில் இருக்கிறதேயொழிய சிங்கள இடதுசாரிகளோடு சேர்ந்து போராட்டத்தை முன்னெடுக்க வேண்டும் என்கிற செய்தி இருக்கிறதுக்கான ஆதாரங்கள் கதைப்போக்கில் இல்லை என்றுதான் நினைக்கிறேன். ஈழத் தமிழர்களுடைய விடுதலைப் போராட்டத்தில 1983 க்குப் பின்னான காலம் என்பது ஒரு மிக முக்கியமான காலகட்டம். என்று நினைக்கிறேன். இந்தப் பிரச்சினையினுடைய சர்வதேசியப் பரிமாணம் அப்போதுதான் பரவலாக அறியப்பட்டது. இலங்கைத் தமிழ் மக்கள் அதிகமாக இந்தியாவுக்குப் புலம் பெயர்ந்தது, மேற்குக்கும் கனடாவுக்கும் புலம் பெயர்ந்தது போன்றவை, இயக்கங்களுக்குள் முரண்பாடுகள், அதிகரித்தபடியிலான ராணுவத் தாக்குதல்கள், போராளிகளின் உக்கிரமான தாக்குதல், வடகிழக்கு மக்களின் அடிக்கடியான இடப்பெயர்வுகள் போன்றன இக்காலகட்டத்தில் நேர்ந்தன. ஈழத் தமிழர்களின் வாழ்வில் மிக உக்கிரமான உணர்வுக் கொந்தளிப் புகளும், அரசியல் உற்பவங்களும், மனித உரிமை மீறல்களும், சாவுகளும் நேர்ந்த காலகட்டம் இதுதான். இந்தக் காலகட்டத்தின் அனுபவங்களை முன்வைத்துத்தான் இந்த மூன்று ஆங்கில நாவல்களும் பேசுகின்றன.

இக்காலகட்டம் பற்றிய போராளிகள் தரப்பிலான எழுத்துக்கள், பேராட்டத்தில் பாதிக்கப்பட்ட எழுத்தாளர்களிலிருந்து வந்த எழுத்துக்கள் என இதை இருவகையாகப் பிரிக்கலாம். முதல்

வகைக்கு போராளிகள் தரப்பிலிருந்து வந்தவையென கோவிந்தனின் புதியதோர் உலகம், போர்க்கால அனுபவக் குறிப்புகளான செழியனின் 'ஒரு மனிதனின் நாட் குறிப்பிலிருந்து', காப்டன் மலரவனின் 'போர் உலா'. ஷோபா சக்தியின் 'கெரில்லா' மற்றும் 'ம்' போன்றவற்றைக் குறிப்பிடலாம்.

இரண்டாம் வகைக்கு ராஜேஸ்வரி பாலசுப்பிரமணியத்தின் 'ஒருகோடை விடுமுறை', செ.யோகநாதனின் 'இரவல் தாய்நாடு', அருளரின் 'லங்கா ராணி', கணேசலிங்கனின் 'ஒரு மண்ணின் கதை', செங்கை ஆழியானின் 'மரணங்கள் மலிந்த பூமி', தேவகாந்தனின் நாவல்கள், மு.பொன்னம்பலத்தின் 'நோயிலிருத்தல்', விமல் குழந்தைவேலின் 'மண்ணும் மல்லிகையும்' மற்றும் 'வெள்ளாவி' போன்ற சில நாவல்களைக் குறிப்பிடலாம். இந்திய டுடே ஆசிரியர் வாஸந்தி ஈழத் தமிழ் மக்களின் அகதி வாழ்வு பற்றி எழுதிய 'நிற்க நிழல் வேண்டும்' எனும் நாவலையும் இப்பிரச்சனையில் இந்திய நோக்கு கருதி இங்கு குறிப்பிடலாம். ஈழத்திலிருந்து இந்த உக்கிரமான அனுபவங்களை முன் வைத்து விரிந்த களம் கொண்ட, குறிப்பிட்ட பிரச்சினைகளை ஆழ்ந்து சென்று நோக்கிய, கலை அழகு கொண்ட குறிப்பிடத்தக்க நாவல்கள் வரவில்லை என்கிற வகையில் தமிழக நாவலாசிரியர்கள் சுந்தர ராமசாமி, ஜெயமோகன் போன்றோரது குரல்களும் கேட்கின்றன. நாவல் சித்தரிக்கும் வாழ்வு அதன் கலையழகு போன்றவைதான் இவர்களது மதிப்பீடுகளாக அமைகின்றன என்பது தெளிவு.

நானறிந்தவரை இந்தப் போராட்டம் பற்றி ஈழத் தமிழர் களால் எழுதப்பட்ட நாவல்கள் குறித்து எந்தத் தரவுகளும் பதியப் பட்டதாகவோ குறிப்பிட்ட ஒருவர் அல்லது பலர் இத்தகைய நாவல்கள் சம்பந்தமாக அக்கறையுடன் பதிந்ததாகவோ காண முடியவில்ல. போராட்டம் தொடர்பான படைப்புகள் இன்று பல்வேறு பிரதேசங்களில் எழுதப்படுகின்றன. வடகிழக்கிலிருந்து, கொழும்பிலிருந்து, ஐரோப்பாவிலிருந்து, கனடாவிலிருந்து, இந்தியாவிலிருந்து எழுதப்படுகின்றன. பல்வேறு சமூகத்தைச் சார்ந்தவர்கள் எனும் அளவில் போராளிகள், கொழும்புத் தமிழர்கள், போராட்டத்தைப் பரிவோடும் விமர்சனத்தோடும் பார்க்கும் படைப்பாளிகள், தமிழ் பேசும் முஸ்லீம்கள், சிங்களவர்கள் என எல்லாத் தரப்புகளில் இருந்தும் நாவல்கள் வந்திருக்கின்றன.

ஆனால் இங்கு குறிப்பிட்ட தமிழ்ப் பிரிவினர் எவரிலிருந்தும் எந்த ஒருவரும் இந்த நாவல்களை எல்லாம் திரட்டி வாசித்து, அவற்றில் காணப்படும் போராட்டத்தின் தாக்கம் பற்றியோ, அல்லது இந்த

நாவல்களின் அடுத்தகட்ட அழகியல் வளர்ச்சி பற்றியோ ஏதும் பதிந்ததாகத் தெரியவில்லை. அடிப்படையில் இத்தகையதொரு அவாவில்தான் நான் இந்த நாவல்களைத் திரட்டவும் வாசிக்கவும் தொடங்கினேன். தனிநபராக நாவல்களைத் தொகுக்க முடியாது என்கிற முடிவுக்கே நடைமுறையில் வந்து சேர்ந்தேன். இதை ஒரு நிறுவனம் ஆய்வு நோக்கில் மேற்கொள்ளும்போது, ஆய்வுக்கென பல பேர் சேர்ந்து காலம் செலவழித்துப் பணம் போட்டு முயற்சி செய்யும்போது ஈழத்து நாவல்கள் அடுத்த கட்டத்துக்குச் செல்லும் என நினைக்கிறேன். பொதுவாக தமிழக நாவல்களின் வளர்ச்சியை, அவற்றின் வெளிப்பாட்டு நேர்த்தியை, காலப் பாய்ச்சலை, அவை பற்றிய விமர்சன எழுத்துக்களின் வளர்ச்சியிலிருந்தும் நடைபெற்ற விவாதங்களிலிருந்தும் பிரிக்க முடியாது. அப்படியான தொகுத்தலும், விமர்சன ரீதியில் அலசிப் பார்த்தலும் என்கிற செயலின் மூலமே ஈழத் தமிழ் நாவலிலக்கியம் குறித்து உருப்படியான விமர்சன நூல்களும், விரிந்த களன்களைக் கொண்ட கலையழகு கொண்ட நாவல்களும் தொடர்ந்து வரும் என்று நினைக்கிறேன்.

நாம் இங்கு பேசி வந்த இந்த மூன்று நாவல்களை எடுத்துக் கொண்டால் கூட ஒன்டாஜியின் நாவல் நம் காலத்தின் மிக முக்கியமான பிரச்சினையான காணாமல் போதல், மனித உரிமைகள் போன்ற விஷயங்களை மையப்படுத்தியிருக்கிறது. சிவானந்தனின் நாவல் மிக விரிந்த காலப் பின்னணியை, மக்கள் கூட்டத்தின் பின்னணியை, பிரதேசப் பின்னணியைக் கொண்டது. 100 ஆண்டுகள், மூன்று தலைமுறைகள் பற்றியது அந்நாவல். காலனியாதிக்கத்தின் முன், பின், எதிர்கால உலகு என மிக விரிந்த காலப் பரப்பை, அனுபவத்தை அது சித்தரிக்கிறது. இவ்வகையிலான கால மானுடச் சித்தரிப்பென்பது தமிழில் எழுதப்பட்ட ஈழத்தமிழ் நாவல்களில் காணக் கிடைப்பதில்லை என்பதையும் இங்கு சொல்ல வேண்டியிருக்கிறது. அதைப் போலவே நம் காலத்தில் எரியும் பிரச்சினைகளாக இருக்கிற காணாமல் போதல், மனித உரிமைகள் பிரச்சினை, பெண்களுக்கு நேர்கிற போர்க்காலக் கொடுமைகள், உறவுகளின் சிதறல் போன்ற குறிப்பான பிரச்சினைகள் ஆழ்ந்த வகையில் ஒன்டாஜியின் தளத்தில் குறிப்பிட்டபடி ஆழ்ந்த தொனியில் ஈழத்தமிழ் நாவல்களில் எழுதப்படவில்லை என்பதையும் நம்மால் காண முடிகிறது. ஆனால் ஒன்றை உறுதியாகச் சொல்ல முடிகிறது. உக்கிரமான வாழ்வனுபவங்களும் அரசியல் உற்பவங்களும் நிறைந்த கொந்தளிப்பான காலகட்டமான 1983 களுக்குப் பின்னான காலகட்டம் பற்றி குறிப்பிடத்தக்க நாவல்கள் வரவில்லை. இதற்கான சமூக அரசியல் காரணங்கள் எவையென நீங்கள் கருதுகிறீர்கள்?

பொதுவாகவே தமிழக நாவல்களோடு ஒப்பிடுகிறபோது ஈழத்திலிருந்து காத்திரமான நாவல்கள் வரவில்லை என்பதை பல்வேறு உரையாடல்களில் மு.நித்தியானந்தன், அ.யேசுராசா, இ.பத்மநாப ஐயர் போன்ற அனைவருமே பகிர்ந்து கொள்கிறார்கள். இதற்கான காரணங்களாக எதையெதைக் காண்கிறீர்கள்?

நீங்கள் குறிப்பிட்ட நாவல்களோடு, போராட்ட அனுபவங்கள் பற்றி முதன் முதலாக வெளிவந்த 'விடிவுக்கு முந்திய மரணங்களையும்' நாம் சேர்த்துக் கொள்ள வேண்டும். முன்பாக வீரகேசரி பதிப்பக அச்சு இயந்திரத்திற்கு தீனி கொடுப்பதற்காக, அந்த அச்சு இயந்திரம் பழுது படாமல் இருப்பதற்காக அவர்கள் ஈழத்து நாவல்கள் கொணர முடிவு செய்தார்கள். அக்காலகட்டத்தில் நிறைய நாவல்கள் வந்தன. ஒரு காலத்தில் புத்தகம் வெளியிடுவதென்றால் மனைவியருடைய அல்லது காதலியினுடைய நகைகளை அடகு வைத்துத்தான் வெளியிடவேண்டிய சூழ்நிலை இருந்தது. நாவல் என்பதை எழுதுவதற்கும் வெளியிடுவதற்கும் நிறையப் பணம் தேவைப்பட்ட சூழலில் அவ்வளவு பெரிய சிரமங்களை மேற்கொள்ள எழுத்தாளனால் இயலாதிருந்ததும் ஒரு காரணமாகும். மற்றது, நாவலுக்கு நிறைய உழைப்புச் செலுத்த வேண்டும். சிவானந்தன் இந்த நாவலை எழுதி முடிப்பதற்கு ஏறக்குறைய இருபது ஆண்டுகள் எடுத்துக் கொண்டிருக்கிறார் என்பதையும் நாங்கள் கவனம் வைக்க வேண்டும்.

அக்கறையுடன் தீவிரமாக எழுதப்பட்ட நாவல்கள்தான் குறைவாக இருக்கிறதேயொழிய வரலாற்றுச் சம்பவங்களைப் பின்னணியாக வைத்துப் புகழுக்காக அல்லது சூழலைப் பயன்படுத்திக் கொள்ள வேண்டும் எனும் ஆவல் காரணமாக எழுதப்பட்ட நாவல்கள் நிறைய இருக்கத்தான் செய்கின்றன. உக்கிரமான அனுபவங்களுக்கு இடையில் வாழ்கிறவர்கள் இரவு படுத்தால் காலையில் உயிரோடு எழுவோம் என்கிற நிச்சயமான நிலை இல்லாமல் இருக்கிறது. ஆனால் உக்கிரமான கவிதைகள் வருகின்றன என்பதைப் பார்க்க வேண்டும்.

சிறுகதைகளும் வருகின்றன. நாவல் எழுதுவதற்கு நீண்ட காலமும் அக்காலத்தில் பாதுகாப்பான வாழ்க்கையும் வாய்த்திருக்க வேண்டும் என்பதும் ஒரு காரணம். ஆனால் மிக முக்கியமான காரணமாக நான் காண்பது, போராட்டம் நடக்கிற நேரத்தில் போராட்டம் பற்றிய விமர்சனத்தை வைப்பது என்பது ஒரு சிக்கலான பிரச்சினை. அந்தப் போராட்டத்தின் சிக்கலான தன்மைகளோடு பார்க்க, அந்தப் போராட்டத்தின் சரி, பிழைகளை விமர்சிப்பதற்கான காலமும் சூழலும் சரியானதுதானா என்கிற

● ● தடாகம் வெளியீடு 261

கேள்வியும் இங்கு எழுகிறது. மற்றது இந்த சம்பந்தப்பட்ட பிரச்சினைகளைப் பேசினால் அது சார்ந்து அதிகாரத்தில் உள்ளவர்கள் எவ்வாறு அதை எதிர்கொள்கிறார்கள்? அவ்வாறு எதிர்கொள்ளும் போது என்ன நடந்திருக்கிறது? இவ்வாறான பிரச்சினைகள் இலங்கைத் தமிழர்களுக்கு நிறைய இருக்கின்றன. அதிகாரத்துக்கு வந்த எல்லா இயக்கங்களுமே தாம் நினைத்தபடியே இயங்குகின்றன. தமிழ்த்தேசியம் இருக்கின்ற சூழலில் தன்னை நிலைநிறுத்த ஒரு சர்வாதிகாரப் போக்கை எடுக்கக்கூடிய வாய்ப்பு இருக்கிறதென்பதை விமர்சனபூர்வமாகப் பார்க்கிற எல்லோருமே உணர முடியும். போராட்ட அனுபவங்கள் பலரை மௌனிகளாக ஆக்கியிருக்கின்றன. இப்பிரச்சினை ஒரு குழுவைச் சார்ந்த பிரச்சினையல்ல. எந்த அமைப்பு அதிகாரத்திலிருக்கிறதோ அந்த அமைப்புதான் அந்த விஷயத்தை முதலாக அணுகுகிறது. அந்த அமைப்புக்கு எதிராக இருக்கிற அமைப்பும் அந்த விஷயத்தை ஒரு எதிர்வினையாக அணுகுகிறது. மக்கள் இரு சக்திகளுக்கும் இடையில் நசிந்து கொண்டு இருக்கிறார்கள். இன்றைக்கு நாம் பார்க்கிறபோது வரையறுக்கப்பட்ட ஒழுங்குகள் சட்ட முறைமைகள் என்பது அவர்களது வாழ்வில் இல்லை. அங்கே அதிகாரத்தில் உள்ளவர்கள் எதுவும் செய்யலாம். அதிகாரத்தைக் கைப்பற்ற நினைப்பவர்கள் அதற்கு எதிராக நிற்பவர்கள என இவர்கள் தான் சூழலைத் தீர்மானித்துக் கொண்டு போவார்கள். இந்தச் சூழலில் இவ்வாறான பெரிய கேன்வாசை எடுத்துக் கொண்டு ஆய்வு செய்து எழுதுவதற்கான சாத்தியம் கடினமானதாக இருக்கும் என நினைக்கிறேன்.

கோவிந்தனுடைய 'புதியதோர் உலகம்' நாவலை எடுத்துக் கொள்வோம். தன்னுடைய பிரச்சினைகளைச் சொல்லியே ஆக வேண்டிய நிலைமையில் அவர் இருந்தார். தன்னுடைய நாட்கள் எண்ணப்பட்டுக் கொண்டிருக்கின்றன என அவர் நினைக்கிறார். இதற்கிடையில் இந்த ஆவணத்தை முன்வைத்துவிட வேண்டும் எனும் ஒரு நிலை அவருக்கு வருகிறது. முன்னுரையில்கூட அவர் அந்த நாவலை சில நாட்களுக்குள் எழுதியதாகக் குறிப்பிடுகிறார். இவ்வாறு சவாலாக எடுக்கக்கூடிய தன்மைகள் இருக்க வேணடும். இந்தச் சவாலாக எடுக்கிற தன்மை அரசியல் காரணங்கள் கொண்டதாகும். பெரிய கேன்வாஸில் இப்படி நாவல் வராததுக்கு அரசியல் காரணமும் ஒரு பிரதான காரணம். அந்த நாவலுக்கு உழைப்பைச் செலுத்தக் கூடிய நேரமின்மை, பொருள் வசதியின்மை போன்ற காரணங்களும் இருக்கின்றன. தமிழ் நாட்டோடு ஒப்பிட ஈழத்தில் நாவல்கள் என்பது குறைவாகத்தான் வெளிவந்திருக்கிறது.

• கொந்தளிப்புகளும் உயிர்க்கொலையும் சாவும் சொல்ல முடியாத மனிதத் துயரங்களும் கொண்ட இம்மாதிரியான பிரச்சினைகளை எழுதுவதற்கான வடிவமாக யதார்த்தவாத நாவல்கள்தான் இருக்கும் என்று நான் நினைக்கிறேன். ஏனெனில் பின் நவீனத்துவமெல்லாம் நிரந்தரமான உண்மை எதுவுமில்லை, எல்லாம் அலைந்துகொண்டிருக்கிறது, மொழியைச் சிதைக்கவேண்டும், உண்மை என்பது ஒன்றுமில்லை, எழுத்து முறை ரொம்பவும் அருவமாக இருக்க வேண்டும் என்றெல்லாம் சொல்கிறது.

ஆனால் ரஷ்யப் புரட்சியில இருந்து மூன்றாம் உலகப் போராட்டங்களில் இருந்து இப்போது கொந்தளிப்பும் விடுதலைப் போராட்டமும் நடக்கிற நாடுகளில் இருந்து வருகிற (ஐரோப்பாவிலேயும் அமெரிக்காவிலேயும் நமது நாடுகளிலும் இருக்கிற நகர்ப்புற பின்நவீனத்துவக்காரர்களையும் விட்டுத் தள்ளுவோம்) எழுத்துகளில் யதார்த்தவாதம்தான் இருக்கிறது. நேரடியான அழிவையும், கொலைகளையும், பாலியல் பலாத்காரங்களையும் காணாமல் போதலையும், சித்திரவதைகளையும் சொல்வதற்கான வடிவம் இன்றைக்கு யதார்த்தவாதம்தான் என்று தோன்றுகிறது.

இலத்தீனமெரிக்க எழுத்துகளில்கூட இன்று இரண்டு வகையான எழுத்துக்களைப் பாரக்க முடியும். மேற்கினுடைய நுகர்வுககாக எழுதுகிற எழுத்து ஒன்று. மற்றது கமான்டர் மார்க்கோஸ் மாதிரி ஜபடிஸ்ட்டா போராட்டக்காரர்களும் பின்புரட்சிகர சமூகங்களில் இருக்கிற சமோரா டெய்ஸி கேப்ரியல் அல்கரியா மாதிரி இருக்கிற பெண் போராளிகளுடைய எழுத்துக்கள் போன்ற யதார்த்தவாத எழுத்துக்கள். இவர்களுடைய கவிதைகளும் நாவல்களும் நேரடியாகப் பேசக்கூடியவை. ஆகவே ஈழத் தமிழ் மக்களினுடைய கொந்தளிப்பான வாழ்வைச் சொல்வதற்கும் இந்த வகையான நாவல் வடிவம்தான் சாத்தியமான வடிவமாகத் தெரிகிறது. இன்னும் நாம் இங்கே பேசுகிற மூன்று ஆங்கில நாவல்களும்கூட யதார்த்த வகையில் எழுதப்பட்ட நாவல்கள்தான். பெரும்பாலான ஆங்கில தென்னாசிய நாவல்களையும் கூட இப்படித்தான் நாம் பார்க்க முடிகிறது. இந்திய பாகிஸ்தான் பிரிவினையைப் பற்றி சதத் ஹஸன் மண்ட்டோ, குவாரன்டின் ஹைதர் போன்றோர் எழுதின கொந்தளிப்பான துயரமான எழுத்துக்களை இப்படிச் சொல்லலாம்.

பொதுவாக இப்போது வருகிற புதுப்புது கோட்பாடுகளைத் தழுவி அந்தந்த வடிவங்களுக்காக நாவல் படைக்கிறவர்களோடு எப்போதும் எனக்கு உடன்பாடு இருந்தது இல்லை. நாவலின்

மொழியைச் செழுமைப்படுத்துவதைப் பற்றி நான் இங்கே பேசவில்லை. எனக்கு எப்போதுமே நாவலினுடைய சொல் முறையில் யதார்த்தவாத நாவல்களில்தான் ஈடுபாடு இருக்கிறது. ஏனென்றால் உலகத்தில் எழுதப்பட்ட பிரமாதமான நாவல்கள் எல்லாம் யதார்த்த ரீதியில்தான் எழுதப்பட்டிருக்கின்றன. ஹெமிங்வேயினுடைய 'கடலும் கிழவனும்' நாவலை எடுத்துக் கொள்ளுங்கள். அதில் இருக்கிற வீச்சு வேறு வகை நாவலில் காண முடியாது. அதே மாதிரி தமிழில் வந்த இமயத்தினுடைய 'கோவேறு கழுதைகள்' நாவல். சுந்தர ராமசாமி சொன்னது போல 'மேற்கிலேயே பார்த்துக் கொண்டிருந்த நம்மை அது தலை குப்புற விழ்த்தியிருக்கிறது'. அந்த நாவலைப் பற்றி மிகச் சரியான மதிப்பீடு என்று அதை நினைக்கிறேன். யதார்த்த நாவலில் நீங்கள் வாழ்வின் உண்மையைத் தரிசிக்கலாம்.

எதிர்காலம் மேம்படும் என்கிற நம்பிக்கைதான் முக்கியம்

ஜி. கஸ்தூரிசாமி

• உங்களுக்கு இப்போது *76* வயதாகி விட்டது. அம்மாவுக்கு எழுபது வயது. மகன்கள் எல்லோருக்கும் நாற்பது வயதுக்கும் மேலாகிவிட்டது. பேரன் பேத்திகள் கல்லூரிப் படிப்புப் படித்து வேலைக்குப் போய்விட்டார்கள். நீங்கள், அம்மா, மகன்கள, மகள், பேரன் பேத்திகள் உள்பட, எல்லோருமே கம்யூனிஸ்ட் கட்சியில் தார்மீக நம்பிக்கையோடுதான் இன்னும் இருக்கிறார்கள். அநேகமாக எல்லா வகையான கம்யூனிஸ்ட கட்சிகளிலிருந்தும் நீங்கள் வெளியேறிவிட்டீர்கள். உங்களால் இப்போது எந்தக் கட்சிக்கு உள்ளும் உங்களை வைத்துப் பாரத்துக்கொள்ள முடியவில்லை. ஆனாலும், உங்களுக்கு கம்யூனிசத்தின் பாலான நம்பிக்கை போகவில்லை. ஜீவா, நல்லகண்ணு, அப்பு, எல.ஜி.கீதானந்தன், எஸ்.என்.நாகராஜன், லிங்குசாமி, கண்ணாக்குட்டி, வடிவேலு என நண்பர்கள், தோழர்கள, மனிதர்கள் பற்றி சதா அன்பு பாராட்டிக் கொண்டிருக்கிறீர்கள். பின் நோக்கிய பார்வையாகத் தொடங்கி உங்களுடைய பிறப்பு, அப்பா அம்மா, சின்னவயசில் பள்ளிக்கூடம் போனது பற்றிச் சொல்லுங்கள்.

காரணாம்பேட்டைக்குப் பக்கத்திலுள்ள பச்சார்பாளையம் எனும் கிராமத்தில் நான் பிறந்தேன். இரண்டு அக்காமார். எனக்கு நாலைந்து வயசிருக்கும் போதே அப்பா இறந்து விட்டார். அப்பா அம்மா இருவரும் விவசாயக் கூலிகள். பச்சார்பாளையத்தில் அஞ் சாவது வரை படித்தேன். அஞ்சாவது வகுப்புக்கு மேலே படிக்க வேண்டும் என்றால் காரணாம்பேட்டைக்கு இரண்டு மைல் நடந்துபோய் படித்துவிட்டு வர வேண்டும். அந்தச் சின்ன வயசில் அப்படி நடந்துபோய் படித்துவிட்டுவர எனக்குத் தோன்றவில்லை. வெறுமனே இருந்தால் ஆகாது என மாடு மேய்க்கப் போனேன். மாடு மேய்க்கும் போதுஎல்லாச் சாதியைச் சேந்த பையன்களும் ஒன்றாக மாடு மேய்க்கப் போவோம். அப்போது நான் நன்றாகப் பாடுவேன். என் குரலைக் கேட்டவர்கள் செஞ்சேரிமலையில் நடக்கும் பஜனைக்கு கூட்டிப் போனார்கள். சுதந்திரப் போராட்டம் உச்சத்தில் இருந்த காலகட்டம் அது. காங்கிரஸ்காரர்கள் மூவண்ணக் கொடியைப் பிடித்துக் கொண்டு அடிக்கடி ஊருக்குள் மகாத்மா

காந்திக்கு ஜே, வந்தே மாதரம் எனச் சுற்றி வருவார்கள். அவர்கள் பின்னால் சத்தம் போட்டுக்கொண்டு போவது பையன்களான எங்களுக்குச் சந்தோஷமாக இருக்கும். கிராமத்திலிருந்து அடிக்கடி கோயமுத்தூர் பீளமேட்டுக்கு பெரியப்பா வீட்டுக்கு வந்துவிட்டுப் போவேன்.

• பச்சார்பாளையம் கிராமத்திலிருந்து எதற்கு, எப்படி, ஏன் கோயமுத்தூர் நகரத்துக்கு வந்தீர்கள்? அப்புறம், உங்கள் இளமைக் காலம் பற்றிச் சொல்லுங்கள்

நான் அடிக்கடி பீளமேட்டிலிருக்கும் பெரியப்பா வீட்டுக்கு வந்தேன் என்று சொன்னேன் இல்லையா? அப்படி வந்தபோது கிராமத்திலிருப்பதை விடவும் நகரத்தில் பஞ்சாலைத் தொழிலும் இன்ஜினியரிங் தொழிலும் செய்தால் நல்லது என்று எனக்கு விருப்பம் ஏற்பட்டது. இயந்திரங்கள் போன்ற நவீன சாதனங்களில் வேலை செய்யும் ஆசை வந்தது. பெரியப்பா எனக்கு ரங்கவிலாஸ் மில்லில் வேலை வாங்கிக் கொடுத்தார். பிற்பாடு டெக்ஸ்டூல் இன்ஜினீரியரிங் தொழிற்சாலையில் வேலை கிடைத்தது.

• கம்யூனிஸ்ட் கட்சி அனுபவங்களின் ஆரம்ப நாட்களைப் பற்றிச் சொல்லுங்கள். சுதந்திரப் போராட்ட அரசியலிலிருந்து கம்யூனிஸ்ட் கட்சி நாட்களுக்கு மாறிவந்ததைப் பற்றிச் சொல்லுங்கள்.

சுதந்திரம் வந்தபோது பெரும்பாலான தலைவர்கள் சிறைக்குள்தான் இருந்தார்கள். கம்யூனிஸ்ட் கட்சியும் சுதந்திரத்தை ஆதரித்து சிதம்பரம் பூங்காவில் பெரிய பொதுக்கூட்டம் நடந்தியது. ஆயிரக்கணக்கான மக்கள். அதில் சுதந்திரத்தை வாழ்த்தி காங்கிரஸ், கம்யூனிஸ்ட் கட்சி, முஸ்லீம் லீக் கட்சி போன்றவர்கள் பங்கெடுத்துக் கொண்டார்கள். கம்யூனிஸ்ட் கட்சி சார்பில் தற்காலிகச் செயலாளராக கே.என்.சின்னையன் இருந்தார். அவர்தான் கம்யூனிஸ்ட் கட்சி சார்பில் அந்த விழாவில் பங்கெடுத்தார். 1947 க்குப் பிறகு நிறைய தலைவர்கள் விடுதலையானார்கள்.

விடுதலையான பிறகு கம்யூனிஸ்ட் கட்சி மறுபடியும் சட்டபூர்வமாகச் செயல்பட்டுக் கொண்டிருந்தது. 1948 இல் கல்கத்தாவில கம்யூனிஸ்ட் கட்சிக் காங்கிரஸ் நடக்கிறது. அந்தக் காங்கிரஸில் பெரிய அளவுக்கு தத்துவார்த்த ரீதியிலான முரண்பாடுகள் முற்றி, பி.சி ஜோசியை பொறுப்பிலிருந்து இறக்கிவிட்டு பி.டி.ரணதிவே செயலாளர் ஆகிறார்.

• என்ன விதமான தத்துவார்த்த முரண்பாடுன்னு விளக்கமாகச் சொல்லுங்கள்

இந்தியா விடுதலை பெற்றதிலேயே சந்தேகம். இந்தியா இன்னும் அரைக்காலனிதான். இந்தியா பரிபூரணமான விடுதலை பெறவில்லை. பிரிட்டீஸ்காரனுடைய மூலதனங்கள் பூராவும் வெளியே எடுக்கப்படவில்லை என தீவிர இடதுசாரித் தலைமை குறிப்பிட்ட அளவு கட்சிக்குள்ளே வந்தது. கம்யூனிஸ்ட் கட்சி அதிதீவிரமான போராட்டங்கள் நடத்துவது என கட்சிக் காங்கிரசில் முடிவெடுத்தார்கள். அது வரையிலும் சட்டபூர்வமாகக் கட்சி செயல்பட்டு வந்தது. பரிபூரண விடுதலை இந்தியாவுக்குக் கிடைக்கவில்லை. நாம் ஆயுதமேந்திய போராட்டம் நடத்துவதன் மூலம்தான் இந்த நாட்டில் பரிபூரண விடுதலையைக் கொண்டுவர முடியும் என்கிற மாதிரியான முடிவுக்குக் கட்சி வருகிறது. அன்றிருந்த கட்சி விஷயங்களைப் படித்து தத்துவார்த்த ரீதியில் புரிந்து கொள்ள முடிகிற அளவுக்கு எனக்கு வளர்ச்சி இருக்கவில்லை.

இப்போது இருக்கிற வளர்ச்சி, அறிவாற்றல் அன்று எனக்கு இல்லை. பி.டி.ரணதிவே செயலாளர் ஆனவுடனேயே ஜனசக்தியில் கட்டுரைகள் வந்தன. புதுப்புது விஷயங்கள் வரும். கட்சிக் காங்கிரஸ் முடிந்து பிரதிநிதிகளெல்லாம் பரவலாக அந்தந்த மாநிலங்களுக்குத் திரும்புவதற்குள்ளாகவே, இடையிலேயே பெரும்பாலான தலைவர்கள் கைது செய்யப்பட்டார்கள். அப்போது ராஜாஜி கவர்னர் ஜெனரலாக இருக்கிறார். மேற்கு வங்கத்தில் அப்போதே கட்சியை சட்டவிரோதம் செய்துவிட்டார்கள். கட்சியின் மீது பயங்கரமான அடக்குமுறை நடக்கிறது. பஞ்சாலைத் தொழிலாளர் அகில இந்தியப் போராட்டம் என அறிவிப்பார்கள். ஆனால், தொழிலாளி அந்தச் சிந்தனையிலேயே அன்று இல்லை. *1948* இல் ஒரு பெரிய போராட்டம் நடந்து, பெரிய அடக்குமுறையில் இருந்து திரும்பி அப்போதுதான் தொழிலாளிகள் வேலைக்குச் செல்லத் துவங்கியிருந்தார்கள். ராமமூர்த்தி அந்தப் பேராட்டத்துக்குத் தலைமை தாங்கினார். தொழிலாளிகளை ஆட்குறைப்பதென சட்டத் தீர்ப்பு வந்தது. கோயமுத்தூரில் *100* நாள் போராட்டம் நடந்தது. போராட்டத்துக்கு எந்த விதமான தீர்வும் இல்லாமல் போராட்டம் உடைந்து எல்லோரும் வேலைக்குத் திரும்பிப் போனார்கள்.

- **இந்த அடக்குமுறை காலத்தில்தான் உங்களுக்குத் திருமணம் ஆனதாகச் சொல்லியிருக்கீறீர்கள். உங்களது திருமணம் பற்றியும், அம்மாவை நீங்கள் சந்தித்த அனுபவம் பற்றியும், அம்மாவில் உங்களுக்குப் பிடித்த குணங்கள், அம்மா சொந்தக்காரர் தரப்பில் கல்யாணத்துக்கு வந்த சங்கடங்கள் என நீங்கள் எனக்குச் சொன்னது பற்றியும் சொல்லுங்கள்.**

இந்த அடக்குமுறைக் காலத்தில், கட்சி சட்டவிரோதமான காலத்தில்தான் எனக்குக் கல்யாணமாகிறது. எனது கல்யாணத்திற்கு கட்சித் தலைவர்கள் சிலர்தான் பெண் பார்த்தார்கள். ஆரோக்கியசாமி என ஒருவர் பீளமேடு ஏரியாவில் ஆர்கனைசராக இருந்தார். எஸ்.டி.சண்முகம் சிங்காநல்லூர் ஏரியா ஆர்கனைசர். இவர்கள்தான் பெண் பார்த்துக் கல்யாணம் செய்து வைத்தார்கள். அந்தக் காலத்தில்தான் 100 நாள் போராட்டம் நடந்தது. கல்யாணமாகி ஒரு வாரத்திலேயே கட்சி சட்டவிரோதமான காலத்தில் தொழிலாளிகளுக்கு விழிப்புணர்வு உருவாக்க நான், எஸ்.கண்ணன், அப்புறம் இரண்டு பேரும் மெகாஃபோன் பிரச்சாரத்துக்குப் போகிறோம். எம்.எஸ்.பி. போலீஸ் அடக்குமுறை அப்போது. கண்ணன் அப்போதுதான் முதல் தடவையாக வருகிறார். எம்.எஸ்.பி. போலீஸ் எங்களைத் துரத்துகிறது. ஒரு பெரியவர், அவர் காங்கிரஸ்காரர், அவர் வீட்டுக்குள் நாங்கள் புகுந்து கொண்டோம். எங்களைப் பாதுகாத்து எம்.எஸ்.பி.போலீஸெல்லாம் போன பின்னால் அந்த வீட்டுக்காரர்கள் நன்றாகச் சுற்றிப்பார்த்துச் சொன்ன பின்னால் நாங்கள் வீட்டுக்குத் திரும்பினோம். கல்யாணமாகிய புதிதில் இது நடந்ததால், எனது வாழ்க்கையே போகப் போகுது என அம்மா பெரிய அழுகை. தலைவர்கள் முழுக்கத் தலைமறைவு.

அப்போது கட்சியிலும் இன்ஜினீயரிங் சங்கத்திலேயும் இருந்த பலபேர் ஒதுங்கிவிட்டார்கள். ஒதுங்கிக் கொண்டவர்கள் ஃபுட்பால் கிளப், அது இதுவெனப் போனார்கள். நான் கட்சியோடு தொடர்பு வைத்துக்கொண்டு தலைமறைவுத் தோழர்களுக்குக் கடிதப் போக்குவரத்து போன்ற வேலைகளைச் செய்து கொண்டிருந்தேன். கட்சி சட்டவிரோதம் 50 வரையிலும் நீடிக்கிறது. கட்சிக்குள் ஏராளமான குழுக்கள். என்ன நடக்கிறது என்றே தெரியாது. சிறைக்குள் ஜீவா மீது அடக்குமுறை. சிறைக்குள்ளாகவே கட்சிக்குள் அடிதடி. சிறைக்குள்ளேயே துரோகிப் பட்டம் சூட்டுவது. ஜனசக்தியும் அப்போது சட்டவிரோதம். சட்டவிரோத காலத்தில் ‘பரணி’ என ஒரு பத்திரிகை வருகிறது. ‘முன்னணி’ என இன்னொரு பத்திரிகை. அந்தப் பத்திரிகைகளில் கட்டுரைகள் வரும். தலைமறைவான எல்லோருக்கும் இந்தப் பத்திரிகைகளைக் கொண்டுபோய்க் கொடுக்கிற வேலைகளையெல்லாம் நான் செய்வேன். ஜெயிலுக்குள்ளேயே தோழர்களைக் கட்சியை விட்டு நீக்கினார்கள். ஜீவா மீது நிறைய விரோதப் பிரச்சாரங்கள் நடந்தன. ரமணி, எம்.ஆர்.வெங்கட்ராமன் போன்றவர்கள் இந்த மாதிரிப் போக்குகளுக்குத் தலைமை தாங்கினார்கள். கட்சிக்குள் முரண்பாடு வளர்ந்துவிட்டது. அப்போதிருந்தே கட்சிக்குள் குழுக்கள்,

முரண்பாடுகள் வந்துவிட்டன. தலைமறைவாக இருந்துகொண்டே கட்சியைப் புணரமைக்கும் வேலை தொடங்குகிறது. இந்தக் காலத்தில் சமாதானக் கவுன்ஸில் என ஒரு அமைப்பு உருவாகிறது. சமாதானக் கவுன்ஸில் மூலமாக இயக்கங்கள், கூட்டங்கள் நடத்துவது தொடர்கிறது. தமைறைவாகவே கட்சி பிளீனம் மாதிரி ஒன்று நடக்கிறது. அப்பிடி நடந்து, கடசி இதுவரையில் செய்தது தவறு எனும் மாதிரி கட்சிக்குள் விவாதம் வந்து, ராஜேஸ்வரராவ் கட்சியினுடைய தற்காலிகச் செயலாளராக வருகிறார். ராஜேஸ்வரராவ் காலத்தில் தெலிங்கானா போராட்டம். சுதந்திரத்தை எதிர்த்து ராஜாக்களுடைய தனிநாட்டுக் கோரிக்கை. கம்யூனிஸ்ட் கட்சி ராஜாக்களை எதிர்த்துப் போராடுகிறது. கம்யூனிஸ்ட்டுகள் ரஜாக்கர்களை எதிர்த்துப் போராடி சுதந்திரமாக சில கிராமங்களை விடுவிக்கிறார்கள். கம்யூனிஸ்ட்டுகளின் மேல் இந்திய ராணுவத்தின் அடக்குமுறை வருகிறது.

ராஜாக்களை எதிர்த்து உறுதியாகப் போராடியது கம்யூனிஸ்ட் கட்சி. இன்னொரு பக்கம் இந்திய ராணுவத்துக்கு எதிராகப் போராட்டம். இந்தியப் போலீசுக்கு எதிராகப் போராட்டம். அப்போது இருந்த பட்டேல் கம்யூனிஸ்ட்டு எதிர்ப்பாளர். நேரு ஓரளவுக்கு கம்யூனிஸ்ட்டுகளோடு மோத மாட்டார். ஆனால், பட்டேல் பகிரங்கமாக கம்யூனிஸ்ட்டுகளை அடக்க வேண்டும் என நினைத்தவர். அவர்தான் அப்போது உள்நாட்டு அமைச்சர்.

அந்தப் போராட்டமெல்லாம் நடந்து அப்புறம்தான் கட்சி அமைதியாகக் கூடி, அமைதியாக ஆர்கனைஸ் செய்வது, நாம் குறுங்குழுவாதப் பாதையில் போய்க்கொண்டு இருக்கிறோம், இது கட்சிக்குப் பின்னடைவை ஏற்படுத்தியிருக்கிறது என பகிரங்கமாக விமர்சனங்கள் மேற்கொள்ளப்பட்டன. பின்னால், கட்சி சட்டபூர்வமாக்கப்படுகிறது. சட்டபூர்வமாக்கப்பட்ட பிறகுதான் புதிதாகத் தோழர்களின் செயல்பாடு தொடங்குகிறது. தோழர்கள் சிறைக்குள் இருந்தாலும்கூட வெளியிலிருக்கிறவர்களை வைத்து மறுசீரமைப்பது போன்ற வேலையெல்லாம் தொடங்கியது. அப்போதே கோயமுத்தூரில் பல கோஷ்டிகள், பல தகராறுகள், அடிதடி,துப்பாக்கி எடுத்து சுட்டுக்கொள்வது என இப்படி எல்லாம் நடந்திருக்கிறது. அப்போதும் நான் எந்த அடக்குமுறையானாலும் கட்சி உறுப்பினராக இருப்பதில் இருந்து மாறவேயில்லை.

• கட்சி சட்டபூர்வமானதும் நீங்கள் பங்குகொண்ட நடவடிக்கைகள் பற்றிச் சொல்லுங்கள். கோயமுத்தூரில் இன்ஜினீயரிங் தொழிலாளர் சங்கத்தின் தோற்றம் உங்களால்தான் நடந்தது என்று சொல்லப்படுகிறது. இது பற்றிக் கொஞ்சம் விரிவாகச் சொல்லுங்கள்.

நான் கட்சியில் தொடர்ந்து செயல்பட்டு, அப்புறம் புதுப்பித்ததன் பின்னால், செயல்முறை இடைக்கமிட்டி அமைக்கிறார்கள் கோயமுத்தூர் டிவிசன் கமிட்டி ஆரம்பிக்கிறார்கள். பீளமேட்டிலிருந்து கிழக்கே சிங்காநல்லூர் ஏரியா, சின்னியம்பாளையம், சூலூர் ஒன்றியம் எல்லாவற்றையும் சேர்த்து ஒரு டிவிஸன் கமிட்டி அமைகிறது. அந்த டிவிசன் கமிட்டியில் நானும் ஒரு உறுப்பினர். இன்ஜினீயரிங் சங்கம் சட்டபூர்வமில்லாமல் இருந்ததினால் ரெஜிஸ்ட்ரேஷன் இரத்தாகியிருந்தது. மில் தொழிலாளர் சங்கம் புதுப்பிக்கப்பட்டு அதே ரெஜிஸ்டரேஷன் எண் வாங்கப்பட்டது. ஆனால் இன்ஜினீயரிங் சங்கத்தை அப்படிச் செய்ய முடியவில்லை. ரொம்பவும் சீர்குலைந்து, சங்கமே இல்லாமல் போய்விட்டிருந்தது. அதனை மறுபடியும் நாங்கள் ரீ—ஆர்கனைஸ் செய்கிறோம். தோழர் விருத்தகிரி அப்போது தலைமறைவாக இருக்கிறார். அவர் மீது மறுபடி பிடிவாரண்டு இருக்கிறது. அப்போது அவர் காலை நேரத்தில் ஐந்து மணிக்கு வீட்டுக்கு வருவார். நான் அப்போது சௌரிபாளையத்தில் குடியிருக்கிறேன். சங்கத்தை மறுபடி தொடங்க வேண்டும் என்று சொல்லுவார்.

நான் அவரிடம் சொன்னேன்: நான் அடக்குமறை காலத்தில் ரொம்பக் கஷ்டப்பட்டு, வேலை இல்லாமல் போய் ரொம்பவும் கஷ்டப்படுகிறேன். இப்போதுதான் இன்னொரு வேலைக்குப் போய்ச் சேர்ந்திருக்கிறேன். ராமகிருஷ்ணா இன்டஸ்ட்ரீஸில் சொந்தக்கார்கள் சொல்லி சிபாரிஸில் வேலைக்கி போய்ச் சேர்ந்திருக்கிறேன். கொஞ்ச நாளைக்குத் தொழிற்சங்க வேலை வேண்டாம். நான் கொஞ்ச நாள் ஒதுங்கி இருக்கிறேன். பின்னால் நான் செய்கிறேன் என்றேன். அவர் என்னை விடவில்லை. தொடர்ந்து வந்து என்னைச் சந்திப்பார். ‘டேய், கட்சி சட்டபூர்வமா ஆயாச்சுரா, ஆந்திராவுல கட்சி பலமாயிருக்குது, எலக்சன் வரப் போகுது, தேர்தல்ல நாம வெற்றி பெறப் போறம், நாமதான் அதிகாரத்த கைப்பத்தப் போறம், என்னடா இப்பிடியெல்லாம் பயந்துக்கெற, தைரியமா இரு, தைரியமா சங்கத்த உருவாக்கெறதுக்கு முயற்சியைச் செய், ஏன்னா இப்ப எவனும் இல்ல, எவனையும் நம்ப முடியாது, நீதான் ஒரு அளவுக்கு சட்டபூர்வமான காலத்துல இருந்து செயல்பட்டுக்கிட்டு இருக்கிறெ, அதனாலே இந்த சங்கத்த தொவக்கிறது உம் பொறுப்புத்தான்’ என்கிறமாதிரி பேசி என்னைக் கன்வின்ஸ் செய்துவிட்டார். நான் கன்வின்ஸ் ஆகி இன்ஜினீயரிங் சங்கத்தை மறுபடி துவங்குவது என முடிவுசெய்து, பெயர் உள்பட அவர்தான் தேர்வு செய்தார். ‘கோவை ஜில்லா இன்ஜினீரிங் அன்ட் மெக்கானிக்கல் தொழிலாளர் சங்கம்’ என்கிற நீண்ட பெயர். ‘என்ன தலைவரே, இத்தன நீண்ட பேரு’

என்றேன். 'அட ஜெனரல்ன்னு இருந்தாதான மற்றதெல்லாம் சேத்த முடியும், கோவை ஜில்லான்னு இருந்தாதான இந்தக் கோயமுத்தூரோட நிக்காம பவண்டிரிகள் அது இது ஆட்டோ மொபைல் தொழிலாளிக உள்பட கோயமுத்தூர் டிஸ்ரிக்ட பூராம் சேர்த்தலாமெல்ல, அதுதான் காரணம் இந்தப் பேர் வெக்கறதுக்கு' என அவர் சொல்லி இந்தப் பெயரில் சங்கத்தை துவக்குகிறோம். ஆர்கனைஸிங் கமிட்டிக்கு சௌரிபாளயத்துக்காரர் ஒருவர் கன்வீனர். மாரியப்பன் என்பது அவர் பெயர். ஆர்கனைஸிங் கமிட்டி துவக்குகிறோம். ஆனால் செயல் பூராவும் நான்தான். நான்தான் முழுமையாகச் செயல்படுவது, படிப்பது என எல்லாவும் செய்தேன். உறுப்பினர் சேர்த்து மகாசபை நடத்தி மகாசபையில் செயலாளராக என்னைத் தேர்ந்தெடுத்தார்கள். அப்புறம் அந்தச் சங்கத்தைப் பதிவு செய்வதற்கு நானும் சௌரிபாளையும் எஸ். பழனிசாமி என்பவரும் சேர்ந்து வேலை செய்தோம். அவர் எஸ்.எஸ்.எல்.சி படித்தவர். அவர் எழுத்து வேலை எல்லாம் நன்றாகச் செய்வார். எனக்குச் சரளமாக எழுதுவது படிப்பது எல்லாம் அப்போது ரொம்பச் சிரமம். அவர் உதவி செய்தார். நான் சங்கத்தில் செயலாளராக இருந்து பதிவு செய்தோம். நான் முழுநேரம் வேலைக்குப் போய்க் கொண்டிருந்ததால் சங்கத்தில் முழுக்க வேலை செய்வது கஷ்டம் என சி.ராமசாமி எனும் பாப்பநாய்க்கன்பாளயத்தைச் சேர்ந்த தோழரை இரண்டாவது மகா சபை நடக்கும்போது செயலாளராகப் போட்டு, நான் தொடர்ந்து துணைத் தலைவராக இருந்து சங்கத்தில் தொடர்ந்து செயல்பட்டோம்.

● நீங்கள் பல இடங்களில் வேலை நீக்கம் செய்யப்பட்டிருக்கிறீர்கள். தொழிற்சங்க இயக்கத்தைக் கட்டுவதோடு தொழிற்சாலை நிர்வாகங்களை எதிர்த்துக் கலகங்களிலும் ஈடுபட்டிருக்கிறீர்கள். அதன் விளைவுகள் பற்றிச் சொல்லுங்கள்

வேலை போய்விட்டது. ராமகிருஷ்ணா இன்டஸ்ட்ரீஸில் சங்கம் கிடையாது. எல்லோரும் நமக்கு தொந்தரவு கொடுத்தார்கள். 'என்னப்பா நீயி, கம்யூனிஸ்ட்டா இருக்கிற, அத பண்ற இத பண்ற, நீ வேலை செய்யற இடத்தில் தொழிற்சங்கம் இல்லையே' என்றார்கள். அந்தச் சமயத்தில் ஏ.ஐ.டி.யு.சி மாநாடு நடந்தது. அருணா ஆசப் அலி அப்போது சோசலிஸ்ட் கட்சியிலிருந்து விலகி கம்யூனிஸ்ட் இயக்கத்தோடு தொடர்பு வைக்கிறார். பஞ்சாலைத் தொழிலாளிகள் மாநாட்டுக்காக அந்தம்மா வருகிறார். அந்த நிகழ்ச்சிகளெல்லாம் வரும்போது நானும் உணர்ச்சிவசப்பட்டு, மறுபடியும் ராமகிருஷ்ணா இன்டஸ்ட்ரியிலும் சங்கத்தைத்

துவங்குவது என முடிவு செய்துவிட்டோம். சங்கமும் ஒரு குறிப்பிட்ட அளவுக்கு வளர்ச்சி அடைந்தது. எனக்கு உடல் நலம் சரியில்லாமல் போய் இரண்டு மூன்று நாட்கள் விடுமுறை எடுக்காமல் இருந்துவிட்டேன். கம்பெனியில் நேராகப் போய் லீவு போட்டிருக்கலாம். எனக்கு அடிக்கடி குண்டியில் சிலந்தி வருகிறதில்லையா, அதே மாதிரி சிலந்தி வந்து எனக்கு லீவு போட முடியவில்லை.

எல்லோரும் சொன்னார்கள் 'ஏதாச்சும் செஞ்சிருவாம்பா, மேனேஜ்மென்ட்டுக்கு ஏற்கனவே உம்மேல கண்ணு, நீ எப்பிடி யாவது கஷ்டப்பட்டு குதர வண்டியாவது புடிச்சு லீவெடுத்திரு' என்றார்கள். ஆனால் நானோ, அங்கிருக்கிற தொழிற்சாலை அலுவலக ஊழியர்கள் எல்லோரும் என்னிடம் நன்றாகப் பழகுவார்கள், மேஸ்திரிகள் எல்லோருமே என்னிடம் நன்றாகவே பழகிக் கொண்டிருந்தார்கள், அதனால் இவர்கள் நமக்குத் துரோகம் செய்யமாட்டார்கள் என நினைத்திருந்தேன். ஆனால், அவர்கள் என்னதான் செய்ய முடியும்? முதலாளிக்கு இது வாய்ப்பாக ஆனது. அப்போது பி.ஆர்.ராமகிருஷ்ணன் ஜப்பானில் இருந்தார். அவர் இருந்திருந்தால் இப்படிச் செய்ய மாட்டார். வெங்கிடுசாமி நாயுடுதான் அப்போது பொறுப்பாக இருந்தார். 'நிறுத்திருங்கடா அவன, ஆப்ஸன்டாயிட்டானல்ல. அவன் வந்தா கம்பெனிக்குள்ளயே விடாதீங்க, உள்ள வந்தா தகராறு பண்ணீருவான். கம்பெனிக்குள்ளய விடாதீங்க' என்று ஏற்பாடு செய்துவிட்டார். அங்கிருந்து எனக்கு வேலை போய்விட்டது.

பலப்பல இடங்களில் பலப்பல வேலைகளுக்குப் போவேன். ஆறுமாசம் ஒரு வருஷத்தில அங்கே சங்கம் தொடங்குவேன். வேலை போகும். அதனால் பல பாதிப்புகள். குடும்பத்தில் பணப்பிரச்சினை உள்படப் பல பிரச்சினைகள். அம்மா ஒருத்தி மட்டும் வேலைக்குப் போகிறாள். அதனால் குடும்பத்தில் ஏகப்பட்ட பிரச்சினை. தொடர்ந்து என்னுடைய வாழ்க்கையில் பிரச்சனைதான். அந்தச் சூழ்நிலையில்தான் பலபேர் வேறு ஏதாவது அரசியல் இயக்கத்துக்கு என்னைக் கொண்டு போக முயற்சி செய்தார்கள். கம்யூனிஸ்ட் இயக்கத்திலேயே நான் தொடர்ந்து செயல்பட்டேன். குறிப்பிட்ட காலத்துக்குப் பின்னால், இனி வேறெங்கும் போய், கம்பெனிகளில் வேலைக்கிப் போய் வேலை செய்ய முடியாது, நம்மை எங்கும் வேலைக்கு வைத்துக்கொள்ள மாட்டார்கள் என்பதை எல்லாம் யோசனை செய்து, சங்கத்தில் நிர்வாகிகளெல்லாம் கூடி சரி கஸ்தூரியை முழுநேர ஊழியராக ஆக்கிவிடலாம் என சங்கத்தில் முழுநேரமாக வேலை செய்யத் தொடங்கினேன்.

அப்போது கட்சியுடன் நேரடித் தொடர்பு குறைகிறது. சங்க வேலை அதிகமாகிறது. சங்கத்துக்கு பாப்பநாய்க்கன்பாளையம், அப்புறம் கணபதியில் தலைமையகம். நான் குடியிருக்கிறது உப்பிலி பாளையம். உப்பிலிபாளயத்தில் கட்சி கமிட்டி மெம்பராக என்னைப் போடாமல் இருக்க மாட்டார்கள். உப்பிலிபாளயத்தில் கட்சித் தோழர்களோடு நான் நெருக்கமான தொடர்பு வைத்திருந்தேன். இந்தச் சூழ்நிலையில் கட்சிக்குள் முரண்பாடுகள் வளர்ந்து வருகிறது. மேலும் மேலும் மோதல்கள். ஈரோட்டில் கட்சி மாநாடு நடந்தது. அந்தக் கட்சி மாநாட்டில் ஒரு குறிப்பிட்ட பகுதியினர் கட்சிப் பொறுப்புகளில் இருக்க முடியாது. கட்சி உறுப்பினராகக்கூட இருக்க முடியாது என வெளிநடப்புச் செய்தார்கள். என்.கே. கிருஷ்ணண், பார்வதி, கே.என்.சின்னையன் போன்றவர்கள். அதனைப் பார்த்தால் சாதி அடிப்படை எனும் மாதிரித்தான் தெரியும். அதனை வெளியில் சொல்ல முடியாது. ஆனால் அந்த உணர்வுகள் இருந்தது. அதனைப் பயன்படுத்தினார்கள் என்பதுதான் உண்மை. பின்பாகக் கட்சிக்குள் முரண்பாடு தீவரமாகி கட்சி மாநாடுகளில் போராட்டங்கள் நடந்தது. கட்சியில் பொறுப்புக்களை மாற்றுவது, இரண்டு குழுக்களாகச் செயல்படுவது என இப்படித் தொடர்ந்து இந்நிலை நீடித்தது.

• என்ன காரணம் இதுக்கெல்லாம்? இந்தியக் கம்யூனிஸ்ட் கட்சி இரண்டாக உடைந்தபோது ஏன் நீங்கள் மார்க்ஸிஸ்ட் கட்சியின் பக்கம் போனீர்கள்?

கட்சிக்குள் தத்துவார்த்த ரீதியான முரண்பாடு. சோவியத் யூனியன் வலதுசாரி திரிபுவாதத்தில போகிறது எனச் சொன்னார்கள். சீனா புரட்சிகரமான பாதையில போகிறது, அந்த வழியைப் பின்பற்ற வேண்டும் என ஒரு பகுதி உருவானது. 1948இல் கட்சிக்குள் உருவான அந்தப் பிரிவினை அப்படியே வளர்கிறது. என்னதான் ஒட்டுப் பிளாஸ்திரி போட்டாலும், அவ்வப்போது சமரசம் செய்தாலும் அது நிற்கவில்லை. அஜாய்கோஷ் இருக்கும்போது எல்லோரையும் சமரசம் செய்து கட்சியைக் கொண்டு சென்று கொண்டிருப்பார். ஆந்திராவில் ஒரு கட்சி மாநாடு நடந்தது. இரண்டு குழுக்கள்.

கட்சி காங்கிரசிலேயே மோதல். எப்படியோ சமரசம் செய்து மறுபடி ஒற்றுமை ஆனார்கள். ஆனால் அது நிற்கவில்லை. 1964 இல் கட்சி வெளிப்படையாக உடைந்தது. அப்போது ஏன் நான் மாரக்சிஸ்ட் கட்சி பக்கம் போனேன் என்பதற்கான காரணத்தைத் தேடிப் பார்க்கிறேன். கட்சி உடைவது எனக்கு விருப்பமில்லை, கம்யூனிஸ்ட் கட்சி உடைந்தால் என்ன ஆகும் என்கிற மன

வருத்தம் எனக்கு இருந்தது. பெரும்பாலும் இந்த உடைவு விவாதம் எதிலும் நான் பங்கெடுத்துக் கொள்ள மாட்டேன். இந்தப் பிளவு வேலையில் பெரும்பகுதி கணபதி சங்கத்தில்தான் நடக்கும். நான் அந்த சங்கத்தில் முழு நேர ஊழியர். அப்பு அங்கு வருவார். தீக்கதிர் பத்திரிகை ஆரம்பிக்கிறது உள்பட அங்குதான் ஏற்பாடு நடந்தது. நான் எதிலும் கலந்துகொள்ள மாட்டேன். எல்லோரும் என்னைக் கிண்டல் செய்வார்கள் 'என்னப்பா தலைவர் பாக்காமயே போயிட்டிருக்காப்ல இருக்கு' என்கிற மாதிரியெல்லாம் சொல்வார்கள். நான் இதையெல்லாம் பொருட்படுத்தாமல் கட்சி இப்படி உடைகிறதே எனக் கவலைப்படுவேன். அப்போது நான் பீளமேடு சிங்காநல்லூர் ஏரியாக் கமிட்டியில் இருக்கிறேன். பஞ் சாயத்து யூனியன். அப்போது முனிஸிபாலிட்டி இல்லை. இந்தக் கமிட்டியில் எஸ். கண்ணன்தான் செயலாளர்.

நான் கமிட்டியில் இருக்கிறேன. இந்தப் பிரச்சினையெல்லாம் கமிட்டிக்கு வரும்போது நாம் வீணாகப் பிரச்சினை பண்ணிக்கொள்ள வேண்டாம். நாம் ஒன்றாகச் செயல்படுவோம் என ஒரு முடிவு செய்திருந்தோம். அந்தச் சூழ்நிலையில் ஏ.கே.கோபாலன் கோயமுத்தூருக்கு வருகிறார். உப்பிலிபாளையத்தில்தான் கூட்டம் நடத்த வேண்டும் என எல்லோரும் சொன்னார்கள். 'ஏம்ப்பா இப்பிடியிருக்குதே நாம கூட்டம் நடத்துனா என்னாச்சும் பிரச்சின வருமா? என்ன பண்றது? ஏ.கே.கோபாலன் சென்ட்ரல் கமிட்டி மெம்பர். அவரொன்னும் கட்சிய விட்டுப் போகல அதனால் கூட்டம் நடத்தலாம்' என எல்லோரும் சொன்னார்கள். அதிலிருந்து என்னால் மீள முடியவில்லை. சரி நடத்தலாம் என நான் கண்ணனிடம் பேசினேன் 'ஏம்ப்பா இந்த மாதிரி அவுரு வர்ராரு. தோழர்கள் எல்லாம் விரும்பறாங்க. அதனால கூட்டம் நடத்த வேணும்' என அவரிடம் பேசினேன். அவர் அது சாத்தியமில்லை. கட்சியைப் பிளப்பதற்குத்தான் அவர் வருகிறார். நான் அதை ஒத்துக்கொள்ள மாட்டேன் என்று சொல்லிவிட்டார்.

நான் யோசனை செய்தேன். எல்லோரும் உணர்ச்சி வசப்படுகிறார்கள். சரி, இங்கிருக்கிற தோழர்களோடு பேசி கட்சி சார்பில் கூட்டத்தை நடத்த வேண்டாம். உப்பிலிபாளையம் மேற்கு வீதியில் ஜீவா மன்றம் என ஒன்று ஆரம்பித்து, ஜீவா மன்றத்தின் சார்பில் ஏ.கே.கோபாலன் கூட்டம் நடத்துவோம். பிற்பாடு சௌரிபாளையத்தில் அவருக்கு வரவேற்பு கொடுப்பது என ஏற்பாடு செய்தோம். உப்பிலிபாளையத்தில் பொதுக்கூட்டம். திடீரென ஏற்பாடு செய்தோம். தோழர். கந்தசாமியோடு காரெடுத்துக் கொண்டு ஏ.கே.ஜியை கூட்டிக்கொண்டு நான் வருகிறேன்.

சவுரிபாளையம் வந்தால் கொடிமரம் போட்டு, பெஞ்சில் தேங்காய் பழம் எல்லாம் வைத்து, 200—300 பேரிருக்கும் வரையிலான கூட்டம். எல்லோரும் சுற்றிலும் நிற்கிறார்கள். ஆனால் அந்தப் பக்கம் யாரும் வராமல் நிற்கிறார்கள். ஏ கே.ஜி. வந்து இறங்கின உடன் அந்தக் கொடி ஏற்றுவதற்கு உள்ளூர்காரர் எவராவது ஏற்பாடு செய்ய வேண்டுமில்லையா? உள்ளூர்க்காரர்களுக்கு எல்லாம் பயம். கட்சி நடவடிக்கை எடுத்துவிடும் என ஒருபக்கம் மிரட்டல். இந்த மிரட்டலை மீறி நான் செயல்பட ஆரம்பிக்கிறேன். தோழர்கள் யாரும் வந்து எடுத்துக் கொடுக்கிற மாதிரியோ, செய்கிற மாதிரியோ இல்ல. நானே நேரடியாகக் கூட்டத்தை விலக்கிக் கொண்டு உள்ளே நுழைந்தேன். ஏ.கே.ஜி. பின்னால் வந்தார். மாலையெல்லாம் போட்டு அவரைக் கொடியை ஏற்றச் சொன்னேன். கொடியேற்றின உடனே எல்லோரும் கைதட்டினார்கள். எல்லோரும் ஏ.கே.ஜிக்கு ஜே போட்டார்கள். அவர் 10 நிமிஷம் பேசினார். பேசி முடித்துவிட்டு, உப்பிலிபாளையத்தில் அன்று பிரமாண்டமான கூட்டம் நடந்தது.

அந்தக் கூட்டம் நடந்த மறுநாள் எனக்குக் கட்சியிலிருந்து கண்ணன் நோட்டீஸ் கொடுத்துவிட்டார். கட்சியைப் பிளவுபடுத்த அவர்கள் வருகிறார்கள். கட்சிப் பிளவு வேலையில் நீங்கள் ஈடுபடுகிறீர்கள். உங்கள் மேல் ஏன் நடவடிக்கை எடுக்கக் கூடாது என்கிற நோட்டீஸ். அது வரையிலும் நான் இதை நினைத்துப் பார்த்திருக்கவேயில்லை. நான் உணர்ச்சிவசப்பட்டுப் போனேனா அல்லது கொள்கை ரீதியில் பிடித்துப்போய் போனேனா என்று இப்போது என்னால் சொல்ல முடியவில்லை. நான் உணர்ச்சிவசப்பட்டு, ஏ.கே.கோபாலன் போன்ற ஒரு பெரும் தலைவரை, அகில இந்தியத் தலைவரை, தமிழ்நாடு கம்யூனிஸ்ட் கட்சி வளர்ச்சியில ஒரு முக்கியப் பங்காற்றிய தலைவரை, அவரை வைத்துக் கூட்டம் நடத்தக் கூடாது எனச் சொல்லி, மீறி நடத்தினால் நமக்கு நோட்டீஸா? இனி என்ன வேண்டிக் கிடக்கிறது, நடக்கிறது நடக்கட்டும் என நான் இறங்கி வேலை செய்யத் தொடங்கினேன். கட்சியை விட்டு நீக்கினார்கள். இப்படித்தான் நான் சி.பி.எம்.முக்குப் போனேன்.

• கோயமுத்தூர் மில் தொழிலாளிகள் சங்க நடவடிக்கைகளிலும் நீங்கள் நிறையப் பிரச்சினைக்கு உள்ளாகியிருக்கிறீர்கள. உங்களுடைய மில் தொழிலாளர்கள் சங்க அனுபவங்கள் பற்றிச் சொல்லுங்கள். ஏன் அதிலிருந்து விலகிக் கொண்டீர்கள்?

மில் தொழிலாளிகள் சங்க நடவடிக்கைகளில் புரட்சிகரமான நடவடிக்கைகள் முழுமையாக இல்லை. தீவிரமான நடவடிக்கைகள்

எல்லாம் செய்ய மாட்டார்கள். பேச்சுவார்த்தைக்குப் போவது, மற்ற சங்கங்களோடு சேர்ந்துகொண்டு அதைச் செய்வது இதைச் செய்வது என்று இருந்தார்களேயொழிய, தனித்தன்மையோடு எதையும் செய்வதில்லை. அந்த அதிருப்தி எல்லாம் இருந்தது. கட்சிரீதியான நடவடிக்கையென்று வந்த பின்னால் எனக்கு வேறு வழியில்லை. நான் எதிர்த்து வேலை செய்ய வேண்டி வந்தது. சிங்காநல்லூர் ஏரியாவுல கட்சி அலுவலகமே நம்மிடம் இருந்தது. சக்கரைச் செட்டியார் இல்லம். அவர்களால் அதனைக் கைப்பற்ற முடியவில்லை.

சி.பி.எம். கட்சி ஆரம்பித்து நடந்து கொண்டிருந்தபோது 1967இல் தேர்தல் வந்தது. அதற்கு முன்பாக கேரளாவில் தேர்தல் நடந்தபோது மூணாறெல்லாம் போய் தேர்தல் வேலை செய்தேன். நான், குமாரவேலு என இப்படிச் சில தோழர்கள் இங்கு வேலை செய்து கொண்டிருந்தோம். அப்போது நான் இன்ஜினீயரிங் சங்க பொறுப்பிலிருந்து ரிலீவ் ஆகிவிட்டேன். மார்க்சிஸ்ட் கம்யூனிஸ்ட் கட்சி சிங்காநல்லூர் கமிட்டி செயலாளராக இருந்தேன். மாவட்ட நிர்வாகக் குழு உறுப்பினராகவும் இருந்தேன். தேர்தலின்போதே கட்சிக்குள் தீவிர உணர்ச்சிகள் வந்துவிட்டது. தோழர் அப்பு போன்றவர்கள் முன்வைத்த சோவியத் கட்சி மேலான அதே விமர்சனம, மார்க்சிஸ்ட் கட்சி மேலும் திரும்பியது. சி.பி.எம். திருத்தல்வாதக் கட்சி என்றார். நக்சலிசம் பற்றிப் பேசினார். எனக்கு ரொம்பவும் ஊசலாட்டம். என்னடா இது, ஏற்கனவே ஒரு உடைப்பு. இப்பவும் ஒரு உடைப்பு என ரொம்பவும் கவலை கொண்டேன்.

தோழர். மருதாசலத்தை காரமடை தொகுதியில்தான் நிறுத்த வேண்டும் என கட்சிக்குள் நாங்கள் கேட்டோம். கட்சித் தலைமை பேரூரில்தான் நிறுத்த வேண்டும் என்றது. ஒரு பிளவுக்குப் பின்னால் கட்சித் தலைமையை மீறுவது என்பது ரொம்பவும் சாதாரணமான உணர்வாகப் போனது. தலைமைக்கு எதற்காகக் கட்டுப்பட வேண்டும் எனும் உணர்வு வந்தது. அன்றைக்கு உடைத்தோம், இப்போது நாம் நினைக்கிற கொள்கைக்காக ஏன் செய்யக் கூடாது என்று நினைத்தோம். வி.பி.சிந்தன். கோவைக்கு வந்தார். கட்சித் தலைமையில் பேசி மருதாசலத்தை முடிவு பண்ணிவிட்டார்கள். நமக்கும் தலைமைக்கும் முரண்பாடு. நமக்குக் கொடுக்கிறதை விடவும் சீனிவாசனுக்கு ரொம்பவும் முக்கியத்துவம் கொடுத்தது தலைமை. ஆனால் கீழ்நிலையில் நாம்தான் வேலை செய்ய வேண்டும். மருதாசலத்தை நிறுத்தி விட்டதால் பிரச்சினை இல்லாமல் போய்விட்டது. ஆனால், நமக்கு நிதி ஆதாரம் மாதிரி

விஷயங்களில் ரொம்பவும் நெருக்கடி உண்டாக்கி விட்டார்கள். அப்பக் கட்சிக் கூட்டணி இருந்தது. வேலுச்சாமி தேர்தலில் நின்றதால் எனக்குப் பிரச்சினை இல்லாமல் போனது. தேர்தல் செலவு முழுவதும் அவர்களே ஏற்றுக் கொண்டதால் நான் தேர்தல் வேலை செய்தேன்.

• **மார்க்ஸிஸ்ட் கட்சி உடைந்த போது நீங்கள். நக்ஸலைட் அரசியலை முன்வைத்த எல்.அப்பு, கண்ணாக்குட்டி, குமாரவேல், எல்.ஜி.கீதானந்தம் போன்றவர்கள் துவங்கிய தமிழக மில் தொழிலாளர் சங்கத்திற்குப் போனீர்கள். புரட்சிக்கனல் போன்ற பத்திரிகைகளை எல்.அப்பு நம் வீட்டிற்குக் கொண்டுவந்து கொடுத்தார். போலீஸ் வந்தபோது அதை என்னை அட்டாலியில் போடச் சொன்னதெல்லாம் இன்னும் எனக்கு ஞாபகம் இருக்கிறது. உப்பிலிபாளையம் பத்ரகாளியம்மன் கோயிலில் விடிகாலை இரண்டு மணிக்கெல்லாம் பிள்ளையார் கோயில் மேடையில் எஸ்.என். நாகராஜனும் நீங்களும் விவாதித்துக் கொண்டிருந்ததை நான் சிறுவனாக அருகிலிருந்து பார்த்திருக்கிறேன். அந்த அனுபவங்கள் குறித்துச் சொல்லுங்கள்.**

தேர்தல் முடிந்த உடனே எல்.அப்பு மற்றவர்களெல்லாம் தமிழக மில் தொழிலாளர் சங்கம் என ஆரம்பிப்பது என முடிவு செய்துவிட்டார்கள். எல்.அப்பு, கண்ணாக்குட்டி, ஷெரீப், கீதா எல்லோரும் இப்படி முடிவு செய்துவிட்டார்கள். அப்போது நான் அவர்களோடுதான் இருககிறேன். அப்பு, நாகராஜன் எல்லோரும் வீட்டுக்கு வருவார்கள். எனக்கு அப்போது ஊசலாட்டம். என்னாடா, அப்பவும் உடைப்பு. இப்பவும் உடைப்பு. என்னதான் ஆகப் போவது, தெரியலையே என நான் ஒதுங்கிக் கொண்டேன். கொஞ்ச நாளைக்கு கட்சி வேலையே வேண்டாம் என்கிற மாதிரி நான் ஒதுங்கி விட்டேன் வீட்டோடு இருந்துகொண்டு ஒரு வருஷ காலம் நான் கட்சி வேலைக்கே போகவில்லை.

அதற்குப் பின்னாடிதான் பி.கே.ராமசாமி வரச் சொன்னார் எனப் பார்க்கப் போனேன். அவருடன் பேசினேன். ‘சரி.சும்மா ஏம்பா இருக்கிற? அந்தக் கட்சீலயும் முரண்பாடு.

கட்சி ஒடஞ்சு என்ன ஆயிட்டது? நாட்டுல புரட்சி ஏதாச்சும் வந்திட்டுதா?’ என்றார். மறுபடி நான் இந்தியக் கம்யூனிஸ்ட் கட்சிக்குப் போனேன். உடைப்பு. அப்புறம் உடைப்பு. அப்புறமும் நக்சலைட் உடைப்பு. எனக்கு விரக்தியாக இருந்தது. ஒதுங்கியிருந்தேன. அப்புறம் மறுபடி யோசனை பண்ணி இந்தியக் கம்யூனிஸ்ட் கட்சிக்குப் போனன்.

• தமிழக மில் தொழிலாளர் சங்கத்திலிருந்து ஏன் மறுபடி இந்தியக் கம்யூனிஸ்ட் கட்சிக்குப் போனீர்கள்? இந்தியக் கம்யூனிஸ்ட் கட்சியின் தொழிற்சங்க அமைப்பிலிருந்து ஏன் விவசாயத் தொழிலாளிகள் சங்க அமைப்பை உருவாக்கப் போனீர்கள்? அந்த அனுபவங்கள் என்ன?

இந்தியக் கம்யூனிஸ்ட் கட்சிக்குப் போன பின்னாடி அதுவரை அங்கு இன்ஜினீயரிங் அரங்கத்தில் சங்கம் கிடையாது. நான் வெளியில் இருந்ததனால, நல்ல தலைமை இல்லாததினால் சங்கம் உருவாக்க முடியவில்லை. சில தொழிற்சங்கத் தலைவர்கள் காசு வாங்கி கெட்ட பெயரானதால் தொழிலாளி யாரும் இவர்களை நம்பி வரவில்லை. நான் போன பின்னாடி முயற்சியெடுத்து ஏ.ஐ.டி.யூ.சி. இன்ஜினீயரிங் சங்கத்தை உருவாக்கினோம். இங்கேயும் பிரச்சினைதான். மில் தொழிலாளர் சங்கத்தில் முழு நேர ஊழியராகக் கொஞ்சநாள் போட்டார்கள். இப்போது அதையெல்லாம் சொன்னால் கட்சியையே பகிரங்கமாக விமர்சனம் செய்கிறார் எனச் சொல்வார்கள். தொழிற்சங்க இயக்கத்துக்குள் எல்லோரும் தொழிலாளி வர்க்கத்துக்கு நம்பகத்தன்மையுள்ள ஆட்களாக இருக்கிறதில்ல. மேனேஜ்மென்ட்டோடு காம்ப்ரமைஸ் செய்து கொள்வார்கள். தொழிலாளிகளாகவே அவங்க சொல்றதுக்கு அடிபணிய வேணும் என்கிற மாதிரி வற்புறுத்திப் பிரச்சினைகளை உருவாக்குவார்கள். இந்த மாதிரிப் போக்கெல்லாம் இருந்தது. அதெல்லாம் எனக்குப் பிடிக்கவில்லை. நான் அப்படி வளர்ந்ததினாலே அதுதான் எனது உணர்வாக இருந்தது. அதனால் ஒத்து அவர்களோடு காம்பரமைஸ் செய்து கொண்டு போக முடியவில்லை. அப்போது பகிரங்கமாக — பி.கே.ராமசாமிதான் அப்போது தலைவர் — அவரிடம் சொல்லிவிட்டேன். என்னால் இவர்களோடெல்லாம் காம்ப்ரமைஸ் செய்து வேலை செய்ய முடியாது எனும் நிலைக்கு வந்தேன். இடத்துக்கு இடம் முதலாளிகளிடம் ஒன்று பேசுகிறார்கள், தொழிலாளிகளிடம் ஒன்று பேசுகிறார்கள். நாம் இல்லாதபோது சமரசம் செய்து கொள்வார்கள். இருக்கும்போது பெரிய புரட்சிக்காரர்கள் மாதிரி பேசுவார்கள். இதுவெல்லாம் எனக்குப் பிடிக்கவில்லை. நான் கிராமப்புறத்தில நானாகப் போய் இயக்க வேலை செய்ய விரும்புகிறேன் என பி.கே. ராமசாமியிடம் சொன்னேன். நானாகவே விரும்பித்தான் பல்லடம் ஏரியாவுக்கு கட்சி வேலை செய்யப் போனேன்.

மாவட்டம் பூராவும் விவசாயச் சங்கத்துக்கு நான் பொறுப்பாயிருந்து வேலை செய்தேன். பொங்கலூர் ஏரியாவில் பலமான விவசாய சங்க அமைப்பு. பல்லடம் ஏரியாவில் அப்போது இரண்டு

இடைத்தேர்தல்கள் வந்தது. பல்லடம் வட்டாரத்தில் 10 கட்சிக் கிளைகள் உருவாக்கினேன். அங்கிருந்த தோழர் ஒருத்தரையே செயலாளராகப் போட்டு நான் இங்கிருந்து கவனிப்பது மாதிரித்தான். நான் எங்கேயும் போய் நானாகவே என்னைத் தலைவராக முன்னிறுத்திக் கொள்வது இல்லை. பொங்கலூர் ஏரியாவில் கட்சிக் கிளைகளும் விவசாயத் தொழிலாளர் சங்க அமைப்பும் உருவாக்கினேன். மாவட்ட விவசாயத் தொழிலாளர் சங்கச் செயலாளராக இருந்த அதே காலத்தில்தான் கட்சி நிர்வாகக் குழு உறுப்பினரானேன். அப்போது மாவட்டக் கட்சி அலுவலகப் பொறுப்பாளராயிருந்த பி.நாராயணன் இறந்து விட்டார். பிற்பாடு நான் கோவை மாவட்டக் கட்சி அலுவலகப் பொறுப்பாளராக ஆனேன். இந்தியக் கம்யூனிஸ்ட் கட்சிக்குள்ளும் குழுக்களும், கோயமுத்தூர் கட்சிக்குள் மறுபடி குழுக்களும் தத்துவார்த்தப் பிரச்சினைகளும் தோன்றின.

• இந்தியக் கம்யூனிஸ்ட் கட்சி தமிழகத்தில் இரண்டாக உடைந்த போது நீங்கள் எம்.கல்யாணசுந்தரம் அணியின் பக்கம் சென்றீர்கள். இதற்கான காரணம் என்ன?

தா.பண்டியன் எம்.கல்யாணசுந்தரம் பக்கம். மற்றவர்கள் பா.மாணிக்கம் பக்கம். இந்தப் போராட்டம் தொடர்ந்து தீவிரமாகி அவர்கள் மேல் நடவடிக்கை எடுக்கிற நிலைமைக்கு வந்தது. நடவடிக்கை எடுக்கிற வரைக்கும் கோவை மாவட்டத்திலிருக்கிற பெரும்பான்மையான தோழர்கள, மாவட்டக் குழுவிலே இருக்கிறவர்கள், சங்க நிர்வாகிகள் எம்.கல்யாணசுந்தரம் ஆதரவாளர்களாகக் கட்சிக்குள் போராடிக் கொண்டிருந்தார்கள். கட்சியில் நடவடிக்கை என வரும்போது அவர்களெல்லாம் பின்வாங்கி விட்டார்கள். நான் அவர்களிடம் எல்லாம் பேசினேன். 16 பேரை மொத்தமாகக் கட்சியிலிருந்து சஸ்பெண்ட் செய்திருக்கிறீர்கள். அப்படியே பிரச்சினை இருந்தாலும் ஒன்றாக இப்படி சஸ்பெண்ட் செய்தால் கீழிருக்கிற தோழர்கள் கலகம் செய்வார்கள். கட்சி பிளவுபடும். இந்த நடவடிக்கை ரொம்பவும் தவறான நடவடிக்கை. ரொம்பவும் அதி தீவிரமான நடவடிக்கை. நம்மைப் பொறுத்தவரைக்கும் கோயமுத்தூர் மாவட்டத்தில் நாம் கமிட்டியில் பெரும்பான்மையாக இருக்கிறோம். நாம் ஒரு தீர்மானம் போடலாம். 16 மாவட்டங்களில் தோழர்கள் மத்தியில் செல்வாக்குள்ள தலைவர்களை சஸ்பெணட் செய்வது கட்சிக்குள் பிளவை உருவாக்கும். அதனால் கட்சி பாதிக்கப்படும். அதனால் இந்த நடவடிக்கையை மறுபரிசீலனை செய்ய வேண்டும் என நமது மாவட்டக்குழுவில் ஒரு தீர்மானம் போடலாம். நாம் இப்படித்

தீர்மானம் போட்டாலே மேல இருக்கிறவர்கள் கொஞ்சம் சிந்திக்க வாய்ப்பேற்படும். அப்போதுதான் நாம் அவர்களைக் காப்பாற்ற முடியும். இப்படித்தான் உள்கட்சிக்குள் போராட முடியும் என்று சொன்னேன. என்ன கட்டுப்பாடு, என்னத்தைக் கிழித்து விட்டீர்கள் என்று இப்படித்தான் நான் பேசினேன். இதுவரையிலும் அவர்களோடு சேர்ந்து கொண்டு ஆட்டம் போட்டீர்கள். சஸ்பெண்ட செய்த உடனே நீங்கள் பின்வாங்குகிறீர்கள், என்ன நியாயாம் இது. இது சரியில்லை. இப்படி ஒரு தீர்மானம் போட வேண்டும் என நான் வலியுறுத்தினேன. அவர்கள் ஒத்துக்கொள்ளத் தயாரில்லை. இந்தச் சூழ்நிலையில் என்னுடைய மனம் ரொம்பவும் பாதிக்கப்பட்டிருந்தது. எம்.கல்யாணசுந்தரம் போன்ற தலைவர்களையெல்லாம் கட்சியிலிருந்து சஸ்பென்ட் செய்வதை என்னால் ஏற்றுக்கொள்ள முடியவில்லை. நான் கட்சிக்குள்ளிருந்து கொண்டே பிரச்சினை செய்கிறேன் என்கிற மாதிரி இருக்க வேண்டாம். பகிரங்கமாவே நாளையிலிருந்து நான் எம். கல்யாணசுந்தரம் பக்கம்தான். அதற்காக நான் வேலை செய்வேன் என முடிவு செய்துகொண்டேன்.

• காங்கிரஸ் கட்சியினுடைய தேசிய அரசியலிலிருந்து கம்யூனிஸ்ட் கட்சிக்கு நீங்கள் வந்தீர்கள். மக்களுக்கு கம்யூனிஸ்ட் கட்சிதான் விடுதலை தரும் என்று சொல்லி வந்தீர்கள். இதில் இரண்டு மூன்று விஷயங்கள் இருக்கிறது. கம்யூனிஸ்ட் கட்சி தொழிலாளியினுடைய பொருளாதாரக் கோரிக்கைக்காகப் போராடும். ஒடுக்கப்பட்ட மக்களுக்கான சமூக நீதிக்காகப் போராடும். சகலவிதமான ஒடுக்குமுறைகள், சாதிய ஒடுக்குமுறை, பெண்ணொடுக்குமுறை எனப் போராடும். அப்படிப் பார்க்கும் போது கம்யூனிஸ்ட் கட்சியில் எந்த அம்சம் உங்களை அதிகமாக ஆகர்ஷித்தது?

கிராமப்புற விவாசாயிகளைப் பொருத்து, கட்சியில் ஒற்றைப் பரிமாணப் பார்வைதான் பார்த்தார்களே தவிர, கிராமப்புறங்களில் அந்த மக்களை எப்படித் திரட்டி போராட்டங்களை நடத்துவது, அவர்கள் மீது இருக்கிற பல்வேறு சமூக ஒடுக்குமுறைகளை எப்படிப் போக்குவது என்கிற சிந்தனைகள் கட்சிக்குள் ரொம்பவும் குறைவு. இந்த மாதிரிப் பரந்த நாட்டில், இந்த ஆன்மீகக் கடவுள் உணர்வு, சாதிய உணர்வு, இது ரொம்பவும் வேரூன்றி இருக்கிறது. இதை கம்யூனிஸ்ட் கட்சி அணுகுவதில் ஒற்றைப் பரிமாணக் கண்ணோட்டம்தான் இருக்கிறது. மார்க்சியம் தொழிலாளி வர்க்கத்தை ஸ்தாபனரீதியாகத் திரட்டி, அதற்குத் துணை வர்க்கமாக விவசாயத் தொழிலாளர்களை ஸ்தாபன ரீதியாகத் திரட்டி, அதன் மூலமாகப் போராட்டம், புரட்சி நடத்த முடியும் எனும் அந்த ஒரு

கண்ணோட்டத்தில் தான் கிராமப்புறங்களைப் பார்த்தார்களே அல்லாமல், இந்த சாதியப் பிரச்சினைகள் எப்படி மக்கள் மத்தியில் ஊடுருவியிருக்கிறது, இதை எதிர்த்து எப்படிப் போராடி இதிலிருந்து எப்படி மக்களை விடுவிக்க முடியும், சாதிய உணர்வுகளை மாற்றுவதற்கு நாம கம்யூனிஸ்ட்டுகள் என்ன வகையில் போராட வேண்டும என்கிற விஷயத்தில் கட்சிக்குள் சரியான அணுகுமுறை இல்லை என்கிறதுதான் நான் பார்த்தது. திராவிட இயக்கத்தினர் இன உணர்வு விஷயங்களை எடுத்துக் கொண்டு பெரியாருடைய சமூக சீர்திருத்தக் கொள்கைகளைப் பேசினதால்தான் தாழ்த்தப்பட்ட மக்கள் அவர்களிடம் போனார்கள். கம்யூனிஸ்ட்டுகள் வர்க்க ரீதியாக, ஸ்தாபன ரீதியாகப் போராடி விடுதலை செய்ய முடியும் என்பதனைத்தான் பார்த்தார்களே அல்லாமல் சாதிய உணர்வு வேகம் பெற்றிருக்கிற இந்த நாட்டில் அப்படி ஒரே பார்வையில செல்வது கடினம் என்பதனை அவர்கள் முக்கியத்துவம் கொடுத்துப் பார்க்கவில்லை. இந்த முறையில் கம்யூனிஸ்ட்டுகள் பார்த்திருக்க வேண்டும். இன்று வரையிலும் அந்த நடைமுறை கிடையாது உணர்வு கிடையாது. கிராமப்புற மக்களைத் திரட்டுவது என்பது பற்றித் தீர்மானங்கள் போடுகிறார்கள். அறிக்கை விடுகிறார்கள். புத்தகங்கள் போடுகிறார்களே அல்லாமல் இன்றைக்கும் அந்த விஷயத்தில் ரொம்பவும் பின்தங்கித்தான் இருக்கிறார்கள்.

• விவசாயத் தொழிலாளர் இயக்கத்தைக் கட்டுவதில் நீங்கள் நிறைய வேலை செஞ்சிருக்கிறீர்கள். கூலி விவசாயிகள் இந்த நாட்டில் தலித் மக்கள்தான். விவசாயத் தொழிலாளர் சங்கத்தைக் கட்டும்போது உங்களுக்கு இரண்டு பிரச்சினைகள் வந்திருக்கும். விவசாயக் கூலித் தொழிலாளர்கள் தலித்துகளாக இருக்கிறதனால் விவசாயிகளாக நிலம் வைத்திருப்பவர்கள் சங்கம் கட்டுவதற்க்கு எதிராக நிறையப் பிரச்சினைகள் கொடுத்திருப்பார்கள். மற்றது இந்த விவசாயத் தொழிலாளர் பிரச்சினையை ஏன் கம்யூனிஸ்ட் கட்சி முன்னெடுத்துக் கொண்டு போகவில்லை என்றால் கட்சியில் இருக்கிற பெரும்பாலுமானவர்கள் தலித் அல்லாத, அதே சமயத்தில் பார்ப்பனரும் அல்லாத மேல் சாதிக்காரரர்கள்தான் இருந்தார்கள். விவசாயக் கூலித்தொழிலாளர்களை அணிதிரட்டும் போது உங்களுக்கு வந்த பிரச்சினை என்ன? ஏன் கட்சிக்குள் இதுபற்றி அக்கறை இல்லாமல் இருந்தார்கள் என நீங்கள் நினைக்கிறீர்கள்?

நிலம் இருக்கிறவர்கள் பூராவும் சாதி இந்துக்களாக இருக்கிறார்கள். அவன் கவுண்டராக இருப்பான். நாயுடுவாக இருப்பான். முதலியாராக இருப்பான். தாழ்த்தப்பட்ட சமூகத்தைச்

சேர்ந்தவர்கள் நிலம் இருக்கிறவர் யாருமே கிடையாது. பெரும் பாலான மக்கள் அவர்கள் பூராவுமே கூலி விவசாயிகள்தான். விவசாயத் தொழிலாளர் சங்க அமைப்பை பார்த்தோமெனில் இது ஒரு சாதி அமைப்பு என்கிற மாதிரியான தோற்றம் வரும். நாம பிரச்சினையைத் தத்துவார்த்த ரீதியாகப் பார்க்க வேண்டும். விவசாயிக்கும் விவசாயத் தொழிலாளிக்கும் என்ன உறவு? விவசாயத் தொழிலாளியின் உழைப்பு இல்லாமல் விவசாயம் பண்ண முடியுமா? இந்த விஷயத்தை கம்யூனிஸ்ட் இயக்கம் தத்துவார்த்த ரீதியாகக் கொண்டு போக வேண்டும். இந்த வகையில பலகீனங்கள் இருக்கிறது. அதனைச் செய்யாதது ஒரு மிகப் பெரிய தவறு என்பது என்னுடைய கருத்து. நான் என்னைப் பொறுத்த வரையிலும் கிராமங்களுக்குக் கூட்டங்களுக்குப் போனால் இதனைச் சுட்டிக் காட்டுவேன். விவசாயக் கூலித் தொழிலாளர்கள் இல்லாமல் விவசாயம் வளருமா? விவசாயினுடைய மூலதனமும் விவசாயத் தொழிலாளியினுடைய உழைப்பும் சேர்ந்துதான் உற்பத்தி வரும். ஆகவே, விவசாயம் விவசாயத் தொழிலாளியுடன் சகோதரத்துவத்துடன் இருக்க வேண்டும் என்று நான் சொல்வேன். பொங்கலூர் ஏரியாவில் இந்த மாதிரி பிர்ச்சினைகளில் தலையிட்டு நான் விஷயத்தைச் சுமூகமாக முடித்து வைத்திருக்கிறேன். பாரம்பரியமாக வருகிற சாதியப் பிளவு இருந்தாலும் கூட ஓரளவுக்குப் படிப்படியாக இரண்டு பேருக்கும் இடையில் உறவைக் கொண்டு வந்திருக்க முடியும். கட்சி தத்துவார்த்தரீதியில் இந்தப் பிரச்சினையை அக்கறையாகப் பார்க்கவில்லை. கம்யூனிஸ்ட் இயக்கம் இன்றைய கிராமப்புற மக்கள் மத்தியில் வேரூன்றாததற்கு இது முக்கியமான காரணமாக இருக்கிறது.

- **இதற்குக் காரணமே கம்யூனிஸ்ட் கட்சித் தலைமயில் இருக்கிறவர்கள்தான் என்று சொல்லலாமா?**

ஏதோ படிச்சு, தொழிலாளிகள் மத்தியில் வேலை செஞ்சு வரலாமே தவிர, மற்றபடி தாழ்த்தப்பட்ட சமூகத்தைச் சார்ந்தவர்கள் யாரும் தலைமைக்கு வர முடியாது. நம்முடைய கோயமுத்தூர் மாவட்டத்தில் தொழிற்சங்கத்தில் இருக்கிற ஆறுமுகத்தைத் தவிர, வேறு யாரையுமே சொல்ல முடியாது. பி.கே.ராமசாமி இருந்தபோது படிச்ச பையன் பொறுப்புக்கு வர வேண்டும் என்று வால்பாறையில் இருந்த ஆறுமுகம் இங்கு வந்தார். அப்புறம் பொருளாளராக ஆனார். அவருக்குப் பல பிரச்சினைகள் வந்தது. இருந்தாலும் தொழிலாளிகள் மத்தியில அவரோட செயலும் அணுகுமுறையும், அதனால் அவருக்கு மரியாதையும் இருந்ததனால் அவரை அப்புறப்படுத்த முடியவில்லை. அவருக்கும் பிரச்சினைகள்

வந்தது. ஆனால், தொழிலாளிகளைப் பொருத்து சாதிய உணர்வு ரொம்பக் குறைச்சலாக இருந்தது. ஆனால், கட்சி அதனை இன்னும் வளர்த்திருந்தால் அது இன்னும் குறைந்திருக்கும்.

• நீங்கள் சொல்கிறபடி இல்லையே, நான் கேள்விப்பட்ட வரைக்கும். ஒரே சமயத்தில் பல கம்யூனிஸ்ட் கட்சி உறுப்பினர்கள் தாமும் தமது மகன்களும் கம்யூனிஸ்ட் கட்சியிலேயும் இருக்கிறார்கள் கம்மவார் சங்கத்திலேயும் இருக்கிறார்கள். இதை நீங்கள் எப்படிப் பாரக்கிறீர்கள்?

இதுவெல்லாம் இப்போது கட்சிக்குள்ளே வந்திருக்கிற பிரச்சினைகள் அதனால்தான் நான் கம்யூனிஸ்ட் கட்சியைக் குற்றம் சாட்டுகிறேன். ஸ்தாபனத்தினுடைய செயல்முறையிலேயே தவறிருக்கிறது. கட்சிக் குடும்பத்தில் இருக்கிறவர்கள் படிக்க வேண்டும். படித்து அதற்குத் தகுந்த வேலைக்குப் போக வேண்டும். அதனை நான் தவறு எனச் சொல்லவில்லை. ஆனால் கட்சியே வந்து எதிரி வர்க்கத்துக்குப் போவது சரி என்று சொல்ல முடியாது. இங்கு எடுத்துப் பார்த்தால் ஒரு சிலரைத் தவிர பெரும்பாலான கட்சிக் குடும்பங்களில் இருக்கிறவர்கள் யாருமே கம்யூனிஸ்ட் கட்சிப் பக்கம் வருவதில்லை. இன்று அல்ல, பத்து இருபது வருஷங்களாகவே நான் பார்க்கிறேன். நம்மைப் பொருத்தவரை மூன்றாவது தலைமுறைகூட கம்யூனிஸ்ட் அனுதாபிகளாத்தான் இருக்கிறார்கள். இதற்கு மேலிருந்து கீழ்வரையிலும் பொறுப்பெடுக்க வேண்டும். இப்போது படித்து இரண்டாவது தலைமுறைத் தலைவர்களாக வந்திருக்கிறவர்களில் கட்சிக் குடும்பத்தில் இருக்கிறவர்கள் யாரும் கிடையாது. அவரவர் படித்து நல்ல உத்தியோகத்துக்கும் ஸ்டேட்டசுக்கும் போகிறார்களே அல்லாது கட்சிக்குள் யாரும் வருவதில்லை.

• தொழிற்சங்க இயக்கத்தில் துரோகம் செய்தவர்கள், தமது சொந்த வாழ்வு நலனுக்கு அதனைப் பாவித்தவர்கள், தீவிரவாதம் பேசிக் கட்சியிலிருந்து வெளியேறிப் போனவர்கள் என்றெல்லாம் உங்களது போராட்ட வாழ்வின் கசந்த நொடிகள் பற்றிச் சொன்னீர்கள். ஏன் அவர்களைக் குறித்து வெளிப்படையாகப் பேச மறுக்கிறீர்கள்?

அவர்கள் ஒரு காலத்தில் சகலவற்றையும் இழந்து இந்தக் கம்யூனிச இயக்கத்திற்கு வந்தவர்கள். அவர்கள் தம் வாழ்வில் பிற்பாடும் நிறைய இழப்புக்களைச் சந்தித்தவர்கள். அவர்கள் ஒரு காலத்தில் எனது தோழர்களாக இருந்தவர்கள். அவர்களை அவ்வாறு உருவாக்கிய சந்தர்ப்பங்கள் பற்றித்தான் நான் கவலைப்படுகிறேனேயல்லாது, ஒரு போதும் எனது தோழர்களை

வெளிப்படையாக விமர்சித்து அவர்களது நினைவுகளுக்கு நான் துரோகம் இழைக்க மாட்டேன். இந்தக் கேள்விக்கு இதற்கு மேல் நான் பதில் சொல்ல விரும்பவில்லை.

• விவசாயிகளுக்கும் விவசாயித் தொழிலாளிகளுக்கும் சமரசம் செய்து வைத்திருக்கிறேன் என நீங்கள் சொன்னீர்கள் இந்தச் சமரசம் என்பது பொருளாதார ரீதியிலான சமரசமா அல்லது சாதி ரீதியிலான சமரசமா?

பொருளாதார ரீதியலான சமரசம்தான். சாதிய ரீதியிலான பிரச்சினை என்று வரும்போது இந்தப் பொருளாதார ரீதியிலான சமரசங்கள் காரணங்களினால ஆதிக்க சாதிய உணர்வுகள் கொஞ்சம் குறையும். இவர்களை ஒடுக்கியே ஆக வேண்டும் என்கிற உணர்வு குறையும். என்னுடைய அனுபவம் இது. இது பொருளாதார ரீதியிலான பிரச்சினை மட்டும் இல்லை. இதனைக் கட்சி பெரிதாக எடுத்துப் பரிசீலனை செய்தது இல்லை. சில சமயம் மாவட்டக் குழுவுக்குள்ளேயே ஒடுக்கப்பட்ட மக்களுக்கான இட ஒதுக்கீடு இருக்கவில்லை. இதனை எதிர்த்தெல்லாம் கட்சிக்குள் விவாதங்கள் வந்திருக்கிறது. தொடர்ந்து ஒதுக்கீடு கொடுக்கிறதன் மூலம் அவர்கள் மேலே போகிறார்கள். ஆகவே இட ஒதுக்கீடு பொருளாதார ரீதியாதாகத்தான் இருக்க வேண்டும் என்றெல்லாம் விவாதம் வந்திருக்கிறது. கமயூனிஸ்ட் இயக்கத்துக்குள்ளே அப்படிப்பட்ட உணர்வுகள் எல்லாம் இருக்கிறது. தாழ்த்தப்பட்ட சாதியைச் சார்ந்த ஒருவர் படித்து மேல்தட்டுக்கு வந்துவிட்டாரானால் மக்களோடான அவரது தொடர்பு அறுந்து விடுகிறது. அந்தச் சமூகத்தில் கீழ்த்தட்டில் இருக்கிற மக்களுக்கு அவரது உறவே இல்லாது போகிறது. அவரும் இங்கிருக்கிற மற்ற வர்க்கத்தோடு சேர்ந்து கொண்டு அவரும் உயர்ந்த சாதி என்கிற உணர்வைத்தான் காட்டுகிறார். இதையெல்லாம் கம்யூனிஸ்ட் கட்சி பார்த்து பிரச்சினைகளைத் தீர்க்க வேண்டியிருக்கிறது.

• இப்போது நீங்கள் சொல்கிறதைப் பார்க்கிறபோது கட்சிக்கு உள்ளேயும் சரி, வெளியேயும் சரி, கம்யூனிஸ்ட் கட்சி சாதிய ஒடுக்குமுறை சம்பந்தமாக பெரிதாக அக்கறை எடுக்கவேயில்லை, அப்படித்தானே?

அடியோடு எடுக்கவில்லை எனச் சொல்ல முடியாது. உதாரணமாக எடுத்துக் கொண்டால் தஞ்சை மாவட்டம். அங்கு விவசாயத் தொழிலாளர்கள் என எடுத்துக் கொண்டால் அவர்கள் தாழ்த்தப்பட்ட மக்கள்தான். அந்த மாவட்டத்தில் தீவிரமான போராட்டங்களை கம்யூனிஸ்ட் இயக்கம்தான் நடத்தியிருக்கிறது.

அந்தப் போராட்டம் வழிவழியாக வந்ததனால்தான் கிழக்குத் தஞ்சையில் கம்யூனிஸ்ட் கட்சி வேரூன்றி இன்றைக்கும் பலமாக இருக்கிறது. சாதிய ஒடுக்குமுறையை எதிர்த்துப் பரவலாக போராட்டம் நடத்த வேண்டும். அதனைச் சித்தாந்த ரீதியில் கம்யூனிஸ்ட்டுகள் செய்தார்களா என்றால், இல்லை.

• கோயமுத்தூர் மாவட்டத்தை எடுத்துக் கொண்டாலும் இங்கேயும் விவசாயக் கூலித் தொழிலாளர்கள் பெரும்பாலும் தலித் மக்கள்தான். இப்போது உப்பிலிபாளையத்திலிருந்து பீளமேடு வரைக்கும் ஊருக்கு வெளியில்தான் அவர்கள் இருக்கிறார்கள். கம்யூனிஸ்ட் கட்சிகள் நிறைய அடிதடிக்கெல்லாம் அவர்களை உபயோகப்படுத்தியிருக்கிறது. ஆனால், அவர்கள் கட்சித் தலைமைக்கு உள்ளே வராததற்கு இங்கிருக்கிற கம்யூனிஸ்ட் கட்சிக்குள் இருக்கிற கவுண்டர்கள், நாயுடுக்கள் ஆதிக்கம் இருந்தது ஒரு காரணம் என்று சொல்லலாமா?

கட்சிக்குள் சாதிய உணர்வுகள் இல்லை என அடியோடு மறுக்க முடியாது. ஆனால் மேலாதிக்கம் நடத்த முடிந்ததா என்றால், கோயமுத்தூர் மாவட்டத்தைப் பொருத்தவரைக்கும் உள்கட்சிக்குள் போராட்டங்கள் நடந்து கொண்டேதான் இருந்திருக்கிறது. ஒரு குறிப்பிட்ட காலகட்டத்தில் கோவை மாவட்டத்தில், சொக்கம்புதூர், பள்ளபாளையமம, உப்பிலிபாளையம் போன்ற ஊர்களில் பெரும்பாலும் தேவேந்திர குல வேளாள சமூகத்தைச் சேர்ந்தவர்கள்தான் கட்சியில் முக்கியமான பொறுப்புகளில் இருந்திருக்கிறார்கள். மாவட்டக் குழுவில் தோழர். மருதாசலம் இருந்தார். நஞ்சப்பன் மில் தொழிலாளர் சங்கத் தலைவராகவே இருந்தார். ஆனால், அருந்ததியர் சமூகத்தை அணுகிறதில் பலவீனம் இருந்திருக்கிறது.

உப்பிலிபாளையத்தில் அருந்ததியர்கள் ஒரு கணிசமான பகுதி. மார்க்ஸிஸ்ட் கம்யூனிஸ்ட் கட்சி ஒரு குறிப்பிட்ட சக்தியாக அங்கு உருவாகியிருக்கிறது. எம்.ஜி.ஆரினுடைய கலையும் பட்டுக்கோட்டையாரினுடைய பாடல்களும் கிராமப்பற மக்கள், தாழ்த்தப்பட்ட மக்கள் கணிசமாகத் திரளுவதற்குக் காரணமாக இருந்திருக்கிறது. அதை மறுக்க முடியாது. கம்யூனிஸ்ட்டுகள் அதனை மறந்து விட்டார்கள். ஆரம்பத்தில் நாடகங்கள் நடத்துவார்கள். ராமமுர்த்தி, ரமணி, பி.கே.ராமசாமி போன்றவர்கள் நாடகம் நடத்தியிருக்கிறார்கள். ‘கந்தரகோளா மில் கோவாப்ரடிவ் ஸ்டோர்’ என்று கிண்டல் நாடகங்கள் போட்டார்கள். இவர்களுடைய நாடகங்களில் நானும் நடித்திருக்கிறேன். அதுக்குப் பிறகு அந்தத் துறையினை அநேகமாகக் கைவிட்டுவிட்டார்கள்.

• நீங்கள் கம்யூனிஸ்ட் கடசிக்கு இளம் வயதிலேயே போய்விட்டீர்கள். பெரிதாக வேலையும் இல்லை. தொழிற்சங்கத்திலேயும் இருந்திருக்கிறீர்கள். முதலில் வருமானம் பெரும் பிரச்சினை. ஐந்து குழந்தைகள். அதில் அம்சவேணி என்ற ஒரு குழந்தை வைத்தியம் பார்க்க முடியாமல் இறந்தது. மரபு ரீதியிலான அர்த்தத்தில் நீங்கள் குடும்பத்தைச் சரியாகப் பராமரிக்கவில்லை. இந்த முரண்பாடுகளை நீங்கள் எப்படித் தீர்த்துக் கொண்டீர்கள்?

சமரசம் மூலமாகத்தான் தீர்த்திருக்கிறேன். சில சமயங்களில் வீட்டுக்கே வராமல் இருந்திருக்கிறேன். நாலைந்து நாட்கள் பாப்பநாய்க்கன்பாளயம் சங்கத்திலேய படுத்துக் கொண்டுவிட்டேன். வீட்டில் நெருக்கடி. வருமானம் இல்லை. வீட்டுக்குப் போனால் பேச்சு. அதற்காக நான் வீட்டுக்கே வரவில்லை. பஞ்சாலையிலிருக்கிற பெண்கள் நாலைந்து பேர் சேர்ந்து சங்கத்துக்கே வந்துவிட்டார்கள். ஏன் வீட்டுக்கு வரவில்லை எனக் கேட்டு வந்தார்கள். நான் வர வேண்டாம் என்றெல்லாம் இருக்கவில்லை, வருகிறேன் என்றேன். வேறேதும் சொல்ல முடியாதில்லையா? பிற்பாடு நான் வீட்டுக்குப் போனேன். ஆனால், கட்சி இந்த மாதிரி நெருக்கடிகளையெல்லாம் பரிசீலித்துச் செயல்படுகிறார்களா என்றால் அந்த மாதிரியெல்லாம் கிடையாது. தோழர் வடிவேலு போராடியதால் பயனியர் மில்லில் அவருக்கு வேலை போனது. கடுமையான குடும்பப் பாதிப்புக்கு உள்ளானார்.

அப்புறம் அவருக்கு கங்கா டெக்ஸ்டைலில் வேலை வாங்கிக் கொடுக்கப்பட்டது. அப்படிச் சில காரியங்களும் செய்கிறார்கள். நான் வந்து பல இடங்களில் வேலை இழந்திருக்கிறேன். இதற்குப் பிறகுதான் சங்க நிர்வாகிகள் யோசித்து என்னை முழுநேர ஊழியராக்குவது என்று முடிவுக்கு வந்தார்கள். ஆனால், கம்யூனிஸ்ட் கட்சியில் வந்த பாதிப்புக்களையே தங்களுக்காகப் பயன்படுத்திக் கொண்டவர்கள் இருக்கிறார்கள். என்னைப் பொருத்து இதையெல்லாம் நான் உறுதியாக எதிர்த்துப் போராடியிருக்கிறேன். இதனால் பல சமயங்களில் கட்சிப் பொறுப்புகளிலிருந்து நான் புறக்கணிக்கப்பட்டிருக்கிறேன். இந்த மாதிரியான விஷயங்களைக் கிளப்புவதனால் நான் இந்நிலைமைக்கு ஆட்பட்டேன். புறக்கணிப்பை எல்லாம் நான் ஒருபோதும் பொருட்படுத்துவதில்லை.

• அம்மாவைப் பொருத்தளவில், நீங்கள் பொருளாதார ரீதியிலான பல்வேறு பொறுப்புக்களை அவர்களுக்கு ஆற்றியிருக்கவில்லை. ஆனால், அரசியல் சார்ந்த பிரச்சினைகளில் அம்மா என்ன மாதிரி நிலைப்பாடு எடுத்தார்கள்?

அம்மா என்றுமே எனது அரசியலுக்கு இடைஞ்சலாக இருந்தது இல்லை. சில பிரச்சினைகள் வரும். சத்தம் போடும். இயக்கம் என்றால், ஆரம்ப காலத்திலிருந்தே மில் தொழிலாளர் சங்க உறுப்பினராக இருந்ததனால், அம்மாவுக்குத் தனது சொந்த நடவடிக்கைகளில் இருந்தே அந்தப் பற்றுதல் வந்திருந்தது. இது எனக்கு நிறையப் பிரச்சினைகள் கொடுக்காமல் காப்பாற்றியது.

இந்தப் பிரச்சினையில் இரண்டு அம்சங்கள் செயல் பட்டிருக்கின்றன. இந்தியக் குடும்ப அமைப்பில் என்னதான் புருஷன் பிரச்சினயானாலும் மனைவி குடும்பத்தைக் காப்பாற்றிக்கொண்டு போக வேண்டும் என்பது ஒன்று. இரண்டாவது அரசியல் நம்பிக்கையும் சேர்ந்திருக்கும்.

- **உங்களுக்கிடையில பிரச்சினை தீவிரமாக முற்றாததற்கு அரசியல் நம்பிக்கை முக்கியம் எனச் சொல்லாலமா? போதுமான வருமானமில்லாமல் உங்களுடைய பையன்களையும் மகளையும் சரியாகப் படிக்கவைக்க முடியவில்லை. குறிப்பாக பெரிய மகளை எஸ்.எஸ்.எல்.சி. பீஸ் கட்ட முடியாமல் பள்ளியிலிருந்து நிறுத்த வேண்டி வந்தது. இந்தச் சூழ்நிலைகளிலெல்லாம் நீங்கள் முன்னே சொன்ன மாதிரி உங்களது சக கட்சித் தோழர்கள் பலர் தொழிலாளர்களுக்கு துரோகம் செய்கிறவர்களாக ஆகியிருக்கிறார்கள். இத்தனை துயரங்களிலும் உங்களை அடிப்படைத் தார்மீகவாதியாக வைத்திருந்த வைராக்கியமான சித்தாந்தக் காரணம் அல்லது தனிநபர் தார்மீக வலிமைதான் என்ன? உங்களது கடைசிக் குழந்தை அம்சவேணி வைத்தியம் பார்க்க வசதியில்லாத நிலையில் இறந்த போது உங்களுடைய மனநிலை என்னவாக இருந்தது?**

அரசியல் நம்பிக்கைதான் முக்கியம். நம்முடைய எதிர்காலம் இந்த இயக்கத்தின் மூலமாக மேம்படும் என்கிற அந்த நம்பிக்கைதான் பிரதான காரணம்.

போராட்ட இலக்கியம் என்பது புதிய அனுபவம்
கா.சிவத்தம்பி

● **மானுடத்தின் ஒன்றுகூடல் பற்றி நீங்கள் கண்டவை அனுபவித்தவை பற்றி?**

அக்டோபர் மாதம் யாழ்ப்பாணத்தில் நடைபெற்ற மானுடத்தின் தமிழ் கூடல் எனும் இலக்கிய நிகழ்ச்சியை மிக முக்கியமான ஒன்றாக நான் பார்க்கின்றேன். முதலாவதாக அது ஈழத் தமிழர்களின் போராட்டத்தை வரைவிலக்கணம் செய்வது மாத்திரமல்லாது அந்தப் போராட்டத்தின் அடிப்படையான உந்து சக்தி எது, அது எவற்றை அவாவி நிற்கின்றது என்பதை எடுத்துக் கூறுவது மாத்திரமல்லாது, அவற்றை ஒட்டுமொத்தமாக உலகப் பொதுவான முறையில் எவ்வகையில் பார்க்க வேண்டும் என்பதையும் மானுடத்தின் தமிழ் கூடல் எடுத்துக் காட்டியது. தமிழ் எழுத்தாளர்கள் நடத்திய இந்த விழாவில் சிங்கள எழுத்தாளர்களும், முஸ்லிம் எழுத்தாளர்களும் பங்குபற்றினார்கள். அவர்களோடு அளவளாவுகின்ற, ஊடாட்டம் செய்கின்ற ஒரு வாய்ப்பும் கிடைத்தது. 25 வருடங்களாக, உக்கிரமான போராக நடந்துவந்த இந்த இனக்குழும பிரச்சினை அல்லது மோதுகையானது அடிப்படையில் தமிழ் மக்களின் உரிமைப்போர் என்பதுதான் அதில் உள்ள மிக முக்கியமான விடயம். அந்த உரிமைக்கான போராட்டம் எவ்வகையில் பல்வேறுபட்ட வகையில் போனது என்பதைப் பற்றியெல்லாம் ஆராயவேண்டி வந்தது.

இது அடிப்படையில் ஒரு உரிமைக்கான போராட்டம் என்பதும், அது மானிடப் போராட்டமாக அமைகின்ற தன்மை, ஏதோ பலவகைகளில் அடக்குமுறைகளுக்கு, ஒடுக்குமுறைகளுக்கு எதிராகப் போராடுகின்ற தன்மை, இவற்றையெல்லாம் நாம் வெறுமனே போராட்டம் என்று பார்க்கக் கூடாது. ஆங்கிலத்தில் 'ஸ்றகிள்' (struggle) என்றொரு சொல்லிருக்கின்றது. இது வெறும் சண்டையல்ல, இது ஒரு 'ஸ்றகிள்' இடர்களை எதிர்நோக்குகின்ற நீண்ட ஒரு போர் நிலை. யுத்தம் என்ற சொல்லையே நான் பயன்படுத்த விரும்பவில்லை. இது பார்ட் ஒஃப் எ ஹியுமன் ஸ்றகிள் மனித இடர்களை நோக்கிய நீண்ட போரினது, மோதுகையினது வெளிப்பாடாக வருகின்ற தன்மை. இவர்களை நாம் தனித்தனியே கவிஞர்களாகப் பார்ப்பது மாத்திரமல்லாது, யாழ்ப்பாணத்தின் புதிதாக மேற்கிளம்பி வருகின்ற அறிவுஜீவிகள் இந்த பிரச்சினைகளை

எவ்வாறு பதிவு செய்து கொள்கிறார்கள் என்பதற்கு இது நல்ல உதாரணமாகும். சேரனுடைய கவிதைகளோ, நுகுமானுடைய கவிதைகளோ ஜெயபாலனுடைய கவிதைகளோ உண்மையில் வரவிருக்கின்ற இந்தப் போராட்டத்திற்கான ஓர் அறைகூவலாக, அவற்றை வழிநடத்துவதாக அமைகின்றதைக் காணலாம்.

நான் இதைப் பல சிங்களவர்களுக்கு எடுத்துக்கூறியிருக்கின்றேன். இந்தப் போராட்டம் வெறுமனே சில இளைஞர்களால் தொடங்கப்பட்டதல்ல. சேரனுடைய கவிதைகளிலேயே 'நீ ஏன் போராடாமல் இருக்கிறாய்?' என்றிருக்கின்றது. நுகுமானின் கவிதைகளில் சொல்லப்படுகின்றது 'புத்தர் இறந்துபோனார் என்று'. பழைய சிங்கள நண்பனுக்கு ஜெயபாலன் எழுதிய கவிதைக் கடிதம், சிங்களத் தோழிக்கு சேரனுடைய கவிதை. அதுமாத்திரமல்ல. அந்த மாதிரியான இன்டலெக்சுவல் குழு ஒன்று வருகின்றது. பாதிக்கப்பட்டவர்கள், எழுதுகின்றார்கள். அதிலே சம்பந்தப்பட்டவர்கள் எழுதுகின்றார்கள். அதிலே சம்பந்தப்பட்டவர்கள்தான் போராளிகள். அவர்கள் தங்கள் அனுபவங்களை எங்களுக்குச் சொல்கின்றார்கள். இதுவும் எங்களுக்குப் புதிது. பாலஸ்தீனம் போன்ற இடங்களில் போராட்டத்தில் எது காணப்பட்டதோ, அந்த அனுபவம் நமக்கு வருகின்றது.

நான்கு வகையான எழுத்தாளர்கள் இந்த அனுபவத்தில் ஊடாக வந்து சேர்கிறார்கள். அவை ஒவ்வொன்றுமே தமிழ் இலக்கியத்திற்கு ஏதோ ஒரு வகையில் புதிதாக இருக்கின்றது. முன்னர் பொதுவாக என்னவென்றால், ஒன்று நடக்கின்றது. அதனை எழுத்தாளர்கள் பார்க்கின்றார்கள். எடுத்துச் சொல்கின்றார்கள். இது, இந்த பார்த்துச் சொல்லல். எடுத்துச் சொல்லல் என்பது இருக்கின்றதே, அந்த கதை சொல்லும் பாணி எடுத்துரைப்பு முறையாக இருந்தது. இப்போது எழுதுபவர்கள் அப்படியல்ல. அதில் குடும்பத்தை, தாயை, தந்தையை, சகோதரத்தை இழந்தவனாக இருந்துகொண்டு எழுதுகின்றான். அப்படிச் சொல்லும்போது அந்த அடிப்படையில் உரிமைக்கான போராட்டம் என்பதும் இந்த உரிமைக்கான போராட்டம் ஒட்டுமொத்தமான மனிதாயுத வாதத்திலிருந்து மானிட நோக்கிலிருந்து பிறந்தது அல்ல என்பதையும் எடுத்துக் கூறுவது, எடுத்துக் கூறியமை மிக முக்கியமான விடயம் என்று நான் கருதுகின்றேன்.

83லிருந்து கவிதைகளின் வீச்சு குறித்து எழுதியிருக்கின்றீர்கள். மேலும் போர்க்கால எழுத்துக்களை நேரடியாகவே தரிசித்தவர் நீங்கள். மேலும் எல்லாவற்றையும் வாசிக்கும் வாய்ப்பும் உங்களுக்கு

கிடைத்திருக்கும். இந்த போர்க்கால இலக்கியங்கள் பற்றிய உங்களின் பதிவுகள் என்ன? அடுத்ததாக தமிழக எழுத்தாளர்கள் மானுட ஒன்றுகூடலுக்கு வந்திருந்தார்கள் அவர்கள் பற்றி... அவர்கள் ஈழத்து எழுத்தென்றால் புலம்பெயர்ந்த இலக்கியம், அல்லது 80களில் அங்கிருந்து வெளியேறியவர்களின் இலக்கியம் பற்றி மட்டுமே அறிந்திருந்தார்கள். அவர்கள் போர்க்கால இலக்கியங்களை அறிந்திருக்கவில்லை. இவர்களின் ஊடாட்டம் மானிடவியல் ஒன்றுகூடலில் எவ்வாறு இருந்தது?

முதலில் இந்த போர்க்கால இலக்கியம் எத்தகையது என்று பார்க்கும்போது நான் இரண்டு நிலைப்பாடுகளைச் சொல்கிறேன். ஒன்று, பொதுவான தமிழ் இலக்கிய மாணவன், ஒட்டுமொத்தமான தமிழ் இலக்கியத்தின் மாணவன் என்ற வகையில் இலக்கிய வரலாற்றினை ஆராய்ச்சி செய்யும் நிலையிலும், அதனை அனுபவரீதியாக விளங்கிக்கொள்ள முனைகின்றவன் என்ற வகையிலும், இலக்கிய வரலாற்றில் ஈடுபட்ட அந்த முறைகள் கொண்டும் அந்த இரண்டு நிலைகள் கொண்டும் நான் சொல்கிறேன். இந்த அனுபவம் ஒட்டுமொத்தமாக தமிழ் இலக்கியத்தில் இதுகாலம் வரையில் தெரியப்படாத ஓர் அனுபவம். சங்ககாலம் முதல் இன்றுவரையான ஒரு ஒட்டுமொத்தமான இலக்கிய வரலாற்றை எடுத்துக்கொள்வோமேயானால், அந்த இலக்கிய வரலாறு, அந்த இலக்கியம் என்பது மனித அனுபவத்தினுடைய விளைபொருள் என்கின்ற அடிப்படை உண்மையையும் ஏற்றுக்கொள்வோமேயானால், இந்த இலக்கியங்கள் தோன்றுவதற்கு காரணமாக இருந்த, இருக்கின்ற, இருந்து வருகின்ற இந்த அனுபவப் பின்புலம் தமிழ் இலக்கியத்தில் இதுவரை பேசப்படாதது. அந்த வெளிப்பாடாக வருகின்ற தன்மை, அதை நாங்கள் வேறு இடங்களில் காண முடியாது.

இந்த அனுபவம் ரொம்பப் புதிது. இந்தக் கவிதைகள் எல்லாம் கன்னடத்தில் மொழிபெயர்க்கப்பட்டபோது, கன்னடத்தில் அவற்றுக்கு பெரும் வரவேற்பிருந்ததாக மொழிபெயர்ப்பிற்கு பொறுப்பாக இருந்தவர்கள் சொன்னதிருக்க, ஒரு கன்னடப் பேராசிரியர் என்னிடம் ஒட்டுமொத்த தென்னிந்திய அனுபவத்திற்கு இது ஒரு நீட்டிப்பாக, விஸ்தரிப்பாக அமைகின்ற கவிதைகள் என்று சொன்னார். அது முக்கியம். ஏனென்றால் இந்த அனுபவம் புதிது. இது முன்னர் ஏற்படாத ஓர் அனுபவம். ஆனால் இலங்கையில் இருந்த பெருவாய்ப்பு என்னவென்றால், ஏற்கெனவே இங்குள்ள இலக்கியங்களுக்கு, சமூக ஒடுக்குமுறைகளுக்கு எதிராகப் போராடுகின்ற ஒரு பாரம்பரியம், தன்மையொன்று

இருந்திருக்கின்றது. அது பல்வேறு வகையிலே இருந்து வந்தது. அந்த நிலைமை 70 களுக்குப் பிறகு, 80, 81லிருந்து நிச்சயமாக ஒரு மானிட விடுதலைக்கான, மனித விடுதலைக்கான, மனிதப் போராட்டத்திற்கான ஒரு விடயமாக வருகின்றது. அந்த வகையில் இந்த இலக்கியங்கள் மிக மிக முக்கியமானவை என்று கருதுகின்றேன்.

இந்த இலக்கியத்தைப் பாடியவர்கள், இந்தக் கவிதையைப் பாடியவர்கள், பதிவு செய்தவர்கள், இவர்களில் இருவகையான ஆட்கள் இருக்கின்றார்கள். ஒன்று ஏற்கெனவே இலக்கிய உலகில் இருந்து, ஏற்கெனவே வாழ்க்கையனுபவங்களை, இலக்கிய அனுபவங்களைச் சொன்னவர்கள். இந்த மாறிய புதிய அனுபவங்களைச் சொல்லிக் கொண்டு வருகின்ற தன்மை. சண்முகம் சிவலிங்கம் போன்றவர்கள் முந்திய அனுபவங்களையும் பேசி இப்போதைய அனுபவங்களையும் பேசுகின்றனர். அந்த அனுபவம் புதிதாக எவ்வாறு வருகின்றது என்பது ஒன்று. மற்றையது மிக முக்கியமானது. இந்த அனுபவங்களினூடாகவே வந்த ஓர் இலக்கியக் குரல், ஆரம்பக் கட்டத்தில் உணர்வுபூர்வமாக இதிலே தலையிட்ட ஒரு புலமைசார்ந்த அல்லது புத்திஜீவிகளான ஓர் இளைஞர் குழாம். அந்த இளைஞர் குழாமின் வளர்ச்சிக்கு யாழ் பல்கலைக்கழகம் நிச்சயமாக உதவியது. சேரனை எடுத்துக் கொண்டாலோ, ஜெயபாலனை எடுத்துக் கொண்டாலோ எடுத்துரைப்பே மாறுகின்றது. அது இதிலே ரொம்ப முக்கியம். கவிதைகள் மாறுகின்றன. சிறுகதைகள் மாறுகின்றன. இந்தியாவிலும் இது ஏற்படுகின்றது. ஆனால், இந்தியாவில் வேறு ஒரு நியாயத்திற்காக இது ஏற்படுகின்றது. இலங்கையில் வேறு நியாயத்திற்காக ஏற்படுகின்றது. இந்த வகையிலும் இந்த இலக்கியங்கள் முக்கியமானவை.

பால் வேறுபாடில்லாமல், ஒட்டுமொத்தமான ஆண் அனுபவம்தான் என்றில்லாமல், பெண்களினுடைய அனுபவங்கள் வரத் தொடங்குகின்றன. இது ஒரு மிக முக்கியமான விடயம் என்று நான் கருதுகின்றேன். முதலிலே சமூகப் பிரச்சினை பற்றி வந்து, சமூகப் பிணக்குகள் பற்றியதாக மாறி, அதன் பின்னர் போராட்ட பிரச்சினையாக மாறி, பின்னர் போராட்டத்தில் சம்பந்தப்பட்டவர்களே கவிதைகளை எழுதுகின்ற தன்மை என்று வந்தது. இந்த வகையில் அந்த கவிதை வரவிற்கு ஒரு முக்கிய இடம் இருக்கின்றது. இதன் காரணமாக இந்தக் கவிதை மொழிகள் முக்கியமாகின்றன. இந்த நான்கு வகைகளுக்கும் மேலாக நீட்டிப்பாக ஒன்று வருகின்றது. அதுதான் புகலிடக் கவிதைகள்.

இங்கிருந்து போனவர்கள் தாங்கள் இழந்தவற்றைப் பற்றி, தாங்கள் விட்டுப்போனவற்றைப் பற்றி, தங்களுக்கு இருந்த அனுபவங்களைப் பற்றிச் சொல்கிறார்கள். அதுவும் மிக முக்கியமானது. அந்த அனுபவங்கள் எவ்வாறு வருகின்றன என்பது முக்கியமானது. அதைப்பற்றி அவர்கள் என்ன சொல்கிறார்கள், இவர்கள் எவ்வாறு அந்த அந்தப் பண்பாடுகளுடன் இணைந்து கொள்கிறார்கள் அல்லது இணைந்து கொள்ள முடியவில்லை என்பதுவும் ஒரு முக்கியமான விடயம். இவற்றைப் பார்க்கும் நாம், வெறும் புள்ளிமுறையில் இவர் செய்தார், அவர் செய்தார் என்று சொல்வதல்ல. இந்த இலக்கியங்கள் சில முக்கியப் பண்புகளைக் கொண்டனவாகக் காணப்படுகின்றன. இதனாலேதான் நீங்கள் சொல்கின்ற இந்த இலக்கியங்களின் முக்கியத்துவம் பல்நிலைப்பட்டதாகக் காணப்படுகின்றது. தமிழ் இலக்கிய வரலாற்றில் இது ஏற்கெனவே ஏற்படாத இல்லாத அனுபவம் என்று பதிவு செய்யலாம்.

போராளிகளின் கவிதைகளைப் பற்றிச் சொல்வதானால், அது வெறும் போராட்டம் பற்றியது என்று பார்க்கப்படாது சந்தையாக ஆக்கப் பார்க்கின்றனர். அத்தோடு அனுபவத்தின் தன்மை. ஈழத்தின் அனுபவம் அங்கு தமிழகத்தில் இல்லை. அதை நாங்கள் குறைபாடாகச் சொல்ல முடியாது. சற்று நாங்கள் அந்தப் படத்தை அகட்டிப் பார்தோமேயானால், மலேசியாவில் இல்லை. சிங்கப்பூரில் இல்லை. எனவே அந்தந்த இடத்து அனுபவ வேறுபாடுகள் மிக முக்கியமான காரணிகளாக அமைகின்றன.

அனுபவம் சார்ந்து அந்த அனுபவத்தைப் பகிர்ந்து கொள்வது, மற்றது அனுபவம் உள்ள இலக்கியத்தைப் புரிந்து கொள்வது என்பது ஒன்று. இதற்கு அப்பால் மானிட ரீதியாக அல்லது கருத்தியல் ரீதியான கண்ணோட்டத்தோடு உடன்படுவது அல்லது அதன்பால் ஈர்க்கப்படுவது என்பது. இப்போது தமிழ் பிரச்சினை. தமிழ்க் கலாச்சாரம் என்று பார்த்தால் மூன்று பிரச்சினைகள் மையமாக இருப்பதைக் காணலாம். ஒன்று தலித்தியம். இது ஈழத்துப் பிரச்சினையுடன் வேறுபட்டாலும் இந்த தலித்தியத்திற்குள் ஈழத்து இலக்கியம் குறிப்பாக புலம் பெயர் இலக்கியம் கொண்டுவரப்பட்டுள்ளது. அதே சமயம் இந்துத்துவத்துக்கு எதிரான, தேசிய போராட்டத்துக்கு ஆதரவான, தலித்துவத்துக்கு ஆதரவான குரல்களை ஒன்றிணைக்க முடியாதா?

அமெரிக்காவில், இங்கிலாந்தில், பிரான்சிலும் இந்தப் பிரச்சினை வந்தது. அதாவது ஹியுமன் கண்டிசன் — மனித நிலை என்று சொல்வார்கள். அமெரிக்கர்கள் எழுதும்போது ஹியுமன் கண்டிசன் என்று சொல்வார்கள். அந்த ஹியுமன் கொமிற்மென்ற் (commitment) என்ற ஒன்று வேண்டும். அப்படிப் போராட்டம் நடக்கும் முறைமைக்கும் அதேயளவு இயல்பு இங்கு இருப்பதாகவும் நான் கருதவில்லை. ஆனால் தலித்தியத்தில் அடிப்படையான ஒரு ஹியுமன் கண்டிசன் இருக்கின்றது. அந்த ஹியுமன் கொமிற்மென்ற் முக்கியம். இதற்குக் காரணம் என்னவென்றால், ஒரு காலத்தில் ஜெயகாந்தன் கதையென்றால், கல்கியில் ஆனந்தவிகடனில் மட்டும்தான் வரும். இப்போது கல்கி, ஆனந்தவிகடனில் இப்படியான நிலையில்லை. இப்போது எழுத்து வேறு, இலக்கியம் வேறு என்ற நிலை வந்துவிட்டது. இது பல நாடுகளில் வந்துவிட்டது. மக்கள் எல்லாரும் எழுத்தறிவுள்ளவர்களாகிவிட்டார்கள். எழுத்தறிவு அத்தியாவசியமாகிவிட்டது. இதனை இந்தச் சூழலில் ஒரு வெகுஜனப் பண்பாடு, மாஸ் கல்ச்சர் உருவாகின்ற சூழலில் எவ்வாறு கையாள்வது? அது ஒரு கதையாகவும், ஒரு சம்பவமாகவும், ஒரு பக்கத்துக் கதையாகவும், நாவல்கள் எல்லாம் வித்தியாசப்படும். இந்த மாதிரியான நிலைமைகள் எல்லாம் வரும். அப்படியான நிலையில் எழுத்துக்களின் சீரியஸ்னஸ் பற்றிப் பேச, சிறிய சஞ் சிகைகள் தான் சரி, முன்னர் எல்லாம் தொடர்கதைகளாக வந்த நாவல்கள் தனி நாவல்களாக வருகின்றன. இந்தப் பிரச்சினை எங்களுக்கு இருக்கின்றது.

முதலாளித்துவத்தில் ஏற்பட்ட மாற்றம், 60 களில் பின் முதலாளித்துவத்தில் ஏற்பட்டு வரும் மாற்றத்தின் தன்மைகள், அந்தந்தப் பண்பாட்டுக்குள்ளே எப்படித் தெரியவருகின்றது என்று பார்க்கும்போதுதான் புரியும். நாங்கள் எல்லாருமே காலனித்துவ அனுபவம் பெற்றவர்கள், இடதுசாரிகள் அதை கட்சி நிலையில் நின்று பேசுவதை நாம் மார்க்சிசம் என்று எடுத்துக் கொள்கிறோம். கட்சிகள் ஒவ்வொரு காலத்திலும் ஒவ்வொரு தேவைக்காக ஒவ்வொரு நிலைப்பாட்டை எடுக்கும். நாங்கள் அதுதான் கொம்யுனிசம், அதுதான் மார்க்சியம் என்று நினைத்தது பிழை. மார்க்சிசம் என்பது வேறு. அது ஒரு வாழ்க்கை முறை. ஒரு அணுகுமுறை, புத்திஜீவிகள் உலகைப் பார்க்கும்முறை. அது ஒரு உந்துசக்தியானது. நான் எல்லாரையும் இடதுசாரிகள் என்று சொல்ல மாட்டேன். இடதுசாரிகளிலும் பிழை விட்டவர்கள் இருக்கின்றனர். இப்போது தெளிவாகச் சிந்திக்கின்றவர்களும் இருக்கின்றனர். ஒட்டுமொத்தமாக அனைந்திந்தியாவிலோ அல்லது இலங்கையிலோ ஒட்டுமொத்தமாக உலகம் முழுவதும் எடுத்துக்கொண்டால், இந்த மார்க்சிசத்தை மீள வரைவிலக்கணம் செய்ய வேண்டும் என்கின்ற தேவையைப் பற்றி பலர் உணர்ந்து கொண்டிருக்கின்றார்கள்.

தமிழகம் இந்திய அரசியலின் ஒரு வகையான வெளிப்பாடுதான். பல்வேறு வெளிப்பாடுகளில் ஒரு வெளிப்பாடாக அது காணப்பட்டது. பின்—காலனித்துவ காலத்தை வைத்துக் கொண்டு நாங்கள் அலசினால் பல விடயங்கள் எங்களுக்குப் புரியும். துரதிர்ஷ்டவசமாக நாங்கள் அதைச் செய்யவில்லை. இதனால் ஏற்பட்ட பல விளைவுகள் எங்களைப் பின்தள்ளிவிட்டது.

● தேசிய விடுதலை இயக்கம், மற்றது இனப்பிரச்சினை பற்றிய எழுத்தாளர்களுடைய பார்வையும் ஒரு காரணமாக இருக்கலாமா? தமிழகத்தில் பார்த்தால் இப்போது ஒட்டுமொத்தமாக இந்துத்துவத்தின் கலாச்சார குரலாக எழுத்தாளர்கள் நிறைய இருக்கின்றார்கள். இன எழுச்சியை மறுக்கும் எழுத்தாளர்களும் நிறைய இருக்கின்றார்கள். இதன் காரணமாகவும் இந்த ஈழத்து இலக்கியத்தின் பார்வை மழுங்கடிக்கப்பட்டிருக்கலாம் அல்லவா?

ஒட்டுமொத்தமான பொதுவான நீரோட்டத்திற்குள் இந்த இலக்கியங்கள் வரவில்லை. ஏற்கனவே பொதுவான இலக்கிய நீரோட்டத்திற்குள் ஈழத்து இலக்கியம் போனதுபோல், இந்த போராட்ட இலக்கியம் போக முடியாது. அதற்கு அரசியல் காரணமும் உண்டு. ஈழத்தில் ஒரு பழமொழி உண்டு. 'அப்பம் என்றால் புட்டுக்காட்ட வேண்டுமோ?' என்று. அரசியல் காரணங்களுக்காக தெரியாமல் போனாலும் சிலருக்குத் தெரியாமல் போகவில்லை என்றே கருதுகின்றேன் அங்குள்ள சிரத்தைகள் வேறு. அங்குள்ள பிரச்சினைகள் வேறு. அதாவது ஒட்டுமொத்தமான தமிழ் இலக்கியம் என்று நாங்கள் ஏற்றுக்கொள்ளும் அதே வேளையில் இந்த வரலாற்றுச் சூழல் காரணமாக, அவ்வப்பிரதேசங்களில் உள்ள அனுபவங்கள் வேறுபட, அந்த அனுபவங்கள் வேறுபட்டதால் இலக்கிய வெளிப்பாடுகளும் வேறுபட்டதைக் காண்கின்றோம். உதாரணமாக தமிழகத்தின் தலித்தியப் போக்கு அதன்பால் வருகின்ற பாடல்கள், எழுத்துக்கள், கவிதைகள், நாவல்கள் போன்றவை. அந்தத் தன்மைகள் சற்று வித்தியாசமானவை. அதுகூட பொதுப்படையாகப் பார்க்கக்கூடாது. சந்தையாக ஆக்கப் பார்க்கின்றனர். அதற்கொரு கருத்துநிலை வேண்டும். இது ஸ்றகில் எனப்படும் போராட்டங்களிலிருந்து தூர இலக்குகளுடன் ஹியூமன் கொமிற்மென்ற் என்பது அவசியம். இல்லாத வகையில் அவை நிலையான இலக்கியங்களாக அமைய முடியாது. குறிப்பாக 80கள் 90களிலிருந்து தமிழகத்திலும் சரி, இலங்கையில் தலைமைகளை மையமாகக் கொண்டு வரும் எழுத்துக்களையும் பார்க்கும்போது, ஒன்று தெரிய வருகின்றது. என்னவென்றால் இந்த ஹியுமன்

கொமிற்மென்ற்றின் அடிப்படைகளுக்குப் போகாமல் நழுவிப் போகின்ற ஒரு தன்மையொன்று தெரிகின்றது.

தலித்தியம் இலங்கைக்குப் பொருந்தாததல்ல, ஒரு காலத்தில் தலித்தியக் கொள்கைகள் இங்கு இருந்தன. நாங்கள் ஈழமாக இருந்தால் என்ன, மலேசியாவாக இருந்தால் என்ன, இந்தியாவாக இருந்தால் என்ன? இந்த காலனித்துவ அனுபவம் கொண்டவர்கள். இந்தக் காலனித்துவ ஆட்சியாளர்களுக்கு எதிராக நாங்கள் எங்களைப் பாதுகாத்துக் கொள்வதற்காக, அந்தக் காலத்தில் நாங்கள் சில பாதுகாப்புத் தடைகளை வளர்த்துக் கொண்டோம். அவற்றில் ஒன்று இந்த மதம் சார்ந்த பண்பாடு பற்றிய எங்களுடைய கட்டுருவாக்கங்கள். இதன் பின்னர், பின்காலனித்துவ காலத்தில் இவை இன்று மிக சிக்கலான விடயங்களை நமக்கு ஏற்படுத்தியுள்ளன. காலனித்துவ காலத்தில் நம்முடைய மனதிற்கு ஆறுதலைத் தருகின்ற நம்முடைய அடையாளத்தைக் காக்க உதவியவை. பின்காலனித்துவ காலத்தில் எங்களின் ஒருமைப்பாடுகளை எங்களின் மானிடத்தன்மைகளை எதிர்க்கின்றவையாக மாறுகின்றன. இன்று கனடாவில், அமெரிக்காவில் காலனித்துவ இலக்கியம் பற்றிப் பேசுகின்றார்கள். அந்த மாதிரியான ஒரு விமர்சனம் இங்கு இல்லை. காலனித்துவ காலத்தில் பேசப்பட்ட இந்திய இலக்கியம், காலனித்துவ காலத்திற்குப் பின்னர் வந்த இந்திய இலக்கியம், பின்காலனித்துவத்தில் உள்ள இந்திய இலக்கியம் பற்றிய கருத்தியல் அடிப்படைகள் என்ற வகையில் நாங்கள் பார்க்கவில்லை.

- **இந்த வகையில் காலனித்துவத்தை எதிர்ப்பதற்காகப் பயன்படுத்தப்பட்ட இந்து மதம் இன்று மானிடத்துக்கு எதிராக மாறிவிட்டதே? இந்த மயக்கம் இடதுசாரிகளுக்கு குறிப்பாக இந்திய இடதுசாரிகளுக்கு ஏற்படக் காரணம் என்ன? இந்தத் தெளிவின்மை யால், பழைய மார்க்சிசவாதிகள் பலர் பாரதிய ஜனதா கட்சியாக மாற வாய்ப்பிருக்கின்றதே?**

உண்மையில் இந்தியாவில் மார்க்சை மார்க்ஸ் மாமுனிவர் என்கிறார்கள். மார்க்சிசத்தையும் மறைநான்கின் முடிவாக நினைக்கின்றனர். பார்க்கும் முறைமையிலேயே வித்தியாசமிருக்கின்றது. மார்க்சிசத்தின் அடிப்படைத் தத்துவத்தைப் புரியாத பல போராளிகளின் கவிதைகளில் நான் காணும் முக்கிய விடயம் என்னவென்றால், இந்தப் போராளிகள் பற்றி சொல்லப்படுகின்ற ஒரு அச்சுருவாக்கமான ஒரு நியாயமான ஒரு பாத்திர உருவாக்கம் இருக்கின்றதே, இவர்கள் இப்படிப்பட்டவர்கள், இவர்கள் ஏதோ ஒன்றால் உந்தப்

படுபவர்கள் என்று சொல்லப்படுகின்றதே, அப்படியில்லாமல் அவர்கள் எவ்வாறு எத்தனையோ உணர்ச்சிக் கொந்தளிப்புகளின் விளைபொருட்களாகத் தங்களுடைய உணர்ச்சிகளைத் தங்களுடைய பல்வேறு பின்புலங்களுடைய வெளிப்பாடுகளாக அமைந்தவற்றைப் பார்க்கின்ற வகையில் இருந்தவர்களாக அவர்கள் அமைகின்றார்கள். அவர்களின் கவிதைகள் வெறுமனே 'எழு! போராடு, முடித்துவிடு' என்று மட்டும் அமைவனவல்ல. இதைப் பற்றி சிங்கள நண்பர்களுக்கும் தெரிவித்திருந்தேன். ஒரு போராளியினுடைய கவிதை.. இப்போது அவர் இயக்கத்தை விட்டு விலகிவிட்டார் என்று நம்புகிறேன். அவர் கிழக்கிலங்கையில் ஒரு காவல் அரணில் இருந்து பார்க்கும்போது ஒரு சிங்களப் பள்ளிக்கூடத்திற்கு ஒரு பிள்ளையை ஒரு பெண் அழைத்துச் செல்வதை பார்க்கும்போது தன்னுடைய அக்காவினுடைய பிள்ளையை ஒரு பெண் அழைத்துச் செல்வதை போல இருக்கிறது என்கிறான். இவையெல்லாவற்றையும் ஒன்றாக இணைத்தால்தான் ஒட்டுமொத்தமான இந்தக் கால, போராட்டக்கால ஈழத்து இலக்கியம் முழுமை பெறும்.

ஈழ இலக்கியம் என்கின்றபோது 80க்கு முன்னான எழுத்துதான் என்று இந்தியாவில் ஒரு கணிப்பு இருந்தது. புகலிடம் ஒரு பெரிய சந்தை. இங்கு தமிழீழம் ஒரு சந்தையல்ல. இங்குள்ள சந்தைச் சக்திகள் வேறு. இங்குள்ள அனைத்தும் அங்கு தெரியாவிட்டாலும், ஈழத்து இலக்கியத்தினுடைய அசாதாரணத் தன்மையும், அதனுடைய தனித்துவமும் அறிந்துகொண்டுள்ளார்கள். ஆனால், அங்கு அதனைப் பற்றி பட்டவர்த்தனமாக எடுத்துப் பேசமுடியாதிருப்பதுதான் துரதிருஷ்டம். இதனால் அங்கு விரிவாக எடுத்துப் பேசப்படவில்லை. சில குழுக்கள் நண்பர்கள் மட்டத்தில் அது எடுத்துப் பேசப்படுவதாக இருக்கலாம். சிலகவிஞர்கள் அதில் ஈடுபாடு கொண்டுள்ளவர்களாக இருக்கலாம். ஆனாலும், முழுமையான இலக்கியங்கள் அனைத்தும் இந்தியாவில் தெரியவில்லை என்றே நினைக்கிறேன். நாங்கள் அனுபவித்ததை, பார்த்ததைச் சொல்கிறோம் ஆனால் போராளிகள் அனுபவத்தை தோற்றுவிக்கின்றனர். காலனித்துவ காலத்தில் நம்முடைய மனதிற்கு ஆறுதலைத் தருகின்ற நம்முடைய அடையாளத்தைக் காக்க உதவியவை— பின்காலனித்துவ காலத்தில் எங்களின் ஒருமைப் பாடுகளை எங்களின் மானிடத்தன்மைகளை எதிர்க்கின்றவையாக மாறுகின்றன.

போராளிகளின் கவிதைகளைப் பற்றிச் சொல்வதானால் அது வெறும் போராட்டம் பற்றியது என்று நினைத்துவிடக்கூடாது. இங்கு

ஏற்பட்ட சகலவித சலனங்களையும், இந்தப் போராட்ட இலக்கியம் பதிவு செய்துள்ளது. உதாரணமாக சோலைக்கிளியினுடைய கவிதைகளோ அல்லது இரண்டாம் கட்டமாக கிழக்கிலங்கையில் தோன்றிய முஸ்லிம் எழுத்தாளர்களுடைய மனப்பதிவுகளோ, அல்லது இளவாலை விஜேந்திரன் போன்றவர்களினுடைய கவிதை களோ எல்லாமே ஒட்டுமொத்தமாக, தேசிய பெருநீரோட்டத்தில் ஒட்டுமொத்தமாக இணங்கியவை அல்ல. ஆனாலும், அந்த கருத்து வேறுபாடுகள் கூட இந்த இலக்கியத்துக்குள் பதிவு செய்யப்பட்டுள்ளன. சிலர் நினைக்கின்றார்கள் இவை வெறுமனே போராட்டக் கவிதைகள், பிரச்சாரக் கவிதைகள் என்று. அப்படியுமல்ல. இந்தக் கவிதைகளுக்குள் சில மாறுபடுகிற குரல்களும் இருக்கின்றன.

* **போராளிகளின் கவிதைகளில் என்ன வித்தியாசத்தை காண்கிறீர்கள்?**

நான் சொன்ன மானிடப் போக்கு, மானிட நோக்கு என்பது இங்கே வருகின்றது. வெறுமனே போராட்டம் என்றில்லாது, அவர்கள் உந்தப்பட்டது வெறும் பிரச்சார நெடியுள்ள விடயம் அல்ல, இதுவும் மானிடம் சம்பந்தப்பட்ட விடயம். இதற்குள்ளேயும் அகப் போராட்டங்கள் நிறையவே இருக்கின்றன. தாங்கள் எதற்காகப் போராடுகின்றோம், தாங்கள் ஏன் கஷ்டப்படுகிறோம் என்ற அகப் பரிமாணம் பற்றி அமைந்துள்ளவை மிக முக்கியமானவை என்று நான் கருதுகின்றேன். போராளிகளின் இலக்கியம் பற்றிய என்னுடைய மதிப்பீடு அதுதான். மேலும் அவர்களுடைய அனுபவங்கள் நிச்சயமாக எங்களுடைய அனுபவங்களிலிருந்து வேறுபட்டவை. நாங்கள் பார்த்துச் சொல்கிறோம். அல்லது நாங்கள் அனுபவிக்கின்றோம். அவர்கள் அப்படியல்ல அனுபவத்தைத் தோற்றுவிக்கின்றார்கள். போராளிகள் பற்றிய படைப்புகளில் நான் காண்பது என்னவென்றால், இந்த புறநானூற்றில் நான் காண்பது என்னவென்றால், முதல் 200 பாடல்களில் காணப்படும் வரலாற்று உண்மைத்தன்மை இந்த போராளிகளின் பாடல்களிலே தொனிப்பதை நான் காண்கிறேன்.

* **இப்போது மானிடத்தின் ஒன்று கூடல் ஒரு புதிய பாதையைத் திறந்துள்ளதா?**

இதில் மிகவும் கவலைக்குரிய விடயம் என்னவென்றால் எங்கள் போராட்ட இலக்கியம் முழுமையாகத் தமிழகத்துக்குத் தெரியுமா என்பதே. உண்மையில் சொல்லப்போனால் கொழும்புக்கே இது பற்றி தெரியுமோ என்பது கேள்விக்குறி. யாழ்ப்பாண, மட்டக்களப்பு நாடக

வளர்ச்சிகள் இன்னும் கொழும்புக்கு வந்து சேரவில்லை. யாராவது இருவர் வந்து கொழும்பில் நாடகங்களைப் போட்டார்களே தவிர அவற்றின் ஆதார சுருதியான, ஜீவசக்தியாக அமைந்த நாடகங்கள் வரவில்லை. கவிதைகள் வரவில்லை. இப்போதுதான் படிப்படியாக கொழும்புக்கே வரத் தொடங்குகின்றன. இப்போதுதான் எங்கள் தேசிய மற்றும் கொழும்பை மையமாகக் கொண்ட பத்திரிகைகளில் இவை எழுதப்படுகின்றன. முன்னர் எழுதினாலே பயம். மற்றும் பிரசுர கஷ்டங்கள் காரணமாக அவற்றில் பல தெரியாமலேயே இருந்துவிட்டன. 'வெளிச்சம்' பத்திரிகை கொழும்பில் எடுப்பது மிகவும் சிக்கலாகவே இருந்தது. எனவே, கொழும்புக்கு இப்போதுதான் இவை தெரியவரும் நிலையில் இவை பற்றித் தமிழகத்துக்குத் தெரியுமோ என்றால் இல்லையென்றே சொல்ல வேண்டும். இந்தியாவில் உள்ள நண்பர்கள் பலர் இவற்றை வாசித்துள்ளார்கள். இவற்றில் ஆர்வமாக உள்ளார்கள். ஆனால், இவை எல்லாமே அங்கு தெரிந்துவிடாது என்றே நான் நினைக்கின்றேன். உண்மையில் புலம் பெயர்ந்த நாட்டு ஈழத்து இலக்கியங்கள் பற்றி அறிந்தளவுக்கு இந்தியாவில் உள்ளவர்களுக்கு ஈழத்து இலக்கியம் பற்றி அறிய இயலாததாக இருக்கிறது.

எங்கே போராட்டமோ அங்கே என் இதயம்

அ.சிவானந்தன்

• பிரித்தானியக் கலாசாரம் எவ்வாறு உங்களைப் பாதித்து வந்திருக்கிறது?

இலங்கையில் நிலவிய கலாச்சாரம், பிரித்தானிய அரசியல் சூழலுக்குள்தான் நான் பிறந்தேன். அதுதான் என்னை உருவாக்கியது. பிரித்தானிய அரசியல் அல்ல. மாறாக பிரித்தானிய நிர்வாகம்தான் அனைத்திலும் தழுவியிருந்தது. பள்ளிக்கூடங்கள், பணிகள், நாட்டை நிர்வாகிப்பது, தபால் அலுவலகம், ரயில்வே நிர்வாகம் என அனைத்திலும் நிரவியிருந்தது. பிரித்தானிய நிர்வாகம் இருந்த இடங்களில், ஆங்கிலக் கல்வி கற்றபின் எனது தந்தை, நான் என அனைவரும் பிரித்தானிய கலாச்சாரத்துள் வந்தோம். கல்வியின் மூலம் தான் முதன்மையாகப் பிரித்தானிய கலாச்சாரத்துள் வந்தோம். குறிப்பாக இலங்கையின் வடபகுதி, குழந்தைகளைத் தவிர எதுவும் வளர முடியாத வறண்ட பூமி, அங்கு மலைகள் இல்லை. நதிகள் இல்லை. உப்புநீர்தான் எங்கும். வயல்கள் சிறு நிலங்களேயன்றி பெரிய பண்ணைகளாக இருக்கவில்லை. எனது தாத்தா ஒரு குறுநிலச் சொந்தக்காரர். அவரது ஒரே ஆசை ஆங்கிலப் பள்ளிக்குத் தமது பிள்ளைகளை அனுப்பி படிக்கச் செய்ய வேண்டும் என்பதுதான் (அதாவது பயிற்றுமொழி ஆங்கிலம்). அதன்முலம் அவர்கள் 'சரியான வேலை' பெற முடியும் என்பது அவரது எண்ணம். பிற்பாடு பொருளாதார சமூக ஸ்திரநிலை அடைய முடியும் என அவர் கருதினார் . இதுதான் வடக்கில் வாழ்ந்தோரின் ஆசை. அநேகமாக அனைத்துத் தமிழ்ப் பகுதிகளின் நிலையும் இதுதான்.

எனது அப்பா பதின்முன்று பதினான்கு வயதாக இருந்தபோது இவ்வாறுதான் தமிழ்ப் பள்ளியிலிருந்து ஆங்கிலப் பள்ளிக்குப் போய்ச் சேர்ந்தார். ஒரு சில ஆண்டுகளே அங்கு பயின்று பிற்பாடு தபால் திணைக்களத்தில் எழுத்தராகச் சேர்ந்தார். அவரது ஆசை, தம் மகனை இன்னும் மேலான ஆங்கிலப் பள்ளிகளுக்கு அனுப்பி அதன்முலம் இன்னும் நல்ல சமூகப் பொருளாதார நிலை அடையும் வேலை தேடுவதாகத்தான் இருந்தது. அவர் தபால் பிரிவில் இருந்ததால் பிரிட்டிஷ் ராஜ்யத்தின் கீழ் அவர் பல்வேறு இடங்களுக்கு மாற்றப்பட்டார். இந்த அரசு உத்தியோகஸ்தர்கள்

தான் (சிங்களவர், தமிழர், பெரும்பாலும் தமிழர்) காடுகள், குக்கிராமங்கள் என மனிதர்கள் சாதாரணமாக நுழைய முடியாத இடங்களுக்கெல்லாம் பிரிட்டிஷ் காலனியாதிக்கத்தைக் கொண்டு சென்றவர்கள்.

நல்ல பள்ளிக்கூடங்கள் கொழும்பில், சிங்களப் பிரதேசமான தெற்கிலேயே இருந்தது. கத்தோலிக்கர்களால் அல்லது ஆங்கிலிகன் கிறிஸ்தவர்களால் நடத்தப்பட்டன. அடிக்கடி இடம் மாறுவதால் என் படிப்பு தடைப்படுவதின் நிமித்தம் நான் கொழும்பில் இருக்க அனுப்பப்பட்டேன். எனது வாழ்வு முழுக்கவும் முரண்பாடுகள் நிறைந்து இருந்தன. நான் வெகு சாதாரண விவசாயப் பின்னணியில் இருந்து வந்தவன். நான் கத்தோலிக்கப் பள்ளிக்கூடத்தில் படித்தேன். ஒரு சிங்களச்சேரியில் மிக வறுமையான ஒரு மாமாவின் வீட்டில் தங்கியிருந்தேன். தமிழனும் இந்துவுமான நான் கத்தோலிக்க மதக்கல்வி கற்க வேண்டியிருந்தது. பொது வழிபாட்டுக்குப் போக வேண்டியிருந்தது. அதே வேளை வெள்ளிக்கிழமைகளில் எனது மாமாவோடும் உறவினர்களோடும் இந்துக் கோவில்களுக்குப் போனேன். இவ்வாறு எனக்குள் மேற்கத்தியக் கலாச்சாரமும் மதமும் எனது இந்து நம்பிக்கைகளும் கலந்திருந்தன. மத்தியதர வர்க்கமாகிக் கொண்டிருந்த ஓர் ஏழைப் பையன் இவ்வாறுதான் சேரிக் கலாச்சாரத்தைக் கற்றுக் கொண்டவனாயிருந்தான். எனது முரண்களை நான் அருவமாகச் சொல்கிறேன் என நினைக்கிறேன். இப்படி நான் வாழ்ந்தது பல வேளை எனக்கு துக்கமாக இருந்தது. எல்லாவற்றிக்கும் மேலாக, ஓர் ஏழைக் குடும்பத்தைச் சேர்ந்த பையன் பள்ளி, கல்லூரி, பிற்பாடு பல்கலைக்கழகம் எனச் சென்று நல்ல வேலை பெற்று குடும்பத்தைக் காப்பாற்றி பெற்றோருக்கு உதவ வேண்டிய கடமையேயிருந்தது. அந்தப் பொறுப்புணர்வு, ஆப்பிரிக்க புரட்சியாளர் நியராரே சொல்கிறபடி 'எந்த மக்கள் நமக்குப் படிப்பைக் கொடுத்தார்களோ அவர்களுக்குத் திரும்ப அவர்களின் நலனுக்கு நாம் படிப்பைத் தர வேண்டும்' என்கிற மாதிரியானது. எனது எல்லா முரண்களின் துக்கத்தின் மீதும் இதுவே நிரவியிருந்தது.

மனப்பான்மைச் சிதைவாக்கிப் போட்ட அனுபவங்களும் உண்டு. ஒவ்வொரு முறை எனது பள்ளி விடுமுறையின் போதும் நான் மிக மிகப் பின்தங்கிய நிலையில் இருப்பதை நான் காணக்கூடியதாக இருந்தது. கிராமத்தின் கிரிக்கெட் விளையாட்டின்போதுகூட, பதினாறு வயதேயான நான் பதினொரு பேரில் முதலாவதாக விளையாடுபவனாயிருந்தேன். இது கொழும்பில் சென்று படிக்கும் மாணவர்கள் கிராமத்து மாணவர்களைக் காட்டிலும்

மேலாக இருப்பதைக் காட்டியது. இந்தப் பிரிவு எனக்கு மிகவும் வேதனையைத் தந்தது. ஏனெனில் நான் கிராமத்தில் ஒருவனாகவே இருக்க விரும்பினேன். அதே வேளை எனது இன்னொரு பக்கம் கொழும்புக்காரனாக, ஆங்கிலப் பள்ளியில் படித்தவனாக, படித்த நண்பர்களைக் கொண்டவனாக இருக்க வேண்டும் என்ற ஆசை. எனக்கு நன்றாக ஞாபகம் இருக்கிறது. எனது ஏழை மாமிக்கு நான் இழைத்த துரோகம். அவள் ஏழையாக அழுக்காக இருந்ததால் எனது மிகப் பிரியத்துக்குரிய அந்த மாமியை எனது குடும்பத்தின் வேலைக்காரி என்று நான் எனது பள்ளி நண்பர்களுக்குச் சொன்னது ஞாபகம் இருக்கிறது.

- **காலனித்துவப் பிரதிமையாகவே உங்கள் கல்வி உங்களை உருவாக்கியது. மிகச்சரியாகச் சொன்னால் தரகு வர்க்கத்தவனாகவே கல்வி உங்களை உருவாக்கியது. ஆனால் அங்கேயே நீங்கள் முடிந்துவிடவில்லை. அது ஏன் அப்படி நிகழ்ந்தது என நினைக்கிறீர்கள் ?**

காலனியம் ஒரு வழிப்பாதை என நினைப்பது தவறு என நினைக்கிறேன். அது உனக்கு நேர்ந்ததாக, உன்னை முழுக்க எடுத்துக் கொண்டதாக, எதிர்க்கவே முடியாத அதிகாரமாக நினைப்பது தவறு. உமது கலாச்சாரத்தினின்று, உமது மொழியினின்று. உமது மதத்தினின்று எப்போதும் எங்கேனும் இருந்து எதிர்ப்பு இருந்துகொண்டேதான் இருக்கும். அந்த எதிர்ப்பு முதலில் இருத்தலிலிருந்து எழும். கலகமாகவே முதலில் எழும். உனது வேர்களுக்கு, சாராம்சத்திற்கு எதிரான எல்லாவற்றிற்கும் எதிரான கலகமாக எழும். நான் இந்துவாக இருந்தும் சர்ச்சுக்கு போகச் சொல்லி தாய் தந்தையர்களால் நிர்பந்திக்கப்பட்டேன். அது எனக்கு கலகத்திற்கான தருணத்தைத் தந்தது. கல்வியின் போக்கில் பல்வேறு சந்தர்ப்பங்களில் எதிர்ப்பைக் காண்பித்தேன். ஆனால் ஒரு மாற்றை அப்போது கண்டிருக்கவில்லை.

இரண்டில் ஒன்றில் நான் போயிருக்க முடியும். முழுத் தமிழராக முழு இந்துவாக முழு இலங்கையனாகப் பின்னோக்கிய தேசியத்திற்கு நான் போயிருக்க முடியும். காலத்தைப் பின்னோக்கிப் போக வைத்து பிரிட்டிஷ், டச்சுக் கலாச்சாரங்களை, கல்வி அமைப்பை, அரசியலை, எம்மைப் பற்றிய எமது உணர்தலை பாதிப்பைச் செலுத்தவில்லை என நிராகரித்திருக்க முடியும். (எனக்குள் ஓர் உணர்வு இருந்தது. நான் எனது கோவில்களுக்கு பின்னோக்கிப் போய் இருந்தால் எனது கலாச்சாரத்துக்கு போய் இருந்தால் கத்தோலிக்கத்திலிருந்து காலனியாதிக்கத்திலிருந்து பிரிட்டிஷ் சாம்ராஜ்யத்திலிருந்து தப்பியிருக்க முடியும் என)

மற்றொருபுறம் நான் ஸ்தானங்களைப் பெற விழைந்தேன். எனது ஏழைக் குடும்பத்தைக் காப்பாற்ற உழைத்தேன். ஒரு நேரம் நான் விரும்பியபடி ஒரு பாரிஸ்டராக விழைந்தேன். ஏதோவொரு காலத்தில் இங்கிலாந்துக்குப்போக, பல்கலைக்கழகம் நுழைய, அமைப்புக்குள்ளேயே இருந்துவிட விழைந்தேன். நீங்கள் குறிப்பிட்ட மாதிரி 'தரகனாக' ஆக விழைந்தேன். ஆனால் உலகில் பொருளாதார ரீதியில், சமூக அளவில் போவதான காரியம் மட்டுமே இது என்று நான் நினைக்கவில்லை. நான் அப்படிப் பார்க்கவில்லை. தேர்வு, இரண்டு பாதைகளுக்கு இடையில் இருந்தது — தேசியவாதியாக இருப்பது அல்லது தரகனாக இருப்பது.

- **எவ்வாறு வர வேண்டும் என நீங்கள் தேர்ந்தீர்கள்?**

எனது சூழலில் இருக்கிற எவரும் தேர்வு செய்வதற்கான வாய்ப்பு இல்லை. எவரும் அப்படித் தேர்வு செய்வதும் இல்லை. நான் பல்கலைக்கழகத்தில் நுழைந்தபோது எனது எல்லா முரண்பாடுகளும் கொதிநிலைக்கு வந்தன. இந்தக் கிராமம், நகரம் போன்ற முரண்பாடுகள். மிகப் பிரமாண்டமான முரணாக தேசியம் அல்லது மேட்டுக்குடிக் காலனியம். அப்போது ஒரு நேரம் நான் ஒன்றாகவும், மறுநொடி பிறிதொன்றாகவும் இருந்தேன்.

ஆக ஒரு அரசியல் நபராக வருவதற்கு முன்பாகவே முரண்பாட்டில் நீங்கள் இருந்திருக்கிறீர்கள். அரசியல் ரீதியில் உங்களை நிலைப்பாடு எடுக்க வைத்த அறிவார்த்தமான பார்வை எது? ஒரே இரவுக்குள் நீங்கள் மார்க்சியவாதியாக ஆகி இருக்க முடியாது.

நான் மார்க்சிஸ்ட்டா என்றெனக்குத் தெரியாது. என்னளவில் மார்க்சியம் ஒரு சூத்திரமோ, நம்பிக்கையோ அல்ல, அது உலகைப் புரிந்து கொள்ள ஒரு வழிமுறை. என்னளவில் ஒரு அரசியல் மனிதனாக இருப்பது என்பது, எப்போதும் நீங்கள் அரசியல் பேசுவது என்பது, காலனியம் தவிர்த்து சாத்தியமில்லை. காலனியாதிக்கத்திற்கு உள்ளான எல்லா மக்களும் எல்லாக் காலத்திலும் அரசியல் அகவுலகைக் கொண்டே இருக்கிறார்கள். அதிகாரம் பற்றிய உணர்தலாக அலலது அதிகாரம் இல்லாத மக்களெனும் உணர்தலாக இது இருக்கிறது. ஆகவே அரசியலினின்று ஒருவர் அகற்றப்படுதல் முடியாதது. நான் பேசிக்கொண்டிருக்கின்ற எல்லா முரண்பாடுகளும் காலனி ஆதிக்கம் ஏற்படுத்திய சமூக முரண்பாடுகள், தனிநபர் முரண்பாடுகளாகவும் இயல்பாக ஆகின்றன. ஒருவரை இழிந்து போகச் செய்த அவலங்களாக, அந்த இழிவுக்கெதிரான எதிர்ப்பு உணர்வு அனுபவங்களாக நிகழ்கின்றன.

அதிகாரமற்ற சூழலின் பகுதிகளில் ஒன்றுதான் அரசியல் பிரக்ஞை என்பது, ஒருவர் பள்ளிக்கூடம் செல்வதான அனுபவத்துக்குள், குடும்பத்தின் உறவுகளுக்குள், ஒரே குடும்பத்தை சேர்ந்த வசதியானவர்கள் வசதியற்றவர்களுக்கு இடையிலான எதிரெதிர்த் தன்மையின் வழி பெறுவதுதான் அரசியல் பிரக்ஞை.

பல்கலைக்கழகம் செய்ததெல்லாம் இந்த அரசியலை ஒரு வரையறைக்குள் வடிவமைத்ததுதான். குறிப்பாக நான் அரசியல் விஞ்ஞானமும் பொருளாதாரமும் படித்தேன். சமூகத்தை எவ்வாறு நோக்க வேண்டுமென அது எனக்கு கற்றுக் கொடுத்தது. பல்வேறு அரசியல் கோட்பாடுகள் என் முன் இருந்தன. ஹாப்ஸ், லாக்கி, ரூஸோ, ஓவன், ப்ரூதோன், பூரியர் போன்றோர். இறுதியில் மார்க்ஸைக் கண்டடைந்தேன். ஒருவருக்குள் ஏற்படும் முரண்பாடுகள், பிளவுகளே இங்கு சக்தி என்பதை, ஒருவர் வாழும் சமூகத்தின் இயக்குசக்தி என்பதைக் கண்டு கொண்டேன். மார்க்சியம் கொடுத்த இந்த வரலாற்றுப் பொருள்முதல்வாதப் பகுப்பாய்வுக் கருவிதான் என் வாழ்வின் அதிசய நிகழ்வின் தருணம். டைலன் தாமஸின் வார்த்தைகளில், முடிவுறாத ஒளிக்கீற்று. பிற்பாடு எனக்குத் தெரிந்தது, மிகப் பின்னால்தான் தெரிந்தது, கவிகளின் வழி நாவலாசிரியர்களின் வழி, இயங்கியல் வெறுமனே பகுப்பாய்வுக் கருவி மட்டுமல்ல, அது அனுபவம்சார் உணர்வு.

• இது உண்மையிலேயே அவல நாடகம், இந்தப் பிரித்தானியக் கல்வி தான், உங்களுக்கு காலனியாதிக்கக்காரர்களிலும் அவர்களது காலனிய மொழியிலும் இருந்த நல்ல விஷயங்களுக்குக் காரணமாயிருந்தது. அதன் மூலம்தான் எங்கிருந்து போராட வேண்டும் என்னும் உணர்வையும் நீங்கள் கற்றீர்கள்.

ஆமாம், அதேவேளை இல்லை. பிரிட்டிஷ் கலாச்சாரத்தின் முற்போக்கான, காலனிய எதிர்ப்பு, ஸபால்டன் கூறுகள்தான் எனக்குக் கற்றுத் தந்தது. பிரிட்டிஷ் கலாச்சாரத்தின் ஆதிக்கக் கூறுகள் என்னைப் பாதிப்புச் செலுத்தி எனக்குக் கற்றுத் தரவில்லை. இந்த உள்வாங்கல்—வெளியேறுதல் லண்டன் ஸ்கூல் ஒஃப் எகானமிக்ஸ் (London School of Economics) நாட்களில்தான் நிகழ்ந்தது. ஹரால்ட் லாஸ்கியின் கிராமர் ஆஃப் பாலிடிக்ஸ் (The Grammer of Politics), மாரிஸ் தோப், ஜோன் ரோபின்ஸன், வெப்ஸ், பேபியன்ஸ், இம்மாதிரி சிந்தனையாளர்களே இதைச் சாத்தியமாக்கினர். ஒரு பழைய கண்ணாடி பாட்டில் கடையில் டி.ஏ. ஜாக்ஸனின் இயங்கியல் (Dialectics) புத்தகத்தைக் கண்டெடுத்த அந்த நாளை மறக்கவே முடியாது. கண்கூசச் செய்த ஒளிப்பிரவாகமான நாட்கள் அவை. சொக்கிப்போன நாட்கள் அவை.

யுத்தத்திற்குப் பின்னால் எமது நாடுகள் விடுதலை பெற்றன. இந்தியாவிலும் இலங்கையிலும் தேசியம் முற்போக்குத் தன்மை கொண்ட காலம் வந்தது. காலனிய எதிர்ப்பு அதனோடு தொழிலாளி வர்க்கச் சார்பு. எனது பல்வேறு விரிவுரையாளர்கள் லண்டன் ஸ்கூல் ஆஃப் எகனாமிக்ஸில் கல்வி பெற்றவர்கள். புரட்சிகரமான இலட்சியங்களோடு அவர்கள் வந்தார்கள். பிரிட்டனில் இடதுசாரி மரபுகளைச் சுவீகரித்துக் கொண்டவர்கள் அவர்கள். எம்மீது அந்த மரபுகளைச் செலுத்தியவர்களாக அவர்கள் இருந்தார்கள். அவர்களில் பலர் இடதுசாரிக் கட்சிகளின் உறுப்பினர்களாக இருந்தார்கள். கம்யூனிஸ்ட் கட்சியினராக அல்லது டிராட்ஸ்கியக் கட்சியான லங்கா சமசமாஜக் கட்சி சார்ந்தவர்களாக இருந்தார்கள். அவர்களது போதனைகள், கோட்பாடுகளாக அல்லாமல் நடைமுறைகளாக இருந்தன. பள்ளிக்கூட அறைகளினின்று தெருக்களுக்கு அவை எங்களை எடுத்துச் சென்றன. ஆகவே நாங்கள் கற்றுக் கொண்ட அரசியல் வகுப்பறைகளில் பட்டப் படிப்பின் பாடத் திட்டத்திலிருந்து மட்டுமல்ல பல்கலைக்கழக நேரம் தவிர்ந்த பொதுக் கூட்டங்கள் (லங்கா சம சமாஜ கட்சி, டிராட்ஸ்க்கிஸ்ட் அரசியல் இயக்கம்) படிப்பு வட்டங்கள், குழுக்கள் போன்றவற்றிலிருந்து நாங்கள் கற்றுக் கொண்டோம்.

இந்த ஆசிரியர்கள் பிரிட்டிஷ் கலாசாரத்தின் அடங்கிப் போவதற்கு எதிரான கூறுகளைக் கற்றுத் தந்தார்கள். சுதந்திரத்திற்கும் சமத்துவத்துக்குமான பிரிட்டிஷ் தொழிலாளி வர்க்கத்தின் போராட்டத்தில் இருந்து கற்றுத் தந்தார்கள். இதேமாதிரியான சமத்தன்மையுள்ள எம் சமூக நிகழ்வுகளைப் பார்க்கவும், அதன் வழி எமது உழைக்கும் மக்களின் போராட்டங்களில் பங்குபெறவும் கற்றுத் தந்தார்கள். இடதுசாரிப் பகுப்பாய்வின்றி ஆங்கில இலக்கியத்தை அவர்கள் பயிற்றுவிக்கவில்லை. வொய்ப் ஆப் பாத்ஸ் டேல் (Wife of Baths Tale) கதைக்குள் நாங்கள் எமது மனைவியரின் கதைகள், கவிதைகள், நாட்டுப்பாடல்கள் போன்றவற்றையும் பார்த்தோம். படைப்பாளிகளின் தரிசனத்தை எம் அனுபவத்தில் பார்க்க, செழுமைப்படுத்திக்கொள்ள ஸ்வீகரித்துக் கொள்வது என, எமது அனுபவங்களில் பொருத்திப் பார்க்க அல்ல, எம் அனுபவங்களை சிருஷ்டிகரமாக்க நாங்கள் பயின்றோம். பிரபஞ்சத் தன்மையை அவற்றினின்று எடுத்து எமது சொந்தக் குறிப்பனுபவங்களில் காண அவர்கள் பயிற்றுவித்தார்கள். ஸாஸர் இன்னும் இங்கிலாந்திலேயே இருக்கவிட்டு அவரை உள்ளூர்க்காரர் ஆக்கினார்கள். இது பல்வேறு துறைகளில் எம்மை வழிநடத்தியது. எடுத்துக்காட்டாக இசை. சிங்கள, தமிழ் இசைக்குள் மூழ்கினேன். குறிப்பாக தமிழ் தேவாரம். இப்போது கிரிகோரியன் ராகங்களைக் கேட்கிறபோது

எமது மக்களின் தெய்வீக இசை எவ்வாறு அவற்றுள் இருந்தது என அனுபவிக்கிறேன். எங்களது பழைய தமிழ் மரபுக் கவிகள், சிங்களக் கவிகள் எவ்வாறு கிராமம் கிராமமாகச் சென்று பாடினார்கள், சந்தைக் கடைகளினின்று ஓலைச்சுவடிகளைப் பாடினார்கள் என்று நினைத்துப் பார்க்கிறேன்.

அவ்வாறு சுதந்திர இலங்கைக்கான கலப்புக் கலாச்சாரத்துக்கான போராட்டத்தால் நான் உருவாக்கப்பட்டேன். ஆகவேதான் நான் இப்போதும் நினைக்கிறேன், கலாச்சாரம் என்பது செயல்படுவது. இயங்குவது. போராட்டத்தினிடையில் நின்று கலப்பது. மாறாக சில திட்டமிட்ட கலைச்சூத்திரங்கள் அல்ல. முன்கூட்டி உணரப்பட்டவை அல்ல. வெறுமனே நாடோடிப் பாடல்கள் அல்ல. அதாவது உடனடியாக இப்போது பல்கலாசாரம் என்று அடையாளப்படுத்துகிறோமே அது அல்ல.

• சரி. பல்கலைக்கழகத்தை விட்டு வெளியே வந்ததும், இடதுசாரி அரசியல் செயல்பாட்டாளனாகி விட்டீர்களா? உங்களுக்கு ஒரு வேலை வேண்டியிருந்தது, நீங்கள் பல்வேறு குடும்ப நபர்களுக்கு பொறுப்பேற்க வேண்டியவராகவும் இருந்திருக்கிறீர்கள்?

எனது வாழ்வின் முதல் பகுதி முழுவதும், சொல்லப்போனால், சில முரண்பாடுகளைத் தீர்க்கப் போவதாக இருக்க, பிற சில முரண்பாடுகளுக்கு எதிராக நிற்க வேண்டியவனாகவே இருந்தேன். நான் ஒரு பல்கலைக்கழகப் பட்டத்துடன் வெளிவந்தபோது, செல்வாக்கு செலுத்தக்கூடிய தகுதி கொண்ட பெரிய குடும்பம் இருக்கவில்லை. அப்போது ஏழைக் குடும்பத்திலிருந்து வந்தோர் கல்வி கற்பிக்கச் செல்வர். பணக்காரக் குடும்பங்களில் இருந்து வருவோர் சட்டம், மருத்துவக்கல்வி, மேல்நிலை அரசு உத்தியோகம், போலீஸ் சூப்ரண்டு, சிறைச்சாலை உயர் அதிகாரி என உத்தியோகத்திற்குச் செல்வர்.

நான் முதலில் ஒரு தேயிலைத் தோட்டப் பிரதேசத்தில் கல்வி கற்பிக்கச் சென்றேன். மாணவ மாணவிகள் பெரும்பாலோர் ஏழைச் சிங்கள தொழிலாளர் குழந்தைகள். ஒரு சிலர் மலையகத் தமிழ்த் தொழிலாளர் குழந்தைகள். இந்த இந்தியத் தமிழ் குழந்தைகள்தான் கல்வி கற்கவே வழியற்ற வறியவரினும் வறியவர். அங்கிருந்து நான் கண்டி மலைப் பிரதேசத்துக்கு கற்பிக்கச் சென்றேன். இரண்டு முக்கியமான அனுபவங்கள் இருந்தன. தமிழ் நிலத்தை நானறிவேன், நகர்ப்புற மேட்டுக்குடி வாழ்வை நானறிவேன். இப்போது நான் மலைத் தோட்டத் தொழிலாளர்க்கிடையில் வாழ்ந்தேன். அவர்கள் எவ்வளவு கேவலமாக நடத்தப்படுகிறார்கள்

என நான் அறிந்தேன். கண்டியில் தேயிலை பயிரிடுவதற்காக, கபளீகரம் செய்யப்பட்டு வயல்களிலிருந்து வெளியேற்றப்பட்ட நிலமற்ற சிங்கள மக்களோடு நான் வாழ்ந்தேன். எனது நேரடி அனுபவத்தின் முலம் எனது நாட்டில் சமுக உருவாக்கம் பற்றின புரிதலை நான் பெற்றேன். பிற்பாடு இந்த அனுபவங்கள் எமது சமுகத்தின் பல்வேறு முரண்களைப் புரிந்துகொள்ள எனக்கு உதவின. எவ்வாறு பிரிட்டன் மற்றும் பிற காலனியாதிக்கங்கள் எமது நாடுகளை பல்வேறு காலகட்டங்களில் பாதித்திருக்கிறது என நான் உணர்ந்தேன். நாட்டின் பல்வேறு பாகங்களில், பல்வேறு வகைகளில் ஒரு சின்ன நாட்டில் எவ்வாறு வேறுபட்ட சமுக உருவாக்கங்களை அது வீசியிருக்கிறது என உணர்ந்தேன். எமது நாடுகள் வளர்ச்சியுறா நிலையில் தள்ளப்பட்டு, எமது நாட்டின் பிரச்சினையாக இன்று வளர்ச்சி பெற்று, பேசப்படும் இனத்துவ, இனக்குழு அரசியலின் வித்தியாசங்களாக முற்றிய நிலையடைந்திருப்பதை நான் உணர்ந்தேன்.

• இலங்கை தோட்டப் பிரதேச ஆசிரியராக இருந்து பிரிட்டனின் இடதுசாரி அரசியல் சிந்தனையாளராக வளர்ந்திருக்கும் இந்த மாற்றம் சுமுகமாக நிகழ்ந்ததா?

நிச்சயமாக இல்லை. காலனியாதிக்கத்துக்குள்ளானவர் வன்முறையிலான முரண்பாடுகளினூடே போய்வர வேண்டி யிருக்கிறது. ஒரு நிமிடம் தரகனாக. எதிர்ப்புரட்சி தேசியவாதியாக, மறுநிமிடம். முற்போக்காளனாக, இடதுசாரியாக அதற்கடுத்த நிமிடம். ஆசிரியத் தொழில் சொற்ப வருமானத்தையே தருகிறது. அதைக் கொண்டு என் குடும்பத்தை நான் காப்பாற்ற முடியவில்லை. ஆகக் கடைசியில் வங்கி அதிகாரியாக ஆகி வங்கியின் துணை மேலாளராகவும் ஆனேன். அந்த நேரத்தில் இலங்கையில் சில பட்டதாரிகளே இருந்தோம். அப்போது வங்கிகள் தேசவுடைமையாக்கப்பட்டன. ஆகவே இலங்கை பிரஜைகள் அதிகாரத்தில் அமர்த்தப்பட்டனர். உங்களுக்கு டிகிரி இருந்தால் நீங்கள் பதவி உயர்வுக்குக் காத்திராமலேயே நேரடியாக நிர்வாக உத்தியோகத்திற்கு உயரச் செல்லலாம். குடும்பக் காரணங்களுக்காகத்தான் நான் அந்த வேலையில் சேர்ந்தேன். ஆனால் அந்த வாழ்க்கை சில முறைமைகளைக் கொண்டிருந்தது. ஹொங்கொங்கிலிருந்து (பிஷீஸீரீ ரிஷீஸீரீ) இறக்குமதி செய்யப்பட்ட பட்டுச் சட்டையை நான் அணிய வேண்டும், மோட்டார் கார் ஓட்ட வேண்டும், வேலைக்காரர்கள் இருக்க வேண்டும், கிளப்புகளுக்குப் போக வேண்டும், இறக்குமதி செய்யப்பட்ட ஜெர்மன் லாகர் குடிக்க வேண்டும். இன்கம் டேக்ஸ்

கமிசனருடனோ அல்லது ஏதோ ஒரு தரகனுடனோ அமர்ந்து குடிக்க வேண்டும். ஒரு எப்.ஆர்.சி.எஸ். அல்லது ஒரு பாரிஸ்டர்.

அதேவேளை அந்த வாழ்க்கைக்காக நான் அவமானம் கொண்டேன். எனது பெற்றோர்களைப் பார்க்க நான் வீடு திரும்பும்போது, பின் கிராமத்துக்குப் போகும்போது, எனது மக்களின் வறுமையைக் காணும்போது எனது ஆடம்பரத்துக்காக நான் அவமானம் கொண்டேன். இதே சந்தர்ப்பத்தில் நானறிந்த சேரிகளில் இருந்து வேலைக்கு வந்து கொண்டிருந்த வங்கி கிளார்க்குகளோடு சேர்ந்து நான் குடிக்கப் போவேன். அவர்கள் வீடுகளுக்கு போவேன். அவர்களின் வாழ்க்கை முறையும், வறுமையும், அவர்கள் சுரண்டப்படும் கொடுமையும் என்னை மிக மிகப் பாதித்தது. பேங்க் ஆப் ஸிலோனின் வங்கிக் கிளார்க்குகளின் முதல் யூனியன் குறித்த கூட்டப்பேச்சு எனது சொந்த வீட்டில்தான் நிகழ்ந்தது. இந்தக் காரணங்களால் மேனேஜ்மன்டின் பிரச்சினைக்குரிய ஆளாக ஆகினேன். மேனேஜ்மென்ட் பிரிட்டிஷ்காரர்களாய் இருந்தார்கள். நான் தொந்தரவுக்குள்ளானேன்.

எப்போதும் நான் வேலை உயர்வு பெறவே இல்லை. எனது பெற்றோருடன் எனக்கு அப்போது பிரச்சினை ஏற்பட்டது. காரணம் ஒரு சிங்களக் கத்தோலிக்கப் பெண்ணிடம் நான் காதல் கொண்டிருந்தேன். ஓடிப்போய் கல்யாணம் செய்து கொண்டோம். சரியாகப் பாருங்கள், எவ்வாறு ஒரு புறநிலை முரண்பாடு அகநிலை முரண்பாடாக வருகிறது! எமது இருவரது பெற்றோர்கள் இவ்வாறான கலப்புத் திருமணத்திற்கு எதிரானவர்கள்.

அப்புறம் 1958 இல் சிங்கள—தமிழ் கலவரம் வெடித்தது. எனது தந்தையின் வீடு தாக்கப்பட்டது. ஒரு வெற்றுத் துப்பாக்கியை வைத்துக் கொண்டு போலீஸ் போல போலி வேடமிட்டு ஒரு கும்பலிருந்து என் தந்தையை நான் மீட்கப் போனேன். தமிழர்கள் என்று இருக்க நேர்ந்த காரணத்துக்காக மட்டுமே மனிதர்கள் கொல்லப்பட்டதை நான் கண்டேன். மனிதர்கள் உயிருடன் கொளுத்தப்பட்டார்கள். இந்தக் கொடுமைகளில் அகிம்சைக்கு அர்ப்பணித்து கொண்டதாகச் சொல்லிக்கொள்ளும் சிங்கள பௌத்த அரசாங்கம் இது குறித்து மௌனமாக இருந்தது. பெரிய பதவிகளில் இருந்த படித்த மேதாவிகள் ஏதும் செய்யவில்லை. பத்திரிகைகளும் ரேடியோவும் நள்ளிரவில் உடைந்து போயின. எமது மக்கள் அவமானப்படுத்தப்பட்டதும், கேவலப்பட்டதும் என் நாசியில் எரிகிறது. இதைச் சகித்துக்கொள்ள முடியாது எனது நாட்டிலிருந்து விரைவில் வெளியேறிவிட விரும்பினேன். வேலையை விட்டேன். எதையெதை விற்க முடியுமோ அனைத்தையும்

விற்றேன். இங்கிலாந்துக்கு என்னைத் தள்ளினேன்.

இங்கு வந்து பேய்ஸ் வாட்டரில் வாழ்ந்தேன். நேரடியாகவே நாட்டிங்ஹில் கலவரத்துள் நுழைந்து நடந்தேன். அக்கினிப் பிரவேசம். இரண்டு முறை அக்கினிப் பிரவேசம். சிங்கள—தமிழ் கலவரம் அங்கே. வெள்ளையின—கருப்பினக் கலவரம் இங்கே. பிற்பாடு நான் கருப்பன் என்பதை உணர்ந்தேன். ஓரங்கட்டிக்கொண்டு இருக்க முடியாது. நிறம், இனம் ஒரு பிரச்சினை. அது என்னை நேரடியாகப் பாதிக்கிறது. வங்கி வேலையோ அல்லது நான் பொருந்திப் போகிற, ஆம் பொருந்திப் போகிற எதற்காகவும் என்னை இழந்துவிட நான் தயாராயில்லை. சமூக மேம்பாட்டுக்கு என் பங்களிப்பைச் செய்ய ஏதேனும் நான் வழி கண்டுபிடித்தாக வேண்டும். மனிதன் மானுடனாக ஆகிற சமூக அமைப்பைக் கொண்டுவர நான் ஒரு வழி கண்டாக வேண்டும். எனக்கு படிக்க நேரம் வேண்டும், பிரதிபலிக்க, செயல்பட நேரம் வேண்டும். ஒதுக்கல் நிறைய இருந்தது. நான் பட்டம் பெற்றிருந்தும், வங்கியில் அனுபவம் பெற்றிருந்தும் வங்கி வேலை பெற முடியவில்லை. கறுப்பர்கள் அப்போது நம்பிக்கைக்கு உரியவர்களாகக் கருதப்படவில்லை. நான் மிடில்செக்ஸ் நூலகமொன்றின் டீ பாய் உத்தியோகத்திலிருந்து படிப்படியாக அந்த நூலக மேலாளராக ஆனேன். இறுதியாக 1964 ஆம் ஆண்டு இன்ஸ்டிட்யூட் ஒப் ரேஸ் ரிலேஸன்ஸ் நூலகராகப் பணிபுரியப் போனேன்.

• பெரும்பாலான உங்கள் அரசியல் எழுத்துக்கள், எல்லோருக்கும் பரிச்சயமான எழுத்துக்கள் நீங்கள் இன்ஸ்டிட்யூட்டில் சேர்ந்து பிறகு எழுதியவைதான். உங்கள் சிந்தனையும் உங்கள் எழுத்தும் நீங்கள் பணிபுரியும் இடத்தை மாற்றுவதாக அமைந்திருக்கிறது. 'படிப்புக்குத் திரும்புதல்' என்ற நடவடிக்கையோடுதான் உங்கள் மாற்றத்துக்கான செயல்பாடும் இணைந்திருக்கிறது என்று கருதலாம், அதாவது சமூகத்தை மாற்றுவது. நீங்கள் சொல்கிறபடி அப்படித்தானே?

நான் அப்போது உணர்ந்திருக்கிறேன். வாழ்வதும் இயங்குவதும் வேலையும் வேறு வேறு அல்ல. மாற்றுவது என்பது 'வெளியிலிருக்கும் சமுகத்துக்கு' ஒருவர் செய்வது அல்ல. மாறாக 'தனக்குள்ளேயே' நிகழ்வது அது. வேலையிடத்தில், அவர் வேலையில் அவரது தினசரி வாழ்வில் நிகழ்வது அது. 1960 கள் கறுப்பு அதிகாரத்தின் — பிளாக் பவர் — காலம். ஆப்பிரிக்காவில் காலனிய நீக்கம், வியட்நாம் யுத்தம் போன்றவற்றின் காலம். கருப்பு அதிகாரம் என்னோடு நேரடியாகப் பேசியது. இனம், நிறம், மற்றும் வர்க்கப் போராட்டம் என நேரடியாகப் பேசியது. ஒரே நேரத்தில் பேசியது.

மேலாக அது இருத்தலின் அரசியலாக இருந்தது. இன்ஸ்டியூட் ஆப் ரேஸ் ரிலேஸன்ஸில் நான் செய்த வேலையானது ஒரு சுயாதீன அமைப்பினால் மேற்கொள்ளப்பட்டது. வெள்ளையர்கள், வெள்ளையர்கள் அல்லாதவர்களுக்கிடையிலான உறவுகள் பற்றி ஆய்வது எனது வேலை. உலகெங்கும் பரந்ததான ஆய்வு இது.

காலனியாதிக்கம், காலனியாதிக்க வெளியேற்றம் பற்றி இங்கு ஆய்வு செய்யவில்லை. இன்ஸ்டிட்யூட்டின் அதிகார பீடம் அருவமான முறையில் நிற, இன உறவுகளைப் பார்த்தது. ஆனால் நிற. இனம் பற்றிய ஆய்வென்பது நிறவாதம், இனவாதத்தை ஒழிப்பதோடு சம்பந்தப்பட்டிருக்க வேண்டும் என நான் நினைத்தேன். இன்ஸ்டிட்யூட் சார்பெடுக்காமல் இருக்க முடியாது என்று நினைத்தேன். ஏனெனில் தொழில் கட்சியும் கன்ஸர்வேடிவ் கட்சியும் நிறவாத குடியேற்றச் சட்டங்களை இயற்றிக் கொண்டிருந்தன.

• 1960 களில் இன்ஸ்டிட்யூட் என்ன மாதிரி அமைப்பாக இருந்தது என்பதையும் அதன்பின் அது எவ்வாறு உருமாறி வளர்ந்தது என்பதையும் சொல்வீர்களா?

இந்த இன்ஸ்டிட்யூட், ராயல் இன்ஸ்டிட்யூட ஆப் இன்டர்நேசனல் அபேர்ஸின் (Ryyal Institute of International Affairs) ஒரு பிரிவாகத்தான் 1950இல் நிறுவப்பட்டது. 1958 கலவரங்களுக்குப் பின்னான காலத்தில் தான் அது சுயாதீனத்தன்மை பெற்றது. இது பிரிட்டனிலும் பிற இடங்களிலும் நிற, இன உறவுகள் தொடர்பாக கோட்பாட்டு ரீதியில் ஆய்வு செய்யும் அமைப்பாகவே இருந்தது. 1962 குடியேற்ற சட்டத்திற்குப் பின்னால் குடியேற்றத்தைக் கட்டுப்படுத்துவதான இன, நிற உறவுகளுக்கு தேவையான வளர்ச்சிப் பாதை என்ற நிலைப்பாட்டை மேற்கொண்டிருந்தது. கொஞ்சமே கருப்பர்கள், அதனால் மட்டுமே ஒருமைப்பாடு முடியும் என்ற நிலைப்பாடு. கருப்பர்கள் இல்லையெனில் பிரச்சினை இல்லை. எண்ணிக்கை தவிர பிரச்சினை வேறில்லை. ஹிட்லர் இதேமாதிரித்தான் சொல்லியிருக்கிறான்.

இன்ஸ்டிட்யூட் தன்னளவில் சுயாதீனமாகத்தான் செயல்படுவது மாதிரியிருந்தது. பகாசுர நிறுவனங்கள் பண உதவி செய்தன. ஷெல், நவ்பீல்ட், ராக்பெல்லர், போர்ட் போன்ற நிறுவனங்கள். ஓப்பன் ஹேய்மர் ஆப் சவுத் ஆப்ரிக்கா, பார்க்லே பேங்க் போன்ற நிறுவனங்கள். ஆரம்பகால ஆய்வுகள் எல்லாம், எவ்வாறு ஆப்பிரிக்காவில் முதலீடு செயவதற்கான வாய்ப்புக்கள் இருந்தன என்பது நோக்கிய ஆய்வாகவே இருந்தது. வளர்ச்சியடைந்து

வரும் நாடுகளையும் இந்நோக்கில் ஆய்வு செய்தது. இதுதான் சர்வதேசிய இன, நிற ஆய்வுகளின் அடியில் பொதிந்திருந்த மனக்கிடக்கை. பிரிட்டிஷ் மேலாதிக்கத்தை ஒப்புக் கொள்ளாத புதிதாக விடுதலை பெற்ற நாடுகளில் தொடர்ந்து வியாபார முதலீடு செயவ்தில் உள்ள பிரச்சினைகளை ஆய்வதற்கே நிற, இன ஆய்வுகள் பயன்பட்டன. ஆகவே புதிதாக விடுதலை அடைந்த நாடுகளின் தரகு முதலாளிகளோடு நீங்கள் போய் வியாபாரம் செய்ய வேண்டுமானால், அவர்கள் தாழ்ந்தவர்கள் என்று நீங்கள் கருதுவதாக அவர்கள் நினைக்கக் கூடாது. அவர்களது கலாசாரம் தாழ்ந்தது என நினைக்கக் கூடாது. நாம் எல்லோரும் சகோதரர்கள், ஒரே முதலாளித்துவத் தோலுள்ளவர்கள் எனப் பிரகடணம் செய்ய வேண்டும். இதுதான் அன்று நிலவிய ஆய்வுகளின் நோக்கமாக இருந்தது.

• 1972 இல் இன்ஸ்டிட்யூட் பல காபந்துக்காரர்களை வெளியேற்றி புதிய கவுன்ஸிலை அமைத்தது. அதில் வேலை செய்தவர்கள், அதற்காக வேலை செய்தவர்களே இதைச் சாதித்தார்கள். புதிய அமைப்பு எந்த நோக்கங்களைக் கொண்டிருக்கிறது அது எவ்வாறு ஜீவித்தது எனச் சொல்வீர்களா? 1990 களில் அமைப்புக்களில் ஏற்பட்ட பல்வேறு புரட்சிகர மாற்றங்கள் என்பன மறைந்துவிட்ட சூழலில் உங்கள் அமைப்பின் ஜீவித நியாயம் பற்றிச் சொல்வீர்களா?

நிலவிய அமைப்பின் ஒரு பகுதியாகவே இன்ஸ்டிட்யூட் இருந்தது. பெரிய நிறுவனங்களால் நிதி வழங்கப்பட்டு அதனாலேயே கட்டுப்படுத்தப்படுவதாகவே இருந்தது. அரசு நலன்களுக்காகவே அது பேசியது. அதே வேளை, நிற, இன உறவுகளுக்காக சுதந்திரமான கல்வித்துறை ஆய்வுகள் மேற்கொள்வதாக அது பாசாங்கு செய்தது. ஆனால் நிறவாதம், காலனியாதிக்கம், ஏகாதிபத்தியம், மூன்றாம் உலக நாடுகளின் நிலை பற்றின அதன் ஆய்வுகளில் இப்பிரச்சினைகள் பற்றி குறைந்தபட்ச அக்கறையே இருந்தது. இந்தப் பார்வை இன்ஸ்டிட்யூட்டின் கருத்தரங்கங்களிலும் பத்திரிகைகளிலும் அங்கு வேலை செய்பவர்களால் முன்வைக்கப்பட்டது. அப்போதே போராட்டம் தொடங்கி விட்டது. போராட்டத்தின் மூலம் எங்கேயோ இருந்தபோதிலும், போராட்டம் இன்ஸ்ட்யூட்டில் வேலை செய்தோர் மற்றும் ஆய்வாளர்களின் கல்வித்துறை ஆய்வுச் சுதந்திரம் என்ற முறையிலே வெளிப்பட்டது. பத்திரிகைச் சுதந்திரம் என்கிற கருத்துருவத்தின் வழியே வெளிப்பட்டது. இந்த பிரச்சினைக்குப் பின்னால், நிறவாதத்தை ஒழிப்பதில் அக்கறையின்மை, அரசு நிறவாதத்தை ஆய்வுமுலம் நியாயப்படுத்தல்,

அரசு நிறவாதத்துக்கு நியாயம் வழங்குதல் போன்றவை நிலவி வந்தன. பாக்கி எனும் வசைமொழிப் பரவல், போலீஸ் வன்முறை, பள்ளிக்கூட நிறஓதுக்கல், பாஸ்போர்ட் ரெய்ட் போன்ற கொடுமைகள் தவிர்க்க முடியாமல் இன்ஸ்ட்யூட்டை நெருக்கடிக்குக் கொண்டு சென்றன. நமது மனசாட்சி எழுந்து நின்றது. மாற்றம் வந்தே ஆக வேண்டும் என்ற நிலை வந்தது.

உங்கள் இரண்டாவது பகுதிக் கேள்விதான் மிக முக்கியமானது. இந்தக் கதையைச் சொல்லுமளவு நாங்கள் எப்படி ஜீவித்தோம் எனும் கேள்வி. நிறைய நெருக்கடிகள். முதலில் நிதி நெருக்கடி. ஏனெனில் பழைய நிதியை முழுவதும் பழைய ஆதிக்கக்காரர்களே கட்டுப்படுத்தி வந்தனர். இதற்கான விடை நான் நம்புகிறபடி இன்ஸ்டிட்யூட்டின் அலுவலர்கள், உறுப்பினர்களில்தான் தங்கியிருந்தது. வேலையில் ஈடுபாடு செலுத்தி, நிறவாதத்திற்கு எதிராக மக்களை கற்பிக்க வேண்டும் எனும் உறுதியுடன், இன்ஸ்டிட்யூட்டின் ஆதாரவளங்களையும் செயல்பாட்டையும் அதற்காக உபயோகிக்க வேண்டும், நிறவாதத்தால் பாதிக்கப்பட்டோர்க்கு உதவ வேண்டும் என்று செயல்பட்டது, பேசியது என உறுதியோடு நின்றனர். இன்ஸ்டிட்யூட் சிந்தனைக் களஞ்சியமாகத் திகழ்ந்தது. களஞ் சியத்தின் பொருட்டே சிந்தித்தோம். கருப்பு மற்றும் மூன்றாம் உலக மக்களின் களஞ்சியம். எமது அறிவுச் செயல்முறை விடுதலைக்காகவே இருந்தது.

நிதி கிடைத்ததோ இல்லையோ, நாங்கள் செயல்பட்டோம். பொறுப்புடன், கருப்பு மற்றும் மூன்றாம் உலகச் செயல்பாட்டுக் குழுக்கள் என்று சாத்தியமில்லாமல் இருந்ததை மீறியும் செயல்பட்டோம். ஒன்றிணைந்து செயல்பட்டோம். எமது சொந்தத் தேர்வுகளின் வழி செயல்பட்டோம். விவாதப் பொருளை மாற்றினோம். முன்பின் நுழைந்திராத ஆனால் நுழைந்தே ஆக வேண்டிய, கல்வித்துறை, பத்திரிகை, ஊடகம் அரசு போன்றவற்றில் ஊடுருவிச் செயல்பட்டோம். இத்தகைய பிரதேசங்களில் நாங்கள் தலைமை பெற்றோம். பல்வேறு சமூகக் குழுக்கள், அமைப்புக்கள் செயல்படக் காத்திருந்த தளங்களில் செயல்பாட்டுக்கு நாங்கள் தலைமையேற்றோம். இவ்வாறு இன்ஸ்டிட்யூட் ஆய்வமைப்பு, தொழில்ரீதியான அமைப்பு என்பதினின்று இயக்கமாக, சேவகனாக மாறியது.

- **உங்களது பத்திரிகை இனம், நிறம் மற்றும் வர்க்கங்களுக்கு இடையிலான உறவு குறித்துப் பேசுகிறது. 1960 களில் இது அர்த்த முள்ளதாக அமெரிக்க ஐரோப்பிய அனுபவத்தில் தோன்றியது. ஆனால் தற்போது இவற்றுக்கிடையிலான உறவில் இணக்கம்**

காண்பது கடினமாக உள்ளதெனச் சொல்லப்படுகிறது. நீங்கள் பிரக்ஞைபூர்வமாக உங்கள் பத்திரிகையை வர்க்கம். இனம், நிறம், என இணக்கம் கொண்டு நடத்தி வருகிறீர்கள். அதன் சித்தாந்த உள்ளடக்கம் பற்றிக் கூறுவீர்களா?

1903 இல் டபிள்யூ.இ.பி.துபோய்ஸ் என்ன சொன்னார் என்று ஞாபகப்படுத்திக் கொள்கிறீர்களா? 'இருபதாம் நூற்றாண்டின் பிரச்சினை என்பது நிறத்தின் வழி'. இன்று நிறம்தான் வறுமை மற்றும் அதிகாரம் போன்றவற்றின் வழி. நாங்கள் வெள்ளையர்கள் அல்லாதவர்கள். நாங்கள் ஏழைகள். நாங்கள் அதிகாரமற்றவர்கள். முதலாளித்துவம் இவர்களுக்கிடையிலான உறவில் ஸ்தாபிக்கப்பட்டுள்ளது. ஏகாதிபத்தியம் இதன் தொடர்ச்சியாக இருக்கிறது. விரல்விட்டு எண்ணத்தக்க ஒருசில கருப்பு மேட்டுக்குடியினர் தவிர, பெரும்பாலான வெள்ளையரல்லாத உலக மக்கள் ஏழைகள், தமது வறுமை பற்றி ஏதும் செய்ய இயலாதவர்கள். அதிகாரமற்றவர்கள். ஏகாதிபத்தியத்தினால் அவர்கள் அவ்வாறு வைக்கப்பட்டிருக்கிறார்கள். உழைக்கும் மக்களின் நோக்கத்துக்காகப் போராடாமல் நீங்கள் கருப்பு மக்களுக்காகப் போராட முடியாது. கருப்புச் சுரண்டலை எதிர்த்துப் போராடாமல் நீங்கள் கருப்பு ஒடுக்குமுறையை மட்டும் எதிர்த்தீர்களானால் ஒன்றுக்கு மற்றதைப் பிணையாக வைப்பதில்தான் நீங்கள் போய் முடிவீர்கள்.

மூன்றாம் உலக நாடுகளில் கடந்த 15—20 ஆண்டுகளாக நடந்து வருபவை கவனம் பெறவில்லை. இடதுசாரிகள் இவை பற்றி அக்கறை கொள்வதில்லை. உலகு தழுவிய தொழிற்சாலைகளில் மிகக் குறைந்த கூலி பெறுகிற மிகக் கேவலமான வேலை செய்கிறவர்கள் இன்று மூன்றாம் உலக நாடுகளில்தான் இருக்கிறார்கள். ஐரோப்பாவில் அமெரிக்காவில் இல்லை. இங்கேயும் வெளிக்குத் தெரியாத குடியேற்றக்காரர்கள்தான் (கருப்பர், ஆசியர்) கடை வேலைகளிலும் சேவைகளிலும் ஈடுபடுகிறார்கள். உற்பத்தி சக்திகளில் குணரீதியில் ஏற்பட்டிருக்கிற உலகளாவிய மாற்றங்களைக் காண மேற்கின் இடதுசாரிகள் தவறுகிறார்கள். தமது வாழ்வு மேம்பாடு உலகத் தொழிலாளி வர்க்கத்தின் சுரண்டலின் மீதுதான் சார்ந்திருக்கிறது என்பதைக் காணத் தவறுகிறார்கள். மாறாக அவர்கள் 'தொழிலாளி வர்க்கத்துக்கு விடை கொடுப்போம்' என்கிறார்கள். (அதாவது தங்கள் வர்க்கம் மட்டுமே இருக்கிறது என நினைத்துக் கொண்டு) புதிய சக்திகளான பெண்கள் இயக்கம், கருப்பர்கள், சமப்பாலுறவாளர்கள், பசுமை இயக்கக்காரர்கள் போன்றோரை மட்டுமே முன்னிறுத்தி, இவர்களே சமுக மாற்றத்தின் பிரதிநிதிகள்

என்கிற மாதிரி முன்னிறுத்துகிறார்கள். மூன்றாம் உலக நாடுகளை மேற்கின் கருணைக்கு நிற்கும் புறப்பொருட்களாக இந்த மேற்கின் இடதுசாரிகள் காண்கிறார்கள். எமது பத்திரிக்கை இவ்விடயத்தில் இவர்களுக்கு எதிரான நிலைப்பாட்டை மேற்கொள்கிறது.

நிறவாதத்திற்கும் ஏகாதிபத்தியத்திற்குமான உறவை குறியீட்டுத் தன்மை வாயந்ததாக நாம் பார்க்கிறோம். அதாவது கருப்பு மற்றும் மூன்றாம் உலக மக்கள் 'முதல் உலகில்' இருப்பதானது நேரடியாக 'முதல் உலகின்' பன்னாட்டுக் கம்பெனிகள் வடிவில். முன்றாம் உலக வல்லரசு இயந்திரமாக்குதல் போன்றவற்றோடு தொடர்புடையது. ஆனாலும் எமது பத்திரிகை நிற இனத்தை வர்க்கத்திலும் கீழானதாக கருதுவதில்லை. வர்க்க அடிப்படையில் நிறம் இனத்தைப் பார்க்கிறது. அதே வேளை வர்க்கப் போராட்டத்தின் இன நிறப் பரிமாணத்தையும் புரிந்துகொள்ள முனைகிறது. இதுதான் பிற பத்திரிகைகளில் இருந்து இடதுசாரி மார்க்ஸிஸ்ட் அல்லது முன்றாம் உலக இதழ்களிலிருந்து எம்மை வித்தியாசப்படுத்துகிறது. எங்களுக்கு அப்படி ஒரு வரையறை இருக்கவில்லை. ஆனால் இன்ஸ்ட்டியூட்டை மாற்றுவது தொடர்பான போராட்ட அனுபவத்தில் நாங்கள் ஒரு விமர்சன அளவீட்டை எட்டினோம். குறிப்பாக அறிவுச் செயல்பாடு குறித்த போராட்டத்தின் போது இதை நாம் காண்பித்தோம்.

ஏகாதிபத்தியம் மூன்றாம் உலக வரலாறுகளைத் திரித்து ஒன்றுக்கு எதிராக பிறிதொன்றை நிறுத்துவதற்கு எதிராக எமது இதழ் செயல்படுகிறது. அது ஒடுக்குமுறை மற்றும் சுரண்டலின் பொது வரையறையைக் காண முயல்வதோடு பொதுவான போராட்டத்தையும் முன்னெடுக்க முனைகிறது. மூன்றாம் உலகப் போராட்டத்தையும் முன்னெடுக்க முனைகிறது. மூன்றாம் உலகப் போராட்டங்கள் பற்றி 'திமிங்கிலத்தின் வயிற்றுக்கு உள்ளிருந்தே' பகுப்பாய்வு செய்வது மாதிரி (ஜியார்ஜ் ஆர்வலின் வார்த்தைகள் — 1940ஆம் ஆண்டு இன்சைட் த வேல் எனும் புத்தகத்தை ஆர்வல் எழுதினார். இதே வார்த்தைகளை தனது இமேஜனரி ஹோம்லேன்ட்ஸ் எனும் நூலிலும் ஸல்மான் ருஷ்டி கையாள்கிறார் — யமுனா) நாங்கள் எழுதுகிறோம். ஆனால் விடுதலை இயக்கங்களுக்கிடையில் சார்பு நிலைப்பாடு எடுப்பதோ, குறுங்குழுவாத நிலைப்பாடு எடுப்பதோ எமது நோக்கமல்ல. எப்படி போராட்டத்தை நடத்துவது என அறிவுறுத்துவதும் எமது நோக்கமல்ல. ரேஸ் அன்ட் கிளாஸ் மூலம் ஒரு வகையான இடதுசாரி கலாச்சார ஏகாதிபத்தியத்திற்கு எதிரான அரணாக நாங்கள் நிற்கிறோம் மேற்கின் அனுபவங்களை நேரடியாக மூன்றாம்

உலக சமுகங்களுக்கு மேலேற்றுவதை, அந்தப் போக்கை நாம் மறுதலிக்கிறோம். மூன்றாம் உலகின் குறிப்பான போராட்டங்கள் இயக்கங்கள் போன்றவற்றினின்று நாம் கற்றுக் கொள்ள விரும்புகிறோம்.

ரேஸ் அனட் கிளாஸ் இதழில் மரபு வழியிலான கல்விசார் படிப்பின் வர்க்கச் சார்பினை நாம் அடிக்கடி அம்பலப்படுத்துகிறோம். எந்தக் கலாசாரக் கட்டமைப்பின் சார்பாக அவை எழுந்தன என அம்பலப்படுத்த முயல்கிறோம். சமூகவியல், வரலாறு, தத்துவம், விஞ்ஞானம், கணிதம் என முடிகிறவற்றிலெல்லாம் இதனை மேற்கொள்கிறோம். புதிய கல்விசார் ஆய்வை, வரலாற்று மீட்பை நாம் மேற்கொள்கிறோம். அது பிராட் வாட்டர் பண்ணை குடியிருப்பாளர்கள் ஆனாலும் சரி, மாவ்மாவ் எழுச்சி ஆனாலும் சரி, அனைத்துக்கும் மேலாக கோட்பாட்டுக்கும் தத்துவத்துக்கும் இடையிலான பிளவை நாங்கள் கடக்க முயல்கிறோம். வேர்மட்டங்களுக்கும் கல்வித்துறை ஆய்வுக்கும் பாலமாகச் செயல்பட முனைகிறோம். எந்த மகக்ளுக்காகப் போராடுகிறோமோ அந்த மக்களுக்காக எழுதவே நாம் எப்போதும் எக்காலத்திலும் முயன்று வருகிறோம்.

● நீங்கள் அடிக்கடி சொல்கிறீர்கள் 'கறுப்பு மக்களின் போராட்டம் என்பது சோஷலிசத்திற்காகத்தான்'. இன்றைய சூழலில் நீங்கள் இதை எப்படி விளக்குவீர்கள்?

ஒடுக்கப்பட்ட மக்களின் எந்தப் போராட்டமாயினும் அது கருப்பு மக்களோ, பெண்களோ எவராயினும், அப்போராட்டம் தங்களுக்கு மட்டுமே இருக்குமானால் மிகவும் ஒடுக்கப்பட்ட மக்கள், சுரண்டப்பட்ட மக்கள் பற்றிய கவலையைக் கொண்டிருக்கவில்லையெனில் அது மிகக் குறுகியதும். சுயநலம் கொண்டதுமே ஆகும். அவை மனிதனின் இருத்தலை எவ்வகையிலும் மேம்படுத்தாது. அது ஒடுக்குமுறை அனுபவம் கொள்தலின் சாராம்சத்தை மறுப்பது என்பது மாத்திரமே அல்ல, அதன் அர்த்தத்தை உயிருள்ளதாக்காததும் ஆகும். ஆகவேதான் எனது எழுத்துக்கள் கருப்பு மக்கள் போராட்டத்தில் விடுதலை அம்சங்களை வலியுறுத்துவது மட்டுமல்ல அந்தத் தளங்களின் பொருத்தப்பாட்டையும் தேடிச் சொல்கிறது. கருப்பு மத்திய வர்க்கம், கருப்பு சமூகக் குழுக்கள், கருப்புக் கல்வியாளர்கள் எனது அக்கறைக்குரியவர்கள் அல்ல. எனது பிரச்சினை என்னவென்றால் கருப்பு மற்றும் மூன்றாம் உலக மக்களின் அனுபவம் என்ன, ஒடுக்கப்பட்ட மக்களின் அனுபவம் என்ன என்பது. இதுதான் எனக்கு பிற ஒடுக்குமுறைகளைப் புரிந்து கொள்வதற்கான ஆதாரம்,

அதனின்றுதான் அனைவருக்குமான சமதர்மமான நீதியான, சுதந்திரமான ஒரு சோசலிச சமூகத்துக்கான போராட்டத்துக்கான உறுதி பிறக்கிறது.

எந்த விடுதலைப் போராட்டமும், அது சோசலிசத்துக்கானதாக இல்லாத போது கொடுங்கோன்மையில்தான் சென்று முடியும். வழிகள்தாம் இறுதி இலக்குகளும். இரண்டுக்கும் இடையில் வித்தியாசம் இல்லை. விடுதலைக்குப் பின்பு சோசலிசம் என்பது இல்லை. சோசலிசம் என்பது விடுதலையை வெல்வதற்கான இயக்கப் போக்காகும்.

● புதிய தொழில்நுட்பம், சிலிக்கன் சில்லுப் புரட்சி, தகவல் தொழில்நுட்பம் போன்றவை பற்றி நீங்கள் தீர்மானமாகப் பேசி வருகிறீர்கள். இவைபற்றி, மூன்றாம் உலக நாடுகளில் இவற்றின் தாக்கம் பற்றி நீங்கள் என்ன கருதுகிறீர்கள்? நவீனகால ஏகாதிபத்தியம் பற்றிய உங்கள் ஆய்வு பிரசித்தமாகப் பேசப்படும் ஒரு கருத்தமைவு. பாட்டாளி வர்க்கம் தன் புரட்சிகரத் தன்மையை இழந்து விட்டது என்கிறார்கள். மைக்ரோ சிப் புரட்சி வர்க்க உறவுகளை முற்றிலும் மாற்றி அமைத்து விட்டதாகச் சொல்லப்படுகிறது. இச்சூழலில் ஏகாதிபத்தியம். ஐரோப்பியப் பாட்டாளி வர்க்கம், மூன்றாம் உலக மக்களின் போராட்டங்கள் இவற்றுக்கிடையிலான உறவு பற்றி என்ன கருதுகிறீர்கள்? புதிய சமூக இயக்கங்கள் பற்றிய உங்கள் மதிப்பீடுகள் எத்தகையவை?

பதினைந்து ஆண்டுகளுக்கு முன்பு நான் இம்பீரியலிசம் அன்ட் சிலிகன் ஏஜ் என்ற கட்டுரையை எழுதினேன். 'கூட்டுச் சேரா நாடுகள்' என்ற சொல்லப்படுகிற மூன்றாம் உலக அரசுகள் உருவாக்கிய பொருளாதார அரசியல் சுயாதீன வளர்ச்சி அமைப்புகள் பின் வெற்றி பெறாமல் சிதைந்தன என்ற ஆய்விலிருந்துதான் எனது கருத்துக்கள் அமைவு பெற்றன. நான் மிகக் கடுமையாக ஐரோப்பிய இடதுசாரிகளோடு முரண்படுகிற ஒரு அம்சம் — அதிநகரமயமான ஐரோப்பிய தொழிலாளி வர்க்கத்தைதான் இவர்கள் தொழிலாளி வர்க்கம் பற்றிப் பேசுகிறபோது குறிப்பிடுகிறார்கள். இந்த இவர்களின் பார்வைக்கு எதிர்மறைதான் தொழிலாளி வர்க்கம் பற்றிய எனது பார்வை. ஐரோப்பிய மையவாதத்திற்கெதிரான மூன்றாம் உலகின் தொழிலாளி வர்க்கம் பற்றியது அது. எனது கருத்து என்னவெனில் மேற்கின் அதிநகரமயமான தொழிலாளி வர்க்கமல்ல இன்று சுரண்டப்படுகிறது, மாறாக மூன்றாம் உலகின் தொழிலாளி வர்க்கம். எனது இரண்டாவது அக்கறை தொழிலாளி வர்க்கத்தினிடையிலான உறவு எவ்வாறு இங்கு மாற்றம் பெற்றிருக்கிறது என்பது. தொழிலாளி வர்க்கம் இங்கு

ஒரே இடத்தில் செறிந்து காணப்படவில்லை. ஏனெனில் மூலதனம் இப்போது இதன் தொழிற்சாலைகளை எடுத்துக்கொண்டு இடத்துக்கு இடம் நடந்து கொண்டிருக்கிறது. தொழிலாளி வர்க்கம் இப்போது ஸ்கில்ட், அன்ஸ்கில்ட் என்று பிரிக்கப்பட்டுள்ளது. மாறாக அதி உயர்ந்த ஸ்கில்ட் உழைப்பு சக்தி ஒருபுறம், விளிம்பு நிலையிலுள்ள அன்ஸ்கில்ட் உழைப்புச்சக்தி மறுபுறமென ஆகியிருக்கிறது. இந்த உழைப்பு சக்தி தற்காலிகமானதாக, அர்த்தமிழந்து போகக் கூடியதாக இருக்கிறது. இதனால்தான் தொழிலாளி வர்க்க இயக்கங்கள் சிதறுண்டு போய்விட்டன. மூன்றாவதாக சுரண்டல் விகிதம் தொழில்முறை மூலதனத்தைக் கொண்ட இடத்திலிருப்பதைவிட மூனறாம் உலக நாடுகளில் மிக உயர்ந்த அளவிலாகி விட்டிருக்கிறது.

இவ்விடத்தில் போஸ்ட்—போர்டிஸ்ட் (Post-Fordists) சித்தாந்திகளோடு நான் உடன்படுகிறேன். தொழில்நுட்பப் புரட்சியினால் உழைப்புக் குவிப்பு சிதறிவிட்டது, உழைப்புச் சக்தி ஒன்றிணைவது தகர்ந்து விட்டது, மூலதனம் சார்புநிலையில் உழைப்பிலிருந்து 'விமோசனம்' பெற்றதாகி விட்டது. இவையெல்லாம் மிகுந்த கசப்புடன் ஒப்புக்கொள்ள வேண்டிய உண்மைகள். இவைகளை நாம் எதிர்கொள்ளவில்லையானால் நாம் மறுபடியும் நட்பை திரட்டிக்கொள்ள முடியாது. மாற்றத்துக்கான சக்தி எது என இனம் காண முடியாது. சூழலியலாளர்கள், பெண்நிலைவாதிகள், சமப்பாலுறவாளர்கள், அனார்க்கிஸட்டுகள், தெருக் கிளர்ச்சியாளர்கள் என்று புதிய சமூக இயக்கங்கள் செயல்படுகின்றன. இந்த எல்லா சமூக இயக்கங்களிலும் கீழ்நிலை மக்களின், ஒடுக்கப்பட்ட மக்களின் கண்ணோட்டத்தை அடிப்படையாகக் கொள்ளவில்லையானால், இந்த இயக்கங்களை மேற்கொள்ளும் 'வர்க்கத்தவரின்' சுயலாபங்களுக்கும் தம் வாழ்வின் மேன்மைக்கும் மட்டுமே இந்த இயக்கங்கள் பயன்படும். இங்கு சமவாய்ப்புக் கொள்கையை வலியுறுத்தும் ஆப்பிரிக்க, ஆசிய மக்கள் புதிய மத்தியதர வர்க்கமாக உருவாகி இருக்கிறார்கள். இவர்களைப் பற்றி, இவர்களின் உரிமைகள் பற்றி நான் பேச விரும்பவில்லை. எல்லாக் காலங்களிலும், எல்லா இடங்களிலும் அனைத்து இயக்கங்களின் அடிநாதமாக ஒடுக்கப்பட்டோர், கடைக் கோடி மக்களின் நலன்களையே நான் முன்னிறுத்துகிறேன்.

இப்போது அடையாள அரசியலின் பெயரில், பல்கலாச்சாரத்தின் பெயரில் பிரிட்டிஷ் அரசாங்கம் நிதியுதவி கொடுத்து ஆசிய, ஆப்பிரிக்க மக்கள் மத்தியில் நிரந்தரமான பிளவுகளை உருவாக்கிவிட்டது. இப்போது சுரண்டல், வர்க்க, நிற அடிப்படையில் அரசியல் இல்லை.

மாறாக அடையாள அரசியலாக ஆகிவிட்டது. பல்கலாச்சார அரசியலாக ஆகிவிட்டது. இச்சூழலில் அகதிகள், அரசியல் அடைக்கலம் கோருவோர் போன்றோரோடு இங்குள்ள கருப்பு மக்கள் பொதுவான ஒருமைப்பாட்டுக்கான அடிப்படைகளைக் காண வேண்டும்.

• பல்வேறு மனித உரிமைப் பிரச்சினைகள் தொடர்பாக எழுதிவந்த நீங்கள் உங்கள் பத்திரிகையில் ஸல்மான் ருஷ்டி பிரச்சினை பற்றி எதுவுமே எழுதாமல் இருப்பதன் காரணம் என்ன? எழுத்தாளனின் சுதந்திரம் பற்றி நீங்கள் என்ன கருத்து கொண்டிருக்கிறீர்கள்?

இக்கேள்வி பல்வேறு முறைகள் கேட்கப்பட்டபோதும் நான் இங்கிருக்கும் பத்திரிகைகளுக்கு பதில் சொல்லாமல் தவிர்த்து வந்தேன். எங்கள் இதழில் அந்த விசயம் பற்றி முற்றிலும் எழுதுவதைத் தவிர்த்தோம், காரணம் ருஷ்டி பிரச்சினையில் வெள்ளையர்கள் மற்றும் பிரிட்டிஷ் அரசின் ஆர்வத்தில் இருக்கும் இனவாதத் தன்மை. எந்த எழுத்தாளனதும், எந்த மனிதனதும் வெளியீட்டுச் சுதந்திரம் கௌரவத்திற்கு உரியதுதான். அதற்காக நான் குரல் கொடுக்கிறேன். அதேவேளை அதைவிடவும் முக்கியமான விசயங்கள் இருக்கின்றன. பிரட்போர்ட் வீதிகளில் நள்ளிரவில் ஒரு முஸ்லீம் பெண் சுதந்திரமாக நடந்து போகும் சுதந்திரம்தான் எனக்கு முக்கியம். ஒரு பக்கத்தில் இனவாதத்தை நியாயப்படுத்துவதற்காக முஸ்லீம் வெறுப்பை நியாயப்படுத்துவதற்காகவே பண்பாடு கொண்ட சுதந்திர எழுத்தாளர் ருஷ்டியின் பிரச்சினையை இந்த அரசாங்கமும் வெள்ளை அறிவுஜீவிகளும் கையாண்டார்கள். இந்தப் பிரச்சினையில் முழுக்கவும் ருஷ்டியின் சுதந்திரத்தை ஆதரித்து முஸ்லீம் எதிர்ப்பாளராகவே பிரிட்டனில் நான் இயங்க வேண்டும். அல்லது பிரிட்டிஷ் அரசாங்கம் வெள்ளை அறிவுஜீவிகளின் முஸ்லீம் வெறுப்புத் தன்மைக்கு இப்பிரச்சினையைக் கையாள்வதை விமர்சித்து நான் முஸ்லீம் மக்களோடு நிற்க வேண்டும். தனித்துவமான சுயாதீனமான கருப்பின மக்களின் சுதந்திரத்திற்காகவே நான் நிற்க முடிவு செய்தேன்.

• போஸ்ட் மாடர்னிஸம், போஸ்ட் ஸ்ட்ரக்சுரலிஸம் அனைத்து சிந்தனை அமைப்புக்கும் பின்னால் 'போஸ்ட்' எனப் போட்டுக்கொள்வது இப்போது ஒரு மோஸ்தராகி வருகிறது. இது பற்றி ஐரோப்பியப் பின்னணியில் நீங்கள் சொல்ல விரும்புவது என்ன?

தொழில்நுட்பப் புரட்சி பல்வேறு அரசியல் போக்குகளை உருவாக்கியிருக்கிறது. பின்—மார்க்ஸியம் (அல்லது மார்க்ஸியம்

கடந்த இசம்) வரலாற்றின் இறுதி, பின்—காலனித்துவம், பின்—நவீனத்துவம் என, ஜபடிஸ்பா புரட்சி இன்டர்னெட் புரட்சி என்கிறார்கள். ஆம், பரந்து பட்ட ஒரு விவசாய ராணுவமான ஜபடிஸ்பா இயக்கம் தொழில் நுட்ப முதலாளியத்துக்குள் வாழ நேர்ந்திருக்கிறது. அதனால்தான் மின்னஞ்சல் மூலம் தம் எழுச்சியை உலகுக்கு அறிவித்தார்கள். மனங்களையும் மூளையையும் சென்றுசேர தகவல் சாதனத்தையும் கைப்பற்ற வேண்டியது முக்கியம். ஆனால் மாறிய மனங்கள் யதார்த்தத்தை மாற்றிவிடாது.

அப்போது அங்கு புரட்சியை ஏற்படுத்த மக்கள் வேண்டும். இதற்கப்பால் கிராமப்புற மெக்சிக்கோவில் மின்சாரமே இல்லை என்பதை இங்கு ஞாபகம் வைக்க வேண்டும். பாலஸ்தீன விடுதலை இயக்கத்தை இஸ்ரேல் அரச கட்டுப்பாட்டையும் தாண்டி இன்ட்டிபாதாவே இணைக்க முடிகிறது. ஆனால் தலைமைப்பங்கு பெற முடியாது. பர்மாவிலும் கலகக்காரர்கள் ஒருவரோடு ஒருவரை மின்னஞ்சலில் இணைக்க முடியும். ஆனால் பூமியில் ஒரே இடத்தில் இணைக்க முடியாது. நான் முன்பே சொன்னபடி புரட்சியை சாதிக்க மக்கள் வேண்டும். பிற்பாடு இன்டர்னெட் வேண்டும். ஒரே தளத்தில் ஒரே வகையில் கொண்டு சேர்க்கும் இவை, மறு தளத்தில் விலக்கியும் விடுகிறது. இதுதான் பின்—நவீனத்துவவாதிகளின் விசேஷமான குணம்.

போராட்டத்துக்குள் பங்குபெறாமலே அதைச் சுவீகரித்துக் கொள்வார்கள். கடைசியில் பிரதிநிதிகள் என்று சொல்லிக் கொள்வதைத் தவிர வேறொன்றும் நடக்காது. இந்த தகவல் தொழில்நுட்ப யுகத்தில் இந்த அறிவுஜீவிகள் பலம் வாய்ந்த நிலைகளில் இருக்கிறார்கள். அவர்களின் கருத்துக்கள் நம் யுகத்தில் ஆளும் கருத்துக்களாக இல்லாதிருக்கலாம். ஆனால் கவர்ச்சிகரமான கருத்துக்கள். நம் காலத்தின் பாஷன். இவர்களை விமர்சித்து ஒரு புதிய அரசியல் கலாசாரத்தை உருவாக்க வேண்டிய தேவை இருக்கிறது. ஏனெனில் இவர்கள் எதிர்ப்புரட்சியாளர்கள், அபாயகரமானவர்கள், வஞ்சகமானவர்கள், மக்களை வஞ்சிப்பவர்கள். இந்த தகவல் தொழில்நுட்ப யுகம் அவர்களுக்கு வாய்ப்புகளைக் கொடுத்திருக்கிறது. அதை அவர்கள் விற்கிறார்கள். அவர்களின் சில கருத்துக்களைப் பாருங்கள், வரலாறு முடிந்து விட்டது. இனி முரண்பாடுகள் என்பது இல்லை. முதலாளித்துவத்திற்கு முரண் சக்தி இல்லை. இயங்கியல் என்பது இல்லை. காலனியாதிக்கம் ஒரு நிலைப்பாடு. அது தவிர்க்கவியலாதது. அதற்கும் வறுமைக்கும் நிறவாதத்திற்கும், ஏகாதிபத்தியத்திற்கும்

இனி உறவில்லை. பின்—மார்க்சியவாதிகளுக்கு பின்—நவீனத்துவ வாதிகளுக்கு எல்லாம் நிலையற்றவை. சிதறுண்டவை. அலைந்து கொண்டிருப்பவை. ஒரு பெருங்கதையாடலும் இல்லை. பிரபஞ்ச உண்மை என்பது இல்லை. பகுப்பாய்வை மறுத்து உரையாடல் புனிதப்பட்டுவிட்டது. கட்டமைப்பை மறுத்து கட்டுடைப்பு புனிதப்பட்டுவிட்டது. தற்காலிகத் தன்மை நிரந்தரத்தன்மையை மறுத்து புனிதப்பட்டுவிட்டது.

ஆனால் உயிரினங்கள்தான் காலத்தில் வாழ்கின்றன. மனித குலம் நிரந்தரத்தில் வாழ்கிறது. ஆகவேதான் நமக்கு நினைவுகள், மரபு, மதிப்பீடுகள், தரிசனம் எல்லாம் இருக்கின்றன. எல்லாம் குறுகலானவை, அலைபவை என்பது தனிநபர் அகந்தையின் தத்துவம். சுயநலத்திற்கு பிரதி, சுயநலத்திற்கு அறிவுபூர்வமான விளக்கம். இதிலிருந்துதான் இந்த கலாச்சார அடிப்படையினின்றுதான் உலக முதலாளித்துவம் அதிகாரம் பெறுகிறது. பின்—மார்க்சியவாதிகள் நிஜ உலகத்தில் புனிதமான வர்க்கமற்ற சமூகத்திற்கான தேடுதலை விட்டுவிட்டார்கள். மாறாக காட்சி யதார்த்தத்தின் வாசலில் சொர்க்கம் இருக்கிறதென்று காத்திருக்கிறார்கள்.

இதை வேறு வகையில் சொல்வதானால் இந்த புதிய தொழில் நுட்பம் பிரமையை மைய நிஜமாகக் காட்டுகிறது. இந்த உலகம் வீட்டில் உருவாக்கப்படுவதால் நீங்கள் இந்த பிரமையில் வாழலாம். ஆகவே தனிமையான உலகத்தில் நீங்கள் தனியனில்லை. வர்க்க முரண்பாடு உள்ள உலகத்தில் உங்களுக்கு வர்க்கம் இல்லை. பின்—மார்க்சியம் சைபர் ஸ்பேஸ் யுகத்தின் கருத்தியல். இப்போது நிறைய கலாசார நிர்ணயம் பற்றி, அடையாள அரசியல் பற்றி பேசப்படுகிறது. பொருளாதாரப் போரபாயம், அரசியல் போராட்டம் இரண்டாம் பட்சமாகி விட்டது. பிரிட்டனில் சுரண்டல் அமைப்புடன் தட்சரின் வாக்குறுதி அரசியலின் உரையாடலுக்குள் கரைந்து விடுவதுதான் அவர்கள் அரசியல் என்கிறார்கள் டெமாக்ரடிக் லெப்ட், பழைய கம்யூனிஸ்டுகள்.

மார்க்சியம் முடிவு பெற்றுவிட்டதாக அவர்கள் கூறுகிறார்கள். நியூ டைம்ஸ் என்று பின்—சோவியத், பின்—கிழக்குஐரோப்பிய, தகவல் தொழில்நுட்ப யுகத்தைக் குறிப்பிடுகிறார்கள். அரசியல் போராட்டங்களைக் கைவிடக் கோருகிறார்கள். இவர்களைப் பொருத்து இவர்களின் உலகம் என்பது மூன்றாம் உலக மக்கள் தவிர்த்த உலகம்தான். இவர்களது கருத்தியல் பின் நவீனத்துவக் கருத்தியல்தான். போராட்டத்தின் பக்கம் நிற்பதாகப் பாவனை செய்வார்கள். ஆனால் யதார்த்தத்தில் போராட்டங்களுக்கு எதிராகவே இவர்களின் செயல் இருக்க முடியும். இந்தக்

கலாச்சார நிர்ணயவாதம் குறித்து நாம் விமர்சனபூர்வமாக இயங்க வேண்டும்.

• காலனிய சிந்தனை நீக்கம், கருப்பு அறிவுஜீவிகளின் சிந்தனா விடுதலைப் பற்றி சொல்லி வருகிறீர்கள், கருப்பு அறிவுஜீவிகளின் மனோவிடுதலைக்குத் தடையாக இருப்பவையாக நீங்கள் கருதுபவை என்ன?

இந்தியாவிலிருந்து உதாரணம் சொல்கிறேன். காந்தியை ஒருவர் இவ்வாறு தான் பார்க்க வேண்டும். அவரது கோட்பாடு அவரது செயல் போன்றவற்றோடு தொடர்புபடுத்தி பார்க்க வேண்டும். அந்த மக்களின் மரபுகளோடு தொடர்புபடுத்தி பார்க்க வேண்டும். அந்த அரை நிர்வாணப் பக்கிரி பிரிட்டிஷ் ஏகாதிபத்தியத்தின் மாபெரும் அதிகாரத்தை கோட்பாடு, நடைமுறை, மரபு என ஒன்றிணைத்து முறியடித்தார். பின்னோக்கிப் போய்ப் பழைய இந்திய இலக்கியங்களையும் கலைகளையும் பார்க்க வேண்டும். இதில் கவிஞன் கவிதையை விட முக்கியத்துவம் குறைந்தவன். கலையுடன் ஒப்பிட கலைஞன் அடையாளம் அற்றவன். பெஞ்சமின் லோறன்ட் சொல்கிறபடி இந்தியக் கலைகள் ஒரு சமூகத்தின் வரலாறு பற்றியவை. அது தனிப்பட்ட கலைஞர்களின் வரலாற்றை விட அதிகம் கோருவதாக இருக்கிறது. கலைஞன் எந்த தனிநபரையும் போலவே, அறிவுஜீவியோ அல்லது வேறொருவரோ, சமூகத்துக்கு உரியவன். சமூகம் அவனுக்கு உரியதல்ல. அவன் வெளியிடுவது அதிகளவு அவனது சொந்த அனுபவ உண்மையல்ல. மாறாக அவன் அங்கமாக இருக்கிற கூட்டுத் தரிசனத்தையே அவன் வெளியிடுகிறான்.

அவனுக்கு மட்டுமே அத்யந்தமான மொழியில் அவனுக்காகவும் அவனது சகபாடிகளுக்காகவும் அவன் பேசவில்லை. மாறாக அதிகம் தெரிந்த மொழியில் அல்லது குறியீடுகளில் உண்மையின் பொது மொழியில் பேசுகிறான். அறிவுஜீவித் தினவுக்கு நாம் விரும்பும் சமூகங்களில் இடமில்லை என்கிறார் நைரரே. காலனியாதிக்கத்துக்கு உட்பட்ட மனிதனின் மொழி இன்னொரு மொழி. பிறிதொரு மனிதனின் மொழி. பெனான் சொல்கிறபடி 'ஒருமனிதனின் முழு உலகமும் அவனது சொந்த மொழியின் மூலம்தான் வெளிப்படுகிறது. பொருத்தப்பாடு உடையாதாகிறது! பிற மனிதனின் மொழி உருவாக்கும் எமக்கான கடவுள்கூட எமக்கு அன்னியக் கடவுள்தான். இந்தக் காலனிய மொழியை 'வெள்ளைமயமான' அதன் இலக்கணத்தை, உச்சரிப்பை அதன் மொழித் தொகுதியை என்ன செய்யலாம்? ஜெனே சொல்கிறபடி ஒரே ஒரு வழிதான் உண்டு. இந்த மொழியை ஒப்புக்கொள்வது,

ஒப்புக்கொண்டு எவ்வளவு அதைச் சிதைக்க முடியுமோ அவ்வளவு அதை புத்திசாலித்தனமாகச் சிதைக்க வேண்டும், வெள்ளை மனிதனை அவனது பொறியிலேயே சிக்கவைக்க வேண்டும். அவனது இருட்டில் அவனை ஆழ்த்த வேண்டும். அவன் இருக்கவே, அவன் பார்த்துக் கொண்டிருக்கவே அம்மொழியை விடுதலை செய்ய வேண்டும். மொழித் தொகுதி, ஸ்ப்தம், எல்லாம் அரசியல் நடவடிக்கைகள்தான். எவ்வாறு நிகழ்வுகள் அனுபவப்பட்டனவோ அதை அவ்வாறே வெளியிட்டவைதான் இவை! ஆகவே மொழியை நிறவாதம், இனவாதம் காலனியாதிக்கத்தினின்று விடுவியுங்கள். சிந்தனையை விடுவியுங்கள்.

ஆங்கிலத்தினின்று நிறைய தமிழுக்கு மொழியாக்கம் செய்வதைவிட, தமிழிலிருந்து நிறையச் செய்யுங்கள். மூன்றாம் உலகின் வளமான இலக்கியங்களை காலனிய மொழிகளுக்குள் கொண்டு வாருங்கள். கம்பனை, வள்ளுவனை, நமது மகாகவி பாரதியை ஆங்கிலத்துக்குக் கொண்டு வாருங்கள். கணிதம், கலை, சமூகவியல், வரலாறு என அனைத்திலும் காலனியச்சிந்தனைநீக்கம் நிகழ வேண்டும். மொழியை விடுதலை செய்வதன் மூலம்தான் நமது சிந்தனையை நமது வரலாற்றை நமது சமூகத்தை விடுதலை செய்ய முடியும்.

• மூன்றாம் உலகின் அறிவுஜீவியாக மேற்கில் உங்கள் அனுபவம் பற்றி என்ன சொல்கிறீர்கள்?

நான் என்னை அறிவுஜீவி என்று குறிப்பிடுவதை ஒப்புக் கொள்வதில்லை. ஏனெனில் உலகில் இந்த சோ கால்ட் (so called) அறிவுஜீவிகள் தங்களை ஒரு செக்ட் (sect) ஆக உருவாக்கிக் கொண்டிருக்கிறார்கள். அது ஒரு சலுகைக்குரிய மேல் வர்க்கமாக காணப்படுகிறது. சொல் வேறு, செயல் வேறு அதாவது கோட்பாடு வேறு நடைமுறை வேறு என நான் நினைக்கவில்லை. கிராம்ஸி சொல்கிற உயிரூக்கமுள்ள அறிவுஜீவிகள் எனும் கருத்தமைவு இவ்விடத்தில்தான் முக்கியத்துவம் பெறுகிறது. நான் என்னை ஒரு நடவடிக்கையாளன் என்றே சொல்லிக் கொள்ள விரும்புகிறேன்.

நான் என்னை மார்க்ஸிஸ்ட் என சொல்லிக் கொள்ளலாமா என்று எனக்குத் தெரியாது. ஆனால் என்னளவில் மார்க்சியம் சூத்திரம் அல்ல. நடைமுறைக்கான ஒரு பகுப்பாய்வுக் கருவி என்றே நான் புரிந்திருக்கிறேன். எப்போதும் நான் என்னை ஒரு கருவி என்றே புரிந்திருக்கிறேன். எப்போதும் நான் என்னை ஒரு மூன்றாம் உலகத்தவனாகவே உணருகின்றேன். மேற்கத்திய சமூகத்தின் திட்டம் வேறு, மூன்றாம் உலக சமூகங்களின் திட்டம் வேறு. நான்

இங்கேயிருந்தாலும், எங்கேயிருந்தாலும் அந்த மூன்றாம் உலக சமூக செயல்போக்கு பற்றியே சிந்திக்கிறேன். செயல்படுகிறேன்.

• இந்திய, ஈழத்து மனோவியலில் ஆப்பிரிக்க மக்களின், மீதான வெறுப்புக்கும் ஒதுக்கத்துக்கும் ஏதேனும் பலமான காரணங்கள் இருப்பதாக நீங்கள் கருதுகிறீர்களா?

இந்து மதம்தான் உலகிலேயே மிகுந்த இனவெறிகொண்ட ஒரு மதம. இந்திய, ஈழமக்களின் வாழ்க்கையின் எல்லாத் தளங்களிலும் இந்த ஜாதீயத் தன்மை என்பது இருக்கிறது. மிகுந்த ஒதுக்கலையும் நிறவெறி இனவெறித் தன்மையையும் கொண்டது இந்து மதம். தன்சானியா, உகண்டா போன்ற நாடுகளுக்குச் சென்ற இந்தியர்களின் முதல் நோக்கமாக பணம் சம்பாதிப்பதுதான் இருந்தது. ஜாதீயத் தன்மை நிறவெறி ஒதுக்கலையும் இலாபம் சம்பாதிக்கும் தன்மை ஆப்பிரிக்க மக்களின் மீதான சுரண்டல் தன்மையையுமே கொண்டிருந்தது. இஸ்லாமிய மதத்தில், புத்த மத்தில் இந்த ஜாதீய ஒதுக்கல், நிற ஒதுக்கல் இல்லை. ஆகவேதான் அம்பேத்கார் முஸ்லிம் மதத்துக்கோ புத்த மதத்துக்கோ ஜாதிய ஒடுக்குமுறைக்குள்ளானவர்களை மாற்றினார். கோசாம்பி இந்திய வரலாற்றின் முழுமையிலும் மனிதத்தன்மையற்று நிலவிய இந்த ஜாதீயத் தன்மையைச் சுட்டிக் காட்டுகிறார். தென்னாப்பிரிக்க வாக்கெடுப்பில் ஆப்ரிக்கக் காங்கிரஸ் உடன் நிற்காது, நெல்சன் மண்டேலாவுக்கு எதிராக வெள்ளை நிர்வாகத்தை தென்னாப்பிரிக்க இந்தியர்கள் ஆதரிக்க இந்த மனோவியல்தான் காரணமாகிறது.

• கலாச்சார ஏகாதிபத்தியம் பற்றி இப்போது நிறையப் பேசப்படுகிறது. அது குறித்து உங்களது அபிப்பிராயங்கள் என்ன? இங்கு நடக்கும் போராட்டங்களில் தலைமை சம்பந்தமான பிரச்சினைகள் வரும்போது எவ்வாறு எதிர்கொள்கிறீர்கள்?

வரலாற்றை காலனித்துவத்தினின்றுதான் தொடங்குவதாக இவர்கள் ஐரோப்பியர்கள் சாதிக்க முனைகிறார்கள். ஆய்வுகள் அவ்வாறே நிலவுகின்றன. முன்—காலனித்துவம், காலனித்துவம், பின்—காலனித்துவம் என்று சகலவற்றையும் இவர்களே கற்றுக் கொடுத்ததாகச் சொல்கிறார்கள். நிர்வாகம், அழகியல், வாழ்க்கை மதிப்பீடுகள் எல்லாம் இவர்களாலேயே எமக்கு நேர்ந்தது என்கிறார்கள். இவர்கள் அழித்தவை பற்றிய குற்றவுணர்வு இவர்களுக்கு இன்றும் இல்லை. வெள்ளை அறிவுஜீவிகள், புரட்சிகரக் கட்சி, தொழிற்சங்கங்கள் என்று சொல்பவை ஆப்பிரிக்க ஆசிய மக்களின் உரிமைப் போராட்டங்களின் திசைவழியைத் தீர்மானிக்க நினைக்கிறார்கள். எமது போராட்டங்களின் இலக்கும், திசை

வடிவமும், நோக்குகளும் பல்வேறு தனித்தன்மைகள் கொண்டவை. இவற்றை நாமே தீர்மானித்து நாமே தலைமையேற்று நடத்த வேண்டும். பொதுவான போராட்டங்களும் உண்டு. அதுவும்கூட எமது மக்களை நாம் தலைமையேற்று என்ற வழியிலேயே, பொதுவான புரிந்துணர்வு, அங்கீகாரம், பகிர்ந்துகொள்ளுதல் நோக்கி வளர முடியும். இவ்வாறுதான் கருப்பு வெள்ளை புரட்சியாளர்க்கிடையிலான புரிந்துணர்வு என்பதும் போராட்டத் தன்மை என்பதும் உருவாக முடியும்.

• மிக மிகப் பர்சனலாக ஒரு கேள்வி. எங்கே இப்போது உங்கள் போராட்டம்? நீங்கள் நாடு அற்றவனாக இருப்பதாக தற்போது உணர்கிறீர்களா? நீங்கள் எங்கே சஞ்சரிக்கிறீர்கள்?

நான் என்னில் சஞ்சரிக்கிறேன். எனது எல்லா அனுபவங்களிலும் நான் இருக்கிறேன். கலாச்சாரம், மதிப்பீடுகள், வரையறைகள் என நான் சென்று வந்த அனைத்திலும் நான் இருக்கிறேன். நான் ஒரு நாடுகடந்தவனாக என்னைக் கருதவில்லை. ஏனெனில், நான் எதிலிருந்து விலகியவனாக இருக்கிறேன் என என்னையே கேட்டுக்கொள்வேன். சொற்களில் வேண்டுமாயின் என் நாட்டினின்று அகன்றவனாக நானிருக்கலாம். இன்று இருபதாம் நூற்றாண்டின் இறுதியில் எமது எல்லா எல்லைகளும் உடைந்து நொறுங்கிக் கொண்டிருக்கும்போது, எமது வேர்களை மட்டுமே நாம் பார்த்துக கொண்டிருக்கக் கூடாது. ஆனால் சில இடங்களில், எமது சமூகத்தைப் புரிந்துகொள்ள அதில் நம்மைப் புரிந்துகொள்ள ஆதாரங்களையே பார்க்க வேண்டும்.

ஒரு குறிப்பிட்ட நாட்டில் நம் இடத்தை, கலாச்சாரத்தில் நம் இடத்தையே பார்க்க வேண்டும். என்னளவில் 'அகன்றவனாக' என்னைப் பார்ப்பதென்பது நான் எங்கிருந்து வந்தேனோ அந்த மூன்றாம் உலக மக்களின் கருப்பு மக்களின் போராட்டங்களில் இருந்து 'அகன்றவனாக' இருந்தால்தான் நான் அப்படிப் பார்ப்பேன். நான் எங்கேயிருக்கிறேனோ அங்கே போராட்டம் இருக்கிறது. போராட்டம் அங்கும் இங்கும் எங்கும் இருக்கிறது. நிஜத்தில் இரட்டைப் பிரக்ஞையை நான் கொண்டிருக்கிறேன். சமூகத்தில் என் இடம், இங்கும் அங்கும் நிகழ்கிற கருப்பு மற்றும் தொழிலாளி வர்க்கப் போராட்டங்களில் எனது இடம். மற்றது மூன்றாம் உலக நாட்டு மக்களின் போராட்டத்தில் என் இடம், அங்கும் இங்கும் நடைபெறும் மூன்றாம் உலக நாடுகளின் அனுபவங்களில் என் இடம். நான் இவற்றிலிருந்து 'அகன்றவன்' இல்லை. நான் நேரடியாக கால, இடத்தில் இல்லாமல் இருக்கலாம். ஆனால் அவற்றில் நான் பங்குகொண்டிருப்பவன். எங்கே போராட்டமோ அங்கே என் இதயம் இருக்கும்.